எட்கர் தர்ஸ்டன் (1855-1935) இங்கிலாந்து நாட்டவர்; மருத்துவர். 1885ஆம் ஆண்டு காலனிய இந்தியாவில் சென்னை அரசு அருங்காட்சியகத்தில் கண்காணிப்பாளராகப் பணியபுரிய வந்தார். இரண்டு தொகுதிகளில் *தென்னிந்திய இனவரைவியல் குறிப்புகள்* (1907) என்னும் நூலையும் *தென்னிந்தியச் சாதிகளும் பழங்குடிகளும்* (1909) என்னும் நூலை ஏழு தொகுதிகளிலும் எழுதியிருக்கிறார்.

காதம்பி ரங்காச்சாரி (1868-1934) சென்னை அரசு அருங்காட்சியகத்தில் துணைக் கண்காணிப்பாளராகப் பணியாற்றினார். தர்ஸ்டனுடன் இணையாசிரியராகப் பணியாற்றி மேற்கூறிய 9 தொகுதிகள் உருவாக்கத்தில் பங்களித்தார். இந்த அரிய பணிக்காக இவருக்குத் 'திவான் பகதூர்' என்னும் விருது வழங்கப்பட்டது.

க. ரத்னம் (1931-) கோவை மாவட்டம் கீரநத்தம் கிரமத்தில் பிறந்தார். 36 ஆண்டுகள் தமிழ்ப் பேராசிரியராகப் பணியாற்றியிருக்கிறார். தர்ஸ்டன்-ரங்காச்சாரி எழுதிய 9 தொகுதிகளையும் ஆங்கிலத்திலிருந்து தமிழில் மொழிபெயர்த்திருக்கிறார். மேலும் *தமிழ் நாட்டுப் பறவைகள், தமிழ்நாட்டு மூலிகைகள்* உள்பட பல நூல்களை எழுதியிருக்கிறார்.

பக்தவத்சல பாரதி (1957-) மானிடவியல் ஆய்வாளர். இத்துறையில் *தமிழர் மானிடவியல், இலங்கையில் சிங்களவர், திராவிட மானிடவியல்* உள்பட கவனிக்கத்தக்க பல நூல்களின் ஆசிரியர். பாண்டிச்சேரியில் வசிக்கிறார்.

தமிழகத் தொல்குடிகள்

‘தென்னிந்தியக் குலங்களும் குடிகளும்’
நூல்வரிசையின் பதிவுகள்

ஆங்கில மூலம்
எட்கர் தர்ஸ்டன்
காதம்பி ரங்காச்சாரி

தமிழில்
க. ரத்னம்

தொகுப்பும் பதிப்பும்
பக்தவத்சல பாரதி

அடையாளம்

முதல் பதிப்பு 2017

© இந்தப் பதிப்பு: அடையாளம்

வெளியீடு: அடையாளம், 1205/1 கருப்பூர் சாலை, புத்தாநத்தம் 621310, திருச்சி மாவட்டம், இந்தியா, தொலைபேசி: 04332 273444

நூல் வடிவம்: த பாபிரஸ், அச்சாக்கம்: அடையாளம் பிரஸ், இந்தியா

ISBN 978 81 7720 280 9

விலை: ₹ 320

Tamizhakath tholkutikal is Tribes of Tamilnadu in Tamil, Compiled from *Castes and Tribes of Southern India* in English by Edgar Thurston and K. Rangachari, Translated by K. Ratnam, Compiled and Edited by Bhakthavatsala Bharathi, Published by Adaiyaalam, 1205/1 Karupur Road, Puthanatham 621310, Thiruchirappalli District, Tamilnadu, India, email: info@adaiyaalam.net

பொருளடக்கம்

	அறிமுகம்	vii
1	அடியான்	1
2	இருளர்	2
3	ஊராளி	24
4	எர்நாடன்	33
5	எரவாளர்	35
6	கசுபர்	42
7	காடர்	43
8	காணிக்காரர்	69
9	குருவிக்காரர்	88
10	குறிச்சன்	95
11	குறும்பன் அல்லது குறுமன்	101
12	கொரகர்	126
13	கோத்தர்	144
14	சோலகர்	174
15	தோடர்	183
16	பணியன்	238
17	பளியர்	253
18	மண்ணான்	266
19	மலசர்	271
20	மலை அரையர்	285

21	மலைப்பண்டாரம்	292
22	மலையாளி	294
23	முதுவர்	328
24	வேடன்	348

அறிமுகம்

முனைவர் பக்தவத்சல பாரதி
புதுச்சேரி மொழியியல் பண்பாட்டு ஆராய்ச்சி நிறுவனம்

தென்னிந்தியச் சாதிகளும் பழங்குடிகளும் (*Castes and Tribes of Southern India, 1909*) எனும் நூல்வரிசை மிக முக்கியமானதொரு சமூக ஆவணம். இது ஏழு தொகுதிகளாக 1909இல் வெளியிடப்பட்டது. இவற்றில் தென்னிந்தியாவின் சாதிகள், பழங்குடிகள், சிறு சமூகங்கள், குலப் பிரிவுகள் பற்றிய இனவரைவியல் விவரிப்புகள் உள்ளன. ஏறக்குறைய 4000 பக்கங்கள் கொண்ட இந்த நூல்வரிசையில் தமிழகத்தைச் சேர்ந்த 24 தொல்குடிகளைப் பற்றிய பதிவுகள் இடம் பெறுகின்றன. அவற்றை மட்டும் தனியாகப் பிரித்தெடுத்து, ஒப்பு நோக்கி, ஒரு தொகுதியாகத் *தமிழகத் தொல்குடிகள்* என்னும் புதிய தலைப்பில் இந்தப் பதிப்பு வெளிவருகிறது. இதன் மூலம் 'தமிழகப் பழங்குடிகள்' பற்றிய தர்ஸ்டனின் ஆவணத்தில் உள்ள சிறப்புமிக்க பதிவுகள் அகரவரிசையில், படிப்பதற்கு ஏற்ற வகையில் நம்முடைய கைகளுக்குக் கிடைத்துள்ளன. இந்தப் பதிப்பு ஆங்கில மூல நூல்களை ஒப்பிட்டுச் சரிபார்க்கப்பட்டதாகும். ஒலிப்புமுறைகளும் தரவுகளும் மீள சரிபார்க்கப்பட்டுள்ளன. இதற்கு முந்தைய தமிழ்ப் பதிப்பில் ஏற்பட்ட அச்சுப் பிழைகளும் சொற் பிழைகளும் நீக்கப்பட்டுள்ளன.

***

எட்கர் தர்ஸ்டன் (1855-1935) லண்டன் கிங்ஸ் கல்லூரியில் மருத்துவம் பயின்றவர். மாற்றுத் திறனாளிகளுக்கான மருத்துவமனையில் பணியாற்றிய பின்னர், மீண்டும் கிங்ஸ் கல்லூரியின் அருங்காட்சியகத்தை நிர்வகிக்கும் பொறுப்பை ஏற்றவர்.

இந்தியாவில் ஆங்கிலக் காலனி அரசு வலுவான நிர்வாகத்தை உருவாக்கும் பொருட்டு மாவட்டக் கையேடுகள் தயாரிக்கவும், குடிமதிப்பு எடுக்கவும், இனவரைவியல் பதிவுகள் மேற்கொள்ளவும் தீவிரம் காட்டியது. அதன் ஒரு பகுதியாகச் சென்னை அரசு அருங்காட்சியகத்தில் எட்கர் தர்ஸ்டனைக் கண்காணிப்பாளராக நியமித்தது. 1885இல் பணியில் சேர்ந்தார். தொடக்கத்தில் சென்னைப் பல்கலைக்கழகத்திலும் சென்னை மருத்துவக் கல்லூரியிலும் விரிவுரையாற்றி வந்தார். மேலும், சென்னைக் காவல்துறையினருக்கு மானிட உடலளவு முறைகள் பற்றியும், அப்போது வங்காள, சென்னைக் காவல்துறைகளில் அறிமுகப்படுத்தப்பட்டிருந்த 'பெர்ட்டிலன் முறை' (Bertillon system) பற்றியும் பயிற்றுவித்தார்.

எட்கர் தர்ஸ்டன் பல்திறன் கொண்டவர். மன்னார் வளைகுடாவில் முத்துக்குளித்தலுக்கு மின்னொளி காட்டும் புதிய முறையை உருவாக்கினார். சென்னைக் கடற்கரையில் நீர் உயிரின அருங்காட்சியகம் அமைக்கவும் உறுதுணையாக இருந்தார். நாணயவியல், விலங்கியல், தாவரவியல் சார்ந்தும் பணியாற்றினார். இவருடைய பணியின் திறத்தைப் போற்றும் வகையில் சில புதிய உயிரினங்களுக்கான அறிவியல் பெயர்கள் இவருடைய பெயரைக் கொண்டு சூட்டப் பட்டன. இவ்வாறாக எட்கர் தர்ஸ்டனின் புலமையும் பணிகளும் பன்முகத் தன்மை கொண்டவையாக இருந்தன.

***

தர்ஸ்டன் சென்னை அருங்காட்சியகத்தில் பணியாற்றத் தொடங்கியது முதல் தென்னிந்தியக் குடிகளின் இனவரைவியல் விவரங்களைச் சேகரிப்பதிலும் ஆர்வங் கொண்டிருந்தார். 1901இல் அன்றைய ஆங்கில அரசு 'இந்திய இனவரைவியல் மதிப்பாய்வு' (Ethnographic Survey of India) எனும் அனைத்திந்தியத் திட்டத்தைத் தொடங்கியது. அந்தத் திட்டத்தின் தென்னிந்தியப் பணியைத் தர்ஸ்டன் ஏற்றுக்கொண்டார். துணைக்குத் தம் அருங்காட்சிய சகாவாகிய ரங்காச்சாரியையும் இணைத்துக் கொண்டார்.

தர்ஸ்டனும் ரங்காச்சாரியும் களப்பணியில் கிடைத்த பொதுத் தரவுகளைக் கொண்டு 1907இல் *தென்னிந்தியாவில் இனவரைவியல் குறிப்புகள் (Ethnographic Notes in Southern India, 1907)* எனும் தலைப்பில் இரண்டு தொகுதிகளை வெளியிட்டனர். இதன் பிறகுதான் தாங்கள் தொகுத்த சமூகவாரியான குறிப்புகளைத் *தென்னிந்தியச்*

சாதிகளும் பழங்குடிகளும் எனும் தலைப்பில் 1909இல் ஏழு தொகுதிகளாக வெளியிட்டனர். இதைத் தமிழில் மொழிபெயர்த்தவர் பேராசிரியர் க. ரத்னம் அவர்கள். தென்னிந்தியக் குலங்களும் குடிகளும் எனத் தலைப்பிட்டார்.

இந்த நூல்வரிசையானது ஆந்திரம், ஒடிசா எல்லை தொடங்கி கன்னியாகுமரிவரை பரவி வாழும் அனைத்துக் குடிகளையும் பற்றிய விவரிப்புகளைக் கொண்டுள்ளது. ஏறக்குறைய 135 ஆண்டுகளுக்கு முன்னர் தொகுக்கப்பட்ட விவரங்கள் இவற்றில் உள்ளன. இத்தொகுதிகள் அரியதொரு சமூக ஆவணம். இவற்றில் உள்ள விவரங்களில் நான்கில் ஒரு பகுதி தமிழ்ச் சமூகம் பற்றியது. அதில் ஒரு பகுதி தமிழகத் தொல்குடிகள் பற்றியது.

நீண்ட, நெடிய, அறுபடாத மரபைக் கொண்ட தமிழ்ச் சமூகத்தின் எண்ணற்ற ஆதி கூறுகளை இந்தத் தொல்குடிகள் பெருமளவு பிரதிபலிக்கிறார்கள். தொல்குடிகளை அறியாமல் தமிழ்ச் சமூகத்தையும் பண்பாட்டையும் புரிந்துகொள்ள முடியாது. இந்த வகையில் ஒன்றரை நூற்றாண்டுகள் பழமையை நோக்கிச் செல்லும் இந்த நூல்வரிசை பெருங் களஞ்சியமாகத் திகழ்கிறது.

காலனிய காலத்தில் கீழைத்தேயவியல் பார்வை கொண்டு இந்த ஆவணம் உருவாக்கப்பட்டு இருந்தாலும், தமிழ்ச் சமூக வரலாற்றுப் புரிதலிலும் பண்பாட்டு அசைவியக்கங்களை மீட்டெடுப்பதிலும் இந்த நூல்வரிசை முக்கிய இடத்தைப் பெறுகிறது. இதில் மொழிபெயர்ப்பாளர் பேராசிரியர் க. ரத்னத்தின் உழைப்பு மகத்தானது. தஞ்சைத் தமிழ்ப் பல்கலைக்கழகம் வெளியிட்டுள்ள தர்ஸ்டனின் தென்னிந்தியப் பதிவுகளிலிருந்து தமிழகக் குடிகளைத் தனியாகப் பிரித்துத் தனித் தொகுப்புகளை உருவாக்க வேண்டும் என்ற தேவையை வலியுறுத்தியவரும் அவரே. இந்தப் பதிப்பில் தம்முடைய மொழிபெயர்ப்பைப் பயன்படுத்திக்கொள்ள அனுமதியும் வழங்கினார். அனைவருக்கும் எமது நன்றி.

தமிழகத் தொல்குடிகள்

1

அடியான்

அடியான் (Adiyan, அடி=பாதம்) அடிமை எனப் பொருள்படும். இங்குத் தம்புரான் அல்லது செல்வாக்குள்ள செல்வர்களிடம் பணி புரிபவர்கள் எனப் பொருள்படும். ஒவ்வொரு அடியனும் தான் அடிமை என்பதனை ஒப்பும் வகையில் தன் தலைவனுக்கு ஆண்டிற்கு ஒருமுறை இறை செலுத்துவதோடு அவர்கள் அழைக்கும்போது பணி செய்து உதவவும் முன்வருதல் வேண்டும். ஒன்று அல்லது இரண்டு பணத்திற்கு மேற்படாத இந்த இறை 'அடிமைப் பணம்' எனப் பெயர் பெறும்.[1] அடிமை என்பது பண்ணையாரைச் சார்ந்துள்ள குடிமகன் என்று இங்குப் பொருள் தருகின்றது.

---

[1] விக்ரம், *மலபார் சட்டங்களும் வழக்கங்களும்* (Wigram, *Malabar Law and Custom.*)

2

இருளர்

இவர்கள் நீலகிரியைச் சேர்ந்த இருளர் (Irula of Nilgiris). மனித இனஇயல் ஆராய்ச்சியாளர்களின் சொர்க்கம் எனக் கூறப்படும் கோத்தகிரிக் கடைத்தெருவில் கோத்தர், படகர், கன்னடர், இருளர், குறும்பர், சிலபோது கொடநாடு மந்தையிலிருந்து ஒரு தோடன் ஆகியோர் ஒருசேரத் திரண்டிருக்கக் காணலாம். நான் அங்கு இந்தப் பழங் குடியினரை ஓர் ஒளிப்படம் எடுத்தேன். உடனே, 'கீழே கையொப்பம் இட்டுள்ள எங்களை நீங்கள் ஒளிப்படம் எடுத்தீர்கள். ஆனால் அதற்காக எங்களுக்குத் தொகை ஏதும் தரவில்லை. எனவே தாங்கள் கருணைகூர்ந்து எங்களுக்கு நியாயம் வழங்கும்படி கேட்டுக் கொள்கிறோம்' என்ற விண்ணப்பத்தோடு என்னைப் பார்க்க அவர்கள் வந்தனர். அவ்வாறு வந்த அவர்கள் மகிழ்ச்சியோடு திரும்பும் படியாக அவர்களுக்குக் காபிச் செலவுக்கான தொகை தரப்பட்டது.

நான் இருளர்களைத் தேடியலைந்து மலேரியா காய்ச்சலுக்கு ஆளானேன். அப்போது பல மலைத்தோட்ட முதலாளிகளினுடைய உதவியைப் பெறவேண்டி வந்ததோடு விருந்தோம்பலுக்குப் பெயர்போன அவர்களுடைய விருந்தினனாகவும் தங்கியிருந்தேன். ஒருசமயம் இருளர் கூட்டம் ஒன்று ஒரு மலைத்தோட்டக்காரருடைய பங்களாவில் எனக்காக வந்து நான் தாராளமாகத் தொகை தருவேன் எனக் காத்திருக்கின்றது எனக் கேள்விப்பட்டு அங்குச் சென்றேன். அந்தக் குழுவில், தடைசெய்யப்பட்ட காட்டில், ஒரு யானையைச் சுட்டக் குற்றத்திற்காகச் சிறிது காலமாகத் தேடப்பட்டு வந்த ஒருவனும் இருந்தான். என்னைச் சந்தேகக் கண்களுடன் பார்த்த அவன், உயரம் எடுக்கும் அளவு கருவியைத் தூக்குப்போடும் கருவி எனக் கருதி அந்த அளவினை எடுத்துக்கொள்ள மறுத்துவிட்டான்.

அவனை ஒளிப்படம் எடுக்கவும் அவன் என்னை அனுமதிக்க வில்லை. அவ்வாறு படம் எடுக்கப்பட்டால் அது அவனைப் பின்னர் அடையாளம் கண்டுகொள்ளப் பயன்படுத்தப்படும் என்று (அளவு களைக் கொண்டு குற்றவாளியைக் கண்டுபிடிக்கும் பெர்டிலொன் முறையினைப் பற்றிக் கேள்விப்பட்டிருக்க முடியாத) அவன் அஞ்சினான். இருளர்களைச் சூன்யம் வைத்து மயக்கும் ஒரு குறும்பனும் என் உதவியாளர்களில் ஒருவனாக உள்ளான் என்ற தவறான வருந்தத்தக்க வதந்தியும் பரப்பப்பட்டது. இவ்வாறு இருளரை மயக்குவதால் எனக்கு என்ன லாபம் என்று எவரும் எண்ணிப் பார்க்கவில்லை.

நீலகிரியைச் சேர்ந்த பழங்குடிகளுள் படகர்கள் நல்ல நிறம் வாய்க்கப் பெற்றவர்கள். இதற்கு மாறானவர்களாக இருளர்கள் மிகக் கறுத்த நிறமுடையவர்களாக உள்ளனர். அவர்களுள் சிலர்மீது கரியால் கோடிட்டால் அது வெள்ளை அடையாளமாகத் தெரியும். இருளன் என்ற பெயர் இருட்டு அல்லது கறுப்பு என்ற பொருளைத் தருவது. மலைத்தோட்டங்களில் கூலிகளாகவோ, குத்தகைதாரராகவோ பணி செய்யாது, இவர்கள் தனித்து ஒதுங்கி இருக்கும் இருண்ட காட்டைக் குறித்து இப்பெயர் அமைந்ததா அல்லது இவர்களின் தோலின் நிறத்தைக் குறித்து இப்பெயர் அமைந்ததா என்பது தெளிவாகப் புரியவில்லை. பொதுவாக இருளர் கறுத்த தோலும் அகன்ற மூக்கும் உடையவர்களாயினும், நாகரிக மக்களுடன் இந்த இனத்தவர் கொண்ட தொடர்பால் ஏற்பட்ட உருமாற்றம் காரணமாக இவர்களுள் சிலர் குறிப்பிடத்தக்க வகையில் நல்ல நிறம் வாய்க்கப்பட்டதோலும், நீண்ட மூக்கும் வாய்க்கப் பெற்றுள்ளனர்.

இருளர்கள் தமிழின் கிளைமொழியைப் பேசுகின்றனர். இவர்கள் ரங்கசாமி என்ற பெயரால் விஷ்ணுவை வழிபடும் சமய நெறிப்பட்டவர்கள். அத்தெய்வத்திற்குத் தங்களுடைய காட்டுக் கோயிலில் அல்லது பிராமண அர்ச்சகர்கள் பூசை செய்யும் காரமடையில் சென்று வழிபாடு செய்வர். 'இருளர் இனப் பூசாரி ஒருவன் இருளரின் கோயிலருகே வாழ்கிறான். அவன் தெய்வங்களுக்குப் பூசை செய்யும்போது மணியை ஒலிப்பான். அவன் நெற்றியில் சமயச் சின்னமாக நாமம் துலங்கும். பரம்பரை உரிமையான அப்பணியை மேற்கொள்ளும் அவனுக்கு வழிபாட்டிற்கு வரும் இருளர்கள் பழம், பால் முதலியவற்றை அன்பளிப்பாகத் தருவர். மே அல்லது சூன் மாதத்தில் ஒவ்வொரு இருளர் குடியிருப்பும்

அவனுக்கு இரண்டணா தரும். சத்தியமங்கலம் வட்டத்தில் ரங்கசாமி மலைமுடிக்கு வடக்குப் பக்கமாகக் கள்ளம்பள்ளம் என்ற இடத்தில் ஒரு கோயில் இருப்பதாக இவர்கள் கூறுகின்றார்கள். அது ஒரு சிவன்கோயில். அங்கு மறியாடு பலியிடப்படுகின்றது. அங்குள்ள பூசாரி சைவத்துக்குரிய சின்னத்தை நெற்றியில் தரிப்பான்.

இவர்கள் சிவனுக்கும் விஷ்ணுவுக்கும் இடையே உள்ள வேறுபாட்டை அறியார். கள்ளம்பள்ளத்தில் இருப்பது மாரியம்மா என அழைக்கப்படும் ஒரு கற்சிலையை உடைய கூரைக் கோயிலே. பெரியம்மைக்கு உரிய தெய்வம் எனப் பெயர்போன அதனை இருளர் இவ்வாறு வழிபடுகின்றனர். இக்கோயிலுக்கு ஒரு மறியாடு இழுத்துச் செல்லப்பட்டு, அதன்மீது நீர் தெளித்தபின் அதன் கழுத்தை வெட்டி அதனைப் பலியிடுவர். இச்சடங்கில் எப்பங்கும் ஏற்றுக்கொள்ளாமல் பூசாரி தனித்தே அமர்ந்திருப்பான். பலியிடப்பட்ட ஆட்டின் உடல் கூறிடப்பட்டுப் பூசாரியுட்படக் கூடியுள்ள இருளர் அனைவருக்கும் வழங்கப்படும்' எனப் பிரீக்ஸ் கூறியுள்ளார்.[1]

ரங்கசாமி மலைமுடியின் மீதுள்ள கோயில் தொடர்பாக நீலகிரி மாவட்ட விவரக் குறிப்பில் கூறப்பட்டுள்ள செய்திகள் வருமாறு: 'மேட்டு நிலத்திலுள்ள கோயில்கள் அனைத்திலும் புனிதமானது ரங்கசாமி மலைமுடியில் உள்ள கோயில். மேட்டுப்பாளையத்திற்கும் கோயமுத்தூருக்கும் இடையே சமவெளியில் உள்ள காரமடைக் கோயிலில் இருக்கும் ரங்கநாதர் தன் மனைவியுடன் ஊடல்கொண்டு இந்த மலையில் வந்து தனித்திருக்கின்றார் என இந்துக்களிடையே ஒரு பழங்கதை வழங்குகின்றது. இந்தக் கதைக்கு ஆதாரமாக அம்மலைச் சிகரத்தின் கீழே அமைந்துள்ள ஊரான அரக்கோட்டுக்கு அருகே உள்ள பாறையில் காணப்படும் இரு பாதச் சுவடுகளைச் சுட்டிக்காட்டுவர்.

மலைவாழ் பழங்குடிகள் சமவெளியில் உள்ள காரமடையில் வழக்கமாக நடைபெறும் தேரோட்டத் திருவிழாவிற்குத் தொல்லை தரும் நெடும்பயணம் மேற்கொள்கின்றனர். இதைத் தடுக்கவே இதுபோன்ற ஒரு கட்டுக்கதை படைக்கப்பட்டிருக்க வேண்டும். இவ்வாறு பயணம் சென்றுவருவதை ஒரு காலத்தில் இவர்கள் தங்கள் கடமையாகக் கருதினர். சில இடங்களில் படகர்களும் கோத்தர்களும் இதற்கு ஒரு படிமேலே சென்று தங்கள் ஊர்களிலேயே

---

[1] நீலகிரியில் வாழும் தொல்குடிகள் (Primitive Tribes of the Nilgiris.)

வழிபாட்டுக்கு ரங்கசாமி பெட்டுக்களை அமைத்துக் கொண்டுள்ளனர். ரங்கசாமி மலைமுடியில் திருத்தமில்லாச் சுவர்களால் சூழப்பட்ட இரு கோயில்கள் ரங்கசாமிக்கும் அவர் துணைவியாருக்குமாக அமைந்துள்ளன. இதனுள் வேண்டுதல் செய்துகொண்ட பக்தர்கள் அளித்த இரும்பு விளக்குகளும் குறியிடப்பட்ட துலாக்கோல்களும் கிடக்கக் காணலாம். இரு கல் உருவங்கள் தெய்வங்களாக உள்ளன.

இக்கோயிலில் பரம்பரையாக ஓர் இருளனே பூசாரியாக இருந்து வருகின்றான். ஆண்டுத் திருவிழா விற்கெனக் குறிப்பிடப் பட்டுள்ள நாளில் அவன் நந்திபுரம் அருகேயுள்ள தன் குடியிருப்பிலிருந்து வந்து மலையடிவாரத்திலுள்ள குட்டையில் குளித்தபின், 'கோவிந்தா, கோவிந்தா' எனக் கூவியபடி மலை உச்சிக்கு ஏறிச் செல்வான். அங்குக் கூடியுள்ள படகர், இருளர், குறும்பர் ஆகிய அனைவரும் மிக்க ஆர்வத்தோடு அதேபோலக் கூக்குரலிட்டவர்களாகக் கோயிலைச் சுற்றி நிற்பர். ஊதியும், முழவை அடித்தும் அந்த இரு கற்களிலும் தெய்வத்தை அருளேறும்படி செய்தபின் பூசாரி அவற்றிற்கு அபிடேகம் செய்து அவற்றை மலர்களால் அலங்கரிப்பான். அன்றிரவு மலை உச்சியில் உள்ள இரண்டு கற்குழிகளில் நெய்யை நிரப்பி விளக்கேற்றுவர். சுற்று வட்டாரத்தில் பல மைல்கள் தூரம் அந்த விளக்குகளின் ஒளி புலப்படும்.

மழைக்காக வேண்டியும், மக்களும் கால்நடைகளும் நலமாக வாழவேண்டியும் வேண்டுதல் செய்து கொண்டபின் இருளர்களின் காட்டு நடனமும் பாற்பொங்கலிடுதலும் நிகழும். அரக்கோட்டிலிருந்து ஒரு மைல் தூரத்தில் குடைக்கல் எனப்படும் துருத்திக்கொண்டிருக்கும் ஒரு பாறை உள்ளது. அதன் அடியில் வெள்ளைக் களிமண் கிடைக்கின்றது. திருவிழாவின்போது நெற்றியில் நாமமாகத் தரிக்க இருளர்கள் இந்த வெள்ளைக் களிமண்ணைப் பயன்படுத்துகின்றனர்.

இருளர்களின் கோயில் திருவிழாப் பற்றி ஹார்க்னெஸ் தந்துள்ள விவரங்கள்[2] வருமாறு: 'ஆண், பெண், குழந்தைகள் ஆகிய அனைவருடைய தலைமுடியும் வைக்கோல்பிரிகளை மாலைகள் போல் வைத்து விசித்திரமாக முடிச்சிடப்பட்டிருக்கும். இவர்கள் தங்கள் கழுத்து, காது, கணைக்கால் ஆகியவற்றையும் வைக்கோலால் ஆன அணிகளாலேயே அலங்கரித்துக் கொண்டிருப்பர். இவர்கள்

---

[2] நீலகிரி மலையில் வாழும் ஒரு தனித்த தொல்குடி இனம் பற்றிய விளக்கம்-1832.
(Description of a Singular Aboriginal Race Inhabiting Neilgherry Hills, 1832.)

தங்களுடன் உலர்ந்த கொட்டைகள் அல்லது சிறு கற்கள் இடப்பட்ட காய்ந்த சுரக்குடுக்கையை உடன் எடுத்துச் செல்வர். நடக்கும் போது தங்கள் நடைக்கியைந்த லயம் உண்டாகும்படி அதனை ஆட்டி ஒலி எழுப்பியபடி இவர்கள் நடப்பர். இவர்களுடைய கோயில் எனக் கூறப்படும் கூரைக் குடிசைக்குமுன் இவர்கள் நடனம் நடைபெறும்.

நடனம் முடிவடைந்த பின் தெய்வத்திற்கு ஓர் ஆட்டுக் கிடாயையும் மூன்று சேவல்களையும் அவற்றின் கழுத்தை வெட்டிப் பலியிட்டு அவற்றை தெய்வ உருவங்களின் காலடியில் இடுவர். அப்பொழுது கூடியுள்ள அனைவரும் தரையில் விழுந்து வணங்குவர். கோயிலினுள் ஒரு முறம் அல்லது விசிறி உள்ளது. அது 'சிரெ'யின் சின்னமாகலாம். அந்த விசிறிக்குக் கொஞ்சம் இடைவெளிவிட்டு அதற்கு முன்னால் முன்பின்னாக இரண்டு கல் உருவங்கள் உள்ளன. அவற்றுள் ஒன்றை *மொசுகானி* என்றும், மற்றதைக் *கோனாடிமாரி* என்றும் இவர்கள் அழைக்கின்றனர். எனினும் அவை கோயிலின் உட்பகுதியில் உள்ள விசிறிக்குத் தகுதியில் கீழ்ப்பட்டனவே.'

ஒரு காபித் தோட்டத்திற்கு அருகே உள்ள சிற்றூருக்கு நான் பார்வையிடச் சென்றிருந்தபோது அங்குத் தெரு நாய்களும், அம்மண மாகக் குழந்தைகளுமே திரிந்துகொண்டிருந்தன. பெரியவர் களும் வளர்ந்த சிறுவர்களும் வேலைக்குச் சென்றிருந்தனர். இரவில் திரியும் வேட்டை விலங்குகளிலிருந்தும், மற்ற உயிருக்கு ஊறுசெய்யக்கூடிய பிற விலங்குகளிலிருந்தும் ஊராரைப் பாதுகாக்க ஊரைச் சுற்றி ஒரு முரட்டு வேலி இடப்பட்டிருந்தது. ஒற்றை அடுக்குக் குடிசைகள் மூங்கில் பிளாச்சுகளாலான முன் தாழ்வாரங்களோடு கூரை வேயப்பட்டு வரிசையாக நின்றன. அவற்றைச் சூழக் கோழி அடைக்கும் கூடுகள் மிகுந்திருந்தன. சுரைக்கொடிகள் கூரைமீது ஒழுங்கின்றிப் படர்ந்திருந்தன. அடர்ந்த வாழைத் தோட்டங்களும், ஆமணக்குப் புதர்களும் கால்நடைக் கொட்டில்களும் ஊரைச் சூழ்ந்திருந்தன.

மலைத்தோட்டங்களுக்கோ காடுகளுக்கோ கூலி வேலைக்குப் போகாத சமயங்களில் இருளர் தங்கள் உணவிற்கான பயிர்த் தொழிலில் ஈடுபடுகின்றனர். ராகி, சாமை, தினை, துவரை , மக்காச் சோளம், வாழை முதலியவற்றோடு எலுமிச்சை, ஆரஞ்சு, பலா முதலான பழச் செடிகளையும் இவர்கள் பயிரிடுகின்றனர். கோத்தர்களைப்போலவே இவர்களும் சனி, திங்கள் ஆகிய நாள்களில் பயிர்த்தொழிலில்

ஈடுபடுவதில்லை. விதைப்புப் பருவங்களில் படகர் தேங்காய், பழம், பால், நெய் ஆகியவற்றைக் கைக்கொண்டு வந்து இருளரிடம் தருவர். இவர்கள் அவற்றைத் தங்கள் தெய்வத்தின்முன் படைத்துத் திரும்பவும் படகர்களிடமே கொடுத்துவிடுவர்.

'இருளர் தங்கள் ஊருக்கு அருகே உள்ள சிறு துண்டு நிலங் களுக்கு உரிமை உடையவர்களாக உள்ளனர். இவர்கள் வாழ்க்கை நடத்த மலைத்தோட்டங்களில் பெறும் கூலியையே நம்பியிருந்த போதிலும், இந்தத் துண்டு நிலங்களில் சோம்பலின்றித் தானியங் களைப் பயிரிடுவதிலும் ஈடுபடுகின்றனர். வசதிபடைத்த மலைத் தோட்ட முதலாளிகளின் கால்நடைகளைப் பேணிக் காக்கும் பணியிலும் இவர்களுள் சிலர் ஈடுபடுவதோடு அந்தத் தொழிலில் கைதேர்ந்தவர்களாகவும் உள்ளனர். இன்று அதிலிருந்து கிடைக்கும் பால் பொருள்களின் வருமானம் அம்முதலாளிகளுக்கு காபித் தோட்டங்களில் கிடைக்கும் அற்ப வருமானத்தோடு, துணை வருவாயாய் அமைகின்றது. ஆண்களைப் போலவே இருளர் பெண்களும் களைபிடுங்குதல் முதலான தோட்டத் தொழிலில் கைதேர்ந்தவர்களாக இருப்பதோடு தமிழ்க் கூலியாட்களைவிடச் சுறுசுறுப்புடையவர்களாகவும் நம்பிக்கைக்கு உரியவர்களாகவும் உள்ளனர்' என அண்மையில் ஒரு பார்வையாளர் இவர்களைப் பற்றி எழுதியுள்ளார்.

'தேன், தேன்மெழுகு முதலான காடுபடு பொருள்களின் விற்பனையிலிருந்து அல்லது தங்கள் தோட்டங்களில் விளையும் பழங்களின் விற்பனையிலிருந்து இருளர்கள் அன்றாட உணவிற்குத் தேவையான தானியங்கள் முதலியவற்றை வாங்கிக் கொள்கின்றனர். தங்கள் நிலத்தில் விதைத்த பிறகு அவர்கள் அதைப் பேணுவதில்லை. காட்டை அழித்து மண்ணைக் கொத்தால் கிளறி, ஒரு குச்சியால் உழுது, விதைத் தானியத்தைத் தங்கள் மனம்போன போக்கில் விதைப்பதோடு சரி. எனவே அந்நிலங்களில், பயிர் வளர்ச்சி குன்றியதாக, ஓரளவே விளைச்சல் தருகின்றது.

தானியம் முற்றியவுடன் நிலம் குடியிருப்புக்குச் சற்று தூரத்தில் இருக்குமாயின், இவர்கள் குடும்பத்தோடு விளைந்த நிலத்தருகே குடிசை போட்டுக் கொண்டு தானியம் தீரும்வரை தங்கி இருப்பர். ஒவ்வொரு நாளும் காலையில் தங்கள் குடும்பத்திற்கு எவ்வளவு தானியம் தேவையெனக் கருதுகின்றார்களோ அந்த அளவு அவற்றைப் பிடுங்கி அருகில் இருக்கும் பெரிய பாறையின் மீது நெருப்பு மூட்டி

அது நன்கு சூடானவுடன் தணலைத் தூர ஒதுக்கித் தள்ளியபின், தானியத்தை அக்கல்லின் மீது பரப்புவர். அது விரைவில் உலர்ந்து வறுபட்டுப் பக்குவமாய் விடுகின்றது. அவற்றைப் பிசைந்து பிட்டாக்கியபின் அக்கல்லை மீண்டும் சூடாக்கிப் பிசைந்த பிட்டுக்களை அதன் மீது வைத்து வேகவிடுவர். சற்றுக் குழிந்த பாறை யிடம் இருக்குமாயின் அந்த இடத்தைச் சூடாக்கி அதில் நீரை நிரப்பி உலர்த்தப்பட்ட தானியத்தையும் அதில் இடுவர். அது நன்கு கூழ்ப் பக்குவமாகிவிடும். இவ்வாறு நிலத்தில் உள்ள தானியம் தீரும்வரை அக்குடும்பம் நட்பும் சுற்றமும் சூழ நிலத்தில் விளைந்ததை உண்டு தீர்க்கும்.

இச்சமயம் அனைவரும் மகிழ்ந்துகொண்டாடுவதற்குரிய பருவமாகும். அவர்கள் மகரியைக் கொண்டாடுவதோடு அந்த வழியே செல்பவர்களை எல்லாம் தங்கள் மகிழ்ச்சியில் பங்குகொள்ள வரும்படி அழைப்பர். இவ்வாறு உண்டு மகிழ அனைவரையும் அழைக்கும் குடும்பத்தினரை அண்டை அயலார் தங்கள் நிலத்தின் விளைவில் பங்குகொள்ள மறு விருந்தாட அழைப்பர். இதன்பின் அடுத்த ஆண்டு விளைவுகாணும் வரை இவர்களில் பலர் எருலுவேர் எனக் கூறப்படும் ஒருவகைக் கிழங்கைத் தின்று வாழ்கின்றனர்' என ஹார்க்னஸ் எழுதியுள்ளார்.

இருளர் சிலர் தற்போது வனத்துறையின் கீழ் பணியாற்றுகின்றனர். வனத்துறையினர் இவர்களுக்குச் சலுகை தந்து காடுகளின் ஓரங்களில் நிலங்களை ஒதுக்கிக் குடியிருப்பை அமைத்துக்கொள்ள அனுமதிக் கின்றனர். இவர்கள் கடுக்காய், தேன், தேன் மெழுகு, வெம்படம் பட்டை (*Ventilago madraspatana*), ஆவாரம்பட்டை (*Cassia auriculata*), மான் கொம்பு, புளி, கோந்து, சீவக்காய் (*Acacia concinna*) ஆகிய காடுபடு பொருள்களைச் சேகரிக்கின்றனர். காடுகள் பல பகுதிகளாகப் பிரிக்கப் பட்டு, ஒவ்வொரு பகுதியிலும் ஒரு குறிப்பிட்ட இடம் வனத்துறைக் கிடங்காக ஏற்படுத்தப்பட்டுள்ளது. காடுபடு பொருள்களைச் சேகரிப்பவர்கள் பெரும்பாலும் சோலகரும் இருளரும் தங்கள் சேகரிப்பை அங்குக்கொண்டு வருவர். பின்னர் அவை தரம் பிரிக்கப் பட்டுச் சிறப்பு மேற்பார்வையாளர்களால் உரிய விலை வழங்கப்படும்.[3]

[3] *இந்திய வனத்துறை இதழ்*-1902. (A.W.Lushington, *Indian Forester,* 1902)

கயிறு ஏணியில் ஏறி தேன் எடுக்கும் இருளர்.

தேன் சேகரிப்பு மிக ஆபத்தான தொழில். ஒருவன் கையில் தீப்பந்தத்துடனும், தோளில் தொங்கும் மூங்கில் குழாய்களுடனும் உயர இருந்து கயிற்று ஏணி அல்லது கொடிகளாலான நூலேணி வழியாகக் கீழே இறங்கித் தேன்கூடு இருக்கும் இடத்தை அடைவான். தீப்பந்தத்தின் ஒளியைக் கண்டவுடன் தேனீக்கள் தூரப் பறந்துவிடும். அவன் தேன் ராட்டுக்களால் தன் மூங்கில் குழாய்களை நிரப்பிய பிறகு மீண்டும் மேலே ஏறிப் பாறையின் உச்சியை அடைவான்.

இருளர்கள் எருமைகள், மாடுகள் ஆகியவற்றின் ஊனினை உண்பதில்லை. மறியாடு, வெள்ளாடு, வயல் எலி, கோழி, மான், பன்றி (இவர்களே வேட்டையாடுவது) முயல் (திறமையாக வலை வைத்துப் பிடிப்பது) காட்டுக் கோழி, புறா, காடை (இதைக் கல்லால் எறிந்து வீழ்த்துவர்) ஆகியவற்றின் ஊனை உண்பர்.

'மண ஒப்பந்தம் ஏதும் இவர்களிடையே கிடையாது. ஆணும் பெண்ணும் தங்கள் மன விருப்பம்போல் யாரோடு வேண்டுமாயினும் உறவுகொள்ளலாம். அந்த உறவினைத் தொடர்ந்து நீட்டித்துக்கொள்வதும் பிரிந்து செல்வதுமான உரிமை பெண் களினுடையதே. நல்ல ஊழ் வாய்க்கப் பெற்ற சிலர், தங்கள் உறவை நான்கைந்து ரூபாய்வரை செலவழித்து நண்பர்களுக்கும் அண்டை அயலாருக்கும் விருந்து வைத்துக்கொண்டாடுவர். அப்போது

குறும்பர்களும் தங்கள் கொம்பு, தப்பட்டை ஆகியவற்றுடன் வந்திருந்து அந்த இரவை ஆடிப் பாடிக் கோலாகலமாகக் கழிக்க உதவுவர். இதுபோன்ற நிகழ்ச்சிகள் மிக அரிதாகவே நடைபெறுவதற்குரியன' என இருளர்கள் ஹார்க்னஸ் அவர்களிடம் கூறியுள்ளனர். எனக்குத் தெரிவிக்கப்பட்ட விவரங்களின்படி இவர்கள் திருமணம் ஒரு எளிய நிகழ்ச்சியே. ஒரு மறியை அறுத்து விருந்து நிகழ்த்துவர். விருந்தினர்கள் மணமகனுக்குச் சில அணாக்களை அன்பளிப்பாகத் தருவர். அவன் அவற்றை ஒரு துணியில் முடிச்சிட்டவனாக மணமகள் குடிசைக்குச் சென்று அவளைத் தன்னுடன் அழைத்து வந்துவிடுவான். கைம் பெண்கள் மறுமணம் செய்துகொள்ள அனுமதிக்கப்படுகின்றனர்.

ஓர் இருளன் இறப்பானாயின் இரண்டு குறும்பர்கள் சாவு நிகழ்ந்த ஊருக்கு வருவர். அவர்களில் ஒருவன் மற்றவன் தலையை மழித்து விடுவான். தலை மழிக்கப்பட்டவனுக்கு உணவிட்டு ஒரு வேட்டியும் தருவர். அவன் அதைத் தன் தலையில் சுற்றிக் கட்டிக்கொள்வான். இத்தகைய விசித்திரச் சடங்கைச் செய்வதால் இறந்துபோனவர் நல்ல அதிர்ஷ்டத்துக்குள்ளாவார் எனக் கருதப்படுகிறது. இறந்து போனவனுடைய பிணம் கிடக்கும் வீட்டுக்கு வெளியே சாவுச் சடங்குகள் நிகழும்வரை மேளத்திற்கு ஏற்ப ஆண்களும் பெண்களும் ஆடுவர். இறந்தவர்கள் கால்களைக் குறுக்கே இருக்குமாறு குந்தியபடி உட்கார வைக்கப்பட்டுப் புதைக்கப்படுகின்றனர்.

ஒவ்வொரு ஊருக்கும் தனியே புதைக்கும் இடங்கள் உள்ளன. வட்ட வடிவமான ஒரு குழி தோண்டி அதன் அடிப்பக்கத்தில் குடைந்து ஓர் அறை உண்டாக்குவர். அதில் பிணத்தை அதனுடைய வழக்கமான ஆடை அணிகளோடு ஒரு புதிய துணியும் அணிவித்து அமர்த்தி, விளக்கு, தானியம் ஆகியவற்றை உடன் வைத்துப் புதைகுழியை மூடி அடையாளத்திற்காக மேலே ஒரு கல்லை வைப்பர். மூன்றாம் நாள் ஒரு மறியை அறுத்து விருத்து வைப்பர் எனக் கூறுகின்றனர். இறந்தவர் களுக்கான ஆண்டுச் சடங்கு பற்றி நான் நேரில் கேட்டவை வருமாறு: ஒரு விளக்கும் எண்ணெயும் வாங்குவதோடு அரிசிச் சோறும் ஊரில் சமைப்பர். அவற்றைப் புதைகுழிகள் உள்ள சுடுகாட்டுக் கோயிலுக்கு எடுத்துச் சென்று அங்குள்ள கற்களின் மீது எண்ணெய்யைக் கொஞ்சம் கொஞ்சமாக ஊற்றிய பிறகு பூசை நிகழ்த்துவர். சுடுகாட்டுக் கோயிலில் நெற்றியில் பட்டையாக மூன்று கோடுகள் தீட்டியுள்ள பூசாரி பூசைசெய்வான். படகர் சாதித் தேவதாரியைப் போல இருளர் பூசாரியும் சிலபோது தெய்வம் ஏறப் பெறுவதுண்டு.

‘குறும்பர்களும் இருளர்களும் ஒவ்வொரு சாவுக்குப் பிறகும் தெவ்வ கொட்ட கல்லு எனப்படும் ஒரு கூழாங்கல்லைக்கொண்டு வந்து நீலகிரிப் பீடபூமியில் ஆங்காங்கே காணப்படும் பழமையான வட்டக் கல்லறை மாடத்தில் இடுவர். பல தலைமுறையினர் இதுபோலக் கூழாங்கற்களை இட்டு வந்ததன் விளைவாக இவற்றுள் சில மேலே பாவப்பட்டுள்ள பாவு கல்லைத் தொடும் அளவிற்குக் கூழாங்கற்களால் நிரம்பியனவாக உள்ளன. சிலபோது மேலே குறிப்பிட்ட பழங்குடியினர் சிறிய வட்டக் கல்லறை களைப் புதைகுழியாகப் பயன்படுத்திக்கொள்வதோடு நீண்ட கூழாங் கற்களையும் அதனுள் இடுவர்’ என இவர்களின் சாவுச் சடங்குகளைப் பற்றி வால்ஹவுஸ் கூறியுள்ளார்.[4]

இருளர்களிடையே பின்வரும் உட்பிரிவுகள் இருப்பதாக எனக்கு விளக்கி எடுத்துரைத்தனர்: போங்கரு, குடகர் (குடகுப் பகுதியைச் சேர்ந்தவர்), கல்கட்டி (கல்லைக் கட்டிக்கொள்பவர்கள்), வெள்ளக, தெவாளர், கொப்பிலிங்கம். இவர்களுள் முதல் ஐந்து பிரிவினரும் பங்காளிகளாகக் கருதப்படுவதால் இவர்கள் தங்களுக்குள் மணஉறவு வைத்துக் கொள்வதில்லை. இந்த ஐந்து பிரிவினரும் கொப்பிலிங்கம் உட்பிரிவிலிருந்தே பெண்களை மணக்க வேண்டும். 1901 கணக்கெடுப்பில் காசுவ அல்லது காசுப என்பதும் இருளரின் உட்பிரிவாகப் பதியப்பட்டுள்ளது. இந்தச் சொல் காட்டு வாழ்க்கையைத் துறந்து மலைத்தோட்டங்களிலோ வேறெங்கோ வேலை தேடிச் சென்றவன் என்பதைக் குறிக்கும்,

‘குளிர்காலத்தில் அல்லது காட்டில் உணவு தேடி அலைந்து திரியும்போது பசியின் கொடுமையால் குடும்ப உறுப்பினர்கள் ஒருவரைவிட்டு ஒருவர் பிரிய நேர்வது உண்டு. இச்சமயங்களில் பெண்களும் குழந்தைகளும் தனித்தவர்களாகிவிடுவர். அப்போது தன் கைக்குழந்தையின் பசியைத் தீர்க்கப் பால் ஊட்ட இயலாததாய் அது கடைசியில் பசியால் படப்போகும் வேதனையை எதிர்பார்த்து அக்குழந்தையை உயிரோடு புதைத்துவிடுவாள். இங்குத் தரப் பட்டுள்ள இந்த விவரம் ஒவ்வொரு நிகழ்ச்சியும் உண்மைதானா எனக் கேட்டறியப்பட்டு நம் உள்ளத்தில் எத்தகைய ஐயமும் ஏற்பட இடமின்றிச் சரியான தகவல் என உறுதி செய்யப்பட்டதாகும்’ என ஹார்க்னஸ் அவர்கள் குறித்துள்ளார்.

4 Ind. IV, 1877.

என்னுடைய குறிப்பேட்டிலிருந்து பின்வரும் விவரங்கள் தரப்படுகின்றன:

30 வயதான ஆண்: சில சமயங்களில் காபித் தோட்டங்களில் பணிபுரிவான். தற்போது தானியம், பூசணி, பலா, வாழை ஆகியன பயிரிடுவதில் ஈடுபட்டுள்ளான். அரிசி, உப்பு, மிளகாய், எண்ணெய் ஆகியன வாங்க மேட்டுப்பாளையத்திலுள்ள கடைத்தெருவுக்குச் செல்வான். கோத்தர்களிடமிருந்து பயிரிடுவதற்கான கருவிகளைப் பெறும் இவன் அதற்கு ஈடாக அவர்களுக்கு ஆண்டுக்கு ஒருமுறை தானியங்களோ பணமோ தருவான். கோத்தர்களுக்குக் காய்கறியும் பழங்களும் தந்து அவர்களிடமிருந்து பித்தளைக் கடுக்கன்கள் பெற்று அணிந்துள்ளான். தலைக்குத் தலைப்பாகை அணிந்துள்ள இவன் இடுப்பில் ஓர் அரைத்துணி மட்டும் அணிந்துள்ளான். அது கணுக்கால் அளவு தொங்கும். புகையிலை, வெற்றிலை ஆகியன அடங்கிய பை அவன் தோளில் தொங்கிக்கொண்டிருந்தது. நல்ல கறுத்த நிறம் உடையவன் இவன்.

30 வயதான பெண்: சுருளான தலைமுடியைப் பின்னால் முடிச்சிட்டு ஒரு கறுப்புப் பருத்தி நூல் நாடாவால் சுற்றிக் கட்டியிருக்கிறாள். இடையில் ஒரு சாதாரணத் துணி அணிந்து மார்பிலிருந்து கணுக்கால் வரை தொங்கும்படியாகச் சதுரமான ஒரு சீட்டித் துணியை அணிந்திருக்கிறாள். நெற்றியில் பச்சை குத்தப்பட்டுள்ளது. கழுத்தில் நிறையக் கண்ணாடிப் பாசிமணி மாலைகள். மூக்கில் பொன்னால் ஆன மூக்குத்தி. காதுமடல்களில் பித்தளை அணிகள். வலது மணிக் கட்டில் எட்டுப் பித்தளை வளையல்கள். பித்தளை வளையல்கள் இரண்டும் கண்ணாடி வளையல் ஆறும் இடது மணிக்கட்டில். வலக் கையில் முதல் விரலில் ஐந்து பித்தளை மோதிரங்கள். வலக்கையில் சுட்டு விரலில் பித்தளை மோதிரங்கள் நான்கும் தகர மோதிரம் ஒன்றும்.

25 வயதான பெண்: சிவப்புப் பனையோலைச் சுருள் காதுகளில் தொங்கும் மடல்களில் உள்ளன. பித்தளை, கண்ணாடிப் பாசிமணி அணிகள் காதுத் தோடுகளில் தொங்கும். இடது மூக்கில் மூக்குத்தி, கறுப்புப் பாசி மணிகள் கோத்ததும், சோழிகளால் ஆன பதக்கம் கொண்டதுமான கழுத்துச் சங்கலிகள் கழுத்தில் தொங்கும். கறுப்புப் பாசி மணிமாலைகள் இருளர் பெண்களின் வழக்கமான அணிகள். வலது மணிக்கட்டில் ஒரு எஃகு வளையலும், எட்டுப் பித்தளை வளையல்களும், ஒரு சங்கு வளையலும். ஈய வளையல்கள் மூன்று,

கண்ணாடி வளையல்கள் ஆறு, கண்ணாடிப் பாசி வளையல் ஒன்று ஆகியன இடது மணிக்கட்டில், இடக் கைச் சிறுவிரலில் ஓர் எஃகு மோதிரமும் ஒரு பித்தளை மோதிரமும்.

35 வயதான பெண்: இடையில் மட்டும் சேலை தரித்து மார்பை மறைத்துக்கொள்ளாமல் தலையில் படகர் அணிவது போன்ற குல்லாய் அணிந்துள்ளாள்.

8 வயதான சிறுமி: இரு காதுகளின் மடல்களிலும் உள்ள துளை களில் நெருப்புக் குச்சி போன்ற பல குச்சிகளைச் சொருகிக் கொண்டுள்ளாள்.

சராசரி உயரம் 159.8 செ.மீ.

மூக்கின் விகித அளவு 85 (மேலளவு 100)

இருளர் (செங்கல்பட்டு)

இவர்கள் செங்கல்பட்டு, வட ஆர்க்காடு, தென் ஆர்க்காடு மாவட்டங் களில் காணப்படும் இருளர். சென்னையிலிருந்து 50 மைல் தூரத்தி லுள்ள செங்கல்பட்டு நகரில் குடியேறியுள்ள இருளர் அல்லது வில்லியர் என அழைக்கப்படும் இவர்கள் நீலகிரிக் காடுகளில் வாழும் இருளர்களைவிட நாகரிகத்தில் மிக முன்னேறியவர்களாக உள்ளனர். 1901 கணக்கெடுப்பு அறிக்கையில் பிராமணர்களின் செல்வாக் கிற்கு ஓரளவு ஆட்பட்டுள்ள இவர்கள் தமிழின் கிளைமொழி பேசும் பழங்குடிகள் என விளக்கப்பட்டுள்ளனர்.

இருளர்களைப் பற்றிய ஒரு குறிப்பில் மெக்கென்சி பின்வருமாறு எழுதியுள்ளார்:[5] யுக பிரளயத்திற்குப் பின் ஒரு முனிவரின் வழித் தோன்றல்கள் எனக் கருதப்படும் வில்லர் எனப்படும் இருளர், மலையர், வேடர் ஆகியோர் ஒரு சாபத்தின் காரணமாகக் காடுகளில் இயற்கையின் படைப்பிற்கு இயைய வாழ்ந்துவந்தனர். இன்று இவர்கள் உடலை மறைக்க ஆண்கள் தோலையும், பெண்கள் இலை களைத் தைத்தும் ஓரளவு ஆடையாக உடுக்கின்றனர். கிழங்குகள், காட்டுப்பழங்கள், தேன் ஆகியனவே இவர்களின் முக்கிய உணவு. சமைத்த அரிசிச் சோற்றை மற்றவர்கள் இரக்கப்பட்டுத் தந்தாலும் இவர்கள் ஏற்றுக்கொள்வதில்லை.

---

[5] *கீழ்த்திசைச் சுவடிகள்* (Oriental Manuscripts).

தெய்வத்தைப் பற்றித் தெளிவான கோட்பாடும் இவர்களுக்கு இல்லை. மூங்கில் அரிசியை மட்டும் இவர்கள் கன்னியம்மா என்ற தேவதைக்குப் படைக்கின்றனர். பழங்கதை மரபுப்படி மலைரிஷி என்ற பெயருடைய முனிவர் இவர்களுக்குக் காட்டு விலங்குகளால் ஏற்படும் தொல்லைகளைக் கண்டு இவர்கள்மேல் இரக்கங்கொண்டு கொஞ்ச காலம் இவர்களோடு இருந்து வாழ்ந்து வரலானார். அவர் இவர்கள் இனப் பெண்களோடு உடலுறவு கொண்டமையால் பல குழந்தைகளை அப்பெண்கள் பெற்றனர் எனினும் அக்குழந்தைகளும் காட்டு விலங்குகளுக்குப் பலியாயின. இத்துயரத்திலிருந்து இவர்களை மீட்க அந்த முனிவர் இவர்களைக் கன்னியம்மாவிற்குப் பூசை போடுமாறு கூறினார். வேறு பல முனிவர்களும் இவர்களோடு கலந்து பழகி இவர்களிடையே வாழ்ந்ததால் பல புதிய சாதிகள் தோன்றின.

அச்சாதியினருள் ஏனாதியர் நகரங்களுக்குச் சென்று மற்ற சாதியாரிடம் உணவு பெற்று வந்ததோடு சமைத்த அரிசிச் சோற்றையும் உண்டு பழகித் தங்களைச் சுற்றிவாழும் மக்களைப் பார்த்து அவர்களின் பழக்க வழக்கங்களை மேற்கொள்ளத் தொடங்கினர்.' இவ்வகைகளில் இருளர் இப்பொழுது ஏனாதியரைப் பின்பற்றி வருகின்றனர்.

செங்கல்பட்டு இருளர் நல்ல கறுத்த நிறமும், குறுகிய மார்பும், மெலிந்த உடலும், பிடிப்பற்ற தசைகளும் உடையவர்கள். எனக்கு இவர்கள் நெல்லூரைச் சேர்ந்த ஏனாதியரையே நினைவூட்டுகின்றனர். ஆண்கள் ஒரே ஒரு வேட்டி அல்லது கோவணத்தை மட்டுமே ஆடையாக உடுக்கின்றனர். அதுவும் மிகக் குறுகிய மான்செஸ்டர் மில் காடாவாக இருக்கும். தலைமுடியைச் சிக்குடையதாக நீள வளர்ப்பதோடு சிலர் முன்மயிரை மழித்து மேல்சாதியாரைப் பார்த்துக் குடுமியும் இட்டுக்கொள்கின்றனர். மீசை அடர்த்தியற்றதாகவும், தாடி வெள்ளாட்டுக் கடாவைப் போன்றதாகவும் இருக்கும். ஆண்களில் சிலர் நெற்றிப் பொட்டில் நீல நிறத்தில் பொட்டு ஒன்றினைப் பச்சைகுத்திக்கொண்டிருப்பர் அல்லது நாமம் போன்ற கோட்டை இட்டிருப்பர். காதுமடல் நுனித் துளையில் ஒரு குச்சி அல்லது காது மடலில் எளிய கடுக்கன் மட்டும்தான் இவர்கள் அணியும் அணி.

நெற்குற்றுவதுதான் இவர்களுடைய முக்கிய தொழில். காடுகளில் குச்சி முதலியவற்றைச் சேகரித்து விறகாகக் காசுக்கோ, அரிசிக்கோ உயர்ந்த சாதியார் தங்கள் கால்நடைகளுக்கு என வைத்திருக்கும் பழைய கஞ்சிக்கோ விற்பர். இந்தப் பழங் கஞ்சியை

ஏனாதியரும் மிக விரும்பிக் குடிக்கின்றனர். நெல் குற்றும்போது தவிட்டைத் தின்னும் இவர்கள், கவனமாக மேற்பார்த்துக் கொள்ள வில்லையாயின் முடிந்த அளவு அரிசியையும் மென்று தீர்த்துவிடுவர். தங்கள் எளிய உணவிற்குத் துணையாக உதவும்படியாக இவர்கள் வயல் எலிகளையும் தின்பர். உலர்ந்த இலைகளை ஒரு பானையில் இட்டு எரித்து அந்தப் புகையைப் பானையில் உள்ள சிறுதுளை வழியாக எலி வளைகளின் உள்ளே செலுத்தி, அவற்றை மூச்சுத் திணறி உணர்விழக்கச் செய்தபின் நீண்ட குச்சிகளால் எலி வளை களைத் தோண்டுவர். அந்த வளையினுள் இவர்களுக்கு ஊனாக இறந்த எலிகளும், உணவாக எலிகள் சேகரித்து வைத்திருக்கும் தானியங்களும் ஒருங்கே கிடைக்கும்.

புற்றீசல் புறப்பட்டு வெளிவரும் பருவங்களில் இரவில் தீப்பந்தங்களின் உதவியால் பறக்கும் ஈசல்களின் உடலைத் தேடித் தின்பர். சில ஆண்டுகளுக்கு முன்பு, ஓர் இரவில் என் வீட்டில் திருட்டு நடந்தது. இரவு பெய்த மழையால் சேற்றில் ஏற்பட்டிருந்த காலடித் தாரையின் வார்ப்பினை எடுத்துப் பார்த்தபோது, அது என் தோட்டக்காரர்களுள் ஒருவனின் காலடித் தாரை எனத் தெரிய வந்தது. என் தோட்டத்தில் குடியிருக்காது வெளியே குடியிருப்பவன் அவன். அந்த இரவு நேரத்தில் அங்கே வந்தது ஏன் எனக் கேட்டபோது அன்று மாலை பெருமளவில் படையெடுத்த இறந்து விழும் புற்றீசல் களை உணவுக்காகத் திரட்ட வந்ததாக அவன் விளக்கம் கூறினான்.

இருளர்களுள் சிலர் மூலிகைகளைப் பற்றி அறிந்தவர்களாக உள்ளனர். மூலிகைகளைக்கொண்டு சில நோய்களையும், பாம்புகள், எலிகள், பூச்சிகள் ஆகியவற்றின் கடிக்கு மருத்துவம் செய்தும் இவர்கள் குணப்படுத்துகின்றனர் எனக் கூறப்படுகிறது.

அவ்வப்போது பலாசு (*Butea frondosa*) இலைகளையும் தாமரை இலைகளையும் திரட்டி, உண்ணும் கலமாகப் பயன்படுத்த விற்பர். எச்சில் இலைகளில், பிராமணர்களும் மற்ற உயர்ந்த சாதியாரும் மிச்சம்விட்டுச் செல்லும் உணவுகளை இவர்கள் உண்பர். பிராமணர்கள், பிராமணரல்லாத பிற சாதியார் இல்லங்களில் எந்தத் தடையுமின்றி நுழைந்து பழகும் உரிமையுடைய இவர்கள் தீட்டு உண்டாக்கும் வகுப்பாராகக் கருதப்படுவதில்லை.

ஒரு குறிப்பிட்ட இடத்தில் தங்கி வாழாமல் இவர்கள் தங்கள் குடியிருப்பை அடிக்கடி மாற்றிய வண்ணம் இருப்பர். சிலர்

பனையோலை வேயப்பட்ட தாழ்ந்த குடிசைகளில் வாழ்கின்றனர். மற்றவர்கள் மரத்தடியையோ, பாழடைந்த கட்டிடங்களையோ, வீடுகளின் தெருத் திண்ணைகளையோ தங்கள் வாழ்விடமாகக் கொண்டுள்ளனர். சில மண் பானைகள், ஓரிரு முறங்கள், அரிவாள், கடப்பாரை, நெருப்பு உண்டாக்குவதற்கான சக்கிமுக்கிக்கல், உருக்குத் துண்டு ஒன்று, புகையிலை, வெற்றிலை பாக்கு ஆகியன வைக்கும் அழுக்குப் பை ஆகியனவே இவர்களுடைய தட்டுமுட்டுச் சாமான்கள். நெருப்பு உண்டாக்கச் சதுரக் கருங்கல் ஒன்றைச் சிறு நெட்டித் துண்டின் அருகே வைத்துத் தீப்பொறி அதன்மீது தெறிக்கும்படியாக ஓர் இரும்புக் கருவிகொண்டு தட்டிய பிறகு நெட்டியில் விழுந்த தீப்பொறியை வேகமாக ஊதித் தீ கொழுந்துவிட்டு எரியும்படி செய்வர். வெப்பம் 58 டிகிரிக்கும் 60 டிகிரிக்கும் இடைப்பட்டதாக இருக்கும் குளிர் காலத்தில் இவர்கள் தங்கள் குழந்தைகள் வெதுவெதுப்பாக இருக்க நெருப்பு எரியும் இடத்தின் அருகே தரையில் குழி வெட்டி அதில் அவர்களைப் படுக்க வைப்பர்.

தங்கள் பழங்குடி இனத்திற்கு உரியதான சில உட்பிரிவுகளை மண உறவுகளின்போது ஓரளவு கருதிப்பார்க்கின்றனர். திருமணச் சடங்குகளில் குறிப்பிடத்தக்க நிகழ்ச்சிகள் எவையும் இல்லை. மணமகன் மணமகளுக்கும் தன் வருங்கால மாமியார் மாமனார் ஆகியோருக்கும் புதிய ஆடைகள் வாங்கித் தரவேண்டும். மாமியாருக்குத் தரப்படும் சேலை பால் கூலி எனப் பெயர் பெறும். அது அவள் மணமகளைப் பால் கொடுத்து வளர்த்ததற்கான கூலி யாகும். சனிக்கிழமை தவிர வேறு எந்த நாளில் வேண்டுமானாலும் மண நிகழ்ச்சி நடத்தப்படும். வசதிக்குத் தக்கபடி சிறு விருந்து நடத்துவதோடு, இயலுமானால் விருந்தினர்களுக்குக் கள்ளும் வழங்குவர். மண நாளன்று மாலை வேளையில் மணமக்கள் வீட்டின்முன் நிற்க மணமகன் மணமகள் கழுத்தில் தாலி அணிவிப்பான். நான் நேரில் சென்று கண்ட ஒரு மண நிகழ்ச்சியில் மணமகள் தனது திருமணச் சேலையை மணத்திற்கு ஒரு மாதம் முன்னதாக இருந்தே உடுத்திக் கொண்டிருப்பதாக அறிந்தேன்.

தங்கள் குலதெய்வமான கன்னியம்மாவையும், தொற்று நோய் களுக்குத் தெய்வமான மாரியம்மாவையும் இருளர் வழிபடுகின்றனர். நடுவில் ஒரு பானையை வைத்து நான்கு மூலைகளிலும் நான்கு பானைகளைச் சதுர அமைப்பில் மஞ்சள்நீர் நிரப்பிவைத்து அவற்றையே தெய்வமாக எண்ணி வழிபடுகின்றனர். இவற்றின்

அருகே ஒரு விளக்கை வைத்துப் பச்சரிசி, வெல்லம், அரிசிமாவு, வெற்றிலை, பாக்கு ஆகியவற்றைப் படைப்பர். வெள்ளைத் துணியொன்றை மஞ்சள் நீரில் தோய்த்து மூங்கில் ஒன்றில் கொடியாக ஏற்றிக் குடியிருப்புக்கு அருகில் வெட்ட வெளியில் நிறுத்தி அதனையே மாரியாகக் கருதி அதற்குக் கோழிகள், மறி ஆகியவற்றைப் பலி யிடுவதோடு பொங்கல் முதலியவற்றையும் படைப்பர்.

இறந்தவர்களை மல்லாக்காகப் படுக்க வைத்த நிலையில் தலைப் பக்கம் வடக்கே இருக்கவும், முகம் கிழக்கு நோக்கியபடி திரும்பி இருக்கும்படியாகவும் புதைப்பர். புதைகுழியைப் பாதி மூடியவுடன் நாகதாளிக் *(Opuntia dillenii)* கள்ளியை உள்ளேயிட்டு அதன்மேல் மண்ணிட்டு மேடை அமைப்பர். புதைகுழியின் மீது நினைவுக் கல் ஏதும் வைக்கும் வழக்கம் இவர்களிடையே இல்லை.

பின்வரும் அட்டவணையின் உதவியால் காட்டுவாசிப் பழங்குடி களான சோலகர், நீலகிரி இருளர் ஆகியோருக்கும் நாகரிகத் தொடர்பு ஏற்படுத்திக்கொண்ட செங்கல்பட்டு இருளர், கோயமுத்தூர் ஊராளியர் ஆகியோருக்கும் உடல்வாகு, மூக்கின் அளவு ஆகியவற்றில் உள்ள வேறுபாட்டை ஒப்பிட்டுப் பார்த்துத் தெளியலாம்.

மூக்கின் நீள அகல விகிதம்

பழங்குடி	சராசரி உயரம்	சராசரி	மேல் அளவு	கீழ் அளவு
சோலகர்	159.3	85.1	107. 7	72.8
நீலகிரி இருளர்	159.8	84.1	100	72.3
செங்கல்பட்டு இருளர்	159.9	80.3	90.5	70
ஊராளி	159.5	80.1	97.7	65.3

மேற்கண்ட அட்டவணையிலிருந்து நான்கு பழங்குடியினத்தவரும் உயரம் குறைந்தவர்களாக இருப்பதைத் தெளியலாம். மூக்கின் சராசரி விகித அளவு, மேல் அளவு, கீழ் அளவு ஆகியனவற்றில் சோலக ருடையனவும், நீலகிரி இருளருடையனவும், நாகரிகத் தொடர்பு ஏற்படுத்திக்கொண்டவர்களான செங்கல்பட்டு இருளர், ஊராளியர் ஆகியோருடையதைவிட அதிகமாக இருப்பதைத் தெளியலாம். வெளி உலகத்துடன் அதிகத் தொடர்பில்லாத முன்னைய இருவரும்

மூக்கின் நீள அகல விகித அளவு			
பழங்குடி	சராசரி	மேல் அளவு	கீழ் அளவு
காட்டு இருளர்	84.9	100	72.3
காட்டுக் காணிக்காரர்	84.6	105	72.3
நாட்டுக் காணிக்காரர்	81.2	90.5	70.8
நாட்டு இருளர்	80.3	90.5	70

தங்கள் தங்கள் இனத்துக்குரிய மூக்கின் அமைப்பை மாற்றமின்றிப் பெற்றவர்களாக இருப்பது புலனாகும். காட்டிலிருந்து வெளியேறி வெளி உலகத்து நகரங்களோடு தொடர்புகொள்வதால் மூக்கின் அகலம் குறைவதை இரு பிரிவினராக உள்ள இருளர் காட்டிலேயே வாழும் திருவாங்கூர் காணிக்காரர், நகரத்தோடு தொடர்புகொண்ட காணிக்காரர் ஆகியோரது மூக்கின் விகித அளவுகளை முன்பக்கத்தில் உள்ள அட்டவணை தெளிவுபடுத்தும்.

வட ஆர்க்காட்டைச் சேர்ந்த இருளர், செங்கல்பட்டு இருளரோடு நெருங்கிய தொடர்புடையவர்களாக உள்ளனர். வட ஆர்க்காடு மாவட்ட கையேட்டில் எச்.எ. ஸ்டுவர்ட் எழுதியுள்ளது வருமாறு:

'காட்டுவாசிப் பழங்குடிகளான இருளர்களுள் பலர் சுற்றுப் புறத்திலுள்ள சிற்றூர்களில் பயிர்த் தொழிலில் ஈடுபட்டுள்ளனர். எனினும் இவர்களில் பெரும்பாலானவர் மலைப் பகுதிகளைச் சார்ந்தவர்களாகக் கிழங்கு வகைகளை உண்டும் காட்டு விலங்குகளை வேட்டையாடியும் காடுபடு பொருள்களைப் பழைய துணிகளுக்கோ தானியங்களுக்கோ பண்டமாற்றுச் செய்தும் வாழ்க்கை நடத்திவருகின்றனர். வாய்ப்புக் கிடைக்கும் போது கால்நடைகளைத் திருடவும், வழிப்பறியில் ஈடுபடவும் செய்கின்றனர்.

ஏனாதிகளை வெறுக்கும் இவர்கள் தங்களுக்கும் அவர்களுக்கும் எத்தகைய உறவும் இல்லையெனக் கூறுவர். இவர்கள் ஏனாதியர்களின் மீது கொண்டுள்ள வெறுப்பின் ஆழத்தை இவர்கள் உண்ணும்போது ஒரு ஏனாதியன் அதைப் பார்க்கக்கூட அனுமதிக்க மாட்டார்கள் என்பதிலிருந்து புரிந்துகொள்ளலாம். இவர்கள் சப்த கன்னியர்களை வழிபடுகின்றனர். மண்விளக்குகளை ஏற்றி அதில் அந்தத் தெய்வங்களை ஏற்றி வைத்து விராலி (Dodonolea viscosa) மரத்தடியில் அவ்விளக்குகளை வைத்து வழிபடுவதோடு

அம்மரத்தையும் புனிதமானதாகக் கருதுவர். இந்த விளக்குகள் ஊர்ப் புறத்துக் குயவர்களால் வனையப்படுவன எனினும், அவர்கள் இதற்கான மண்ணைக் காலால் மிதிக்காது கையால் பிசைந்தே செய்வர். சிலபோது இவர்கள் கன்னிமார் தெய்வம் ஏறியுள்ளதான இந்த விளக்குகளைக் குகைகளில் வைப்பர். இவர்கள் இவற்றை எங்கு வைப்பினும் பறையரோ, ஏனாதியரோ இவற்றை நெருங்கி வர அனுமதிக்க மாட்டார்கள்.

ஏனாதியர்களையும், குறும்பர்களையும்போலவே இவர்களும் குழந்தைகளுக்கு மொட்டை அடிக்கும் சடங்கின்போதே இந்த வழிபாட்டை நிகழ்த்துவர். இச்சமயத்தில் பத்து வயதிற்குக் குறைவாக உள்ள குழந்தைகள் அனைவரும் ஒன்றாகத் திரள்வர். அக்குழந்தைகளின் தாய்மாமன்மார் அவர்களுடைய தலை முடியில் ஒரு கொத்தைக் கத்திரித்து அரச (Ficusreligiosa) மர இலைக் கொத்தில் கட்டிப் போடுவர். இவர்களிடையே மண ஒப்பந்தங்கள் அரிதாகவே நிகழ்கின்றன. ஆணும் பெண்ணும் தங்கள் விருப்பம் போல் மணஉறவைத் துண்டித்துக் கொள்ளும் உரிமை பெற்றுள்ளனர். இவர்களுள் நாகரிகத்தில் முன்னேறியவர்கள் பயிர்த்தொழில் செய்யும் இந்து சாதியாரைப் பார்த்து ஒரு தங்கப் பாசியை நூலில் கோத்துத் தாலியாக மணமகள் கழுத்தில் கட்டும் பழக்கத்தை மேற்கொண்டுள்ளனர். எனினும் இவ்வாறு மேற்கொள்ளும் மணஉறவும் எளிதில் முறிந்து போகக்கூடியதே. இவர்கள் இறந்தவர்களைப் புதைக்கின்றனர்.

இருளர் சிலர் இயற்கை ஆற்றல் கைவரப் பெற்றவர்களாகக் கருதப் படுவதோடு, தாழ்ந்த சாதிச் சூத்திரர்கள் இவர்களிடம் வந்து குறி கேட்கவும் செய்கின்றனர். இவ்வாறு நல்ல வார்த்தை கேட்கும் சடங்கு சுதி அல்லது ரங்கம் என அழைக்கப்படுகிறது. தெய்வப் பெண் இருளன்மேல் ஆவேசம் செய்த பின்னர், அவன் பொருள் புரியாத ஒலிகளை எழுப்புவதோடு அச்சமயத்தில் தன் நினைவு அற்றவனாகவே இருப்பான் எனவும் கூறுவர். அவனுடைய தோழர்களில் சிலர் அவன் எழுப்பும் ஒலிகளைச் சிரமப்பட்டுப் புரிந்துகொண்டவர்களைப் போலப் பாவனை செய்து அவற்றின் பொருளை அறிவுரை கேட்டவருக்கு எடுத்துரைப்பார்கள். தங்கள் சடங்குகளின்போது இருளர் எத்தகைய இசையையும் அனுமதிப்பதில்லை. அச்சமயங்களில் செருப்பு அணிவதோ இடையில் ஒரு துணியைத் தவிர வேறு உடை தரிப்பதோகூட

இல்லை. குளிரும் ஈரமுமான பருவநிலையில்கூட இவர்கள் கம்பளிக்குப் பதிலாக நெருப்பின் வெதுவெதுப்பையே நாடுவர். குழந்தைகளைக்கூடப் போர்த்திக் காக்க மறுக்கும் இவர்கள் ஒரு குழியை வெட்டிப் புதிதாகப் பிறந்த குழந்தையைக் கூட அக்குழியில் கொஞ்சம் விராலி இலைகளைப் போட்டு அதன்மேல் கிடத்துவர்.'

வட ஆர்க்காடு மாவட்டத்தில் இரண்டு வகைப்பட்ட இருளர் உள்ளனர். ஒரு பிரிவினர் நகரங்களிலும் ஊர்ப்புறங்களிலும் வாழ்கின்றனர். மற்றவர்கள் காட்டில் வாழ்கின்றனர். குப்பத்திற்கு அருகே காணப்படும் காடுவாழ் இருளருள் ஈசுவரன் வகையறா, தர்மராசா வகையறா என்ற இரு தெளிவான வரையறையுடைய பிரிவுகள் உள்ளன. முன்னவர் ஒரு தற்காலிகக் குடிசையில் கல் ஒன்றினை வைத்து அதற்குச் சோற்றையும் தேங்காயையும் உணம் (Lettsomia elliptica) இலைகளில் வைத்துப் படைப்பர். தர்மராசர் கல்லாக அன்றி ஒரு பாத்திரமாக வைத்து வழிபடப்படுகிறார். அவருக்குப் படையலைக் கூடையில் வைத்துப் படைப்பர். காட்டு இருளர் பிரிவில் ஒருத்தி இறந்துபோன தன் கணவனின் உடன்பிறந்தவனை மணந்து கொள்ளலாம். இறந்தவர்கள் மல்லாக்காகப் படுக்கவைத்துப் புதைக்கப்பட்டுப் புதைகுழியின் மீது மூன்று கற்களை நிறுத்துவர்.

தென் ஆர்க்காடு மாவட்ட இருளர் பற்றி பிரான்சிஸ் தென் ஆர்க்காடு மாவட்ட விவரக் குறிப்பில் கூறியுள்ளன வருமாறு: செஞ்சி மலைப்பகுதிகளைச் சார்ந்து காணப்படும் இவர்கள் கொச்சைத் தமிழையே பேசுகின்றனர். கறுத்த நிறமும், நன்கு சுருண்ட தலைமுடியும் உடைய இவர்கள் எப்பொழுதும் தங்கள் தலையை மழிப்பதில்லை. தலைப்பாகை, செருப்பு ஆகியன அணியும் பழக்கம் இவர்களிடம் இல்லை. ஓரிடத்தில் இரண்டு மூன்றுக்கு மேற்படாத குடிசைகளாகப் பல இடங்களில் ஆங்காங்கே இவர்களுடைய குடியிருப்புகள் அமைந்திருக்கும். வயல்களிடையே அமைந்திருக்கும் இக்குடிசைகள் சிறியனவாக, வட்டவடிவில், கூரை வேயப்பட்டன வாக உயரம் குறைந்த வாயில்களை உடையனவாக இருக்கும். ஒருவன் அதனுள் தவழ்ந்து புகுந்தே செல்லமுடியும்.

பயிர்களுக்குக் காவல் இருப்பதையும் கிணறுகளி லிருந்து நீர் இறைப்பதையும் தொழிலாக மேற்கொள்ளும் இவர்கள் பஞ்ச காலங்களில் திருட்டுக்களிலும் ஈடுபடுவர். விழுப்புரம், திருக்கோயிலூர் வட்டங்களிலும் செஞ்சியைச் சுற்றியுள்ள

பகுதிகளிலும் மழையில்லாத பஞ்ச காலங்களில் வீடுகளில் புகுந்து அகப்பட்ட சிறு பொருள்களைத் திருடத் தெரியாதவர்களாகப் பசியின் கொடுமையால் தூக்கிச் செல்வர். நிலக்கடலை நன்கு விளையும் சமயங்களில் இவர்கள் ஒழுங்காக நடந்துகொள்வர். இந்த மாவட்டத்தில் மிக ஏழைகளாகத் துன்பத்தில் உழலும் வகுப்பார் இவர்களே. இவர்களுள் ஓரிருவரே தங்களுக்கு உரிய நிலம் உடையவர்களாக உள்ளனர். அந்த நிலமும் புஞ்சை நிலமே. அவ்வப்போது முயல்களைப் பிடிக்கும் இவர்கள் இரவு நேரத்தில் பாறை முகடுகளிலிருந்து முறுக்கப்பட்ட கொடிகளைப் பிடித்தபடி கீழே இறங்கித் தேனைச் சேகரிப்பர்.

பெண்கள் சிலர் மலிவான அணிமணிகளை அணிந்தவர்களாகப் பரத்தையரைப்போல கண்ணுக்கு மை தீட்டிக்கொண்டு செஞ்சிக்கு அருகே உள்ள செட்டிபாளையம் சந்தைப் பகுதியில் வெட்கத்தை விட்டுத் தங்கள் அழகைக் காட்டி ஆண்களை மயக்கிப் பொது மகளிராக வாழ்க்கை நடத்திவருகின்றனர். இவர்களின் மண நிகழ்ச்சிகளில் சடங்குள் மிகமிகக் குறைவே. சாதியைச் சேர்ந்த முதியவர்கள் நல்ல நாளை முடிவு செய்வர். மணமகன் மணமகளுக் காகச் சில அன்பளிப்புகளைக் கொண்டு செல்வான். பந்தலிடப் படுவதும், தாலி கட்டுவதும், விருந்தும் மண நிகழ்ச்சியில் இடம்பெறும். பிறப்பு, இறப்பு தொடர்பான சடங்குகளும் எளிமை யானவையே. இறந்தவர்கள் மல்லாந்த நிலையில் படுக்கவைக்கப் பட்டுப் புதைக்கப்படுகின்றனர். நரிகள் புதைகுழியைத் தோண்டாமல் இருப்பதற்காக அதன்மீது கல்லையும் முள்ளையும் இடுவர்.

சாவு நிகழ்ந்த பதினொன்றாம் நாள் இறந்தவரின் மூத்த மகன் வழக்கத்திற்கு மாறாக அன்று மட்டும் தலையில் தலைப்பாகை கட்டிக்கொள்வான். கொஞ்சம் அரிசியை மஞ்சளிட்டுக் கலந்தபின் தண்ணீரில் இடுவர். இது பாவத்தைப் போக்கும் சடங்கு எனவும், இதனைச் செய்யத் தவறினால் இறந்தவரின் மூத்த மகனுக்குக் கெடுதல் ஏற்படும் எனவும் கூறுகின்றனர்.

ஊர்த் தேவதைகள் பலவற்றினுக்கும் இருளர் வழிபாடு நிகழ்த்துகின்றனர். எனினும் ஏழு கன்னிமார்களே இவர்கள் சிறப்பாக வழிபடும் தெய்வங்கள்.'

முன்பு கூறியுள்ளபடி எருக்கலரைப்போல இருளரும் குறி சொல்வதில் ஈடுபடுகின்றனர். யெருக்கலர் சாதியைச் சேர்ந்த குறி

இருளர் ♦ 21

கூறும் பெண் தன் கூடை, சோழி, பிரம்பு ஆகியவற்றோடு பல இடங்களுக்கும் சென்று எவ்விடத்திலும், எந்த நேரத்திலும் ஒரு நாளைக்கு எத்தனை முறை வேண்டுமாயினும் குறிகூறுவாள். இதற்கு மாறாக இருளன் தன் குடிசையில் தங்கி, தான் வழிபடும் தெய்வம் வைத்திருக்கும் இடத்திற்கு அருகில் மட்டுமே குறி சொல்வான்.

நோய்வாய்ப்பட்ட எல்லாச் சாதியினரும் கன்னிமார் வர்ணித்தாள் எனக் கூறப்படும் இருளனிடம் குறி கேட்க வருவர். அவன் தன்னிடம் உள்ள உடுக்கையை எடுத்து நெருப்பில் காட்டிச் சூடாக்கியோ வெயிலில் வைத்து சூடேற்றியோ அதைப் போதுமான அளவு தன் விருப்பத்திற்கு ஏற்ப அதிரும்படியாக உலரச் செய்தபின் கன்னிமாருக்குத் தேங்காய் உடைத்து கற்பூரமும், சாம்பிராணிப் புகையும் காட்டி வழிபாடு செய்வான். அதன்பின் கண்களை முடியபடி தன் உடுக்கையை அடித்தவனாகத் தலையை ஆட்டியபடி இருக்க, அவனருகே நிற்கும் அவன் மனைவி அவன்மீது மஞ்சள் நீரைத் தெளிப்பாள். சில நிமிடங்களுக்குப் பிறகு அவனது வலது மணிக் கட்டில் சலங்கை கட்டப்படும். கால்மணி நேரத்திற்குள்ளாக அவன் நடுங்கத் தொடங்கிவிடுவான். அப்போது அவனுடைய உடம்பு முழுவதும் வியர்த்து வடியும். அது அவன்மீது கன்னியம்மா ஆவேசம் செய்துள்ளாள் என்பதற்கான உறுதியான அடையாளம் ஆகும். அவன் மனைவி அவனுடைய குடுமியை அவிழ்த்துவிட அவன் மேலும் வேகமாகத் தலையை ஆட்டுவதோடு, விரைந்து பெருமூச்சுவிட்டபடி ஒரு பாம்புபோலச் சீறுவான்.

அவன் மனைவி கன்னிமாரைப் புகழ்ந்து பாடுவாள். படிப்படியாக அவன் ஆவேசம் குறையும். சூழ உள்ளவர்களைப் பார்த்துத் தன்னைத் தேவதையாகப் பாவித்தவனாக, ‘ஓ என் குழந்தைகளே! நான் என் தேரில் ஏறி வந்துள்ளேன். அது மாம்பூவாலும், வேப்பிலையாலும், மல்லிகையாலும் அலங்கரிக்கப்பட்டுள்ளது. நான் இருக்கும் வரை நீங்கள் எதற்கும் பயப்பட வேண்டாம். நீங்கள் என்னைக் கும்பிடுங்கள். இந்த நாடு செழிக்கும், நாட்டவர் மகிழ்ச்சியாக வாழ்ந்து வருவர். என் தேர் மலை மேலிருக்கும் குளத்திலிருந்து சீக்கிரமே வெளியே எடுக்கப்படும். அதன்பின் இந்த நாடு நன்கு செழிக்கும்’ என்பதுபோலப் பேசியபடி செல்வான். ஆவேசம் ஏறப்பட்டவனிடம் நேரடியாகக் கேள்விகள் கேட்காமல் கேள்விகளை அவன் மனைவி யிடம் கூறுவர். சிலபோது கேள்வி கேட்க யாரும் வரவில்லையாகிலும் மாலை நேரம் வந்தவுடன் அந்த இருளன் தன் உடுக்கையை எடுத்து

அடித்தபடி தன்னைச் சுற்றிலும் இருளர் கூடி அமர்ந்து கேட்டபடி இருக்க மணிக்கணக்கில் கன்னிமாரின் புகழைப் பாடுவான்.

வேட்டைக்காரன் எனப் பொருள்படும் சிக்காரி என்ற சொல் இருளனுக்குரிய மற்றுமொரு பெயராகும் எனச் சிலபோது கருதுகின்றனர். தென் ஆர்க்காட்டில் சில இருளர்கள் தங்களைத் தேன் வன்னியர் எனவும் வனப் பள்ளியர் எனவும் அழைத்துக் கொள்கின்றனர்.

3

ஊராளி

இத்தலைப்பில் கூறப்படும் (முந்தையவர்களின் பெயர்கொண்ட) ஊராளிகள் (Urali) கோயமுத்தூர் மாவட்டத்தில் உள்ள திம்பம் காடுகளில் 1800 அடி உயரத்தில் வாழ்பவர்கள் ஆவார். அந்த இடத்தில் காற்று வேகமாக வீசும் மலைவிளிம்பு ஒன்றில் வனத்துறைக்குரிய மாளிகை ஒன்று உள்ளது. அந்த மாளிகை ஊராளிகளையும் தொல் பழங்குடியினரான சோலகரையும் பற்றிய ஆய்வு மேற்கொள்ளதக்க இடமாக வாய்த்திருந்தது.

ஊராளியர் தாங்கள் வாழும் இடத்திற்குச் சில மைல்கள் தள்ளி வாழும் படகரோடு நெருக்கமாகப் பழகுகின்றனர். எருமைகளுக்கான மேய்ச்சல் நிலத்தைத் தேடி நீலகிரிப் பீடபூமியில் அலையும் தோடர், கோயமுத்தூர் பக்கமான மலைச்சரிவில் வாழும் குறும்பர், இருளர் ஆகியோரோடும் இவர்கள் கலந்து பழகுகின்றனர். திம்பத்திலிருந்து பதினேழு மைல் தொலைவில் சமவெளியில் உள்ள சத்தியமங்கலம் கடைவீதிக்குச் சுமை தூக்கி வருகின்ற காரணத்தால் இவர்கள் நாகரிக உலகத்தோடும் தொடர்புகொண்டவர்களாக உள்ளனர்.

நீலகிரியைச் சேர்ந்த படகரைப்போலத் தலைப்பாகை தரிக்கும் இவர்கள் வெள்ளை அல்லது சிவப்பும் நீலமும் கலந்த கோடுகளோடு கூடிய நீண்ட அங்கியை அணிகின்றனர். தலைமுடியை நீள வளர்ப்பவர்களையும் இந்துக்களைப் பார்த்து முன்தலையை மழித்துப் பின்குடுமி வைத்திருப்பவர்களையும் இவர்களிடையே காணலாம். கிளி, மயில், காட்டுக்கோழி முதலிய காட்டுப் பறவைகளைப் போலவே குரல் கொடுத்துக் கத்தும் ஒருவனை எங்களுக்கு அறிமுகம் செய்துவைத்தனர்.

வனத்துறை மாளிகையின் முன்கூடிய சிறு குழுவினர் கற்கள், சமையல் கட்டில் உள்ள இரும்புச் சட்டி, மூங்கில், அவ்விடத்திலேயே கல்குச்சி (Ficus tsiela) மரப்பட்டையைக்கொண்டு தயாரிக்கப்பட்ட கயிறு ஆகியவற்றின் உதவியால் பறவையைப் பிடிக்க ஒரு கண்ணியை அமைத்து வைத்தனர். இவர்களிடையே சக்கிமுக்கிக் கல் உருக்குத் துண்டு ஆகியனகொண்டு நெருப்பு உண்டாக்கும்முறை நெருப்புப் பெட்டி அறிமுகம் காரணமாக வேகமாக மறைந்து வருகின்றது.

ஊராளிகள் தங்களை ஏழு குலத்தவர்கள் எனக் கூறிக்கொள் கின்றனர். திருமணப் பந்தலுக்கு இவர்கள் ஏழு கம்பங்கள் நடுவர். அத்துடன் இவர்கள் தங்களைப் பில்லையா மக்கள் என்றும் கூறிக்கொள்வர். சோலகர்களை இவர்கள் ஐந்து குலத்தவர் எனவும் கரையர் மக்கள் எனவும் கூறுவர். தங்களை ஊராளிகள் என்றோ இருளர் என்றோ கூறிக்கொள்ளும் இவர்கள் விவரம் கேட்கும் போது பில்லையா, கரைய்யா உடன்பிறந்தவர்கள் ஆகையால் தங்களைச் சோலகர் எனவும் அழைக்கலாம் என்பர். எனினும் ஊராளிகள், சோலகர் ஆகியோரிடையே மண உறவுகள் நிகழ்வதில்லை. இவர்கள் சில சமயங்களில் ஒருவர் வீட்டில் மற்றவர் உண்பர். மற்றொரு வழக்கு வரலாற்றின்படி ஊராளிகளும் சோலகர்களும் கரையான்கள் வழியும், பில்லையா அல்லது மாதேசுவரம் சார்ந்த சிவாச்சாரியர்கள் வழியும் தோன்றியவர்கள் எனவும் கூறப்படுகின்றது (பார்க்க: சோலகர்).

கன்னடமும் தமிழும் கலந்த கொச்சை மொழியையே இவர்கள் பேசுகின்றனர். இவர்களிடையே புறமணக்கட்டுப்பாடுடைய பல குலப்பிரிவுகள் இருப்பினும் அவற்றின் பெயர்க்காரணம் தெளிவாகப் புரியவில்லை. இவர்களிடையே செல்லப்பெயர்கள் பல வழக்கில் உள்ளன. அவை அப்பெயர்களுக்குரியவர்களின் தனித்த இயல்பை விளக்குவன. கழுதைக்காலன், பெருவயிறன், பானைவயிறன், முயல் உதடன், கரடி அல்லது கீரி வால்போல அடர்ந்தோன், பொக்கை வாயன், பொய்யன், மோர்குடித்து வளர்ந்தவன் என்பன இவர்களுக்கான செல்லப் பெயர்களுள் சிலவாம். ஒருவனுக்குக் கொத்தே கல்லன் (கொத்தகல்) என்பது செல்லப் பெயர். கோத்தகிரியில் ஒரு பாறை அருகே பிறந்தமையால் அவன் இவ்வாறு பெயர் பெற்றான்.

காட்டில் கிடைக்கும் எளிய பொருள்களான கடுக்காய், மெழுகு, தேன், மலைப்பாதையில் ஏறும் வண்டிகள் பின்னோக்கிச் செல்லாமல் தாங்கும் மரக்கட்டை ஆகியவற்றைச் சேகரிப்பதன்வழி இந்தப்

பழங்குடிகளுள் பலர் வாழ்க்கை நடத்தி வருகின்றனர். வண்டிக்கான தடுப்புக் கட்டைகளைக் கயிற்றில் கட்டி வண்டி களின் பின்னால் தொங்கவிடுவர். அவை தரையோடு இழுபட்டனவாக வரும். வண்டியை நிறுத்தும்போது இக்கட்டைகள் சக்கரங்கள் பின்னோக்கிச் செல்லாமல் தடுக்கின்றன. சிலர் மண்ணைக் கொத்திப் பலவகைத் தானியங்களையும் பயிரிடுகின்றனர். மற்றும் சிலர் ஆடு மாடுகள் வளர்க்கின்றனர். சில குடும்பங்கள் வரி ஏதும் செலுத்தாமல் வனத்துறையினர் தந்த நிலத்தை அனுபவித்து வருகின்றனர். இதற்காக அவர்கள் வனத்துறையினருக்குத் தேவை ஏற்படும்போதெல்லாம் தங்கள் உழைப்பை நல்கக் கடமைப்பட்டவர்கள்.

இவ்வகுப்பார் கடினமான உழைப்பில் ஈடுபட விரும்புவதில்லை. வட்டிக்குப் பணம் தரும் செட்டிகளின் பிடியில் இவர்கள் அகப்பட்டுக் கொண்டிருப்பதாகத் தெரிகின்றது. ராகியே இவர்கள் அன்றாட உணவு. மறி, கோழி, ஆடு, மான், புறா, மாடப்புறா, கருங்குரங்கு, கரடி, முயல், முள்ளெலி, கிளி, காடை, கவுதாரி, காட்டுக்கோழி, காட்டு உள்ளான், மரங்கொத்தி முதலியவற்றின் இறைச்சியையும் இவர்கள் உண்கின்றனர். ஒருவனிடம் மாட்டிறைச்சி, பூனை, தவளை, கரடி, குரங்கு ஆகியவற்றை உண்பதுண்டா எனக் கேட்டபோது இவை ஒவ்வொன்றின் பெயரைக் கேட்டவுடனும் அவன் தன் தீவிரமான எதிர்ப்பைத் தெரிவித்தான். மாட்டிறைச்சி, பூனை, தவளை ஆகிய மூன்றின் பெயரைச் சொன்னபோதுதான் அவன் மிகுந்த எரிச்சல் உற்றவனாகத் தன் எதிர்ப்பைத் தெரிவித்தான்.

இப்பழங்குடிகள் தங்களிடையே நிகழும் சச்சரவுகளை எசமானன் எனப்படும் சாதித் தலைவனிடம் முறையிடுவர். அவன் சம்பே குலப் பிரிவைச் சேர்ந்த பரம்பரைப் பதவி உரிமையுடையவன். அவனுக்கு உதவியாளர்களாகக் கல்கட்டி, கோல்கரை, குரினங்கா குலப் பிரிவுகளைச் சேர்ந்த மூவர் பதவியில் அமர்த்தப்படுவர். இவர்கள் முறையே பட்டக்காரன், கௌடன், கோல்காரன் என்ற பட்டப் பெயர்களுக்கு உரியவர்கள். மக்களைப் பஞ்சாயத்துக் கூட்டத்திற்கு அழைப்பதும் விதிக்கப்பட்ட தண்டத்தொகையை வசூலிப்பதும் திருமணங்களின்போது நேரில் சென்று இருப்பதும் கோல்காரன் கடமைகளாம்.

திருமணத்திற்குப் பின் கணவனோடு வாழ மறுக்கும் ஒருத்தி பின்வருமாறு தண்டிக்கப்படுவாள்: அவளை ஒரு மரத்தோடு சேர்த்துக் கட்டியபின் கோல்காரன் ஒரு குளவிக் கூட்டை அவள் காலடியில்

ஊராளி ஆண்.

உடைத்து குளவியை வெளிப்படுத்துவான். அதன்பின் சில மணித்துளிகள் சென்றபின் அவளைக் கணவனுடன் சென்று வாழ விருப்பமா எனக் கேட்பர். அதற்கு அவள் உடன்படுவாளாயின் அவள் தன் உடன்பாட்டைத் தெரிவிக்க, அவள் கணவன் முதுகில் கோழியின் கழிச்சலைக் கொண்டு கோல்காரன் இடும் அடையாளத்தை, 'நீ என் கணவன். இனி நான் உன்னோடு சண்டையிடாமல் உனக்குக் கீழ்ப்படிந்து நடப்பேன்' எனக் கூறியவளாக நடக்கவேண்டும். இத்தகைய கொடிய தண்டனைக்கு உள்ளான பின்பும் ஒருத்தி குறிப்பிட்ட தண்டத் தொகையைச் செலுத்திய பிறகு தன் கணவனை விட்டுச் சமூகத்தைச் சேர்ந்த வேறு ஒருவனோடு சென்று வாழலாம்.

பூப்படையும் சிறுமி ஒருத்திக்கு எண்ணெய் பூசியும் அணிகளால் அலங்காரம் செய்தும் தனியே ஒரு குடிசையில் ஏழு நாள்கள் தங்கும்படி செய்வர். அப்போது வேறு இரு சிறுமியர் அவளுக்குத் துணையாக இருப்பர். எட்டாம் நாள் மூவரும் ஓர் அருவி அல்லது குட்டையில் குளித்தபின் அந்தச் சிறுமியின் இல்லத்திற்கு ஈரத் துணியோடு வந்து வீட்டு வாசலின் முன் இடப்பட்டுள்ள உலக்கையின் மேல் அமர்வர். அவர்கள் முன் ஒரு வாழையிலையை இட்டுச் சோறு, காய்கறி ஆகியன படைக்கப்படும். எட்டு அல்லது ஒன்பது மாதமான குழந்தை ஒன்றை அச்சிறுமியின் மடியில் கிடத்துவர். அவள் அந்தக்

குழந்தைக்குச் சிறிது சோறு ஊட்டுவதோடு தானும் சில வாய் சோற்றை உண்பாள். பிறகு கூடியுள்ளவர்களும் உணவுகொள்வர். அதன் முடிவில் அவர்கள் கையலம்பிய நீருள்ள பாத்திரத்தை அச்சிறுமி வெளியேகொண்டு சென்று கொட்டுவாள். பின் விருந்து நடைபெற்ற இடத்தை அவள் பசுஞ் சாண நீரால் மெழுகித் தூய்மைப்படுத்துவாள்.

சிலபோது சிறுமியர் குழந்தைகளாக இருந்தபோதே மணம் செய்விக்கின்றனர். எனினும் வயதுவந்தபின் மணம் செய்வித்தலே பெருவழக்கு. சிறுவனின் பெற்றோரே தங்கள் உறவினருடன் பெண் கேட்டு இருமுறை செல்வர். அப்போது ஒருமுறை சிறுவனையும் உடன் அழைத்துச் செல்லும் வழக்கம் உள்ளது. முதன்முறை செல்லும் போது ராகியைச் சிறுமியின் வீட்டாருக்கு அன்பளிப்பாக வழங்குவர். இரண்டாம்முறை வாழைப்பழம், அரிசி, புட்டு ஆகியவற்றை உடன்கொண்டு செல்வர். இவ்வாறு செல்பவர்களை உரிய மரியாதையுடன் வரவேற்க வேண்டும். விருந்தினராக வருபவர்களின் கைத்தடியை வீட்டுக்கு உரியவர் வாங்கி வைத்துவிட்டபின் அவர்களை வீட்டினுள் பாய்விரித்து அமரச் செய்தலே மரியாதை காட்டுவதாகும்.

விருந்தினர் பாதங்களை இரு கைகளாலும் தொட்டு வணங்கி அக்கைகளை நெற்றிவரை உயர்த்தி வணங்குவது வழக்கமான வரவேற்பு முறையாகும். வந்தவர்கள் பாயில் அமரும் முன் பாயின்மேல் வெற்றிலை பாக்கோடு வைக்கப்பட்டுள்ள நீர் நிறைந்த பாத்திரத்தை வணங்குவர். தங்கள் குலதெய்வத்தைக் குறிக்கும் வகையில் வைக்கப்பட்டுள்ள கல் அல்லது படத்தின் மீது ஒரு பூவை வைத்துப் பூசை செய்தபின், 'இந்தத் திருமணத்தால் குலம் தழைக்கும் என்றால் இந்தப் பூவை வலப்பக்கம் விழச் செய். இல்லையேல் இடப்பக்கம் விழச் செய்' எனக் கூறி வேண்டுவர். அந்தப் பூ விழாமல் உருவத்தின் மீதே இருக்குமானால் அதை மிக நல்ல சகுனமாகக் கொள்வர்.

மண உறுதிச் சடங்கிற்குச் செல்லும் மணமகன் வீட்டார் வழியில் ஓர் ஓடையைக் கடக்க வேண்டியிருப்பின் அதில் நீர் ஓடினாலும் ஓடாவிட்டாலும் மணமகனை அதனைத் தாண்ட அனுமதிப்ப தில்லை. மணமகனுடைய தாய்மாமன் அவனைத் தன் தோளில் தூக்கியவனாக ஓடையைக் கடப்பான். அவர்கள் மணமகள் வீட்டை நெருங்கும்போது கோல்காரனும் மற்றும் இருவரும் அவர்களை எதிர்கொண்டு அவர்களுடைய கைத்தடியைப் பெற்றுக் கொள்வர். இவ்வாறு கைத்தடியைப் பெற்றுக்கொள்ளத் தவறினால் தங்களை

அவமதித்ததாகக் கருதுவர். பெருந்தொகை யைத் தண்டமாகச் செலுத்தியே இக்குற்றத்திற்குக் கழுவாய் தேடிக்கொள்ளமுடியும்.

விருந்தினர் ஊர்வலம் மணமகள் இல்லத்தை அடைந்ததும் மணமகள் ஊரைச் சேர்ந்தவர்கள் அவள் வீட்டு வாசலின் குறுக்கே கழி ஒன்றினை வைத்து அவர்கள் மணமகள் வீட்டினுள் நுழைய முடியாதபடி தடுப்பர். இரு சாராரிடையேயும் போலியாகச் சண்டை ஒன்று நிகழும். அப்போது இரு சாராரும் ஒருவர்மேல் மற்றவர் மஞ்சள் நீரை ஊற்றிக் கொள்வர். இறுதியில் வாயிலின் குறுக்கே உள்ள கழி அகற்றப்படும். அங்கு உணவு உண்டபின் மணமகள்வீட்டார் மணமகன் ஊருக்குப் புறப்பட்டுச் செல்வர். மணமகன் ஊரில் மணமகளும் மணமகனும் தனித்தனி இல்லங்களில் தங்குவர். மணமகன் வீட்டின் முன்வரிசைக்கு மூன்றாக நான்கு வரிசையாக நடப்பட்ட பன்னிரண்டு கம்பங்களோடுகூடிய பந்தல் இடப்படும்.

வீட்டின் வாயிலின் அருகே நிற்கும் இரண்டு கம்பங்களும் மூர்த்திக் கம்பங்கள் எனப்படும். இக்கம்பங்களை நடுவதற்குக் குழி தோண்டியவுடன் அவற்றுக்குத் தேங்காய் உடைத்து வழிபாடு செய்த பின் நெய், பால், சில செப்புக் காசுகள் ஆகியவற்றை இடுவர். மணமக்கள் எண்ணெய் தேய்த்துக் குளித்த பின் பந்தலுக்கு அழைத்து வரப்படுவர். அணிகள், புத்தாடை ஆகியன பூண்டுள்ள இவர்கள் மணைப்பலகை ஒன்றில் அமர்வர். ஒரு தேங்காயை உடைத்த பின் ஒரு தட்டின் மேல் வைக்கப்பட்டுள்ள பாத்திரத்தை வணங்குவர். பிறகு மணமக்களின் உறவினர் அருகில் உள்ள ஒரு குட்டை அல்லது ஓடைக்குச் சென்று குலதெய்வத்திற்குப் பூசை போடுவர். அங்கிருந்து திரும்பும்போது மணமக்களின் தாய்மாமன் மார் நடனம் ஆடியபடி உடன்வரவேண்டும்.

வீடுவந்து சேரும்வரை இவ்வாறு நடனம் ஆடுபவர்கள் முன் சிதறு தேங்காய் இட்டபடி வருவர். அதன்பின் மணமக்கள் தங்கள் சிறுவிரல்களை இணைத்தபடி மீண்டும் மணைப்பலகையில் அமர்வர். அப்போது தெரவு எனப்படும் பரிசுத்தொகை மணமகள் தந்தைக்கும் பால்கூலி எனப்படும் தொகை மணமகள் அன்னைக்கும் வழங்கப்படும். பிறகு தங்கத் தகட்டாலான தாலியை மணமகன் வீட்டைச் சேர்ந்த ஒருத்தி மணமகள் கழுத்தில் அணிவிப்பாள். பின் மணமக்கள் கூடியுள்ளவர்களை வணங்கி ஆசி பெற்றபின் வீட்டினுள் செல்வர். அங்கு மணமகளைச் சோறு வடிக்கும்படி பணிப்பர். அதனை அவளும் அவள் கணவனும் ஒரே இலையிலிருந்து எடுத்து உண்பர்.

ஊராளிகளிடையே கூடிவாழி என்ற வழக்கம் உள்ளது. ஓர் ஆணும் பெண்ணும் தங்களுக்குள் உடன்பட்டவர்களாகக் காட்டுக்கு ஓடிச் செல்வர். அவர்களின் உறவினர்கள் அவர்களைக் கண்டுபிடித்துத் திரும்ப அழைத்து வரும்வரை ஒன்றாக வாழ்ந்து வருவர். பின் பஞ்சாயத்தார்கூடி அவர்களைக் கணவனும் மனைவி யுமாக ஏற்றுக்கொள்வர். அவ்வாறு ஏற்றுக்கொள்ளுமுன் பரிசப் பணத்தையும் தண்டத் தொகையையும் மணமகன் செலுத்த வேண்டும். இவற்றைச் செலுத்தத் தவறுபவர்கள் சமூக விலக்கத்திற்கு உள்ளாவர். இதைக் கொண்டாடும் வகையில் பெண்ணை அழைத்துக்கொண்டு ஓடியவன் சமூகத்தைச் சேர்ந்தவர்களுக்கு உணவு அளிக்க வேண்டும். அவ்வாறு அளிக்கத் தவறும் அவன் இறக்க நேர்ந்தால் அவனுக்குப் பிறக்கும் குழந்தைகள் முறையற்ற உறவின்வழிப் பிறந்தனவாகக் கருதப்படும். இதுபோல ஒருவன் இறக்க நேர்ந்தால் அவன் பிணத்தை அப்புறப் படுத்தும் முன் அவனுடைய கைம்பெண்ணாகிவிட்ட மனைவியைப் பெயர் அளவிற்கு சிலருக்கு உணவு படைத்து அவளுடைய குழந்தை களை முறையாகப் பிறந்த குழந்தைகளாக ஆக்கிக்கொள்ளும்படி வற்புறுத்துவர்.

ஊராளிகள் இறந்தவர்களைப் புதைக்கின்றனர். இவர்கள் சாவுச் சடங்குகள் ஓரளவு படகர் சாவுச் சடங்குகளை ஒத்துள்ளன. ஒருவன் இறந்தவுடன் அவனுடைய உடலுக்கு எண்ணெய் பூசிக் குளிப்பாட்டி புதிய உடைகளையும் தலைப்பாகையையும் அணிவிப்பர். அவன் முகத்தில் மூன்று வெள்ளிக் காசுகளை ஒட்டி வைப்பர். நெற்றியில் ரூபாய் நாணயம் ஒன்றும் கண்கடைகளில் கால் ரூபாய் நாணயங்களும் பதிக்கப்படும். சடங்கிற்கு வரவேண்டிய அனைவரும் வந்து கூடியபின் பிணத்தை வெளியே எடுத்து வந்து ஆறு அடுக்குகள் கொண்ட தேர் ஒன்றில் வைப்பர். மூங்கில், மரக்கழிகள் ஆகியவற்றால் கட்டப்பட்டிருக்கும் அந்தத் தேரை வண்ணத் துணிகளாலும் கொடிகளாலும் அலங்கரித்து அதன் உச்சியில் கலசம் ஒன்றையும் குடை ஒன்றையும் கவிழ்த்திருப்பர்.

கொட்டு முழக்கிற்கு இயைப தேரைச் சுற்றி நடனம் ஆடுவர். பிறகு ஊர்வலம் புதைகாட்டை நோக்கிப் புறப்படும். அங்கு எருமைமாடு ஒன்றைத் தேருகே பிடித்து வந்து அதன் பாலைப் பீச்சி மும்முறை பிணத்தின் வாயில்விடுவர். ஒரு பசுவும் ஓரிரு கன்றுக்குட்டிகளும் தேரைச் சுற்றி ஓட்டிச் செல்லப்படும். அக்கன்றுக்குட்டிகளை இறந்தவனோடு உடன்பிறந்தவளுக்கு வழங்குவர். பிறகு தேரின்

அலங்காரங்களைக் கலைத்தபின் தேரை உடைப்பர். பிணத்தை அங்கேயே புதைப்பர் அல்லது தூரத்தில் உள்ள நீர்குண்டிக்கு எடுத்துச் சென்று அங்கே புதைப்பர். சாவுச் சடங்கு நிகழ்த்த எட்டாம் நாள் அல்லது நீர்குண்டியிலிருந்து திரும்பிய பின் இறந்தவரின் மூத்த மகன் மொட்டையடித்துக்கொண்டு தன் சகோதரன் மனைவியோடுகூட விரதம் இருப்பான்.

பிணத்தை நீர்க்குண்டியில் புதைத்திருப்பார் களாயின் இறந்தவரின் மகன் தன் உறவினர்களோடு ஒரு துணியில் கொஞ்சம் சோற்றை முடிந்து எடுத்தவனாக அந்த இடத்திற்குச் செல்வான். அங்குச் சென்று சேர்ந்ததும் அவன் அச்சோற்றைக் கொப்பமனை எனப்படும் புதைக்காட்டில் நிற்கும் அனைத்து நினைவுக் கற்களுக்குப் பூசுவான். அதன்பின் படைக்கப்பட்ட சோற்றை அவன் மீண்டும் சேகரிப்பான். அவனுடன் வந்தவர்களுள் ஒருவன் தெய்வம் ஏறப்பட்டவனாக அந்தப் பருவத்தின் செழிப்புப் பற்றியும் இறந்தவனுடைய குடும்பத்திற்கு நிகழ இருப்பவை பற்றியும் நல்வாக்குச் சொல்வான். சேகரிக்கப்பட்ட சோற்றைப் புனிதமானதாகக் கருதி அனைவரும் உட்கொள்வர். ஒவ்வொரு குலப் பிரிவுக்கு என்றும் தனியே கொப்பமானங்கள் (புதைக்கும் இடங்கள்) உள்ளன. அவை மூன்று பக்கங்களிலும் மண்சுவர்களோடுகூடிய நீண்ட சதுர அமைப்புடையவை.

ஊருக்கு அருகிலேயே பிணத்தைப் புதைக்கும் வழக்கம் உள்ள கிராமங்களில் புதைகாட்டில் கற்கள் வரிசையாக நிற்கக் காணலாம். ஒருவன் இறந்து இரண்டு மூன்று ஆண்டுகளானபின் அவன் புதைகுழியைத் தோண்டி எலும்புகளை எடுத்துக்கொண்டு வந்து அவன் வாழ்ந்த வீட்டின்முன் வைப்பர். அப்பொழுது உறவினர்கள் அனைவரும் கூடி அழுவர். பிறகு இறந்தவனுடைய மகன் அதனை நீர்குண்டிக்குக் கொண்டு சென்று புதைப்பான். எட்டாம் நாள் அவன் மீண்டும் நீர்குண்டிக்குச் சென்று சடங்குகளை நிகழ்த்தி நினைவுக் கல் நடுவான்.

ஊராளிகள் சிறு தேவதைகள் பலவற்றை வழிபடுகின்றனர். பால்ராயனுக்கு ஆட்டையும் மறியையும் பலியிடுவர். இவர்கள் பின்வரும் இரு ஆண்டுத் திருவிழாக்களைக்கொண்டாடுகின்றனர்:

அ. தை நோன்பு-இத்திருவிழாவின்போது வீடு முழுவதையும் துப்புரவு செய்வர். வேப்பிலைக் கொத்தையும் பூளைப் பூவையும் இணைத்துக் கட்டி வீட்டின் முன் கூரையில் சொருகி வைப்பர்.

வீட்டு வாசற்படியின் மேலும் இவை சொருகி வைக்கப்படும். அன்று அனைவரும் வயிறார விருந்துண்பர். இந்தத் திருவிழா தை மாதத்தில் நிகழும்.

ஆ. வியாசி நோன்பு-பங்குனி மாதம் இந்த நோன்பை நிகழ்த்துவர். சுவர் ஓரமாக ஒரு பெரிய தொட்டியை வைத்து அதில் உப்புக் கரைத்த நீரை நிரப்புவர். இலைகளாலும் மலர்களாலும் அலங்கரிக்கப்பட்ட கால்நடைகளை ஒவ்வொன்றாக அத்தொட்டி அருகே ஓட்டிவந்து உப்புநீரைக் குடிக்கும்படிச் செய்வர்.

4

எர்நாடன்

1901 சென்னை மாநிலக் கணக்கெடுப்பில், அரநாடன்[1] மலபாரைச் சேர்ந்த மலைவாழ் பழங்குடிகள் எனவும், இவர்கள் மலைப் பாம்பினைக் கொன்று அதிலிருந்து ஓர் எண்ணெய் எடுத்து அதனைச் சமவெளியில் வாழும் மக்களுக்குத் தொழுநோயைத் தீர்க்கும் மருந்தாக விற்பவர்கள் எனவும் கூறப்பட்டுள்ளது. இக்குறிப்பு எரநாடர்களைப் பற்றியது என்பதில் எனக்கு ஐயமில்லை. எர்நாடன் (Ernadan) பற்றி ஜி. ஹேட்பீல்டு எனக்குப் பின்வருமாறு எழுதியுள்ளார். இவர்கள் சிறு எண்ணிக்கையிலான மலபார் மாவட்டத்தில் மட்டும் காணப்படும் காடுவாழ் பழங்குடிகள்.

மலபார் மக்கள் இவர்களைக் காடுவாழ் பழங்குடிகள் அனைவரிலும் தாழ்ந்தவர்களாகக் கருதுகின்றனர். இவர்கள் நூறு கஜத்திற்கும் உள்ளாக நெருங்குவார்களாயின் தீட்டுப்படுத்துகின்றவர் களாகக் கருதப்படுகின்றனர். பணியன், பறையன் சாதிகளைச் சேர்ந்தவர்கள்கூட இவர்கள் தங்களை நெருங்கிவர அனுமதிப்ப தில்லை. ஊரெல்லையிலிருந்து நானூறு கஜ தூரத்திற்கு அப்பாலே இவர்கள் நிற்க வேண்டும் என்பது விதி (ஒருவன் தன்னுடைய மூத்த மகளையே இரண்டாவது மனைவியாக மணந்துகொள்வது இவர்களிடையே மட்டும் காணப்படும் தனித்த வழக்கமாகும்). இவ்வழக்கம் முன்பு நடைமுறையில் இருந்து தற்போது அருகி விட்டதாகக் கருதப்படுகிறது.

குரங்குகளை வேட்டையாடும் இவர்கள் அதற்கு வில், அம்பு களைப் பயன்படுத்துகின்றனர். குரங்குகளின் ஊனில் இவர் களுக்கு விருப்பம் அதிகம். உண்ணும் உணவு பற்றி எத்தகைய கட்டுப்பாடும் இன்றி நரியைப்போல் கண்டதைத் தின்னும் பழக்கமுடைய இவர்கள்,

[1] இன்று தமிழகத்தில் அரநாடன் என்றும் அழைக்கப்படுகின்றனர் (ப-ர்).

உடல் தோற்றம்	மேலளவு	கீழ் அளவு	சராசரி
உடல் வாகு (செ.மீ.)	*156.6*	*150.6*	*154.5*
தலையின் விகிதத் தகவு அளவு எண்	*85*	*77*	*81*
மூக்கின் விகிதத் தகவு அளவு எண்	*108.8*	*71.1*	*88.4*

பாம்புகளையும் பலவகை விலங்குகளின் அழுகிய ஊனையும் தின்பர். இவர்கள் பாம்புகளைப் பிடித்து அதன் ஊனினை விற்பதில் விருப்பம் உடையவர்கள். மரம் வெட்டவும், பயிர்த்தொழில் செய்யவும் முஸ்லிம்களால் அமர்த்தப்பட்டுள்ள இவர்கள் மிகக் குறைந்த அளவினதான ஆடைகளையே உடுப்பர். மானத்தை மறைக்க போதிய துணி கிடைக்காதபோது காட்டு வாழையின் இலைகளையும் ஆடையாகப் பயன்படுத்துவர்.

ஹேட்பீல்டு அவர்கள் இந்த இனத்தவர்கள் மீது கொண்டுள்ள செல்வாக்கைப் பயன்படுத்தி, எப். பாவ்செட் இவர்களுள் சிலரின் அளவுகளை எடுத்துள்ளார். அப்போது இவர்களுடைய மாப்பிள்ளா முதலாளிகளும் இவர்களுடன் உடனிருந்தனர். அவர்கள் சைகை காட்டியவுடன் வயலில் வேலை பார்க்கத் திரும்பவும் முயல்களைப் போல இவர்கள் ஓடினர். இவர்களின் முக்கியமான அளவுகள் வருமாறு:

இந்த அளவுகளின்படி எரநாடர்கள் குள்ளமான உடல்வாகும், தடித்து அகன்ற மூக்கும், வழக்கத்திற்கு அதிகமானதான தலையின் விகிதத் தகவு அளவு எண்ணும் கொண்டவர்களாக உள்ளனர் எனலாம்.

5
எரவாளர்

கோயமுத்தூர், மலபார் மாவட்டங்களில் உள்ள காடுகளில் வாழும் சிறு அளவிலான பழங்குடிகள் எரவாளர்கள் (Eravallar).[*] கொச்சி மாநிலத்தைச் சேர்ந்த எரவாளர்கள் பற்றிய பின்வரும் குறிப்புகளுக்கு நான் எல். கே. அனந்தகிருட்டிண அய்யருக்குக் கடப்பாடுடையேன்.[1]

கொச்சி மாநிலத்தில் சித்தூர் வட்டத்தில் மட்டும் காணப்படும் அமைதியாக வாழ்க்கை நடத்தும் பழங்குடியினரான மலைவாசிகள் எரவாளர்கள். இவர்கள் வில்லு வேடர் எனவும் அழைக்கப்படுவர். சிலர் மலையாளம் பேசினாலும் இவர்கள் பொதுவாகப் பேசும் மொழி தமிழே. சமூகத்தைச் சேர்ந்த வயதான பெரியவர்களை முத்தன் (மூத்தவன்), பட்டன் (பாட்டன்) என விளித்து அழைப்பர். ஆண்களுக்குக் கண்ணன், உடுக்கன், கோதண்டன், கெச்சரன், அட்டுக்கரன் போன்ற பெயர்களும், பெண்களுக்குக் கன்னி, கேயி, கைகயி, ஒடுக, ராமாயி போன்ற பெயர்களும் வழக்கில் உள்ளன. இந்து சமயத் தொடர்புடைய இப்பெயர்கள், உயர்சாதி இந்துக்களோடு அண்மைக் காலத்தில் இவர்கள் தொடர்புகொண்டதன் காரணமாக இவர்களால் மேற்கொள்ளப்பட்டனவாகும்.

தங்கள் சமூகத்தின் தோற்றம் பற்றி எரவாளர் ஏதும் அறியார். முரட்டு இயல்பும், திருந்தாத பண்புகளும்கொண்டவர்களாக மற்ற காட்டுவாசிகளைப்போலவே தோற்றம் தரும் இவர்கள், அண்மையில் தங்கள் நிலையில் சிறிதளவு முன்னேற்றம் கண்டுள்ளனர்.

---

[*] இன்று இரவாளர் என்றும் அழைக்கப்படுகின்றனர் (ப.ர்)

[1] தனிக்கட்டுரை: கொச்சி இனவரைவியல் வரைவு, எண். 9, 1906 (Monograph. Eth. Survey of Cochin, No. 9, 1906.)

இதற்குக் காரணம் இவர்கள் பணியாற்றும் முதலாளிகளின் செல்வாக்கு ஆகலாம். காடர்களையும், மலயர்களையும்போல அலைந்து திரியும் பழக்கம் இவர்களிடம் இல்லை. குடியிருப்பைப் புதிதாக அமைக்கும் முன்பும், தொழிலைத் தொடங்கும் முன்பும் இவர்கள் முல்லை நிலத்திற்குரிய தங்கள் தெய்வங்களை வழிபடு கின்றனர். விதைப்பதற்கும், மணம்புரிவதற்கும் திங்கட்கிழமை களையும், கட்டிடப் பணிக்குப் புதன்கிழமைகளையும், அறுவடைக்கு வெள்ளிக்கிழமைகளையும் ஏற்ற நல்ல நாள்களாக இவர்கள் கருதுகின்றனர்.

எரவாளர் உரிமையுள்ள தனித்த சிறிய சமுதாயமாக வாழ் வதில்லை. மாறாகப் பண்ணையார்களிடம் இவர்கள் நாளொன்றுக்கு இரண்டு இடங்கழி நெல்லுக்குக் கூலி வேலை செய்யும் பிணைக்கப் பட்ட பிணையாள்களாகவே வாழ்க்கை நடத்துகின்றனர். பெண்களும் அதேபோல அந்த அளவு கூலிக்கே வேலை செய்தாலும் நிலைத்து ஒரு பண்ணையாரின் கீழ் பிணைப்பட்டவர்களாக இருப்பதில்லை.

நிலவுடைமையாளர்களுக்குரிய ஊர்க் கோயிலில் கதிர்த் திருவிழா நடைபெறும் சமயம், நெற்கட்டுகள் கொண்டு வரப்படும்போது ஒவ்வொரு ஆணும் இரண்டு வேட்டிகளையும், ஒவ்வொரு பெண்ணும் ஒரு சேலையையும் தங்கள் முதலாளியிடமிருந்து பெறுவர். ஓணம், விஷு விழாக்களின்போது ஒரு பரை நெல், இரண்டு தேங்காய், கொஞ்சம் நல்லெண்ணெய், கொஞ்சம் தேங்காய் எண்ணெய் ஆகியனவும் பெறுவர். திருமணம், சாவு முதலான செலவுகளுக்கும் இதேபோல நில உடைமையாளர்கள் சில பரைகள் நெல், உப்பு, மிளகாய் முதலியன தருவர். சிலபோது இவர்கள் ஆண்டு ஒன்றுக்கு இருபது வள்ளம் (பெரிய தானிய அளவு) ஊதியத்திற்கு ஒருவரின் கீழ்ப்படி ஆளாக வேலை செய்வர்.

தங்கள் நிலையை உயர்த்திக்கொள்ளத் தங்கள் பண்ணை யாரிடமிருந்து பணம் கடன் வாங்கி எருமை அல்லது எருதுகள் வாங்கித் தங்கள் பண்ணையாருக்குச் சொந்தமான காட்டு நிலத்தின் ஒரு பகுதியைச் செப்பம் செய்து, அதில் பயிரிட்டு அதிலிருந்து வரும் வருமானத்தைக்கொண்டு கடனை அடைக்கப் பார்ப்பர். இந்த முயற்சியில் அவர்கள் எதிர்பாராது தோல்வி அடைய நேரிடின் கடன் கொடுத்த முதலாளிக்கே தங்களைப் பிணை ஆட்களாக்கிக் கொள்வர்; அல்லது வேறொருவருக்குப் பிணை ஆளாகிக் கடன் பெற்று, முன்னவர் கடனைத் தீர்ப்பர். பெண்கள் இதுபோல என்றும்

பிணையாக அடிமைகள் ஆவதில்லை. அவர்கள் நாள் கூலிக்கே வேலை செய்வர்.

எரவாளர்களின் முதலாளிகள் இவர்களை உண்மையும், நேர்மையும், நன்றியும், கடவுளிடம் அச்சமும் கொண்ட பணியாளர் என்று எப்பொழுதும் பாராட்டுவர். மாநிலத்தின் வடபகுதி சார்ந்து வாழும் புலையர்களைப்போல முதலாளிகளுக்கு நன்றியில்லாதவர்களாகச் சொல்லிக்கொள்ளாமல் ஓடிவிடும் பழக்கம் இவர்களிடம் இல்லை என்பர்.

ஒரு சிறுமி பருவம் அடைந்தவுடன், அவளைச் சுமார் ஒரு பர்லாங் தூரத்தில் அமைக்கப்படும் முட்டுச் சாலை எனப்படும் தனிக் குடிசையில் இருத்துவர். அச்சமயம் அவளுடைய சில தோழிகள் மட்டுமே அவளோடு தொடர்புகொண்டு உடன் இருக்கலாம். இவ்வாறு தனித்து இருக்கச் செய்யும் ஏழு நாள்களும் அவள் தொலைவிலிருந்தவாறே தனக்கு அளிக்கப்படும் உணவைப் பெற்றுக்கொள்ள வேண்டும். பெரியவர்கள் தீட்டு ஏற்படும் என அஞ்சி அவளை நெருங்குவதில்லை.

ஏழாம் நாள் காலையில் குளித்த பின் அவளைத் தங்கள் குடிசைக்கு அழைத்துக்கொள்வர். அப்பொழுது அவளுடைய தோழிகளுக்கும் உறவினர்களுக்கும் விருந்து வைப்பர். அவளுக்கு முன்பே மணம் முடிக்கப்பட்டிருப்பின் அவளுடைய கணவன் இந்த விருந்துச் செலவுக்காகக் கொஞ்சம் பொருள் தருவான். ஒருத்தி திருமணம் ஆகும் முன்பே ஒருவனோடு உடலுறவுகொண்டு கர்ப்பம் அடைய நேரின் அவளைக் கொன்றுவிடும் பழக்கம் முன்பு இருந்தது. இப்போது அத்தகையோர் சமூக விலக்கம் பெறுகின்றனர். இது போன்ற நிகழ்ச்சிகள் மிகச் சிலவே என இவர்கள் கூறுகின்றனர்.

தன் மகனுக்கு மணம் செய்விக்க விரும்பும் ஓர் எரவாளன் தன் மைத்துனனையும், சில உறவினர்களையும் அழைத்துக்கொண்டு பெண் கேட்கச் செல்வான். பெண்ணின் பெற்றோர் உடன்பாடு தெரிவித்தால் மணநாள் முடிவு செய்யப்படுவதோடு மண நிகழ்ச்சிக்கான எல்லா ஏற்பாடுகளும் மணமகள் குடிசையில் செய்யப்படும். அங்கு வந்துள்ள உறவினர்கள் அனைவருக்கும் விருந்து வைப்பர். பெண்ணிற்குத் தரப்படும் பரிசப் பணம் ஒரு ரூபாய் ஆகும்.

மணமக்களின் பெற்றோர் தாங்கள் பணிபுரியும் பண்ணையார்களை வெற்றிலை பாக்கு, புகையிலையுடன் சென்று கண்டு மண

ஏற்பாடு பற்றிக் கூறுவர். திருமணச் செலவைச் சரிக்கட்டப் பண்ணையார் சில பரை நெல் தருவார். இவர்கள் திருமணத்தைத் திங்கட்கிழமைகளிலேயே நடத்துவர்.

மணம் நடைபெற உள்ள திங்கட்கிழமைக்கு முந்திய திங்கட் கிழமையன்று மணமகனின் உடன்பிறந்தவள் சில தோழிகளோடும், உறவினர்களோடும் மணமகள் குடிசைக்குச் சென்று மணமகள் பெற்றோருக்குப் பரிசப் பணமான ஒரு ரூபாயையும் மணமகளுக்குப் பரிசாக ஒரு பித்தளை மோதிரத்தையும் தருவாள். மணம் நடைபெற உள்ள திங்கட் கிழமையன்று மீண்டும் இவர்களே இன்னும் சில உறவினர்களுடன் மணமகள் குடிசைக்குச் சென்று, தாங்கள்கொண்டு செல்லும் புதுச்சேலையை மணமகளுக்குத் தந்து உடுத்தச் செய்வர். அவர் களுக்கு அங்கு முன்புபோலவே விருந்தளிக்கப்படும். பின்னர் அவர்கள் மணமகளை மணமகன் குடிசைக்கு அழைத்து வருவர். அங்கும் கூடியுள்ள இருவீட்டாருக்கும் விருந்து அளிக்கப்படும். இதற்கு அடுத்த திங்கட்கிழமை மணமக்களைப் பெண்ணின் குடிசைக்கு அழைத்துச் செல்வர். அங்கு அவர்கள் ஒருவாரம் தங்கி யிருந்து மணமகனின் குடிசைக்குத் திரும்புவர். இந்த நிகழ்ச்சி யோடு மணம் முடிந்ததாகக் கருதப்படும். இவர்களிடையே தாலி கட்டும் பழக்கம் இல்லை. இதே மணமுறையையே சித்தூர் வட்டத்தைச் சேர்ந்த ஈழவர்களும் கடைப்பிடிக்கின்றனர்.

மண நிகழ்ச்சியின்போது மணமகனுக்கு எத்தகைய அன்பளிப்பு களும் வழங்கப்படுவதில்லை. இதனைக் கர்கடகச் சங்கராந்தியின் போது வழங்குவர். அப்பொழுது மணமகனின் மாமனார் அவனை அழைத்து இரண்டு வேட்டிகளையும் ஒரு தலைப்பாகையையும் அன்பளிப்பாகத் தருவதோடு நல்ல விருந்தும் வைப்பான். கைம்பெண் ஒருத்தி மனைவியை இழந்த ஒருவனையே மணக்க முடியும். இது முண்டை கட்டுதல் என்று வழங்கப்படும்.

இருவருக்கும் முதல் மணத்தின் வழிப்பிறந்த குழந்தைகள் இருப்பின் சாதியைச் சேர்ந்தவர்களிடம் கைம்பெண்ணை மணக்க இருப்பவன் தன்னுடைய இரண்டு மணங்களின் வழிப் பிறந்த குழந்தைகளையும் ஓரவஞ்சனையின்றி நடத்துவதாக உறுதி கூற வேண்டும். இந்த மணத்திற்கும் பித்தளை மோதிரமும், சேலையும் மணமகளுக்குப் பரிசளித்தாக வேண்டும். ஒருவன் தன் மனைவியை அவளைத் தனக்குப் பிடிக்கவில்லையாயின் மணமுறிவு செய்து கொள்ளலாம். இவ்வாறு மணமுறிவு செய்யப்பட்டவள் மனைவியை

இழந்த ஒருவனையே மீண்டும் மணக்கலாம். இத்தகைய மணமுறிவுகள் தங்களிடையே மிக அருமையாகவே நடப்பதாக இவர்கள் கூறுகின்றனர்.

ஒருத்தி கருவுற்ற ஐந்தாம் அல்லது ஏழாம் மாதத்தில் எத்தகைய சடங்கும் நடத்தப்படுவதில்லை. கருவுற்றவள் நாய், பூனை, காட்டு விலங்குகள் ஆகியன கனவில் வந்து தன்னை அச்சுறுத்துவதாகக் கூறினால், அது அவளைப் பேய் பிடித்திருப்பதாகக் கொள்வதற் குரிய அடையாளமாக நம்புவர். அப்போது அச்சாதிக்குரிய அல்லது வேறு சமூகத்தைச் சேர்ந்த பேய் ஓட்டுபவன் அழைக்கப்படுவான். அவன் தரையில் அரிசி மாவு, மஞ்சள், கரிக்கட்டை ஆகியவற்றால் ஓர் அஞ்சத்தக்க உருவத்தைக் கோலமாக வரைந்து, அதன்முன் அப்பெண்ணை அமரச் செய்வான். உடுக்கை அடித்தபடி பாடவோ, மந்திரங்களை முணுமுணுக்கவோ செய்வான். ஒரு விளக்கு ஏற்றப் பட்டுச் சாம்பிராணி புகைக்கப்படும். ஒரு 'கைபலி' அந்தப் பெண்ணின் முகத்தின் முன் சுற்றப்படும். அவள் தன்னுணர்வு இழந்தவளாக ஆடி அசைவாள். பொங்கல், அவல், வாழைப்பழம், தேங்காய், கோழி முதலியன பேய்க்குப் பலியாகத் தரப்படும். இதனால் திருப்தியுற்ற அது, அவளைவிட்டு விலகும் அல்லது அவளைவிட்டு நீங்கச் சில நிபந்தனைகளைக் கூறும். இந்தச் சடங்கின்போது அந்தப் பெண் ஆடாது அசையாது அமைதியாக இருந்தால், அது அவளைப் பேய் பிடிக்கவில்லை என்பதற்கான அறிகுறி ஆகும். அடிக்கடி மந்திரம் எழுதப்பட்ட பனையோலையைச் சுருட்டி நூலில் கோத்துப் பேய் அணுகாதிருக்கக் கழுத்தில் அணிவிப்பர்.

குழந்தை பெறப்போகும் ஒருத்தியைத் தனியே ஒரு சிறு குடிசை யில் அவளுடைய குடிசைக்குச் சற்று தள்ளியுள்ள இடத்தில் இருத்துவர். அவளுக்கு உதவியாக அவளுடைய அன்னையும் வேறு சில வயதான பெண்களும் மட்டுமே இருப்பர். குழந்தை பிறந்த வுடன் தாயையும் சேயையும் குளிப்பாட்டுவர். அவள் தீட்டுக்கு உரியவ ளாகையால் ஏழு நாள்கள் தனிக் குடிசையிலேயே இருக்கவேண்டும். ஏழாம் நாள் குளித்த பின் குடிசைக்குப் பக்கத்தில் அமைக்கப்படும் தனிக் குடிசைக்கு இடம்பெயர்வாள். அங்கும் தீட்டுக்குரியவளாகவே தொடர்ந்து ஐந்து மாதங்கள் தனியே இருப்பாள். இச்சமயம் எளிய உணவையே உண்ணத் தருவர். ஊன் உணவு விலக்கப்படும். அவளுக்கு மருந்தாகத் தரப்படுவதெல்லாம் கள்ளில் கலக்கப்பட்ட மிளகு, சுக்கு, பனை வெல்லம் ஆகியனவே. ஐந்து மாதங்களுக்குப்

பிறகு குளித்துவிட்டுத் தீட்டு நீங்கியவளாக அவள் மீண்டும் தன் குடிசையில் நுழைவாள்.

எரவாளர் இறந்தவர்களைப் புதைக்கின்றனர். சாவுத் தீட்டை ஐந்து நாள்கள் மட்டுமே இவர்கள் மேற்கொள்கின்றனர். ஆறாம் நாள் காலை துக்கம் கொண்டாடுபவன் இறந்து போனவனுடைய மகன் அல்லது உடன்பிறந்த இளையவன்-முகம் மழித்த பிறகு, குளித்துவிட்டு இறந்து போனவரின் ஆவிக்குப் பொங்கல், வறுத்த அரிசி, வாழைப்பழங்கள், கோழி ஆகியன படைப்பான். கையில் சேமிப்புத் தொகை இருக்கும்போது, சமூகத்தைச் சேர்ந்தவர்களுக்கு ஆண்டுக்கு ஒருமுறை விருந்து வைப்பர். அப்போது இறந்து போன முன்னோரின் நினைவாகப் படையலிட்டு வழிபாடும் நிகழ்த்துவர்.

ஆவிகளை வழிபடும் இவர்கள், காடுகளிலும் மலைகளிலும் தங்களுக்குத் தீமை செய்யும் பேய்கள் நிறைந்திருப்பதாக நம்பு கின்றனர். பேய்கள் மரங்களில் வாழ்வதாகவும், காட்டு விலங்குகளை அவை தம் கட்டுப்பாட்டுக்குள் வைத்திருக்கின்றன என்றும் இவர்கள் நம்புவதோடு, சில உள்ளூர் பேய்கள், பாறைகள், மரங்கள், சிகரங்கள் ஆகியவற்றில் குடி இருந்தபடி சில குடும்பங்கள் அல்லது ஊர்களைத் தம் வசப்படுத்தியபடி உள்ளதாகவும் நம்புகின்றனர். அவற்றுக்குச் செய்யப்படும் வழிபாடு அவற்றின் பசியைப் போக்கச் செய்யப் படுவதே அன்றி அவற்றின் அருளைப் பெறச் செய்யப்படுவதன்று, காளி, முனி, கன்னிமார், கறுப்பராயன் ஆகியன இவர்கள் வழிபடும் தெய்வங்கள்.

காட்டில் வாழும்போது, தங்களுக்கும் தங்கள் குடும்பத்திற்கும் பாதுகாப்பைப் பெற வேண்டிக் காளியை இவர்கள் வழிபடுகின்றனர். முனியைக் கால்நடைகளைக் காக்கவும் நல்ல விளைவினைப் பெறவும் வழிபடுகின்றனர். கன்னிமாரும் கறுப்பராயனும் இவர்கள் நலத்தைப் பேணும் குலதெய்வங்கள். பொங்கல், வாழைப்பழம், தேங்காய், அவல் ஆகியவற்றை இத்தெய்வங்களைத் திருப்திப்படுத்தப் படைக்கின்றனர். காளியையும் முனியையும் காட்டில் சென்று வழிபடும் இவர்கள், பிற தெய்வங்களை வீட்டிலேயே வழிபடுவர்.

புஞ்சை நிலத்தை உழுது சாமை, சோளம், துவரை, எள் ஆகிய வற்றை மே மாதத்தின் நடுப்பகுதியில் விதைத்து, நவம்பரில் அறுவடை செய்வர். அந்தப் பருவத்தில் முழுவதுமாகத் தங்களை உழவுத் தொழிலில் ஈடுபடுத்திக்கொள்ளும் இவர்கள், பிற மாதங்களில்

தோட்ட வேலை, வேலி போடுதல், கூரை வேய்தல் ஆகியவற்றை மேற்கொள்வர். உழும்போதும், விதைக்கும் போதும், அறுவடையின் போதும் இவர்கள் காளியையும் முனியையும் வழிபடுவர். தங்களுடைய பயிரைக் காட்டு விலங்குகளிடம் இருந்து காப்பதற் காகவே இவர்கள் இவ்வாறு வழிபாடு செய்கின்றனர். எரவாளர் திறமையான வேட்டைக்காரர்கள்.

காடுகளோடு கொண்டுள்ள நெருக்கமான தொடர்பு காரணமாகக் காட்டு விலங்குகள் அடிக்கடி நடமாடும் இடங்களை மோப்பம் பிடித்து அறியக்கூடிய திறமை படைத்தவர்கள். பயணிகளை எச்சரிக்கவும் வேட்டைக்காரர்களுக்கு வேட்டை விலங்குகள் இருக்கும் இடத்தைக் காட்டவும் இவர்கள் உதவுவர். இவர்கள் பத்துப் பதினைந்து பேர் ஒன்றுகூடிக் கத்தி, வில், அம்பு ஆகியன தாங்கி விலங்குகளை அவை பதுங்கியிருக்கும் இடங்களிலிருந்து விரட்டி, முன்பே கட்டி வைத்துள்ள பெரிய வலைகளில் விழச்செய்து கொல்வர். முயல், முள்ளம் பன்றி, காட்டுப்பன்றி ஆகியனவற்றை இவ்வாறு வேட்டையாடுவர். குறி தவறாது அம்பெய்யும் ஆற்றல்வாய்ந்த இவர்கள் பறவைகள் பறக்கும்போதே அவற்றை அம்பெய்து வீழ்த்துவர்.

6

கசுபர்

நீலகிரியைச் சேர்ந்த இருளர்களின் ஒரு பிரிவினருக்கு உரிய பெயர் கசுபர் (Kasuba). இப்பிரிவினர் காட்டு வாழ்க்கையைத் துறந்து மலைத்தோட்டங் களுக்கோ பிறவிடங்களுக்கோ பணியில் சென்று சேர்ந்தவர்கள்.

7

காடர்

காடர் (Kadar) அல்லது காடன்கள் என அழைக்கப்படும் இவர்கள் ஆனை மலைப் பகுதிகளில் வாழ்பவர்கள். இம்மலை திருவாங்கூர் வரை நீண்டு செல்லும் மேற்குத்தொடர்ச்சி மலையின் ஒரு பகுதியாகும். தொடர்வண்டியில் கோயமுத்தூருக்கு ஓர் இரவு முழுவதும் பயணம் செய்த பின், சாலை வழியே சண்டித்தனம் செய்யும் குதிரை பூட்டிய வண்டியில் நாற்பது மைல் பயணம் செய்த பின்னர் நான் அடர்ந்த நாகதாளிக்கள்ளிக் காட்டினிடையே சேதுமடை மலையடிவாரத் தை வந்தடைந்தேன். அங்கு எனக்கு வனப் பாதுகாவலர் எச். எ. காஸ் அவர்களின் அன்பான வரவேற்பு உபசாரம் கிடைக்கப் பெற்றேன். அவரிடம் ஸ்டுவர்ட் மலை தங்கு மாளிகையில் இருந்த காலத்தில் காடுகளைப் பற்றியும் காடுவாழ் பழங்குடிகள் பற்றியும் அறிந்து கொண்ட பல செய்திகளுக்கு அவருக்குக் கடப்பாடு டையேன்.

ஸ்டுவர்ட் மலையில் உள்ள தங்கும் விடுதி,கடல் மட்டத்திற்கு மேல் 2,350 அடி உயரத்தில் அடர்ந்த மூங்கில் காட்டின் இடையே அமைந்துள்ளது. அந்தத் தங்கும் விடுதி சென்னை மாநில ஆளுநராக ஐந்தாண்டுக் காலம் பதவி வகித்த சர் மவுண்ட்ஸ்டுவர்ட் கிராண் டஃப் அவர்களின் நினைவாக வேடிக்கையாக அவருடைய பெயரால் அழைக்கப்படுவதாயிற்று.

சேதுமடையிலேயே நான் முதன்முதல் ஒரு காடனைச் சந்தித்தேன். நான் நம்பிக்கையோடு எதிர்பார்த்ததைப்போல அவன் ஆதிகால மனிதனைப்போல இலைகளாலான ஆடையை அணிந்திருக்க வில்லை. அதற்கு மாறாக வண்ணத் துணியாலான தலைப் பாகையையும், ஆங்கிலேயப் போர்ப்படை வீரன் ஒருவனின் கழித்து ஒதுக்கப்பட்ட சிவப்புநிறக் கோட்டையும் அணிந்திருந்தான். நான்

தங்கும் விடுதியில் பயன்படுத்தும் குளியல் தொட்டியைத் தூக்கிச் செல்ல வந்திருந்த அவனுக்கு, அது கொட்டும் பருவ மழையிலிருந்து காத்துக்கொள்ள நல்ல குடையாக உதவியது. அண்மையில் பெய்த பருவமழையால் பெருக்கெடுத்து ஓடிய காட்டாறுகளைக் கடந்து செல்ல அவன் செய்த உதவியால் நான் மிகவும் மகிழ்ந்தேன்.

காடுகளைக் காவல் புரியும் அரசுப் பணியாளர்களான காடருள் பலர் தங்கள் மூக்கினைத் தவிர மற்ற எல்லா வகையிலான தோற்றத்திலும் தங்கள் இனத்தவர்களிலும் மாறுபட்டவர்களாக 'நார்போக்' சட்டை, கால்சட்டை, கால்பட்டை முதலான பொத்தான் களிட்ட கச்சிதமான ஆடைகளைப் புனைந்து தோற்றம் தந்தனர்.

காட்டில் உள்ள கிடங்கில் அமைந்திருந்த வசதியான பங்களாவில் நான் வந்து சேர்ந்தபோது ஓர் இந்தியப் பணியாளன் தன்னுடைய மேல் அதிகாரி, யானை ஒன்று வலிப்பில் விழுந்ததால் (tumble in a fit) அவர் வெளியே செல்ல நேர்ந்துவிட்டதாகக் கூறினான். இதைக் கேட்டதும் என் நினைவுகள் நான் மருத்துவக் கல்வி பயின்ற காலத்திற்குத் தாவின. இலண்டனில் உள்ள உயிரியல் பூங்காவில் ஒரு யானை வலிப்பினால் இறந்துவிட்டது. அந்த யானையின் சாவு பற்றி பின்னர் நான் ஆய்வில் ஈடுபட்டேன். அவையெல்லாம் இப்போது என் நினைவுக்கு வந்தன. வளர்ந்த இளம் பெண்யானை ஒன்று, மனிதர்களால் யானைகளைப் பிடிப்பதற்கென்றே தோண்டி வைக்கப்பட்டிருந்ததொரு குழியில் விழுந்துவிட்டதேயன்றி, அது வலிப்பு நோயினால் விழுந்துவிடவில்லை என்ற உண்மை அன்று அவர் திரும்பிய பின்னரே வெளிப்பட்டது.

தமிழர்கள் 'எஃப்' என்ற எழுத்தை உச்சரிப்பதில் மொழியியல் அடிப்படையில் படும் தொல்லை தொடர்பானதொரு நிகழ்ச்சியும் என் நினைவுக்கு வருகின்றது. உலகெங்கும் சுற்றி வேட்டையில் ஈடுபடும் ஒரு வேட்டைக்காரரின், ஸ்டுவர்ட் மலையோடு தொடர்புடைய ஒரு நிகழ்ச்சியும் இங்கு இன்னமும் நினைவில் கொண்டு பேசப்பட்டு வருகிறது. அவர் தனக்குக் காட்டெருமை முதலான பெரிய விலங்கு களின் வேட்டைக்கு உதவிய வனப் பாதுகாப்பு அலுவலருக்குத் தம் பாராட்டுதல்களைத் தெரிவித்துள்ளார். காட்டில் உள்ள கிடங்கிற்கு அவர் வந்துசேர்ந்தவுடன் அவரிடம், வன அலுவலர் 'elipence'ஐப் பார்க்கச் சென்றிருப்பதாகக் கூறப்பட்டது. இந்தியப் பட்லரின் கலப்படமான பட்லர் ஆங்கிலத்தைப் புரிந்துகொள்ளாத அவர், அவன் சுமைக்கூலி பற்றிக் கூறுவதாகக் கருதித் தமது

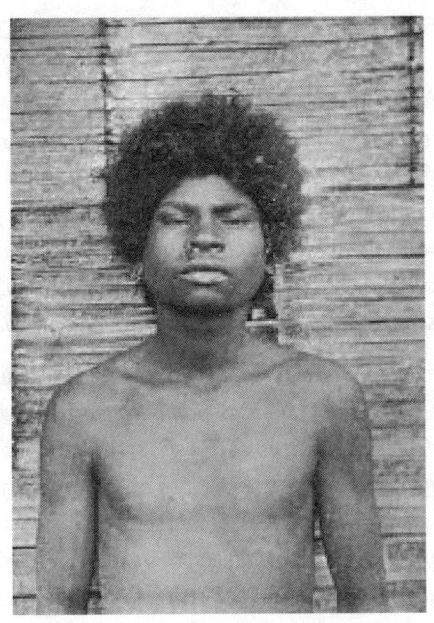

காடர் ஆண்.

பொருள்களைச் சுமந்து வந்த சுமை தூக்கிகளுக்கு உரிய 'eightpence'சைக் கொடுத்து அவர்களை அனுப்பிவிடும்படி தம் பணியாளுக்கு ஆணையிட்டார். இந்தியர் வழக்கில் ஊறிப்போனவனான ஓர் ஆங்கிலோ இந்தியனுக்கு 'ellipence' என்பது யானையைக் குறிக்கும் என்பது புரியும்.

ஆனை மலையில் வேட்டையில் ஈடுபட்டிருந்த ஒரு வேட்டைக்காரரைப் பற்றிய பின்வரும் கதையைச் சர் எம். இ. கிராண்ட் டஃப் கூறியுள்ளார்.[1] அந்த வேட்டைக்காரர் தங்கியிருந்த இடத்தில் ஒரு வனத்துறை யானை இருந்தது. அது நள்ளிரவில் அவர் படுத்துத் தூங்கிக்கொண்டிருந்த குடிசையின் கூரைக்கு வேயப்பட்டிருந்த புல்லைத் தின்னத் தொடங்கியது. இதனால் பீதியடைந்த அவருடைய பணியாளன் பரபரப்பாக அவரை 'Elephant Sahib, must, must (mad)' என யானை மஸ்தில் இருப்பதைக் கூறி எழுப்பினான். தூக்கக் கலக்கத்தில் அவர் 'Oh! bother the elephant. Tell him he mustn't' எனக் கூறிவிட்டுப் புரண்டு படுத்துக்கொண்டார்.

---

[1] *நாட்குறிப்பிலிருக்கும் செய்திகள், 1881-86,* (Sir M. E. Grant Duff-*Notes from a Diary, 1881-86.*)

காடர்களின் தனித்த இயல்புகளைப் பற்றிப் பின்வருமாறு தொகுத்துக் கூறலாம்: குள்ள உருவமும், கறுத்த தோலும், அகன்ற மூக்கும்கொண்ட இவர்களுள் ஆணும் பெண்ணும் பற்களைச் செதுக்கிக் கூராக்கிக்கொள்ளும் பழக்கம் உடையவர்கள். பெண்கள் தங்கள் தலையில் கூந்தலில் பின்பக்கம் ஒரு சீப்பினைச் சொருகிக் கொண்டிருப்பார்கள். நான் நேரில் கண்டு பேசிய காடர்கள் தமிழின் திருந்தாச் சேரி வழக்கில் சஃபோக் (Suffolkes) பகுதி மக்களைப்போல முதலில் மெல்லிய குரலில் பேசத் தொடங்கிப் பிறகு பேசத் தொடங்கியதைவிட மிக உரக்க ஒலிக்கும் குரலில் பேச்சை முடித்தனர்.

இவர்களுள் சிலர் திருந்தாத தமிழும், மலையாளமும் கலந்த ஒரு கலப்பு மொழியைப் பேசுகின்றனர் எனவும் எனக்குத் தெரிவிக்கப் பட்டது. வின்சென்ட் காடர்கள் ஆளி என்ற பின்னிணைப்பை ஒரு பொருளையோ, ஆளையோ குறிக்கச் சொற்களோடு இணைத்துக் கரமன் ஆளி (கறுத்தவன்), முடி ஆளி (மயிர் மிகுந்தவன்), குட்டி ஆளி (கத்தி வைத்திருப்பவன்), பூ ஆளி (பூ வைத்திருப்பவன்) என்பதுபோல வழங்கும் வழக்கம் உடையவர்கள் எனக் கூறினார். வெள்ளை அம்மா, வெள்ளைப் பூ, அழகு, புலி, பால், கன்னி, அன்பு, மார்புகள் என்பன இவர்களிடையே வழக்கில் உள்ள செல்லப் பெயர்களுள் சிலவாம். காடர் மற்றவர்களைப்போல நையாண்டி செய்வதில் திறமையானவர்கள். இவர்கள் முதுவர், மலசர் முதலிய பிற மலைவாழ் பழங்குடி இனத்தவர்களைப்போலவே பேசிக் காட்டும் திறமை உடையவர்கள்.

நாகரிகத் தொடர்பு இன்றியே மகிழ்ச்சியான வாழ்க்கை நடத்த முடியும் என்பதற்குக் காடர் தக்க எடுத்துக்காட்டாக உள்ளனர். கல்வியின் தொடர்பு காரணமான நாகரிக அலைகளினால் சூழப் பட்டுச் சீர்மை குன்றிவிடாத தங்கள் எளிய பழக்க வழக்கங்களை இவர்கள் இன்னமும் பேணிக்காத்து வருகின்றனர். கொஞ்சமும் கல்வியறிவு பெறாத அறியாமையினால் எவ்விதக் கவலைகளுக்கும் ஆட்படாதவர்களாகச் சாவு விளையாட்டிலோ, மண்ணைப் பிசைந்து உருண்டைகளாக்கி விளையாடியபடியோ என்னைக் கண்டவுடன் குடிசை நோக்கி ஓடும் சுருண்ட முடியுடைய பிறந்த மேனியரான அக்குழந்தைகளின் மனம்விட்டுச் சிரிக்கும் சிரிப்பு, சோர்ந்த உள்ளத்திற்குப் புத்துணர்ச்சி ஊட்டுவதாகும். திறந்த வெளியில் இயற்கையோடு போராடியபடி நாகரிகமற்றவனாக வாழும் காடன் ஒருவனுடைய வாழ்க்கை அரசு ஊழியத்தால் கிடைக்கும் சிறிய

தொகைக்காக அரை வயிறு மட்டுமே உண்டு கடினமான தேர்வுகளை எதிர்நோக்கியபடி உழலும் ஏழைகளின் வாழ்க்கையைவிடப் பலவகைகளில் போற்றுதற்குரியதாக உள்ளது என நான் கருதுகிறேன்.

இயற்கையே வாழ்க்கைத் தேவைகள் அனைத்தையும் நிறைவு செய்கின்ற, மக்கள் நெருக்கமில்லாத காடுகளில், வாழ்க்கைத் தேவைகள் மிகச் சிலவே. தோட்டக்காரன்களுக்கு மண்வெட்டியாகவும் மண்வாரியாகவும் களைகொட்டியாகவும் பயன்படும் மண்வெட்டி ஒன்றினால் மட்டுமே பணி செய்ய அறிந்துள்ள அவன் பயிர்த்தொழில் பற்றியும் ஒரு சிறிதே அறிந்துள்ளான்.

புல்லரிவாள் ஒன்றைக்கொண்டே அவன் அனைத்தையும் சாதித்துக் கொள்கின்றான். ஓ. எச். பென்ஸ்லெ இதுபற்றிக் குறிப்பிடுவது வருமாறு: 'நாகரிக வளர்ச்சியில்லாத மக்கள் தங்களுக்கு வேண்டிய அனைத்தையும் தாங்களே ஆக்கிக்கொள்ளும் ஆற்றல் உடையவர் களாக உள்ளனர் என்பதற்கு எல்லா ஆற்றல்களும் கைவரப் பெற்ற மலைவாழ் மக்களே சான்றாக உள்ளனர். ஒரு சாதாரணப் புல்லரி வாளைக்கொண்டே அவன் பல அதிசயங்களை நிகழ்த்திவிடுவான். ஈட்டி மரத்தைக் கொண்டு நல்ல வசதியான பல வகையில் இன்ப வாழ்க்கைக்கு உகந்த வீட்டை அவன் கட்டிமுடிப்பான். பிரம்பு களையும் மரக்கிளைகளையும் கொண்டு அவன் காட்டாற்றுக்குப் பாலம் அமைத்துவிடுவான். மூங்கிலைக் கொண்டு அவன் தெப்பம் அமைப்பதோடு ஈட்டி மரத்தைக் கொண்டு செதுக்குக் கத்தி செய்துவிடுகின்றான்.

மூங்கிலிலிருந்து சீப்பும், மரநாரிலிருந்து தூண்டில் கயிறும், உலர்ந்த மரத்தைக் கடைந்து நெருப்பும் செய்து கொள்ள அவன் அறிந்துள்ளான். பட்டினியைத் தவிர வேறு வழியில்லை என்று நாம் நினைக்கும் ஓர் இடத்திலிருந்து அவன் உண்ண ஏற்றதைக்கொண்டு தருவான். எந்தக் கிளையை வெட்டினால் குடிக்க நீர் கிடைக்கும் என்பது அவனுக்குத் தெரியும். விலங்குகளையும், பறவைகளையும் வீழ்த்த அவன் வலைகள் விரிப்பான். அவை விரிவான இயக்கங்களை உடைய எந்திரப் பொறிகளைவிட நன்கு செயல்படக் கூடியனவாக இருக்கும். இரவு வரும்போது காட்டில் அகப்பட்டுக்கொள்ளும் ஐரோப்பியன் ஒருவன், மரத்தைக் கடைந்து நெருப்பு உண்டாக்கவோ, மரங்களில் ஏறிப் பழங்களைப் பறிக்கவோ அறியாதவனாக இருப்பதோடு, உண்பதற்கு ஏற்ற கிழங்குகள், பழங்கள் ஆகிய வற்றைப் பற்றிய அறிவற்றவனாகக் காட்டு விலங்குகளைப் பற்றிய

அச்சத்தாலும், போதிய வசதிகள் இல்லையே என்ற எண்ணத்தாலும், அலுவலக இரவு விருந்தினிடையே தனக்கு வேண்டிய அனைத்தும் தாராள மாகப் படைக்கப்பட்டிருந்தாலும் அவற்றினிடையே ஒரு காடன் எப்படிக் கவலைகொண்டவனாக இருப்பானோ அவனைப் போலவே கவலையில் மூழ்கியவனாக இருப்பான்.'[2]

காடுகளில் உள்ள மரக்கிடங்குகளில் வரிசையாக அமைக்கப் பெற்ற குடிசைகளில் காடர் குடியிருக்கின்றனர். புல்லரிவாளால் மூங்கில்களை நெடுகப் பிளந்து அமைக்கப்பட்ட அக்குடிசைகள் தேக்கிலைகளாலும் மூங்கில்களாலும் வேயப்பட்டு முற்றம், உள்ளறை என இரு பிரிவு களைக்கொண்டனவாயிருக்கும். சிறு குழுக்களாக வாழும் காடர்கள் ஓரிடத்தில் தங்கி வாழும் இயல்பினரல்லர். காட்டில் இடம்விட்டு இடம்மாறிப் பெயர்ந்து தங்கும் இவர்கள் மீண்டும் எதிர்பாராது முதலில் தங்கியிருந்த இடத்திற்கே வந்துசேர்வர். அவ்வாறு இவர்கள் போய் வருவது எத்தகைய ஆர்ப்பாட்டமும் இல்லாத அன்றாட நிகழ்ச்சியைப் போன்றதொரு நடைமுறையாகவே அமையும். காடுகளில் அலைந்து திரியும்போது, இலைகளால் வேயப்பெற்ற எளியதொரு குடிசையை அமைத்துக் கொண்டு அதன் அருகே யானை, புலி, கரடி, சிறுத்தை ஆகியன நெருங்காதிருக்க நெருப்பை இரவு முழுதும் தொடர்ந்து தணிய எரியும்படிவிட்டிருப்பர்.

நாய்களை வளர்ப்பதில் விருப்பமுடைய இவர்கள் அவற்றை இரவில் காட்டு விலங்குகளிடமிருந்து தங்களைக் காத்துக்கொள்ள வளர்ப்பதாக அறிகின்றேன். காட்டில் தங்கும் இடத்தில் சக்கிமுக்கிக் கல்லினிடையே இலவம் பஞ்சின்மீது கரிப் பொடியைத் தூவி வைத்துத் தட்டி நெருப்பு உண்டாக்குகின்றனர். குறும்பர்களைப் போலக் காடர்கள் யானைகளிடத்துப் பொதுவாக அச்சம் கொண்டவர்களல்லர் எனினும், கன்றோடு கூடிய யானையையும், தனித்துத் திரியும் யானையையும் நெருங்கு வது வம்பில் முடியும் என உணர்ந்தவர்களாக விலகியே செல்வர். காட்டு விலங்குகளிடையேயே வாழ்க்கை நடத்துவதாலும் விபத்துக்களிலிருந்து ஓரளவு தங்களைக் காத்துக்கொள்ளும் திறமை வாய்க்கப் பெற்றிருப்பதாலும் யானைகள் திரியும் காட்டில் புதிதாக வந்த ஐரோப்பியன் ஒருவன் மூங்கில் உராயும் ஒவ்வொரு சிறு சத்தத்தையும் தாக்கவரும் கொம்பன்

[2] திருவனந்தபுரத்தில் ஆற்றிய சொற்பொழிவின் கையெழுத்துச் சுவடி. (O. H. Bensley- Lecture delivered at Trivandrum, MS.)

யானையின் வருகையாக எண்ணி அஞ்சுவதுபோலக் காடர் அஞ்சுவதில்லை.

கிப்ளிங் எழுதிய காட்டு வாழ்க்கை'பற்றிய நூலில், எதிர்பாராது காட்டின் நடுவே தன் மனைவியோடு இரவில் தங்க நேர்ந்த ஒரு காட்டுவாசி அன்று இரவை ஒரு பாறைமீது தூங்கிக் கழிக்கலாம் என முடிவு செய்த வரலாற்றை இங்கு எடுத்துக் கூறுவது பொருத்தமாக இருக்கும் என நம்புகின்றேன். அவர்கள் தூங்கும்போது ஒரு புலி அவனுடைய மனைவியைத் தூக்கிச் சென்றது. அவளிட்ட கூக்குரலைக் கேட்ட அவன் தூக்கத்திலிருந்து எழுந்து தன் மனைவியை மீட்கலாம் என்ற நம்பிக்கையோடு அப்புலியைத் தொடர்ந்து சென்றான். கடித்து உதறிய செத்த உடலை வைத்துத் தின்றுகொண்டிருந்த புலியைக் கண்ட அவன் அதனை நெருங்கித் தன் ஈட்டியால் அதனைக் கொன்றான். எனினும் வெண்கலப் பதக்கம் பெறுவதற்கு ஈடானதொரு அரிய வீரச்செயலைத் தான் புரிந்துள்ளதை அவன் உணர்ந்தானில்லை.

சமவெளியில் கூலிகள் சுமைகளைத் தலையில் சுமந்து செல்வது போலக் காடர்கள் சுமைகளைத் தலைமீது வைத்துச் சுமக்காமல் அவற்றைக் கயிற்றால் கட்டி முதுகுப்பக்கமாகத் தோளில் தூக்கிச் செல்வர். இடம்விட்டு இடம் குடிபெயர்ந்து செல்லும் பெண்கள் சமையல் பாத்திரங்களோடுகூடக் குழந்தைகளையும் இதுபோலவே முதுகில் பின்பக்கமாகச் சுமந்து செல்வர். அழுக்குத் துணியொன்றில் வைத்துப் போர்த்தப்பட்டு முதுகில் தொங்கவிடப்பட்டுள்ள குழந்தையின் சுமையைத் தாங்கிய துணியின் இரு பக்கங்களையும் தோளின் வழியாக மார்பிடத்திற்குக் கொண்டுவந்து அதனைக் கைகளில் பிடித்தபடி செல்லும் பழக்கமானது இடுப்பில் குறுக்கே தொட்டில்போலத் தொங்கும் தூளியில் குழந்தைகளைத் தூக்கிச் செல்லும் பொதுவான பழக்கத்திற்கு மாறுபட்டிருந்ததால் என் கவனத்தைக் கவர்ந்து ஈர்த்தது.

'மலைத் தோட்டம் பயிரிடுவோர், மலைப் பக்கமாக வந்து சேர்ந்த புதிதில் காடர் ஆடையேதும் அணியாதவராக சில அணிகளோடு, இளைத்து மெலிந்த தோற்றம் உடையவர்களாகவே இருந்ததைக் கண்டனர். ஐரோப்பியர் வருகையால் இந்த நிலை மாறியது. அவர்களை வேலையில் ஈடுபடச் செய்ய அவர்களுக்குப் பணமும், துணிகளும், தானியங்களும் முன்கூட்டியே வழங்கப்பட்டன. சில ஆண்டுகள் அவர்கள் கடினமாக உழைத்தனர். எனினும் இம்முயற்சி தோல்வியாகவே முடிந்தது. இப்பொழுது மலைத்தோட்டங்களில்

பத்துப் பன்னிரண்டு காடர்கூட வேலை பார்க்கவில்லையென நான் கருதுகின்றேன். சாதிக் கட்டுப்பாட்டு உணர்ச்சி காரணமாக அவர்கள் எருவினைத் தொடமாட்டார்கள். செடிகளை வெட்டிவிடவும் இவர்களால் கற்றுக்கொள்ள முடியவில்லை. மண்வெட்டியில் குழிவெட்டத் தொடங்கியவுடன் கால்விரல்களை வெட்டிக் கொள்வார்கள்' என வின்செண்ட் என்னிடம் கூறினார்.

தோடரைப்போலக் காடர் மலைப்பகுதி நிலம் தங்களுடையது என உரிமை கொண்டாடுவதில்லை. அவர்களுக்கென மலைப் பகுதியில் நிலமேதும் இல்லை. எனினும் அரசு காடுபடு சிறுதரத்தனவான பொருள்கள் அனைத்தையும் சேகரித்து, அதனை ஒப்பந்தக் குத்தகைதாரர் வாயிலாக அரசுக்கு விற்க மலைவாழ் பழங்குடிகளுக்கு முழு உரிமை வழங்கியுள்ளது. இத்தகைய குத்தகைதாரரின் ஒப்பந்தப்புள்ளி முன்பே ஏற்றுக் கொள்ளப்பட்டதாக இருக்கும். இவ்வாறு இவர்கள் சேகரிக்கும் பொருள்களுக்குரிய நடப்பில் உள்ள விலையைக் காசாக ஒப்பந்தக் குத்தகைதாரர் இவர்களுக்குத் தருவார். அந்தத் தொகையைக் காடர் ஒரு குறிப்பிட்ட விலையில் இவர்களுக்குப் பொருள்களை வழங்க அரசு அமர்த்தியுள்ள ஒப்பந்தக் குத்தகைதாரரிடம் தந்து, வேண்டிய பொருள்களைப் பெறுவர். இதனால் அந்த வணிகர் பெறும் இலாபம் ஒரு வரம்புக்கு உட்பட்டதாக அமையுமேயன்றி அடாத விலையாக இராது.

ஆனைமலையில் காடுகளில் கிடைக்கும் முக்கியமான சிறு தரத்தனவான காடுபடு பொருள்கள் மெழுகு, தேன், ஏலம், கடுக்காய், இஞ்சி, கெட்டிப் பிசின், மஞ்சள், மான் கொம்பு, யானைத் தந்தம், பிரம்பு என்பனவாம். இவற்றுள் ஏலம், மெழுகு, தேன், பிரம்பு ஆகியன மிகச் சிறப்பானவை. தேனும், மெழுகும் ஆண்டு முழுதும் சேகரிக்கப்படுகின்றன. ஏலம் செப்டம்பர் முதல் நவம்பர் வரையான பருவத்தில் திரட்டப்படுகின்றது. ஆனைமலையை உள்ளிட்ட கோயமுத்தூர் தெற்குக் கோட்டத்தில் 1897-98ஆம் ஆண்டில் கிடைத்த சிறு தரப் பொருள்களின் மொத்த மதிப்பு ரூ.7,886 ஆகும். அந்த ஆண்டு ஏலம் மிகுதியும் விளைந்த காரணத்தால் இத்தொகை மிக உயர்ந்ததாக உள்ளது. சராசரியாக இந்த வருமானம் ஆண்டுதோறும் ரூ4,000 முதல் ரூ.5,000 வரையாகவே இருக்கும். இதில் கிட்டதட்ட 50 சதவீதத்தைக் காடர் பெறுவர். வனத்துறையினரிடம் இவர்கள் நாளும் நான்கணாவை நாள்கூலியாக முன்பணமாகப் பெற்றுக்கொண்டு வேலை பார்க்கின்றனர். தற்பொழுது ஆனைமலையில் புதிதாக நிலம்

வாங்கியுள்ள மலைத்தோட்ட உரிமையாளர்களும் வனத்துறையினரும் காடர்களை அமர்த்திக்கொள்ள ஆர்வம் காட்டுவதால் சிறுபூசல் அவர்களிடையே நிலவுகின்றது.

காடருள் சிலர் விலங்கு சென்ற சுவடு கண்டு அதன் பின் செல்ல வல்லவர்களாகவும், மிகச் சிலர் சிறந்த வேட்டைக்காரர்களாகவும் உள்ளனர். தன் குழந்தைக்குச் 'சின்ன சிக்காரி' (குட்டி விளையாட்டு வீரன்) எனச் செல்லப் பெயரிட்டுள்ள விலங்கியல் ஆர்வம் உடைய என் நண்பரொருவர் இந்தியாவிலிருந்து வரும் நான் அவருடைய தவறான உச்சரிப்போடு கூடிய அச்சொல்லைப் புரிந்துகொள்ளாதது குறித்து மிக வியப்புற்றார். வைப்பூரி மூப்பன் என்ற காடன் ஒருவனை ஐரோப்பியர் இன்றும் தங்கள் நினைவில் கொண்டவர்களாக உள்ளனர். துப்பாக்கி வெடித்ததால் ஒரு கையை இழந்த அவன் கொம்பன் யானைகளைச் சுட்டு வீழ்த்தி அந்தக் காலத்தில் நல்ல வருமானமும் வாழ்வும் பெற்று வந்தான். பெருங்குடிகாரனான அவன் பலரை மணந்துகொண்டவனாக யானைத்தந்த விற்பனையால் வளமான வாழ்க்கை உடையவனாக இருந்தான். இன்று ஒரு காடன் யானைத் தந்தங்களைக் காண நேர்ந்தால் அவற்றைப் புதையலாகப் பாவித்து அரசிடம் ஒப்படைக்கவேண்டும். 25 பவுண்டு எடையுள்ள தந்தங்களுக்கு அரசு அவ்வாறு ஒப்படைப்பவனுக்கு 15 ரூபாய் முதல் 25 ரூபாய் வரை அன்பளிப்பாக வழங்கும். ஒரு பவுண்டு எடையுள்ள நல்ல தந்தம் 5 ரூபாய்க்கு விலை போவதால் அரசுக்கு இந்த உடன் பாட்டினால் நல்ல லாபம் கிடைக்கின்றது.

ஒருவன் தான் எடுக்கும் தந்தத்தை அரசிடம் ஒப்படைக்காது வைத்துக்கொண்டால் பின்னர் அது கண்டுபிடிக்கப்படுமானால் அதனை வைத்திருப்பவன் சட்டப்படி திருடியவனாகக் கருதப்பட்டுத் தண்டிக்கப்படுகின்றான். சென்னை வனத்துறைச் சட்டத்தைப் பொறுத்தவரை கால்நடை என்ற சொல் ஒன்றுக் கொன்று தொடர் பில்லாத யானை, மறி, பன்றி, ஆடு, ஒட்டகம், எருமை, குதிரை, கழுதை ஆகிய விலங்குகளின் கதம்பக் கலவையையே குறிக்கும். இவ்வகைப் பாகுபாடு சென்னை மாநிலத்தைச் சேர்ந்த, புழுப்பூச்சி களைத் தின்னும் பறவைகளின் பட்டியலில் பழந்தின்னி வெளவாலைச் சேர்த்ததோடும், ஒரு மாவட்டத்தைச் சேர்ந்த காட்டு விலங்குகள் பற்றியதான அறிக்கையில் முதலிடத்தில் நெடுநாள்களாகப் பெருந் தொல்லைக்கு ஆளாகிவரும் பன்றித்தலை அமைப்புடைய நாட்டுப்புறமட்டக் குதிரையை இடம்பெறச் செய்ததோடும் ஒத்ததாகும்.

'காடர் நிலா வெளிச்சமில்லாத இருண்ட இரவுகளிலேயே தேன் கூடுகளை அகற்றுவர். நிலவு வீசும் இரவிலோ, பகலிலோ அப்பணியில் ஈடுபடமாட்டார்கள். மலை முகடுகளில் உள்ள தேன்கூட்டை எடுக்கப் பாறையில் அடிக்கப்பட்ட முளையையோ மரத்தில் பிணைக்கப்பட்ட மூங்கில் அல்லது பிரம்பு வளையங்களாலான சங்கிலியையோ பயன்படுத்துவர். இதில் கீழே இறங்குபவன் யாரும் தான் பிடித்திறங்கும் வளையத்தை அறுத்துவிடாமல் இருக்கத் தன் மனைவியையோ, மகனையோ காவல் வைத்தே இறங்குவான். இறங்கிய வழியாகவே மீண்டும் மேலே ஏறிச் செல்ல வேண்டும் என்ற ஒரு மூட நம்பிக்கை இவர்களிடையே உள்ளது. மேலே ஏறும் தொல்லையிலிருந்து விடுபட்டவர்களாகச் சுலபமாக இடைவெளி குறைவாயுள்ள தரையில் இறங்கிவிடக் கூடுமாயினும் அவ்வாறு இறங்கிச் செல்லமாட்டார்கள். மரங்களில் உயர இருக்கும் தேன் கூட்டை எடுக்க உயர உள்ள கிளையை எட்டும் அளவிற்கு ஓரிரு நீண்ட மூங்கில்களை மரத்தோடு இணைத்துக் கட்டி அதில் மேலேறிச் செல்வர். அதன் பின் மரக்கிளையைப் பற்றித் தவழ்ந்தபடி தேன்கூடு இருக்கும் இடத்தை அடைவர். தேன் கூடுகளை முட்டைப் புழுவோடு மெழுகு உட்பட அப்படியே இவர்கள் தின்று விழுங்குவர்' எனத் தேனெடுப்பது பற்றியும் காடர்களைப் பற்றியும் நன்கு அறிந்த ஒருவரிடமிருந்து நான் கேட்டறிந்தேன்.

திருவாங்கூரில் தான் மேற்கொண்ட வேட்டையினைப் பற்றி விவரிக்கும்[3] ஜெ.டி. ரீஸ் தனது வேட்டை அனுபவம் பற்றிய குறிப்பில் தெற்கே உள்ள மலைகளில் காடர் தேனெடுப்பதைப் பற்றிக் கூறுவதாவது: 'இவர்கள் தலைசுற்றி மயக்கம் ஏற்படுத்தும் உயரமான செங்குத்தான பாறைகளின் மேலிருந்து கையில் தேனீக்களை ஓட்டுவதற்காகத் தீப்பந்தங்களுடன் இரவில் கீழே இறங்குவர். மேலேயிருந்து உறுதியானதொரு கொடி தொங்கவிடப்படும். அதனை அவனுடைய உடன்பிறந்த சகோதரன் பிடித்துக் கொள்ளுதல் கூடாது என்பது இவர்களிடையே உள்ள வழக்கம். நூறடி உயரமுள்ள ஏணியில் இவர்கள் மரக்கிளையில் ஏறுவதைப் பார்ப்பதே இவர்கள் செங்குத்தான பாறைகளில் இறங்குவதைப் பார்ப்பதைவிட மனத்தை மகிழ்விப்பதாகும். தேனெடுப்பவன் கையில் உள்ள கோடரியால் மரத்தின் பட்டையில் ஓர் ஆப்பினை அடிப்பான். பின் அதன்மீது நின்றபடி அதற்கு மேலே உயரத்தில் மற்றொரு ஆப்பினை அடிப்பான்.

[3] *பத்தொன்பதாம் நூற்றாண்டு, 1898* (J.D. Rees, *Nineteenth Century,* 1898.)

அந்த இரண்டிலுமாகச் சேர்த்து நீண்ட பிரம்பினைக் கட்டியபின் இருட்டில் நெஞ்சில் திடத்துடன் மிக உயர்ந்த மரங்களில் ஏறி எத்தகைய விபத்துக்கும் உள்ளாகாமல் தேனை எடுத்து வருவான்.'

ஒரு காடன் மலைப் பாறையில் தேனை எடுக்கக் கீழே இறங்கும் போது சில சமயங்களில் மேலே ஏணியைப் பிடித்துக்கொண்டு இருப்பவனுடைய மனைவியையும் தன்னோடு தனக்குப் பாதுகாவலாக இருக்கும் பொருட்டு அழைத்துச் செல்வான் என்று என்னிடம் கூறினர். இது உண்மையான தகவலா என நான் உறுதியாகக் கூற இயலாது.

அரசுத்துறை சேர்ந்த தாவரவியலாளரான எம். எ. லாசன் அவர்களோடு காடுகளில் சுற்றித் திரிந்தபோது சாதாரணமாக மனிதரால் அடைய முடியாத உயர்ந்தோங்கிய மரங்களில் நுனிக் கொம்புகளில் இருக்கும் பழங்களையும் பூக்களையும் சேகரிக்க மரத்தில் வாழும் குரங்குகளைப் பழக்குவது இயலாததாக உள்ளது என அவர் வருந்துவதைக் கேட்டுள்ளேன். பழக்கப்பட்ட மனிதக் குரங்கைவிடக் காடர்கள் திறமை மிக்கவர்களாக உள்ளனர்.

மரங்களில் முளைகளை அடித்தோ, புரையினைத் தோண்டியோ மிக உயர்ந்த மரங்களில்கூடக் காடர்கள் ஏறிவிடுகின்றனர். அவர்கள் மரங்களில் ஏறும் இயக்கத்தின் சீர்மையைப் பார்க்கும் போது 'டார்வினின் செடிகளில் ஏறும் பழக்கம்' பற்றியதாகப் 'பஞ்ச்' இதழில் வெளியாகியிருந்த புகழ்பெற்ற சித்திரமே நினைவுக்கு வரும். சற்று உயரம் குறைந்த மரங்களில் ஏறி அடிமரத்தில் வெட்டரி வாளால் வலப்பக்கமாகவும் இடப் பக்கமாகவும் மாறிமாறி முப்பது அங்குல இடைவெளிவிட்டு வெட்டுக் காயங்களை இட்டு இவர்கள் மரத்தில் ஏறுவர். மழைக் காலத்தில் வெட்டுக் காயங்கள் ஈரமாக இருப்பதால் கால் வழுக்கிவிடக்கூடும். ஆகையால் அப்பருவத்தில் இதுபோன்ற மரமேறும் முறையைக் காடர்கள் மேற்கொள்வதில்லை.

போர்னியோவைச் சேர்ந்த டையக் இனத்தவர் மரம் ஏறுவது பற்றி வாலஸ் தந்துள்ள விவரங்கள், ஆனைமலையில் வாழ்பவர் களான காடர்களைப் பற்றி எழுதியுள்ளதை ஒப்ப முழுதும் இயைபுடையதாக இருத்தல் முக்கியமான மனித இனவியல் பரப்புப் பற்றிய குறிப்பிடத்தக்கதொரு உண்மையை உணர்த்துவதாகும். 'இவர்கள் மரத்தில் தரையிலிருந்து மூன்றடி உயரத்தில் உறுதியாக ஒரு முளையை அடித்து நெடிதுயர்ந்ததொரு மூங்கிலைக் கொண்டுவந்து மரத்தோடு

சேர்த்து உயரமாக நிறுத்தி முன்பு அடித்த முளையோடுகூட முளைக்கு மேலே உள்ள வெட்டுப் பள்ளத்தோடு சேர்த்து இறுக்கிக் கட்டுவர். ஒரு டையக் இப்பொழுது முதலில் அடித்த முளைகள்மீது நின்று தன் தலைமட்டத்தில் மற்றுமொரு முளையை அடிப்பான். அதனோடு அவன் முன்புபோலவே மூங்கிலை இணைத்துக் கட்டுவான். பின்னர் ஒற்றைக் காலில் நின்றபடி தன் தலைக்குமேலே உள்ள மூங்கிலைப் பிடித்தபடி மற்றுமொரு முளையை அடிப்பான்.

இவ்வாறாக அவன் இருபதடி உயரம்மேலே சென்றபின் கட்டப்பட்டுள்ள மூங்கில் பருமனற்ற தாக ஆகி விடுவதால் அவன் தன் கூட்டாளி தரும் மற்றொரு மூங்கிலைப் பெற்று அதனை முதல் மூங்கிலோடும் வைத்து இரண்டு மூன்று முளைகளோடு இணைத்துக் கட்டுவான். அதன் மேல் முனையை அடைந்தபின் இதேபோல மற்றுமொரு மூங்கிலை அதனோடு இணைத்து மேலே ஏறி மரத்தின் கீழ்க் கிளையை எட்டிப்பிடித்து அதனைப் பற்றியபடி தவழ்ந்து செல்வான், இவ்வாறு அமைக்கப்படும் ஏணியால் எத்தகைய ஆபத்தும் நிகழ்வ தில்லை. ஒரு முளை இளகிக் கழன்றுவிட்டாலும் ஏறுபவன் சுமையை அதற்கு மேலும் கீழும் உள்ள மற்ற முளைகள் தாங்கிக் கொள்கின்றன. ஒன்றின் மேல் ஒன்றாகப் பிணைக்கப்படும் மூங்கில் முளைகளை முன்பு நான் பலமுறை பார்த்திருந்தபோதிலும் இப்பொழுதே அவற்றின் பயன்பாட்டைப் புரிந்துகொண்டேன்' என வாலஸ் எழுதியுள்ளார்.[4]

மலைவளம் மிகுந்த மலைமுடிகளில் காடுபடு பொருள்களைத் தேடித் திரியும் காடர்கள் அத்தகைய காலநிலையில் அங்கு மிகுதி யாகப் பரவியுள்ள அட்டைகளாலும் *ப்ளூ பாட்டில்* பூச்சியாலும் தொல்லைக்கு ஆளாகின்றனர். ஒரு காட்டெருமையால் தாக்கப்பட்டுக் கொம்பால் குத்திக் காயப்படுத்தப்பட்ட ஒரு காடனை அவனுடைய நண்பன் பாதுகாப்பான இடத்தில் தூக்கிப் போட்டுவிட்டு உதவிக்கு ஆள்களை அழைக்கக் குடியிருப்புப் பக்கமாக ஓடிவந்தான். அவன் ஒரு மணி நேரம் கழித்துத் திரும்பிச் செல்வதற்குள்ளாகப் பூச்சிகள் ஆயிரக்கணக்கில் அவனுடைய புண்களில் முட்டைப் புழுக்களை வைத்துவிட்டன. அவனைக் குடியிருப்புக்குத் தூக்கி வந்தபோது அவை அவன் உடலில் குழிகள் தோண்டி உட்புகத் தொடங்கி விட்டனவாகையால் மிகுந்த முயற்சியோடு அவை அகற்றப்பட்டன

[4] *மலேசியத் தீவுக் கூட்டங்கள். (Malay Archipelago by Wallace.)*

என்ற செய்தி பதியப்பட்டுள்ளது. இன்னொரு சமயம் மேற்கூறிய நிகழ்ச்சியை நேரில் பார்த்த ஒருவன் காட்டில் தனியே சென்று தான் தங்கிய இடத்திற்கு இரண்டு மைல் தூரத்தில் ஒரு புலியைச் சுட்டு வீழ்த்தியபின் அதனைத் தூக்கிவரக் கூலிகளை அழைத்துப் போவதற்குள்ளாகக் கதையில் வரும் குழந்தையைப்போல் சோம்பிக் கிடக்காத பூச்சிகள் இட்ட முட்டைப் புழுக்கள் புலியின் தோலைத் துளைத்து அதனை முழுமையாகப் பாழ்படுத்திவிட்டன.

நீலகிரியில் வாழும் கோத்தர் களைப்போலவே காடர்களும் பூச்சிகள் மொய்க்கும் அழுகிய இறந்த காட்டு விலங்குகளின் ஊனினைத் தின்கின்றனர் என்பதை உறுதிபடக் கூறுவேன். குச்சியால் தோண்டி எடுக்கப்படும் காட்டுக் கிழங்குகள், மூங்கில், நெல், மறி, கோழி, மலைப்பாம்பு, மான், முள்ளம்பன்றி, வீட்டெலி, காட்டெலி, காட்டுப் பன்றி, குரங்கு முதலிய பலவற்றையும் உண்ணும் காடர்கள் அதற்கேற்ப உறுதியான நல்ல கட்டமைந்த உடல் வாய்க்கப் பெற்றவர்களாக உள்ளனர்.

ஆனைமலையில் கீழ்ச் சரிவுகளில் மிகுதியாகக் காணப்படும் காட்டுத் துவை (Cycas)யின் விதைகளின் உண்ண ஏற்ற பகுதி இவர்களின் உணவுக்குப் பெரிதும் துணையாய் அமைகின்றது. பச்சையாக இருக்கும் இந்தப் பழம் நச்சுத் தன்மையுடையது எனக் கூறப்படுகிறது. வட்டத் துண்டுகளாக இதனை நறுக்கி ஓடும் நீரில் நன்றாக ஊறவைத்துப் பிறகு உலர்த்தி, இடித்து மாவாக்கி அதைப் பணியாரமாகச் சுட்டாலோ, உலர்ந்த துண்டுகளை அனலில் இட்டு வாட்டினாலோ இது முழுமையான உணவாகின்றது.

'மார்ச், ஏப்ரல், மே மாதங்களில் காடர்கள் கவலையற்ற இனிய வாழ்வை உடையவர்களாக உள்ளனர். இவர்களால் கூந்தல் பனை என அழைக்கப்படும் சவ்வரிசிப் பனையொன்றைத் தேடிக் கண்டு பிடித்துத் தரையோடு அதனை வெட்டிச் சாய்ப்பர். பின்னர் அது ஒன்றரை அடி நீளமுள்ள துண்டுகளாக்கப்படும். அந்தத் துண்டு களைப் பின்னர் நீள வாக்கில் பிளந்து மரச் சம்மட்டியால் நெடுநேரம் அவை நாராகவும் தூளாகவும் ஆகும்வரை புடைப்பர். அந்தத் தூளை நன்றாக நனைத்துத் துணியில் முடிந்து கட்டித் தடிகொண்டு அதனைப் புடைப்பர். புடைக்கும்போது இடையிடையே துணி முடிப்பை நீரில் நனைத்து நன்றாகத் திருகுவர். இறுதியில் அனைத்தையும் தண்ணீரில் இட்டுத் தண்ணீரில் மூழ்கிய பிறகு தண்ணீரை மட்டும் வடித்துவிடுவர். அடியில் தங்கியுள்ள தூளைத் தொடர்ந்து கிளறி

விட்டபடி நன்றாகக் கொதிக்க வைப்பர். அது இரப்பர் போன்ற பதத்தில் செம்பழுப்பு நிறம் பெற்றவுடன் ஆறவிட்டுத் துண்டு களாக்கிப் பங்கிட்டுத் தருவர். இந்த உணவு சுவையுடையதாயினும் செரிக்க இயலாததாகும்' என வின்செண்ட் கூறுகிறார். விலங்குகளின் ஊனினை அவற்றின் தோலை உரிக்காமலேயே நெருப்பில் வாட்டித் தின்பதையே காடர்கள் விரும்புகின்றனர்.

காடர் இனத்தைச் சேர்ந்த ஓர் இளைஞனுடைய எண்ணம் திருமணத்தை நாடுமானால் அவன் தான் விரும்பும் ஒருத்தி இருக்கும் சிற்றூருக்குச் சென்று அங்கு ஓர் ஆண்டு பணியாற்றி அவளுக்குப் பரிசத்தொகையை அளிப்பான். மணநாளன்று காடரினத்தைச் சேர்ந்தவர்களுக்கு மணமகனின் பெற்றோர் சோறும், ஆடு கோழி ஆகியவற்றின் கறியும் கலந்த விருந்திடுவர். மணமக்கள் மணமகளின் வீட்டுக்கு வெளியே மலர்களால் அலங்கரிக்கப்பட்ட பந்தலின் கீழ் நிற்பர். அப்போது ஆண்களும் பெண்களும் தனித்தனியே முழவுக்கும் குழலுக்கும் ஏற்ப ஆடுவர். மணமகனின் தாயோ, உடன்பிறந்தவளோ மணமகள் கழுத்தில் தங்கம் அல்லது வெள்ளியாலான தாலியை அணிவிப்பர். மண மகளின் தந்தை மணமகன் தலையில் அப்போது தலைப்பாகை ஒன்றைக் கட்டிவிடுவான். மணமக்கள் தங்கள் வலக்கையின் சிறுவிரல்களை இணைத்தவர்களாகப் பந்தலைச் சுற்றி வருவர். அதன்பின் காடர்களால் பின்னப்பட்ட ஒரு பிரம்புப் பாயில் அமர்ந்து அவர்கள் வெற்றிலை மாற்றிக்கொள்வர்.

கூடா ஒழுக்கம், மனைவி கணவனுக்குக் கீழ்ப்படியாமை, கணவன் மனைவியிடையே ஒத்துப் போகும் பண்பின்மை ஆகிய காரணங் களுக்காக மணமுறிவு செய்துகொள்ளலாம். பெரியவர்கள் முன்னிலையில் உரிய சான்றுகளுடன் முறையிடுவதே போதுமானது. அவர்கள் உரிய சான்றுகளை வைத்து மணமுறிவு உரிமை வழங்குவர். மலைவாழ் மக்களின் ஊர்ச்சபையார் வழக்குகளில் தீர்ப்பு வழங்கும் முறைக்கு பென்ஸ்லெ நாற்பது கூடை மணலைக் குற்றம்புரிந்த வனைக் குற்றம் இழைக்கப்பட்டவனுடைய வீட்டுக்குச் சுமக்கும் படியாக வழங்கிய தீர்ப்பை எடுத்துக்காட்டுவர். ஊர்ச் சபையின் ஆணை எப்படிப் புறக்கணிக்க முடியாததாக உள்ளது என்பதையும் அவர் சுட்டிக்காட்டியுள்ளார். சபையின் தீர்ப்புக்குக் கீழ்ப் படியாதவர்கள் சமூகவிலக்குப் பெறுவர். அவ்வாறு விலக்கப்பெறுபவர்கள் காட்டுக்குள் சென்று தனியே தங்கள் வாழ்க்கைத் தேவைகளைத் தேடிப் பெற்றுக்கொள்ளும் கட்டாயத்திற்கு உள்ளாவர்.

எனது பங்களாவின் வாசலில் தரையில் சம்மணமிட்டு அமர்ந்தபடி காடன் ஒருவன் கேள்வி நேரத்தின்போது தனக்கு மனைவியாக வரும் ஒருத்தி நன்கு சமைக்கத் தெரிந்தவளாக இருக்க வேண்டும் என என்னிடம் கூறினான். நாக்கிற்குச் சுவையாகச் சமைத்துப் போடுபவளே கணவனுடைய மனத்தைக் கவரமுடியும் என்ற முதுமொழியை இது மெய்ப்பிக்கின்றது.

நாகரிக வளர்ச்சி பெற்ற மேற்கத்திய சமூகத்தில் டேவிட் காப்பர் பீல்டின் முதல் மனைவியைப்போலக் குடும்பப்பாங்கு தெரியாத ஒருத்தியை மணந்துகொள்வதால் அல்லல்படும் அவர்கள் சமையல் திறத்தின் அடிப்படையில் திருமணங்கள் நிலைத் திருப்பதும், முறிவு பெறுவதுமான காடர் சமுதாயத்தின் மீது உண்மையில் பொறாமை கொள்வர். பெனிடிக்டின், 'உலகில் மக்கள்தொகை பெருகவேண்டும்' என்ற கருத்துக்கு உடன்படுபவர்களைப்போலக் காடர்கள் பல மனைவியரை மணக்கின்றனர். அத்தோடு தங்கள் இனத்தவர்களும் எண்ணிக்கையில் குறையாதவர்களாக இருக்க வேண்டும் என்பதிலும் இவர்கள் ஆர்வம் உடையவர்களாக உள்ளனர்.

பல மனைவியரை இவர்கள் மணந்துகொள்வது பிள்ளைகளைப் பெற்றெடுக்க வேண்டும் என்ற ஆர்வத்தாலேயே ஆகும். ஒரு வனக் காவலாளியின் மாமனார் என்னிடம் தனக்கு நான்கு மனைவியர் இருப்பதாகக் கூறினான். முதல் இரண்டு மனைவியருக்கும் மகப்பேறு இல்லை எனவும், மூன்றாவது மனைவி ஒரே ஒரு குழந்தையை மட்டுமே பெற்றெடுத்துள்ளாள் எனவும், அவர்களுடைய இனப் பெருக்கத்திற்கு அது அவனுடைய முழுப் பங்கினைச் செலுத்தியது ஆகாது எனக் கருதியவனாக நான்காவது மனைவியை மணந்து கொண்டதாகவும் அவன் கூறினான். அவள் மற்ற மூவர்களைக் காட்டிலும் வளம் உடையவளாக மூன்று பெண்களையும், ஒரு பையனையும் பெற்றெடுத்து உள்ளதால், இப்போது அவன் போதும் என்ற மனம் பெற்றவனாக உள்ளான். பல மனைவியரிடையேயான உறவு பற்றிய நடைமுறைகளில் முதல் மனைவியே மற்றவர்களைவிட அனைத்திலும் முன்னுரிமை பெறும் உரிமை உடையவள். ஒவ்வொரு மனைவிக்கும் தனித்தனியே சமையல் பாத்திரங்கள் வைத்துக் கொள்ளும் உரிமையும் உண்டு.

வீட்டுக்கு விலக்காகும்போதும், மகப்பேற்றின்போதும் பெண்கள் தங்குவதற்கான தனிக் குடிசைகள் உள்ளன. ஒரு பெண் பூப்பெய்தும் போது அவள் குடும்பத்தைச் சேர்ந்த நண்பர்கள் ஒன்றாகக்கூடி

நல்ல விருந்து உண்பர் என வின்சென்ட் எனக்குத் தெரிவித்தார். அவளுடைய எல்லாத் தோழிகளும், உறவினர்களும் அவளுக்குத் தங்களால் இயன்ற சிறு பரிசுகளை வழங்குவர். குடும்பத்துக்குரிய அணிகலன்களை அணிவித்து அவளை அலங்கரிப்பர். முதன் முதல் வீட்டுக்கு விலக்கு ஆகும் ஒருத்தி தீட்டுக் காலத்தின்போது தங்கி இருக்க முட்டுச் சாலை எனப்படும் சிறப்புக் குடில் அமைக்கப்படும். தொடர்ந்து வரும் மாதங்களில் அவள் வழக்கமாக வீட்டுக்கு விலக்காகின்ற பெண்கள் தங்கும் குடிசையிலேயே தங்குவாள்.

பூப்படைந்தவுடன் பெண்களின் பெயர்கள் மாற்றப்பட்டுவிடும். குழந்தை பெற்றெடுத்த ஒருத்தி மூன்று மாதங்களுக்குத் தீட்டுக்குரிய வளாகக் கருதப்படுவாள். குழந்தைக்கு ஒரு மாதம் ஆகும்போது விரிவான சடங்குகள் ஏதுமின்றி பெயரிடுவர். அப்போது அவளுடைய தோழியர் மட்டும் கூடியிருப்பர். ஒருத்தி கருவுற்றுள்ளாள் என உறுதியானவுடன், அவளுடைய கணவன் அவளோடு உடலுறவு கொள்வதை நிறுத்திக்கொண்டு விருப்பம் போல் வேறு மகளிரை நாடிச் செல்வான். கைம்பெண்கள் மறுமணம் செய்துகொள்ள அனுமதிக்கப்படுவதில்லை. எனினும் அவர்கள் ஒருவனுக்கு வைப்பாக இருந்துவரலாம். குழந்தைக்கு இரண்டு அல்லது மூன்று வயதாகும்வரை பெண்கள் பால் கொடுப்பதாகக் கூறப்படுகிறது. ஓராண்டு முடிந்த குழந்தைக்குப் பால் கொடுத்து முடித்தவுடன் அதன் தாய் அதன் உதடுகளிடையே எரியும் சிகரெட்டைச் சொருகுவதைப் பார்த்தவர்கள் உளர். இதுபோல இவர்கள் குழந்தைகளை அமைதிப்படுத்தும் பழக்கமுடையவர்கள். எனினும் இது ஆங்கிலோ இந்தியக் குழந்தைகளின் ஆயாக்கள் காலநிலையின் பாதிப்பாலோ, பல் முளைப்பதாலோ, வேறு காரணங்களாலோ ஆர்ப்பாட்டம் செய்து அழும் குழந்தைகளை அமைதிப்படுத்த வேண்டி அவற்றிற்கு வாயிலிட்டு மெல்ல அபினிக்கட்டி தருவதான பழக்கத்திலும் குறைந்த தீமையே பயப்பதாகும்.

காடர் ஆண்கள் கள்ளத்தனமாக அவர்களுக்கு விற்கப்படும் அபினியைப் பெருமளவில் தின்கின்றனர். பெண்களும் குழந்தைகளும் இதனை உட்கொள்ள அவர்கள் அனுமதிப்பதில்லை. பெண்கள் அபினி தின்றால் மலடிகளாகிவிடுவர் என்ற நம்பிக்கை இவர்களிடையே நிலவுகின்றது. பெண்கள் புகையிலையை வாயிலிட்டு அதக்குவர். ஆண்கள் கடைவீதியில் விற்கும் நன்கு பதப்படுத்தப் படாத புகையிலையைப் புகைப்பர். அவர்களை வசப்படுத்திச் செய்தி

சேகரிக்க நான் அவர்களுக்கு வழங்கிய ஸ்பென்சர் நிறுவனத்தின் டார்பிடோ சுருட்டுக்களை அவர்கள் விரும்பிப் புகைத்தனர்.

காடர்கள் சமயநெறி, செப்பமுறாத கல்லுருவிலும் கண்ணுக்குப் புலப்படாத நுண்ணுருவிலும் உள்ள பல தெய்வ வழிபாட்டு நெறியாகும். பென்ஸ்லெ கருதுவது போல அது கடவுளர் பெயர் களையும், பூதங்களின் பெயர்களையும் உரக்கச் சொல்லி அழைத்து அதனால் திருப்தியுறும் வழிபாட்டு நெறியாகும். எனக்கு அவர் களுடைய கடவுளர்களாகக் கணக்கிட்டு விளக்கிச் சொல்லப்பட்ட தெய்வங்களின் விவரங்கள் வருமாறு:

1. ***பைகுட்லாத:*** ஸ்டுவர்ட் மலைக்கு இரண்டு மைல் தெற்கில் ஒரு பாறாங்கற்பலகையின் மீது துருத்திக்கொண்டிருக்கும் பாறைமீது நிறுத்தப்பட்டிருக்கும் இரு கல்லுருவங்கள்.

2. ***அதுவிசரியம்மா:*** தரைமட்டத்தில் பத்துப் பதினைந்து சதுர அடிப் பரப்புடைய கற்களால் அடைக்கப்பட்டுள்ள இடம். இக்கோயி லின் சுவர்கள் முதலில் பத்தடி உயரம் இருந்ததாகவும், தற்போது அதனைச் சுற்றிலும் மலை வளர்ந்து மூடிக் கொண்டுள்ளதாகவும் நம்பிக்கைகொண்டுள்ளனர். கல்லால் அடைக்கப்பட்ட இடத்தி னுள்ளே ஒரு தெய்வ உருவம் உள்ளது. இக்கோயில் ஸ்டுவர்ட் மலைக்கு வடக்கே பத்தாவது மைலில் உள்ளது.

3. ***வனதவாதி:*** இத்தெய்வம் உருவமற்றதாகையால் இதற்குக் கோயில் இல்லை. இதனை எங்கு வேண்டுமானாலும் வழிபடலாம்.

4. ***அய்யப்பசாமி:*** ஒரு தேக்கு மரத்தின் அடியில் கல்லுருவாய் வீற்றிருக்கும் தெய்வம். பலவகை நோய்களிலிருந்தும், உடல் துன்பங்களிலிருந்தும் காக்கும் தெய்வமாகும். இதனை வழிபடும் போது இத்தெய்வக் கல்லின் மீது திருநீறு பூசுவர். ஸ்டுவர்ட் மலையிலிருந்து சேதுமடை செல்லும் மலைப்பாதையில் இரண்டாவது மைலில் உள்ளது.

5. ***மாசன்யாத்தா:*** ஆனைமலையில் வெட்டவெளியில் ஊருக்கருகே ஒரு சுவரில் பதிக்கப்பட்டுள்ள தெய்வம். காடர்களிடையே வழக்குகள் நிகழும்போது தங்கள் குற்றமின்மையை மெய்ப்பிக்க இதன்முன் அவர்கள் தங்களைத் தாங்களே கொடுமைகளுக்கு ஆட்படுத்திக்கொள்வர். இவள் பெயரைச் சொல்லி நெருப்பில் மிளகாயைப் போட்டால் குற்றம் இழைத்தவன் வாந்தி பேதியால் இறப்பான்.

‘காடர்கள் காளியை வழிபடுகின்றனர். காளிக்குப் படையலிடும் போது முதலில் கன்னிப் பெண்கள் குளித்துவந்து, தேனோடு அரிசியையும் காய்கறிகளையும் இட்டுச் சமைப்பர். இந்த இனிப்புப் பணியாரம் சுட மூன்று கன்னியர் இதற்காக என்றே நெல் குத்துவர். இவ்வாறு இடப்படும் படையல் புனிதமானதாகக் கருதப்பட்டுக் கூடியுள்ள ஆண், பெண், குழந்தைகள் ஆகிய அனைவருக்கும் வழங்கப்படும்’ என எல்.கே. அனந்த கிருட்டிண அய்யர் தெரிவித்துள்ளார்.

காடர்கள் நோய்வாய்ப்பட்டால் அவர்கள் முகத்துக்கு நேரே கரங்குவித்து தெய்வங்களை வணங்கி அவற்றிற்குப் பழம், தேங்காய், வெற்றிலை ஆகியன படைத்துக் கற்பூர ஆரத்தி காட்டுவர். இவர்களுக்குக் கால்நடைகளிடத்தில் ஒருவகை அச்சம் உண்டென்றும், கால்நடைகள் இடும் சாணம் முதலானவற்றையும் அவை தரும் பிற பொருள்களையும் இவர்கள் தொடுவதில்லை எனவும் வின்சென்ட் என்னிடம் கூறினார். காட்டெருமைகளின் உடலில் தங்கள் தெய்வம் சிலபோது குடிகொண்டிருப்பதாக இவர்கள் நம்புகின்றனர். அதனால் வேட்டைக்காரர் காட்டெருமைகளைச் சுட்டு வீழ்த்தினால் இவர்கள் அதற்குப் பூசை போடுவதாகத் தெரிகின்றது. காட்டு யானைகளை மதித்துப் போற்றும் இவர்கள் பழக்கப்பட்ட யானைகள் தெய்வீகத் தன்மையை இழந்துவிட்டதாகக் கருதுகின்றனர் என அனந்த கிருட்டிண அய்யர் குறித்துள்ளார்.

இந்துக்கள் புத்தாண்டு பிறக்கும் திருவிழாவைக் கொண்டாடும் சமயம் காடர்கள் கீழே சமவெளிக்குப் பயணம் மேற்கொள்வர். அப்போது வழியில் உள்ள தெய்வங்களை வணங்குவர். பில்லி சூன்யத்தில் நம்பிக்கைகொண்டுள்ள இவர்கள் அவற்றின் மந்திர சக்தியாலேயே நோய்கள் வருவதாக நம்புகின்றனர். பேய் ஓட்டுவதில் வல்லவர்களான இவர்கள் மந்திரவாதம் அல்லது மாயவித்தை களையும் தொழிலாகக் கொண்டுள்ளனர். ‘தற்பொழுது எட்வார்டு அரசராக உள்ள மேன்மை தங்கிய வேல்ஸ் இளவரசர் ஆனை மலையில் வேட்டைக்காகப் பயணம் மேற்கொண்டபோது, அவருக்கு விலங்குகளின் தடம்கண்டு கூற அமர்த்தப்பட்ட தடம்கண்டு கூறுவதில் புகழ்பெற்ற காடர் குடும்பத்தைச் சேர்ந்தவர்கள் (அதன்பின்) ஒவ்வொருவராகப் புரிந்துகொள்ள முடியாத ஏதோ ஒரு காரணத்தால் அடுத்தடுத்து இறந்துவிட்டனர். அவ்வாறு இறந்துவிட்ட அனைவரும் தாங்கள் ஏதோ ஒரு மாயசக்தியால் பீடிக்கப்பட்டிருப்பதாகவும்,

விரைவில் தாங்கள் இறந்துவிடப் போவதாகவும் முன்னுணர்வு உடையவர்களாக அதனைக் கூறியும் உள்ளனர். அவர்கள் நஞ்சு வைக்கப்பட்டு அதனால் இறந்தவர்களாதல் வேண்டும். ஆனால் அவர்களுக்கு எவ்வாறு நஞ்சு ஊட்டப்பட்டது என்பது இன்னமும் விளங்காத புதிராகவே உள்ளது. அந்தக் குடும்பம் ஓர் ஐரோப்பியனின் ஆதரவின் கீழ் இருந்து வந்ததாகும். அவர்களுக்கு எதிராக வெளிப்படையாக யாரேனும் தீங்கிழைக்க முற்பட்டால் அவர் அதனைக் கண்டுபிடித்திருப்பார்' என மலபார் மாவட்டக் கையேட்டில் லோகன் குறித்துள்ளார்.

இறந்துபோன காடர்களின் உடல் புதைக்கப்படுகின்றது. நடமாட்டம் அற்ற நடுக்காட்டில் சாவு நிகழுமாயின் புதைகுழி தோண்ட வசதியில்லாதபோது பாறை இடுக்குகளில் பிணத்தைக் கிடத்திக் கற்களால் மூடுவர். புதைகுழி ஐந்து அல்லது ஆறடி ஆழம் உள்ளதாக வெட்டப்படும். பிணங்களைப் புதைப்பதற்கான தனித்த இடுகாடுகள் இல்லை. சாவு நிகழ்ந்த இடத்திற்கு அருகில் காட்டினிடையே ஓரிடத்தைப் புதைக்கத் தேர்ந்தெடுப்பர்.

இறந்து போனவரின் குடிசைக்கு வெளியே கொட்டு முழக்கு விதியின் அவலத்தைக் கையறுநிலைப் பாடலாக இசைக்கும். அங்கிருந்து பிணத்தை எடுத்துச்செல்லும்போது சீழ்க்கை ஒலி எழுப்புவர். பிணத்தின் அடியில் இறந்துபோனவர் பயன்படுத்திய துணிமணிகள் பரப்பப்படும். மேலே புதியதொரு துணியைப் போர்த்துவர். பிணத்தை மூடும்படியாக ஒரு பாயினைமேலே விரித்துக் கட்டி மூங்கில் பாடையில் வைத்துப் பிணத்தைத் தூக்கிச்செல்வர். பிணம் குடிசையைவிட்டு வெளியே வரும்போது அதன்மீது அரிசி தூவப்படும். சாவுச் சடங்கு மிகச் சுருக்கமானதே. புதைகுழியில் ஒரு பாயின் மீது பிணத்தைத் தலைப்பக்கம் கிழக்கு நோக்கி இருக்கும் படியாகச் சாய்ந்த நிலையில் கிடத்துவர். சுற்றிலும் மூங்கில் பிளாச்சுக்களும், இலைகளும் மூடப்படும்போது பிணத்தின் மீது மண்படாத வகையில் வைக்கப்படும்.

பிணம் புதைக்கப்பட்ட புதைகுழியின் மேலே அந்த இடத்தைக் குறிக்கும் வகையில் கல்லோ நினைவுச் சின்னமோ அமைக்கும் பழக்கம் இல்லை. இறந்தவர்கள் மேலே வானத்தில் உள்ள சொர்க்கத்தை அடைவதாக காடர்கள் நம்புகின்றனர். ஆனால் அது எப்படிப்பட்ட இடம் என்ற சிந்தனை ஏதும் அவர்களுக்கு இல்லை. காடர்கள் இறந்தவர்களைத் தின்று விடுகின்றனர் என்ற ஓர் எண்ணம்

ஐரோப்பியரிடையே நிலவுகின்றது. இறந்த ஒரு காடனின் பிணத்தையோ புதைகுழியையோ, இடுகாட்டையோ யாரும் காண நேராமையே இது போன்ற தப்பெண்ணம் பரவக் காரணம் எனலாம். இறந்தவர்களைத் தாங்கள் எப்படி அடக்கம் செய்கின்றார்கள் எனக் காடர்கள் கூறத் தயங்குவதால் இத்தகையதொரு கருத்தை வேடிக்கையாக முதலில் கூறி வந்தவர்கள் பின்னர் அதனை ஓரளவு நம்பவும் தொடங்கினர்.

வசதிபடைத்த காடர் குடும்பத்தவர்கள் எட்டாம் நாள் இறுதிச் சாவுச் சடங்குகளை நிகழ்த்துவதாகவும் வசதியற்ற ஏழைகள் அதற்குத் தேவையான பணத்தைத் தேடவேண்டியிருப்பதால் ஓராண்டுக்கு மேலாகவும் அதற்காகக் காத்திருப்பதாகவும் வின்செண்ட் என்னிடம் கூறினார். சடங்கு நிகழ்த்தும் நாளன்று அதிகாலையில் கோழி கூவும் சமயம் பொலி சோறு எனப்படும் (பலிச்சோறு) அரிசியை இறந்து போனவர் வாழ்ந்த குடிசையின் நடுவே இலையில் குவியலாகப் படைப்பர். பின்னர் துலக்குச் சோறு எனப்படும் சமைத்த சோறு குடிசையின் நான்கு மூலைகளிலும் தெய்வத்தைத் திருப்திப்படுத்தவும் இறந்து போனவரின் ஆன்மாவிற்கு உணவாகப் பயன்படவும் வைக்கப்படும்.

அந்தக் குடிசைக்குச் சற்று அப்பால் இறந்து போய்ப் புதைக்கப் பட்டுவிட்ட காடர்களுக்காகவெனக் காணல் சோறு எனப்படும் சோறு சமைக்கப்படும். அங்கு இறந்துபோனவரின் உறவினர்களும் நண்பர்களும் அவருடைய பல நல்ல குணங்களைப் படைத்துக் கூறி அழுது புலம்பத் தொடங்குவர். ஒரு மணி நேரம் சென்ற பிறகு அவர்கள் இறந்துபோனவரின் குடிசையை அடைவர். அவர்களுள் வயதில் முதியவன் தெய்வங்களை எழுந்தருள வேண்டி வழிபாடு நிகழ்த்துவதோடு, குவிக்கப்பட்டுள்ள சோற்றுக்கும் வழிபாடு செய்வான். நான்கு மூலைகளிலும் உள்ளவற்றில் ஒவ்வொரு கை சோற்றை எடுத்து ஆகாயத்தின் தெய்வங்களுக்காக வீசி வணங்குவான். கூடியுள்ளவர்களும் வணங்கிய பின் சமைக்கப்பட்ட சோறு, கறி, காய்கறி ஆகிய அனைத்து வகைகளையும் விடுபட்டுப் போகாது கேட்டு வாங்கி வயிறார உண்பர்.

ஆடி, ஆவணி மாதத்தில் குறிப்பிட்ட ஒரு திங்கட்கிழமையில் காடர்கள் நோம்பு எனப்படும் திருவிழாக் கொண்டாடுகின்றனர். அப்போது அவர்கள் எண்ணெய் தேய்த்துக் குளித்து விருந்துண்பர். தங்கள் முன்னோர்கள் காலத்திலிருந்து இந்த நோன்பு வழக்கமாகக்

கொண்டாடப்படுகிறது எனக் கூறும் அவர்கள், அதற்கான அடிப்படைக் காரணத்தையோ, அதன் தோற்ற வரலாற்றையோ அறியார். வனத்துறையினர் ஓணம் திருவிழாவின்போது காடர் களுக்கு அரிசி, துணிமணி, சட்டை, தலைப்பாகை, குல்லாய், கடுக்கன், புகையிலை, அபினி, உப்பு, எண்ணெய், தேங்காய் முதலான பொருள்களைப் பரிசாக அளிப்பர் என அனந்த கிருட்டிண அய்யர் குறித்துள்ளார்.

'காடர்கள் தங்களைப் பற்றி மற்றவர்கள் மதிப்பிடுவதைக் காட்டிலும் தாங்கள் அமைதியான நல்வாழ்வு வாழ்வதாகவே எண்ணி அதற்கேற்பதான பெருமித எண்ணங்கொண்டவர்களாக வாழ்ந்து வருகின்றனர். இரக்க குணமுடைய வனத்துறை அலுவலர் ஒருவர் காடர்களின் கீழ்மைப்படாத மன இயல்பையும், நேர்மை யான நடத்தையையும் பற்றி மிக உயர்வாகக் கூறிவந்தார், எதிர் பாராது ஒருமுறை அவர் காடர் இருவர் தன் பையைத் துழாவிக் கத்திரிக்கோல், சீப்பு, முகம்பார்க்கும் கண்ணாடி ஆகியனவற்றைத் தூக்கிச் சென்றதைக் கண்டு அதிர்ச்சியுற்றார்' எனக் கோயமுத்தூர் மாவட்டக் கையேட்டில் பென்ஸ்லெ கூறியுள்ளார். (தற்போது சர். எப். ஏ) நிக்கல்சன், 'காடர்கள் உயரம் குறைந்தவர்களாகவும், உட்குழிந்த மார்புகொண்டவர் களாகவும் இருப்பதோடு பெரும்பாலான மலையேறும் வீரர்களைப் போலக் கால்களை வளைவாக வைத்தே நடக்கின்றனர். இதனால் இவர்களுடைய தொடையின் ஆடுசதை நன்கு தடித்து வளர்ந்துள்ள தெனினும் கணுக்கால் சதை வளர்ச்சி அற்றதாக உள்ளது. இதன் காரணமாக இவர்கள் சமவெளியில் நெடுந்தொலைவு நடப்பதை விரும்புவதில்லை. சமவெளியில் பாரஞ் சுமந்துவர இவர்கள் மறுப்பதற்கு இந்த உடற்கூறு ஒரு காரணமாவதோடுகூடக் கர்னல் டக்ளஸ் ஹாமில்டன் கூறியுள்ளதைப்போல அடிப்படையாக அவர்கள் மனத்தில் குடிகொண்டுள்ள பிற காரணங்களும் இருக்கக்கூடும். காட்டைவிட்டு வெளியே வரின் எளிதில் மருட்சிக்கு ஆளாகும் மனப்பாங்குடைய இனத்தவர்களாக இருப்பதே இவர்கள் சமவெளியில் வெளிப்பட்டு வராமைக்குரிய அடிப்படைக் காரண மாகலாம். சமவெளியின் காற்று தங்கள் உடலுக்கு ஒத்துக்கொள்வ தில்லை என்றும் இவர்கள் கூறுவர்' எனக் கோவை மாவட்டக் கையேட்டில் எழுதியுள்ளார்.

ஸ்டுவர்ட் மலையிலிருந்து பதினைந்து மைல் தொலைவில் உள்ள ஆனைமலைக் கிராமம்வரைகூட இவர்கள் சென்றதில்லை என்பதே இவர்கள் சமவெளியில் அரிதாகப் பயணம் மேற்கொள்கின்றனர்

என்பதை மெய்ப்பிக்கும். கோயமுத்தூரிலிருந்து பாலக்காடு செல்லும் தொடர் வண்டியில் காடர் இனத்தவள் ஒருத்தியை நான் காண நேர்ந்தது, புதிய வகை அணிமணிகளால் தன்னை அலங்கரித்துக் கொண்டிருந்த அவள் இறக்குமதி செய்யப்பட்ட இரவிக்கைத் துணியின் மோகத்திற்கும் ஆட்பட்டவளாகக் காணப்பட்டாள்.

காடர்களின் மார்புச் சுற்றளவும், உடல்வாகும் என்னை மிகவும் வியப்பில் ஆழ்த்தின. அவர்களுடைய உடல்திண்மை காரணமாக அந்த வட்டாரத்தினர் காடனும் காட்டுயானையும் ஒரே இயல்புடைய விலங்குகள் எனக் கூறுவதாகக் கொன்னர் எழுதியுள்ளார்.[5]

காடர்களுடைய பழக்கங்களுள் குறிப்பிடத்தக்க புதுமை வாய்ந்தது அவர்கள் தங்கள், மேல், கீழ் வெட்டுப் பற்கள் அனைத்தையுமோ சிலவற்றை மட்டுமோ செதுக்கிக் கூராக்கிக் கொள்ளும் பழக்க மாகும். அப்பற்களை இரம்ப முனை அமைப்புடையதாக வெட்டிக் கொள்ளும் பழக்கம் இவர்களிடம் இல்லை. காடர் சிறுவர் சிறுமியருக்கு, ஓர் உளி அல்லது புல்லரிவாளும் அரமும்கொண்டு பற்களை இதுபோலக் கூராக்கும் செயல்முறை வருமாறு: இவ்வாறு பல் செதுக்கப்படும் சிறுமியின் தலையை வேறொரு பெண்ணின் மடிமீது இருக்கும்படியாகப் படுக்கச் செய்து மற்றொருத்தி கூரான புல்லரிவாளை எடுத்து முன்பற்கள் கூரான வடிவம் பெறும்வரை அதனால் பற்களைச் செதுக்குவாள். இதற்கு ஆட்படும் சிறுமி அப்போது வலியால் துடித்தவளாகக் கூவியழுவாள். இச்செயல் முடிந்தபின் அதிர்ச்சியுள்ளவளாகத் தோற்றம் தரும் அச்சிறுமியின் முகம் சில மணி நேரத்தில் வீங்கத் தொடங்கிவிடும். வீக்கமும் வலியும் ஓரிரு நாள்களுக்கு நீடிக்கும். அத்தோடு தலைவலியும் இருக்கும். பல்லைச் செதுக்குவதால் அழகற்ற ஆணும் பெண்ணும் அழகுடையவர்களாக ஆகின்றனர் எனக் காடர்கள் கூறுகின்றனர். இவ்வாறு செதுக்கப்படாத பற்களையுடைய ஒருவன் பசுவைப் போல உணவைத் தின்கின்றான் என்பர்.

காடர்களும் திருவாங்கூரைச் சேர்ந்த மலைவேடர்களும் மேற்கொள்ளும் இப்பழக்கத்தை இவர்கள் அண்மையில் தாங்களாகவே எதிர்பாராது பயனுடையது என்று கண்டு மேற்கொண்டார்களா அல்லது நெடுங்காலத்திற்கு முன்பிருந்தே இவர்களுடைய

---

[5] *சென்னை இலக்கிய அறிவியல் இதழ், 1, 1833* (Mr. Connet - *Madras Jour. Lit. Science*, 1, 1833.)

மூதாதையர்கள் மேற்கொண்டு வந்துள்ள ஒன்றா எனத் துணிந்துகூற இயலவில்லை. தென்னிந்தியாவில் தொலைதூரத்திற்கு அப்பாற் பட்டவர்களாக வாழும் இவ்விரு இனத்தவர்களிடையே வழக்கத்தில் இருந்துவரும் இதனைப் பற்றி முடிந்த முடிவாக ஏதும் கூற இயலாது. எனினும் இவர்கள் தங்கள் மூதாதையர்களிடமிருந்து நெடுங் காலத்திற்கு முன்பிருந்தே வழிவழியாகப் பின்பற்றும் வழக்கமாக இருக்கலாம் இது என்றே நான் கருதுகின்றேன்.

மிகப் பெரிய காது மடல் துளைகளையும், கறுத்த தலை முடியிடையே ஐந்து கவர் பற்களையுடைய சீப்பினையும் உடைய இனிமையாகப் பழகும் முதியவள் ஒருத்தியை காட்டு ஓடையின் கரையில் உயர்ந்து வளர்ந்த மூங்கில் காடுகளுக்கிடையே உள்ள காடர்கள் குடியிருப்புக்கு நான் சென்றபோது பார்த்தேன். காடரினப் பெண்களின் சார்பில் சற்றுப் பெருமையோடு ஆண்கள் வனத் துறையில் அரசுப் பணியாளர்களாக இருக்கப் பெண்கள் தங்கள் முயற்சியாலேயே அமைத்துக்கொண்ட குடியிருப்புக்களை எனக்குக் காட்டினாள். பெண்கள் ஓடைகளிலிருந்து தண்ணீர் கொண்டு வருவதோடு, விறகு சேகரித்தல், உண்ணத்தக்க கிழங்குகளை அகழ்ந்து எடுத்தல் போன்ற பெண்களுக்குரிய இல்லக் கடமைகளையும் ஆற்றுகின்றனர்.

ஆண்களும் பெண்களும் மூங்கில் கூடை முடைதல், கழுத்தணி முதலியன தயாரித்தல் ஆகியவற்றில் கைதேர்ந்தவர்கள். சாலையில் ஒருநாள் காலையில் நான் எதிர்ப்பட்ட காடன் ஒருவன் தன் குடியிருப்பைச் சேர்ந்த பெண்கள் என்னை வந்து பார்ப்பதற்காகத் தங்களை அலங்காரம் செய்துகொண்டிருப்பதை ஒரு முக்கியமான செய்தியாகக் கருதி என்னிடம் கூறினான். இதனை அவர்கள் பிரிட்டனில் உள்ள நாகரிகம் மிக்க அரசவையில் முதன் முதல் சென்று ஒருவன் தன்னை அறிமுகப்படுத்திக்கொள்வதைப் போன்ற ஒரு முக்கியமான நிகழ்ச்சியாகக் கருதினார்கள் போலும். இறுதியில் அவர்கள் தங்கள் கணவர்களின் துணையின்றித் தனித்தே வந்தனர்.

என்னுடைய செயல்களை அவர்கள் தங்களுக்கும் தங்கள் குழந்தைகளுக்கும் நல்ல வேடிக்கை காட்டுவதற்காக ஏற்பாடு செய்யப்பட்ட நிகழ்ச்சியாகக் கருதியவர்களாதல் வேண்டும். அவர்கள் தாராளமாகத் தேங்காய் எண்ணெய் தடவி தலைமுடியை நன்றாகப் பிரித்துக் கட்டி மலர்களும் சூடிக்கொண்டிருந்தனர். நெற்றியில் மட்டமான வண்ணத்தால் அலங்காரக் கோடுகளிட்டுக் கொண்டிருந்த

தோடு, மணமான பெண்கள் சிலர் அன்றாடம் வழக்கமாக அணியும் பழைய அழுக்குக் கந்தலாடைக்குப் பதிலாக இறக்குமதி செய்யப்பட்ட பூப்போட்ட புதுச்சேலை புனைந்திருந்தனர். முன்பே தன் அளவுகளை எடுத்துக்கொண்ட நல்ல தோற்றம்கொண்ட இளம்பெண் ஒருத்தி அளவெடுக்கும்போது எப்படி நின்றுகொள்ள வேண்டும் என்பதைப் புதிதாக வந்த பெண்களுக்குச் சொல்லிக் கொடுக்கும் பணியில் ஈடுபட்டாள். தன் பணியை விரைவில் நன்றாகப் புரிந்துகொண்ட அவள் அரசின் உதவியாளராகத் தனக்குத் தற்காலிகப் பணி உயர்வு கிடைத்ததில் வெளிப்படையாகவே பெருமையால் பூரித்தவளாகக் காணப்பட்டாள்.

கே.டி. பெரியுஸ் (Dr. K. T. Preuss) குளோபஸ் இதழில் 1899ஆம் ஆண்டில் வெளியிட்டுள்ள 'Die Zauberbilder Schriften der Negrito in Malaka' என்ற தலைப்பிலான கட்டுரையில் மலாக்காவில் உள்ள குள்ள நீக்ரோ இனத்தவர்கள் அணிந்து கொள்ளும் மூங்கிலாலான சீப்புக்களில் உள்ள உருவ வரைவுகள் பற்றிக் கூறியுள்ளார். அவர் அவற்றைக் காடரினப் பெண்கள் அணியும் சீப்புக்களில் உள்ள உருவ வரைவு களோடு ஒப்பிட்டுக் கூறியுள்ளது என் கருத்தை அந்தக் கட்டுரையினிடத்து ஈர்த்தது. பெரியுஸ் அந்தச் சீப்புக்களில் உள்ள உருவ வரைவுகள் நான் வேறோரிடத்தில் குறிப்பிட்டுள்ளதுபோல வெறும் வடிவ அமைப்புடைய உருவங்கள் அல்ல எனவும் அவை தொடர்ச்சியான மறைபொருளுடைய வடிவங்கள் எனவும் கூறியுள்ளார்.

சென்னை அருங்காட்சியகத்தில் தொகுத்து வைக்கப்பட்டுள்ள காடர் சீப்புக்கள் அவை வழக்கமான வெறும் வடிவ உருவங்களே என்பதைத் தெளிவாக உணர்த்துகின்றன. செமங் இன மகளிர் அணியும் மூங்கில் சீப்புக்கள் நல்ல அதிர்ஷ்டம் தருவதற்காகவும் அவர்களிடையே பரவியுள்ள அல்லது அவர்கள் மிகவும் அஞ்சும் நோய்களிலிருந்து அவர்களைக் காப்பதற்காகவும் அணியப்படுவதாகக் கூறப்படுகிறது.[6] வின்சென்ட் அவர்கள் தனக்குத் தெரிந்தவரை காடர் சீப்புக்களில் மறைபொருளான ஆற்றல் ஏதும் இல்லையெனவும், அவற்றின் மேல் உள்ள வரைவுகள் ஆழ்ந்த உட்பொருள் தொடர்பற்ற வெறும் வரைவுகளே எனவும் என்னிடம் கூறினார். காடர் குலத்து

---

[6] டபிள்யூ.டபிள்யூ.ஸ்கீட், சி.ஓ.பிலக்டன்-மலேசியத் தீபகற்பம் சார்ந்த புறச் சமய இனத்தவர். (W. W. Skeat and C.O. Blagden-*Pagan Races of Malay Peninsula*, 1906.)

ஆடவன் ஒரு சீப்பினைச் செய்து தனக்கு மனைவியாக வர இருப்பவளுக்கு மணத்திற்கு முன்போ மணத்தின் முடிவிலோ பரிசாக அளிக்க வேண்டும். அழகான சீப்பினைச் செய்து பரிசளித்த பெருமை கிடைக்க வேண்டும் என்ற ஆர்வத்தால் இளைஞர்கள் ஒருவரோடு ஒருவர் போட்டி மனப்பான்மையுடன் செயற்படுவர். சிலபோது அவர்கள் சீப்பின்மீது விசித்திரமான உருவங்களை அமைப்பர். இதற்குச் சான்றாக வின்சென்ட் ஒரு சீப்பின் மீது கடிகாரத்தின் முகப்புத் தோற்றம் செதுக்கப்பட்டிருந்ததைப் பார்த்ததைச் சொல்லலாம்.

நெற்றியின் மீது வளைந்து தொங்கும் குறுமயிரோடும், மார்பை மூடிய துணியோடும், பின்னப்பட்ட கோரைப்புல் அல்லது கண்ணாடிப் பாசிமணிகளாலான கழுத்துச் சங்கிலியோடும் காட்சி தரும் காடர் இளைஞர்களைச் சிறுமியரிலிருந்து வேறுபடுத்தி அறிவது சற்றுக் கடினமானதே. நானே பலமுறை இருபாலரிடையேயும் வேறுபாடு கண்டுணர இயலாதவனாகத் தவறுபுரிந்துள்ளேன். குழந்தைகள் தங்கள் கழுத்தில் ஆமையின் உலர்ந்த கால்வடிவத்தை ஒத்ததான தாயத்தை அணிந்திருப்பர்.

மலையில் ஓடும் ஓடைகளில் வாழ்வதாகக் கருதப்படும் புராண காலத்து நீர் யானையின் தாக்குதலிலிருந்து குழந்தைகளைக் காக்க இலிங்க உருவை ஒத்த முதலையின் பல்லையோ மரத்தால் செதுக்கப்பட்ட புலி நகத்தை ஒத்த அணியினையோ அணிவிப்பர். ஒரு குழந்தை காட்டுக் குண்டாமணி (*Coix Lachryma-Jobi*) விதைகளாலான கழுத்தணியை அணிந்துகொண்டிருப்பதை நான் கண்டேன். ஆண்கள் தங்கள் காதுமடல்களில் பித்தளையாலான அணிகளை அணிவதோடு மூக்கினைக் குத்தி அத்துளையில் மரக்குச்சியையும் அணிகின்றனர். பெண்களின் காதுமடல்களில் பெரிய துளைகளிட்டு அவற்றில் பனையோலையாலான சுருள்களையோ கனமான மரத்தால் செதுக்கப் பட்ட வட்டுக்களையோ அணிவர். காதணிகள், பித்தளை அல்லது உருக்காலான வளையல்கள், மோதிரங்கள், பாசிமணி மாலைகள் ஆகியவற்றையும் பெண்கள் அணிவர்.

'காடர், கொச்சி அரசரிடம் ஆழமான பற்றும் பாசமும் வைத்துள்ளனர். அரசர் காட்டுப் பக்கமாகப் பயணம் மேற்கொள்ளும் போது அவருடன் செல்லும் இவர்கள் அவரைக் கட்டில் அல்லது பல்லக்கில் ஓரிடத்திலிருந்து மற்றோரிடத்திற்குச் சுமந்து செல்வதோடு அவருடைய சாமான்களையும் சுமந்து செல்வர். சொல்லப்போனால் அவருக்காக இவர்கள் எல்லாப் பணிகளையும் செய்ய முன்வருவார்கள்

எனலாம். மாமன்னரும் அதேபோல இவர்களிடத்து மிகுந்த பரிவுடையவராக இவர்களுக்கு உணவு, ஆடை அணிகள், சீப்பு, கண்ணாடிபோன்ற பொருள்களை வழங்குவார்' என அனந்த கிருட்டிண அய்யர் குறித்துள்ளார்.

காடர்கள் மாட்டுக்கறி தின்னும் மலசர்களோடு உடன் உண்பதில்லை. மாட்டுத் தோலால் செய்த காலணிகளையும் மனத்தாங்கலோடுதான் சுமந்துவர உடன்படுவர்.

இவர்களின் சராசரி உயரம் 157.7 செ.மீ., தலையின் நீள அகலங்களுக்கிடையேயான விகிதம் 72,9; மூக்கின் நீள அகல விகிதம் 89.0.

8

காணிக்காரர்

காணியர் எனப் பொதுவாக வழங்கப்படும் காணிக்காரர் (Kanikar) தென் திருவாங்கூர் மலைகளை வாழ்விடமாகக்கொண்ட காட்டினக் குடிகளாவர். புதியவர் ஒருவர் இவர்கள் குடியிருப்பை நெருங்கு வதாகத் தெரிந்தவுடன் தங்களினப் பெண்கள் அனைவரையும் அடர்ந்த காட்டினிடையே தனியே அனுப்பிவிடும் பழக்கத்தை அண்மைக் காலம்வரை இவர்கள் மேற்கொண்டு வந்துள்ளனர். தற்போது இவர்கள் இப்பழக்கத்தை அரிதாகவே மேற்கொள்கின்றனர். இன்று இவர்களுள் சிலர் நகரங்களைச் சார்ந்த பகுதிகளில் குடியேறி மற்றவர் களோடு கலந்து பழகிவருகின்றனர்.

குள்ள உருவமும் கறுத்த தோலும் அகன்ற மூக்கும்கொண்டதான தொடக்க நிலையான உடலமைப்பு இன்னமும் இவர்களிடையே காணப்படினும், வெளியுலகத் தொடர்பு காரணமாக உடலமைப்பில் ஏற்பட்டுள்ள உருமாற்றத்தால் இடைப்பட்டதான அல்லது நீண்ட மூக்கும் நடுத்தர உயரமும்கொண்ட பல காணிக்காரர்களைத் தற்போது காணலாம்.

காணிக்காரர் சிறந்த தன்மான உணர்வு, நேர்மை, உண்மை ஆகிய பண்புகளை வாழ்க்கை நெறிகளாக மேற்கொண்டுள்ளனர். இவர்கள் விலங்குகள் சென்ற தட அடையாளம் காணும் திறமையும் வேட்டை யாடும் விருப்பமும் உடையவர்கள். காட்டிடையே மரங்களையும் புதர்களையும் அகற்றி வழிகாண்பதில் இவர்களுக்குச் சமமானவர் களாக எவரையும் கூறமுடியாது. காட்டுவழியில் பயணம் மேற்கொள்ள விரும்பும் மற்றவர்கள் இவர்களிடம் வழிகாட்டும் படியும் உதவும்படியும் உதவி வேண்டி வந்தால் ஆர்வத்தோடு விரும்பி உதவ முன்வருவர்.

மக்களினம்	உடல்வாகு			மூக்கின் விகித அளவெண்		
	சராசரி	மேல் அளவு	கீழ் அளவு	சராசரி	மேல் அளவு	கீழ் அளவு
காட்டினத்தவர்	*152.2*	*170.3*	*150.2*	*84.6*	*105*	*72.3*
நாட்டவரோடு தொடர்பு கொண்டவர்	*158.7*	*170.4*	*148*	*81.2*	*90.5*	*70.8*

காட்டுக் காணிக்காரர் காட்டில் நிலையாக ஓரிடத்தில் தங்கி வாழாமல் காட்டில் ஓரிடத்திலிருந்து மற்றோரிடத்திற்கு அடிக்கடி தங்கள் குடியிருப்பை மாற்றிக்கொண்டிருப்பர். இவர்கள் குடி யிருப்புக்கள் மூங்கிலையும், நாணலையும்கொண்டு அமைக்கப் பட்ட தாழ்ந்த குடிசைகள். குடியிருப்பவர்கள் நோயுற்றாலோ காட்டு விலங்குகளால் குடியிருப்புக்குத் தொல்லைகள் ஏற்பட்டாலோ நிலத்தின் வளம் குறைந்தாலோ இவர்கள் தங்கள் குடியிருப்பைக் கைவிட்டு வேறிடங்களுக்குக் குடிபெயர்வர்.

இவர்கள் குடியிருப்புகள் பெரும்பாலும் யானைகள் வழக்கமாகச் செல்லும் யானை வழிகளைவிட்டு விலகிச் செங்குத்தான மலைச்சரிவுகளில் இடம்பெற்றிருக்கும். செங்குத்தான மலைப் பக்கங்களில் மேடை அமைப்பில் நிலத்தைத் திருத்திப் பயனுள்ள மரங்களை நடுவர். பயிரிடுவதற்காகக் காட்டின் ஒரு பகுதியை இவர்கள் முதலில் தீயிட்டு அழித்தபின் நிலத்தைத் திருத்தாது அதில் அப்படியே விதையைத் தூவி வைப்பர். இரண்டு மூன்றாண்டுகளில் நிலவளம் குறைந்தவுடன் அப்பகுதியைக் கைவிட்டுக் காட்டின் வேறொரு பகுதியை அடைந்து திரும்பவும் முன்போலவே பயிரிடத் தொடங்குவர். இவ்வாறாகக் காட்டின் பகுதிகள் கொஞ்சம் கொஞ்சமாகப் பயிரிடுவதற்காகப் பயன்படுத்தப்பட்டுக் காட்டின் பெரும்பகுதி முழுவதுமாக அழிக்கப்பட்டுவிடும். தற்பொழுது காணிக்காரர்கள் இடம்பெயர்ந்து சென்று பயிரிடும் இம்முறையைப் பெரிதும் கைவிட்டுவிட்டனர்.

தற்போது நடைமுறையில் உள்ள வனத்துறை விதிமுறைகளின்படி காடுகளுக்குத் தீயிடுவதோ விருப்பம்போல் எத்தகைய கட்டுப்பாடும் இன்றி மரங்களை வெட்டி வீழ்த்துவதோ அனுமதிக்கப்படுவதில்லை. இவர்கள் பலவகைத் தானியங்கள், பருப்பு வகைகள், மரவள்ளிக்

வேட்டைக்குச் செல்லும் காணிக்காரர்.

கிழங்கு, வள்ளிக் கிழங்கு, கஞ்சா, புகையிலை ஆகியவற்றைப் பயிரிடு கின்றனர்.

ஒவ்வொரு குடியிருப்புக்கும் பயிரிடுவதற்கெனக் குறிப்பிட்ட ஒரு காட்டுப் பகுதி ஒதுக்கப்படுகின்றது. அதில் மற்ற இனத்தவர்கள் புக அனுமதிக்கப்படுவதில்லை. அப்பகுதியில் காணிக்காரர் மரங்களை வெட்டி வீழ்த்திக் காட்டைத் திருத்தித் தானியங்களைப் பயிரிட அனுமதிக்கப்படுகின்றனர். இதற்காக இவர்கள் அரசுக்கு வரி ஏதும் செலுத்துவதில்லை. ஆண்டுக்கு ஒருமுறை அவர்கள் பெருங்கூட்டமாகத் திருவனந்தபுரத்திலிருக்கும் அரசரைச் சந்திக்கச் செல்கின்றனர். 'இவர்கள் அரசருக்குக் காணிக் கையாகக்கொண்டு செல்லும் பெரிய மூங்கில், வாழைப் பழங்கள் கொண்ட குலை — அதில் ஒரு சில பழங்களே இருக்கும் — மூட்டுச்சேரி மலை மூங்கில் அரிசிகொண்ட சிப்பம், பலவகைத் தேன்கொண்ட மூங்கில் குழல்கள், புனுகுப் பூனைச்சட்டம் ஆகியவற்றை அவர் பெற்றுக்கொண்டு இவர்களை அன்போடு வரவேற்பார்.

அரசரை அழைத்தற்குரிய மரியாதை வழக்கும், அரசவையில், நடந்து கொள்ள வேண்டிய நாகரிக நடைமுறையும் அறியதவர்களாகக் கள்ளங் கபடமற்ற மனத்தவர்களான இவர்களின் அன்பில் மகிழ்ந்த

காணிக்காரர் ✤ 71

வராக அரசர் வேட்டி பணம், உப்பு, புகையிலை ஆகியவற்றை இவர்களுக்குத் தருவார். இவர்களும் அவற்றைப் பெற்றுக்கொண்டு திருப்தியோடு காட்டுக்குத் திரும்புவர்.' மறைத்திரு மட்டீர் தான் மூங்கில் வாழையின் கன்றினைக் காணிக்காரரிடம் கேட்டபோது அவர்கள் அது மகாராசாவுக்காக மட்டும் பயன்படுத்த ஒதுக்கப் பட்டது எனக்கூறி அதனைக் கொடுக்க மறுத்துவிட்டனர் எனக் குறித்து உள்ளார்.

காணிக்காரர் சிலர் மலைத்தோட்டங்களில் கூலிகளாகப் பணிபுரிகின்றனர். காடுகளில் ஒப்பந்தக்காரரிடம் மரங்களை வெட்டுதல், மூங்கில் வெட்டுதல் போன்ற கூலி வேலைகளிலும் சிலர் ஈடுபட்டுள்ளனர். மற்றவர்கள் விற்களையும் அம்புகளையும் தயாரிப்பதில் ஈடுபடுகின்றனர். மரமுனையோடுகூட இரும்புமுனை பொருத்தப்பட்ட அம்புகளையும் இவர்கள் தயாரிக்கின்றனர். இவர்களுடைய கரும்புக் காடுகளையும் மற்றப் பயிர் நிலங்களையும் பாழ்படுத்த வரும் யானைக் கூட்டங்களை அடித்துவிரட்ட சூடாக்கப்பட்ட அம்புகளை இவர்கள் பயன்படுத்துகின்றனர். அவ்வாறு யானையை விரட்டுபவர்கள் உயர்ந்த மரங்களின் மேல் கிளைகளோடு பொருத்திக் கட்டப்பட்ட பாதுகாப்பான குடிசை களிலிருந்தோ மூங்கிலால் அமைக்கப்பட்ட ஏரல் இலைகளாலோ வேறு பெரிய இலைகளாலோ மறைக்கப்பட்ட மறைவிடங் களிலிருந்தோ அம்பெய்வர். இதற்காகப் பயன்படுத்தப்படும் குடிசைகள் ஆனை மாடங்கள் எனப்படுகின்றன. 'இந்த மலைகளில் காட்டெருமை, கரடி, கடமான் ஆகிய காட்டு விலங்குகள் அடிக்கடி எதிர்ப்படலாம்.

யானைகளும் புலிகளும் மிகுதியாக இருப்பதால் சில பகுதிகளில் காணிக்காரர் தங்கள் குடியிருப்புக்கான குடிசைகளை மரங்களின் மேல் உயரமான இடத்தில் அமைத்துக்கொள்ள வேண்டியதாகின்றது. தொடக்க காலத்தைச் சார்ந்த இக்குடிசைகளை விரைவாக எளிதில் கட்டி முடிக்கலாம். இவற்றின் சுவர்கள் மூங்கிலால் அமைந்திருக்கும். மேலே காட்டு மரஞ்செடிகளின் இலைகளை வேய்ந்து கூரை அமைப்பர். இவை பொதுவாகத் தரையிலிருந்து ஐம்பது அடி உயரத்தில் அமைக்கப்படும். உறுதியான பெரிய மரத்தின் கிளை களோடு இறுகப் பிணைத்து இவற்றைக் கட்டுவர். பரும்படியாக அமைந்த மூங்கில் ஏணியை உயரத்திலிருந்து கீழே இறங்கப் பயன்படுத்துகின்றனர்.

இரவில் குடிசையைச் சேர்ந்த அனைவரும் பத்திரமாக மேலே வந்து சேர்ந்த பின் அந்த ஏணியை யானைகளுக்கு எட்டாதபடி பின்னர் உயர இழுத்து வைப்பர். இல்லையாயின் குறும்புக்கார யானைகள் தங்கள் பாதையில் எதிர்ப்படும் அந்த ஏணிகளை இழுத்துத் தள்ளிக் காணிக்காரர்களைத் தரைக்கு இறங்கிவரத் திண்டாடும்படி செய்துவிடும்.' சிலபோது எதிரெதிர் பக்கங்களில் வளர்ந்துள்ள மூங்கில் சிமிர்களை வெட்டியபின் அதனையே ஏணிக்குப் பதிலாகப் பயன்படுத்துவர். பயிரிட்ட நிலத்தில் பயிர் விளையும் பருவத்தை அடைந்தவுடன் காணிக்காரரின் காவல்காரர்கள் எப்போதும் வில் அம்புகளுடன் காவல் காப்பதற்குரிய குடிசைகளில் தங்கள் இனத்தவருக்குரிய பாடல்களை உரக்க ஓயாது பாடியபடி தங்கி இருப்பர். சில சமயங்களில் அம்பின் கட்டையான, முனையினைத் தீக்கடையும் குச்சியாகப் பயன்படுத்துவர். இதற்காக ஊனு சடிச்சா (Grewia tiliaefolia) முதலான மரக் குச்சிகள் பயன்படுத்தப்படும்.

தீ உண்டாக்கக் காணிக்காரர் 'இரண்டு மரக்கட்டைகளைப் பயன் படுத்துவர். அவற்றுள் ஒன்று அரை அங்குல ஆழமுடைய சிறிய குழியை உடைய திண்மையற்ற மரக்கட்டையாகவும், மற்றொன்று உறுதியான பதினெட்டு அங்குல நீளமுள்ள ரூல் தடியை ஒத்ததான குச்சியாகவும் இருக்கும். இந்த நீண்ட குச்சியைக் காணிக்காரர் தங்கள் உள்ளங்கைகளின் இடையே நெட்டுக்குத்தாகப் பிடித்து அதன் ஒரு முனை மற்றொரு மரக்கட்டையில் உள்ள குழியில் பொருந்துமாறு வைத்து வேகமாக அதனை முன்னும் பின்னுமாக உருட்டுவர். சற்று அழுத்திக் கடையும்போது உண்டாகும் உராய்வு குழிவில் வைக்கப் பட்டுள்ள பஞ்சு இழைகளில் நெருப்புப் பொறிகளைப் பற்றிக் கொள்ளும்படி செய்யும்.'

தேன், மெழுகு, இஞ்சி, ஏலம், கெட்டிப் பிசின், யானைத் தந்தம் ஆகியவற்றைச் சேகரிக்க அரசு காணிக்காரர்களைப் பணிக்கு அமர்த்துகின்றது. இப்பணிக்கு ஈடாக அவர்களுக்குக் குடிவாரம் எனப்படும் சிறுதொகை கூலியாக வழங்கப்படுகின்றது. யானைகளை அகப்படுத்தல், பிடித்தல் ஆகியவற்றோடு யானை, புலி, காட்டுப்பன்றி ஆகியவற்றைக் கொல்லும் தொழிலை இவர்கள் மேற்கொள்வர். இதனோடு மூங்கில் அல்லது பிரம்பு ஆகியவற்றால் கூடை முதலியன முடையும் பணியையும் இவர்கள் மேற்கொள்கின்றனர். மறைத்திரு எஸ். மட்டீர் ஒரு மட்டக் குதிரை நடந்து போகக்கூடிய உறுதிகொண்ட சுமார் நூறடி நீளமுள்ள பிரம்பால் பின்னப்பட்ட பாலத்தைத் தாம்

காணிக்காரர் ❋ 73

பார்த்ததாகக் குறிப்பிட்டுள்ளார். உறுதியான மரக்கட்டைகளால் புலிகளை அகப்படுத்தும் கூண்டுகள் பெரிய அளவினவாக அமைக்கப்படும். அதன் ஒரு பகுதியில் புலியைக் கவர்ந்து கூண்டினுள்ளே ஈர்ப்பதற்காக உயிருள்ள ஆடு கட்டப்பட்டிருக்கும். அந்தப் பகுதியின் மரக் கட்டைகள் சுருள் கம்பிகளால் தாங்கப்பட்டிருக்கும். புலி அந்தப் பகுதியில் நுழையும்போது சுருள் கம்பிகள் விலகிப் புலியை அடைத்துப் போடும் கட்டைகளைக் கீழே விழும்படி செய்யும்.

காணிக்காரர் தேனைத் தேடி எடுக்க மலையின் பல பகுதிகளிலும் அலைந்து திரிவர். திருவாங்கூரில் வாழும் ஒருவர் காணிக்காரர் தேன் எடுத்தல் பற்றித் தான் பார்த்தவற்றைப் பின் வருமாறு எழுதுகிறார்: 'ஒரு பக்கத்திலிருந்து மட்டுமே ஏறி உச்சியை அடையக்கூடிய செங்குத்தான சரிவோடுகூடிய மற்றொரு பக்கத்தை உடைய பலநூறு அடிகள் உயரங்கொண்ட பாறையை நான் கண்டேன். அப்பாறையின் ஆழ்ந்த இடுக்குகளில் தேன்கூடுகள் மிகுதியாகக் காணப்பட்டன. அவற்றுள் சில பல தலைமுறைகளாக அந்த இடத்தில் தொடர்ந்து இடம்பெற்றுள்ளன. காணிக்காரர் அவ்வப்போது அந்தத் தேனில் ஒரு பகுதியையாவது எடுக்கும் தீரமிக்க செயலில் ஈடுபடுவர். அந்தச் செங்குத்தான மலைச்சரிவில் வட்டவட்டமான வளையங்களை உறுதியாக இணைத்து உருவாக்கப்பட்ட பல நூறு அடி நீளமுள்ள பிரம்பங் கொடிகளால் பின்னப்பட்ட கயிற்று ஏணி மேலே உயர உள்ள ஒரு மரத்தோடு சேர்த்துப் பிணைக்கப்பட்டுத் தொங்கிக் கொண்டிருப்பதை நான் பார்த்துள்ளேன். அதற்குச் சற்று முன்புதான் காணிக்காரர்கள் தேன் கூடுள்ள பாறையில் வழக்கம்போலத் தேனெடுக்க இறங்கியுள்ளனர்.

தேனடையைச் சேகரிக்க ஒரு கூடையை முதுகில் கட்டியபடி கையில் தேனீக்களை விரட்ட உதவும் தீப்பந்தத்தைத் தாங்கியபடி ஒரு காணிக்காரன் அந்த ஏணியில் இருநூறு அடி தூரம் கீழே இறங்கினான். தரையிலிருந்து சுமார் முந்நூறு அடி உயரத்தில் அவன் தீப்பந்தத்தைக் கொளுத்திப் புகையை எழுப்பித் தேனீக்களை ஓட்டத் தொடங்கினான். புகை நன்கு படர்ந்து தேனீக்களை விரட்டச் சற்று நேரம் செல்லும். தேனீக்கள் கூடுகளைவிட்டு விரைந்து கலைந்து செல்லும். அதன்பின் காணிக்காரன் தேன்கூட்டை அழிக்கத் தொடங்குவான்.

ஒவ்வொருமுறை அவன் தான் இறங்கிவந்த கயிற்று ஏணியை உதைத்து, முன்னும் பின்னும் செல்லும்படி ஆட்டும் போதும், அது அப்படியே அற்று விழுந்துவிடுமோ எனப் பார்ப்பவர்களுக்குத்

தோன்றும். எனினும் அதுபோன்ற ஆபத்து ஏதும் நிகழ்வதில்லை. தன் கூடையில் எந்த அளவு தேன் கூட்டைத் தொல்லைப்படாமல் மேலே சுமந்து செல்ல முடியுமோ அந்த அளவு தேனடைகளைச் சேகரித்தபின் அவன் கயிற்று ஏணியில் மேலே ஏறத் தொடங்குவான். ஒவ்வொரு வளையமாகக் கால் வைத்து மேலே உள்ள வளையங்களைக் கையில் பற்றி மிக லாவகமாக அவன் உச்சியை அடைவது கூர்நுனிக் கோபுரத்தில் வித்தை செய்பவன் செயலை ஒத்ததாக அமையும்.' இவ்வாறு சேகரிக்கும் தேனை மூங்கில் குழல்களில் நிரப்பி விற்பனைக்குக்கொண்டு செல்வர்.

திருவனந்தபுரத்தில் உள்ள உயிரியல் பூங்காவுக்குச் சிலபோது தாங்கள் உயிரோடு கைப்பற்றிய விலங்குகளைக் காணிக்காரர் கொண்டுசெல்வர்.

காணிக்காரன் என்ற சொல் நிலத்திற்கு உரிமை உடையவன் எனப் பொருள்படும். சீரங்கன், வீரப்பன் என்ற இரண்டு அரசர்கள் ஒரு காலத்தில் 'மலைநாட்டை ஆண்டு வந்தனரெனவும் அவர்கள் சந்ததியினர் பாண்டிய நாட்டுப் பகுதியில் உள்ள அகத்தியர் கூடத் திற்கு அப்பாலிருந்து வந்த வலிமை வாய்ந்தவர்களால் விரட்டப் பட்டு, இப்பகுதிக்கு வந்தவர்கள், திரும்பவும் அங்கே போகவில்லை எனவும் ஒரு வழக்கு வரலாறு வழங்கி வருகின்றது. பின்வரும் பழங்கதை ஒன்று காணிக்காரரிடையே வழங்கி வருகின்றது:

'ஒரு காலத்தில் கடலே அனைத்தையும் போர்த்தியிருந்தது. கடவுள் மலைகளை விட்டுக் கடல்நீர் விலகிச் செல்லுமாறு செய்தார். அதன்பிறகு பரமசிவனும் பார்வதியும் ஓர் ஆணையும் பெண்ணையும் படைத்தனர். அவர்கள் சந்ததியினர் ஐம்பத்தாறு இனத்தவர்களாகப் பிரிந்து பெருக்கம் அடைந்ததால் உலகில் பஞ்சம் ஏற்பட்டது. அந்நாள்களில் மக்கள் விலங்குகளை வேட்டையாடியும் காடுகளில் கனிவகைகளை மரங்களிலிருந்து பறித்து உண்டும் வாழ்க்கை நடத்திவந்தனர். தானியங்கள் ஏதும் வழக்கில் இல்லை. நெல்லை எப்படி விதைத்துப் பயிர் செய்வது என்பதை மக்கள் அறியாதவர்களாக இருந்ததே இதற்குக் காரணம். பஞ்சத்தால் வாடிய மக்களின் கூக்குரல் பரமசிவன் பார்வதி ஆகியோர் காதுகளை எட்டியது.

பரமசிவனும் பார்வதியும் இரண்டு அன்னங்களாக உருவம் கொண்டு பூமிக்கு வந்து (அன்னம் பிரம்மனின் வாகனம்) ஒரு காஞ்சிர மரத்தில் அமர்ந்தனர். அங்கு உட்கார்ந்திருக்கும் போது இரண்டு

தும்பிகள் ஆணும் பெண்ணு மாக இணைந்து பறப்பதைக் கண்ட அவர்கள் மனத்தில் காதல் உணர்ச்சி மேலிட அவர்கள் ஒருவரை ஒருவர் அணைத்துக் கொண்டு மக்கள்மீது இரக்கம் கொண்டவர்களாக கடற்கரை சார்ந்த தாழ்ந்த பகுதிகளில் ஒரு வயலில் நெல்லினை முளைக்கும்படி அருளினர். அவ்வாறு நெல் முளைத்து வளர்வதைக் கண்ட பறையர்களும் புலையர்களும் அதனை முதலில் சுவைத்து நல்ல வளம் பெற்றனர். இந்த நிகழ்ச்சி நடைபெற்றது திருவாங்கூருக்கு நெடுந்தொலைவு வடக்கே உள்ள மலபாரில் ஆகும்.

இந்தப் புதிய தானியத்தைப் பற்றிக் கேள்விப்பட்ட திருவாங்கூர் மன்னர் அதனைக் கண்டு, கொண்டு வருமாறு ஏழு பச்சைக் கிளிகளை அனுப்பினார். அவை ஏழு நெற்கதிர்களைக்கொண்டு திரும்பின. அதனைக் களஞ்சியத்தில் சேர்த்த மன்னர் சில மணிகளை விதைக்கும்படி பறையர்களிடம் தந்தார். அவை வியக்கும்படியாக விளைந்து பெருகின. அரசர் அதனை எப்படிச் சமைப்பது என அறிந்துகொள்ள விரும்பினார். மீண்டும் அதனைத் தெரிந்து வரக் கிளிகள் அனுப்பப்பட்டன. அவை பறந்து போய் ஒரு பறையனின் மனைவி தயாரித்திருந்த பதினெட்டு வகை அரிசிச் சோற்றைக் கொண்டுவந்தன. அவற்றைப் பார்த்து அவ்வாறே அரசரின் சமையல் காரர்கள் சமைத்தவற்றை உண்டு பார்த்த அரசர் அந்த உணவு வகைகளுக்கு அடிமையாகித் திருப்தியாக உண்டார்.

உண்டு முடித்தபின் அவர் கொல்லைப் பக்கம் கையலம்பச் சென்றார். கை அலம்பிய பிறகு அவர் கைகளைத் துடைத்துக் கொள்ளுமுன் வலக்கையில் ஒட்டியிருந்த நீர்த் துளிகளை உதறினார். அப்போது அவர் அணிந்திருந்த மூன்று கற்கள் பதிக்கப்பட்ட தங்க மோதிரம் கீழே விழுந்து சேற்றில் மீட்க இயலாதபடி புதையுண்டு போனது. இந்த இழப்புக் காரணமாக மன்னர் மிகவும் மனம் வருந்தினார். அதற்கு ஈடுசெய்யும் வகையில் பரமசிவன் அந்த மோதிரம் விழுந்து மறைந்த இடத்திலிருந்து திருவாங்கூரைச் சேர்ந்தவர்களுக்கு மிகுதியும் பயன்தரும் மூன்று மரங்கள் முளைக்கும்படியாகச் செய்தார். அந்த மரங்கள் தரும் பயன்களை விற்பதால் அரசர் மிகுந்த வருவாய் பெற்றுச் செல்வவளம் மிகுந்தவரானார். சமயச் சடங்குகளுக்குப் பயன்படும் பிசின் தரும் டம்மர்மரம் (dammer), மணம் மிக வீசும் சந்தனமரம், காணிக் காரருக்கு இன்றியமையாததாகப் பயன்படும் மூங்கில் ஆகிய மூன்றுமே அவர் முளைக்கச் செய்த மூன்று மரங்கள் ஆகும்.'

காணிக்காரரிடையே இல்லங்கள் என்ற உட்பிரிவுகள் உள்ளன. அவற்றுள் ஐந்து அகமணக்கட்டுப்பாடு உடையவை. மேலும் ஐந்து புறமணக்கட்டுப்பாடு உடையவை. இவற்றுள் முன்னவை மச்சம்பி (மைத்துனர்) இல்லங்கள் எனவும் பின்னவை அண்ணன் தம்பி இல்லங்கள் எனவும் அழைக்கப்படுகின்றன. அவை பாலமலை, தலைமலை என்பதுபோல மலைகளின் பெயர்களையும், வேழ நாடு என்பதுபோல இடங்களின் பெயரையும்கொண்டு விளங்குகின்றன. கோடையாற்றுக்குத் தென் பகுதியில் வாழும் காணிக்காரர் அந்த ஆற்றுக்கு வடக்கே வாழும் காணிக்காரர்களோடு மணஉறவு வைத்துக் கொள்வதில்லை. அந்த ஆறு மணத் தொடர்பைக் கட்டுப்படுத்தும் எல்லைக்கோடாக அமைந்துள்ளது.

பரப்பன், சந்திரன், மார்த்தாண்டன், முண்டன், காளியன், மாடன், நீலி, கறும்பி என்பன காணிக்காரர் சூடிக்கொள்ளும் பெயர்களுள் சிலவாம். பரப்பன் என்ற பெயர் பரந்த முகம் உடையவன் என்ற பொருளையும் பரப்பு என்ற பெயருடைய இடத்தில் வாழ்பவன் என்ற பொருளையும் தருவதாகும். முல்லன் என்ற பெயருடைய பலரையும் அவர்கள் வாழும் இடத்தை வைத்து குழுகும்பி முல்லன், ஆனைமலை முல்லன், செம்பில கயம் முல்லன் என்பதுபோல அழைப்பர்.

மூத்தகாணி என்ற குழுத் தலைவன்கீழ் காணிக்காரர்கள் சிறுகுடியிருப்புகளில் வாழ்கின்றனர். மூத்தகாணிக் குடியிருப்பில் வாழ்பவர்கள்மீது மிகுந்த செல்வாக்கு உடையவனாக இருப்ப தோடு அவர்களிடமிருந்து பலவற்றையும் பெற்றுக்கொள்ளும் உரிமை உடையவன். இனத்தவர் சமூகத் தொடர்பான விவகாரங்களை ஆராய்ந்து முடிவெடுக்கும் சபைக்கு மூத்தகாணியே தலைமை தாங்குவான். காட்டில் மரங்களை வெட்டிப் பயிரிடத் தகுந்த நிலமாக அதனை ஆக்குவதற்கான நேரம், விதைக்கும் சமயம், அறுவடைக்கான சமயம், தெய்வ வழிபாட்டுக்கான சமயம் முதலியன அவன் தலைமை யிலான சபைக் கூட்டத்திலேயே முடிவு செய்யப்படுகின்றன. சபையோரால் விதிக்கப்படும் தண்டத்தொகை தெய்வத்திற்கான படையலுக்காகச் செலவிடப்படும்.

தமிழ்க் கலப்பினை மிகுதியும் உடைய மலையாளக் கிளை மொழியையே காணிக்காரர் பேசுகின்றனர். இவர்கள் தங்கள் மொழியை 'மலம் பாஷை' என வழங்குவர்.

மலையில் வாழும் இவர்கள், மக்கள் தாய உரிமைமுறையையே மேற்கொள்கின்றனர். எனினும் ஒருவன் சொந்த உடைமைகளில் பாதி அவனுடைய உடன்பிறந்தவர்கள் பிள்ளைகளுக்கு உரியதாகும். சமவெளியில் வாழ்பவர்களை ஒப்ப ஒருவன் தன் சொந்த முயற்சியில் ஈட்டிய உடைமைகளை அவன் பிள்ளைகளும் அவன் உடன் பிறந்தவர்கள் பிள்ளைகளும் சமமாகப் பங்கிட்டுக்கொள்வர். ஒருவனுக்குப் பிள்ளைகள் இல்லையாயின் அவனுடைய உடன் பிறந்தவர்களின் பிள்ளைகளுக்கே அவன் உடைமைகள் உரிமை யாகும். அவனுடைய மனைவி வாழ்க்கை நடத்தத் தேவையான பொருள் மட்டும் பெற உரிமை உடையவள்.

காட்டில் உறையும் தெய்வம் எனக் கூறப்படும் சாஸ்தாவே இவர்கள் சிறப்பாக வழிபடும் தெய்வம். எனினும் அம்மன், பூதத்தான், வெட்டிக்காட்டுப் பூதம், வடமலை பூதத்தான், அம்கலன் போன்ற வேறு பலவகையான தெய்வங்களுக்கும் காணிக்காரர் வழிபாடு நிகழ்த்துகின்றனர். 'சில குறிப்பிட்ட இடங்கள், சில மரங்கள், சில பாறைகள் ஆகியவற்றை இவர்கள் சிறப்பாக வழிபடுகின்றனர். அந்த இடங்கள் இவர்கள் நண்பர்களுக்கோ உறவினர்களுக்கோ நலத்தையோ தீமையையோ விளைவித்த சிறப்பிற்குரியனவாகும். அத்தகைய இடங்களில் இவர்கள் அவ்வப்போது குழுமித் தங்கள் தோழர்களுக்கு அங்கு ஏற்பட்ட தீங்கு தங்களுக்கு நிகழாமல் காக்கவேண்டும் என்றோ அந்த இடத்தில் மற்றொருவருக்கு நிகழ்ந்த நன்மை தங்களுக்கும் நிகழவேண்டும் என்றோ வாழ்த்தி வணங்குவர்.'

ஆண்டுதோறும் பிப்ரவரி மாதத்தில் காணிக்காரர் அனைவரும்கூடிக் கோடை விழாக் கொண்டாடுவர். அப்போது ஆடுகளையும் கோழிகளையும் பலியிடுவதோடு பூசாரி பொங்கலிட்டு ஊன்கறி படைத்து முல்லை நிலக் காடுவாழ் தெய்வத்திற்கு வழிபாடு நிகழ்த்துவான். இந்த விழாவில் சமவெளியிலிருந்தும் பலர் வந்து கலந்துகொள்வர். குடித்துக் கும்மாளமிட்டு ஆடுவதோடு கோடை விழா முடிவுறும். நாணலாலான குழல் அல்லது கிளாரினெட் போன்ற ஊது குழலால் காணிக்காரர் சிலரால் இசைக்கப்படும் இசைக்கு ஏற்ப மற்ற ஆண்கள் ஆடுவர். பெண்கள் இசைக்கேற்ப கைதட்டி மகிழ்வர்.

காணிக்காரர் மீனம் (பங்குனி), கன்னி (புரட்டாசி) ஆகிய இரு மாதங்களிலும் ஆண்டுக்கு இரண்டு முறை தங்கள் தெய்வங்களை வழிபடுவர். விழா நாளன்று காலையில் ஒவ்வொரு குடும்பத்தினரும் மூத்தகாணியின் இல்லத்திற்கு அரிசியும், பழங்களும் கொண்டு சென்று

தருவர். அதில் ஒரு சிறு பகுதியை எடுத்து வைத்துவிட்டு, எஞ்சியதைக் குளித்துவிட்டுக் கைகால்களைக் கழுவித் தூயவர்களாக வரும் சிறுவர்களும் ஆண்களும் குற்றி மாவாக்குவர். அதனைக் காட்டை வெட்டி இடம் உண்டாக்கிய வயல்பகுதிக்கு எடுத்துச் செல்வர். தெய்வத்தை அழைத்தல் எப்படி என்பதை அறிந்தவனான ஒரு காணிக்காரன் குளித்துவிட்டு அங்கே வந்து வரிசையாக வாழை இலைகளை இட்டு ஒவ்வொரு இலையிலும் கொஞ்சம் அரிசிமாவைப் பரப்பி அதன்மீது வாழைப் பழத்தை வைப்பான். அவற்றை வாழையிலையிட்டு மூடியபின் அந்த இலைகளின் மீது கொஞ்சம் அரிசி தூவப்படும். பூசாரியாகப் பணிபுரியும் காணிக்காரன் சாம்பிராணி தூபம் போட்டு அதனை அந்த இடத்தைச் சுற்றி எடுத்துச் சென்று காட்டியபின் அந்த இடத்தின் முன்கொண்டு வைப்பான். அனைவரும் கையெடுத்துக் கும்பிட்டு வணங்கி அறுவடையின் போது நல்ல பயன் கிடைக்க வேண்டுமென வேண்டுவர்.

பூசை போடுபவன் சில சமயங்களில் வெளிச்சப்பாடு போலத் தெய்வம் ஏறப்பெற்று வரப்போகும் பல நிமித்தங்களை வாய்விட்டுக் கூறுவான். சடங்கின் முடிவில் அரிசி மாவும் வாழைப் பழமும் கூடியுள்ள அனைவருக்கும் வழங்கப் படும். பயிரிடு வதற்காகக் காட்டை அழிக்க வேண்டிய சமயத்தில் மூத்தகாணியை அழைத்து அவனுக்குக் கொஞ்சம் அரிசியும் தேங்காயும் வழங்குவர். அவற்றை அவன் படையலாக இட்டுக் காட்டின் சிறுபகுதியைத் தன் கையால் வெட்டி அந்த வேலையைத் தொடங்கி வைப்பான். வளர்ந்த பயிர் முதன்முதல் கதிர் வாங்கத் தொடங்கியவுடன் காணிக்காரர்கள் இரண்டு இரவுகள் பறை கொட்டி, ஆடிப் பாடுவதோடு நான்கு கம்பங்கள் நட்டு ஆவிகளுக்காக மேடை அமைத்து அவற்றுக்குப் பச்சரிசி, இளநீர், மலர்கள் முதலியனவற்றைப் படைப்பர். அறுவடையின் போது அரிசி, வாழைப்பழம், பணியாரம், மலர்கள் முதலியனவற்றை மலைகளில் வாழும் பூச்சமல்லன் பேய், பூனை அரக்கன், அதிரக் கொடிப் பேய், எல்லைக் கொடிகாக்கும் பேய் முதலிய பேய்களுக்குப் படைப்பர்.

காணிக்காரரின் அறுவடைத் திருவிழாத் தொடர்பான பின்வரும் குறிப்புக்கு நான் எஸ். பி. ஸ்மித் அவர்களின் கட்டுரை[1] ஒன்றினுக்குக் கடப்பாடுடையேன்: இந்த விழா பரதேவதையின் அருளைப்

1 *மலபார் குவார்டர்லி ரெவியூ, 1905* (*Malabar Quarterly Review,* 1905.)

பெறுவதற்காக மேற்கொள்ளப்படுகின்றது. அல்லது அந்த வட்டாரத்தாரால் வீட்டில் வழிபடும் தெய்வமாகக் கொண்டாடப்படும் மாடனுக்கு உரிய வழிபாடு ஆகவும் இதனைக் கொள்ளலாம். உண்பிக்கும் சடங்கு எனப் பொதுவாக அழைக்கப்படும் இதனை அறுவடைப் பருவம் தொடங்குவதற்குச் சற்று முன்பாக நிகழ்த்த வேண்டும். இந்தச் சடங்கில் பூசாரியாகப் பணியாற்றும் காணி, வயதான செல்வாக்குடைய காணிக்காரனாக இருப்பான். தூங்கும் போதுதான் தெய்வச் சமிக்ஞைகளும் உள்ளுணர்ச்சிகளும் பெற்றதாக அவன் கூறுவான்.

இந்தச் சடங்கை நிகழ்த்தத் தேவைப்படுபவை பதுக எனப்படும் பலிப் பொருளும் அஷ்டமங்கலமுமாகும். பதுக எனப்படும் பலி சவ எனப்படும் வயதான ஆண்-பெண் தெய்வங்களுக்கு உரியது. அஷ்டமங்கலம் கன்னியராகவே இறந்து போனவர்களான கன்னிகா எனப்படுபவர்களுக்கு உரியது. சடங்கு நடத்தும் வீட்டின் முன் தற்காலிகமாகப் பந்தல் இடப்படும். பந்தலில் விதானம் எனப்படும் மேற்கட்டிகளிலிருந்து நீண்ட இளந்தென்னங் குருத்து ஓலைகள், வாழைக் குலைகள், இளநீர்க் குலைகள் முதலியன கட்டித் தொங்கவிடப்படும். கமுக மரத்தின் இலைக் கைகளும் கமுகம் பூக்களும்கொண்டு பந்தலின் கம்பங்களை அலங்கரிப்பர். பந்தலில் தனித்த குறிப்பிட்ட ஏழு இடங்களில் வாழை இலைகளிட்டு அவற்றில் பொங்கல், நெல், இளநீர், ஒரு கமுகம் பூக்கொத்து, வெற்றிலை ஆகியவற்றைப் படைப்பர்.

பூசை நடத்தும் பூசாரி முறைப்படி கூடியுள்ளவர்களின் ஒப்புதலோடு அடுத்து அங்கு முக்கிய பங்கு வகித்து நாட்டியம் ஆடுபவனாகத் தோன்றப் போகின்றவனுடைய அனுமதியையும் பெற்றுக் கலப்படமானது போல் தோன்றுகின்றதொரு மொழியில் திரும்பத் திரும்ப ஒரே மாதிரியான ஒலியை எழுப்புவான். இந்த உலகத்தில் அரசாண்ட மன்னர்களின் தோற்ற வரலாறாகவும் இந்த உலகத்தில் பிறந்து இறந்த ஆவிகளின் செயல்களை விளக்குவதாகவும் அந்த ஆவிகளின் நல்லாசியை வேண்டிக் கேட்பதாகவும் எந்த ஆவிகளைத் திருப்திப்படுத்த அந்தச் சடங்கு நிகழ்த்தப்படுகின்றதோ அந்த ஆவிகளின் நலத்தை விரும்பிக் கேட்பதாகவும் அவனுடைய உரத்த ஒலி மற்றவர்களால் புரிந்துகொள்ளப்படும். இதனைப் பாடுபவனை அல்லது கதைசொல்பவனை இடையிடையே உணர்ச்சிகள் ஆட்கொள்ளும். அச்சமயங்களில் அவன் உரக்கக்

கூக்குரல் இடுவான் அல்லது அழுத்தமான சைகைகளின் மூலம் தனது உணர்ச்சி பாவத்தை வெளிப்படுத்துவான். இது போலப் பாட்டு ஒலித்தல் தொடர்ந்து மூன்று அல்லது நான்கு மணி நேரம் நடைபெறும். அச்சமயம் இடையிடையே பழங்காலத்திய துப்பாக்கியை வெடித்து வெடியொலி எழுப்புவர். அல்லது பெண்கள் நடுங்கும் குரலில் அழுது ஆரவாரம் செய்வர்.

பாட்டு ஒலித்தல் முடிவுக்கு வருவதற்கு முன்பு அடிப்பக்கத்தில் ஒரு கெசம் பரப்பளவு உள்ள தட்டில் சிவந்த நிறமுடைய தீட்டிப் பூக்களைக் (*Ixora coccinea*) குவியலாகப் பந்தலில் மேலே நடுவில் உயர்த்திக் கட்டுவர். அது கமுகம் பாளைகளை இடையே சேர்த்து நல்ல கலைநுட்பமுடைய வடிவமைப்பாகத் தோன்றும்படி கட்டப் பட்டிருக்கும். ஒரு காட்டு விலங்கின் உறுமலை ஒத்த மனிதனின் கொடிய கூக்குரல் அங்குள்ள அனைவரையும் செயலில் ஈடுபடத் தூண்டும் வகையில் திடீரென ஒலிக்கும். குடிசையின் பின்புறம் இருந்து நாட்டியம் ஆடுபவனாக உள்ளவன் என முன்பே குறிப்பிடப் பட்டவன் அரைகுறை ஆடை அணிந்து, தலைமயிர் அவிழ்ந்து புரளக் கண்களை உருட்டி விழித்து முறைத்தபடி, வாயில் நுரைபோன்ற ஒன்று தள்ள அங்குத் தோன்றுவான். அங்கு அவன் நிற்பான்; சற்றுத் தொலைவு ஓடுவான்; பாய்ந்து குதிப்பான்; உட்காருவான்; தன் உடலை அப்படியும் இப்படியுமாக அசைப்பான்; நாட்டியம் ஆடுவான்; உடுக்கை அடிக்கும் ஓசைக்கு ஏற்பக் காலடியிட்டு லயம்பட ஆடுவான். இவ்வாறு கிட்டத்தட்டப் பத்து மணித்துளிகள் வரை அவன் செயற்படுவான். திடீரென மாடன் தெய்வத்திற்காகப் படையலிடும் குடிசையுள் கத்தியபடி பாயும் அவன், முனைகளில் மணிகள் பொருத்தப்பட்டு அணி செய்யப்பட்ட குலுங்கிக் கலகலக்கும் இரண்டு தடிகளுடன் வெளிப்பட்டு வருவான்.

கட்டுப்பாட்டுக்கும் ஒழுங்கு முறைக்கும் வசப்படாத எழுச்சி யுற்றவனாக அவனுடைய அசைவுகள் அதுவரை அமைதியாக அந்தக் காட்சியை வேடிக்கைப் பார்த்துக்கொண்டிருந்த இளைஞன் ஒருவனைத் தொற்றுநோய் போலப் பற்றிக்கொள்ள அந்த இளைஞன் எழுந்து கைகளை அசைத்து ஆட்டியபடி வெறிகொண்டு அடியிட்டு ஆடத் தொடங்குவான். இது முதலிலிருந்து ஆடியபடி உள்ளவனை மேலும் எழுச்சியுறச் செய்யும். உடனே அவன் அருகே நிற்கும் ஒருவனை இறுகப் பிடித்துத் தன் கைகளில் உள்ள மணிகளோடுகூடிய தடிகளை அவனிடம் ஒப்படைத்துவிட்டு அவனும் ஆடத் தொடங்கி

விடுவான். பத்து மணித் துளிகளுக்குள்ளாக அங்கு ஒரு அரை டஜன் ஆடும் சாமியார்களின் ஆட்டம் தொடங்கிவிடும். கத்தியும், முக பாவங்களைக் காட்டியும் சுற்றியும் தங்கள் இயல்பான நிலையை மறந்தவர்களாக அவர்கள் ஆடுவர். அந்த இடத்தில் முன்பே எரிந்து சாம்பல் பூத்துள்ள அனல் குவியல் எல்லோருடைய கருத்தையும் கவருவதாக இருக்கும்.

ஆடுபவர்களில் முக்கியமானவன் அந்த அனல் குவியலின் மீது ஆடத் தொடங்கித் தீப்பொறிகளைப் பறக்கச் செய்வதோடு விறகுக் கட்டைகளையும் சிதறச் செய்து கூடியுள்ளவர்களின் கருத்தைக் கவர்வதோடு அவர்களுடைய பாராட்டையும் பெறுவான். வியர்வை வழிய சாம்பல் படிந்தவனாகப் பரபரப்புடன் தலைவிரி கோலமாகக் களைத்துப்போய் நாட்டியம் ஆடியவர்களில் முக்கிய பேயாட்டக் காரன் அந்தப் பந்தலில், முன்பே குவித்து வைத்துக் கட்டப்பட்டுள்ள சிவந்த மலர்க் குவியலின் அருகே அமர்ந்து அந்த மலர்களை வாரி மலர் மாரிபோலத் தன் தலையில் இறைத்துக் கொள்வான். இதில் அவனுக்கு வயதான காணிக்காரர்களும் பக்கத்தில் கூடிநிற்பவர்களும் உதவுவர். ஒரு சிறுவனை அவன் முன்னே கொண்டுவந்து நிறுத்துவர். அவன் அந்தச் சிறுவனை ஒரு பெயர் சொல்லி அழைப்பான். அதுவே அந்தச் சிறுவனுக்கு அப்போதிலிருந்து பெயராகும்படியாக அது அவனுக்குப் பெயரிடும் நிகழ்ச்சியாக அமைந்துவிடும்.

முக்கிய ஆட்டக்காரன் அதன்பின் எழுந்து நின்று தெய்வம் ஏறப்பெற்றவன்போலக் காட்சி தருவான். ஒரு நல்ல வயதான சேவலைக்கொண்டு வந்து அதன் கழுத்தை அறுத்து அதனை ஆட்டக்காரனிடம் தருவர். அவன் தன் இதழ்களை அதன் வெட்டப் பட்ட கழுத்தில் வைத்து இரத்தம் முழுவதையும் ஓசை உண்டாகும் படியாக குடித்து விழுங்குவான். அந்தப் பறவையைப் பிடித்த பிடியை விடும் முன்பு அவன் மயக்கம் அடைந்தவனைப் போலத் தரையில் மயங்கிவிழுவான். இது அவர்கள் தந்த பலி ஏற்றுக் கொள்ளப்பட்டதாகவும் படையல் மிகச் சிறப்பாக முடிந்ததாகவும் தெரிவிக்கும் அறிகுறியாகும். அதில் ஆர்வத்தோடு பங்குகொண்ட அனைவருடைய விருப்பங்களும் நிறைவேற்றப்படும். கூட்டத்தினர் அதன்பின் பலிக்காகப் படைக்கப் பெற்றவற்றை உண்டும் குடித்தும் தீர்த்தபின் கலைந்து செல்வர்.'

வயதுவந்த பின்னும் குழந்தைப் பருவத்திலும் இவர்கள் மணம் நடத்துகின்றனர். குழந்தைகளை மணந்துகொண்டவர்களை அது

பற்றிக் கேட்டால் அதுவே பாதுகாப்பான மணமுறை என்று கூறுவதோடு வயது வந்த பெண்களை மணந்தால் அவர்கள் சில சமயம் தங்கள் பெற்றோர் வீட்டிற்கு ஓடிவிடுவதாகவும் பெண்களைச் சின்னஞ்சிறு சிறுமிகளாக இருக்கையிலே மணந்து கொண்டால் அவர்கள் கணவன் வீட்டோடு பழகியவர்களாகிவிடுகின்றனர் எனவும் விளக்கம் தருவர். மணச் சடங்குக்காகக் குறிக்கப்பட்ட நாளுக்கு ஒரு மாதத்திற்குட்பட்டதாக உள்ள ஒரு நாளில் நான்கு காணிக்காரர்கள் ஒரு சிறுவன் தங்களுடன் வெற்றிலை பாக்கு எடுத்து வர மணமகள் இல்லம் சென்று அதனை அக்குடியிருப்பில் உள்ள குடும்பத்தினருக்கு வழங்குவர்.

மண நாளன்று காலையில் அனைவரும் மணப்பந்தலில் கூடுவர். மணமகன் அனைவருக்கும் வெற்றிலை பாக்கு வழங்குவான். அவனுடைய உடன்பிறந்தவள் பின்பு மணமகளை அழைத்து வருவாள். மணமகள் அவளுக்கு ஒரு சேலை வழங்க அவள் அதனை உடுத்திக்கொள்வாள். மணமகள், மணமகன், ஒரு சிறுவன் ஆகிய மூவரும் பந்தலின் கீழ் ஒரு பாயில் நிற்பர். மணமகன் அப்பொழுது மணமகள் கழுத்தில் மின்னு எனப்படும் தாலியை அணிவிப்பான். மணமகள் குழந்தையாக இல்லாது வளர்ந்தவளாக இருந்தால் மணமகன் அவள் கழுத்தின் முன் தாலியைப் பிடித்துக்கொள்ள அவனுடைய உடன்பிறந்தவளே அதனை அவள் கழுத்தில் கட்டி முடிச்சிடுவாள். அதன்பிறகு மணமக்கள்முன் வாழை இலையை இட்டு அதில் அவர்களுடைய அன்னைமார் கறியும் சோறும் படைப்பர். அந்த இலையில் உள்ள கறிசோற்றில் கொஞ்சத்தை அந்தச் சிறுவன் எடுத்து ஏழுமுறை மணமக்கள் வாயில் இடுவான்.

மணமகனின் இளையோன் அதன் பின் மணமகளுக்கு ஒரு கவளம் சோறு ஊட்டுவான். விருந்துடன் மணச் சடங்குகள் ஒரு முடிவுக்கு வரும். புல்லரிவாள், பித்தளைப் பாத்திரங்கள், கோடரி, தானியம், பருப்பு ஆகியன பரிசமாகத் தரப்படுவனவற்றுள் அடங்கும். மட்டீர் கூற்றுப்படி மூத்தகாணி பின்வருமாறு மனைவியை எப்படி அடக்கி ஆள்வது என்பது பற்றி மணமகனுக்கு அறிவுரை கூறுவான். அவனுடைய அறிவுரைகளைத் தொகுத்துப் பின்வரும் தலைப்புக் களில் அடக்கலாம்: சொல்லித் திருத்தல், கிள்ளித் திருத்தல், அடித்துத் திருத்தல் ஆகியனவே அவை. அவள் இம்முறைகளில் வழிக்கு வராவிட்டால் அடித்துத் திருத்தல் என்ற இறுதிமுறை மேற்கொள்ளப் படும். கைம்பெண்களின் மறுமணத்தின்போது மணமகன்

மணமகளுக்கு ஒரு இணை சேலை தந்து அவளுடைய குடும்பத்தைச் சேர்ந்த ஆண் உறுப்பினர்களின் உடன்பாடு பெற்று அவளைத் தன் வீட்டுக்கு அழைத்துக்கொண்டு போவான்.

ஒருத்தி கருவுற்ற ஏழாம் மாதத்தில் வயிற்றுப் பொங்கல் என அழைக்கப்படும் ஒரு சடங்கை நடத்துதல் வேண்டும். ஏழு அடுப்பு களில் ஏழு பானைகள் வைத்து அவற்றில் அரிசி இட்டு அது கொதிக்கும் போது அப்பெண் அவற்றை வணங்குவாள். கூடியுள்ள அனைவரும் பொங்கல் உண்பர். ‘கருவுற்ற சமயத்தில் நடத்தப்படும் சடங்கான வயிற்றுப் பொங்கல் எனப்படுவது சூரியனுக்குப் பொங்கலிட்டுப் படைத்தலாகும். ஒரு பிள்ளையாரைப் பிடித்துத் தக்கதொரு இடத்தில் வைத்தபின் பொங்கல் வைக்கத் தொடங்குவர். அதில் அவர்கள் படையலாக அவல், வறுத்த பொரி, பணியாரம், வாழைப்பழம், இளநீர், தென்னங்குருத்து, கமுகம்பூ ஆகியவற்றை இடுவர். மூத்தகாணி அதன்பிறகு ஆடத் தொடங்கி மந்திரங்களை உச்சரிப்பான். அந்தப் படையல்களை அவன் சூரியனை நோக்கி ஆட்டிப் படைப்பான். சோற்றில் கொஞ்சத்தை முதலில் ஒரு குழந்தைக்கு ஊட்டியபின் அனைவருக்கும் விருந்திடுவதோடு காட்டில் உறையும் பேய்களுக்கும் படையல் இடுவர்’ என மட்டீர் கூறியுள்ளார்.

காணிக்காரரின் சாவுச் சடங்குகள் பற்றி மட்டீர் எழுதியுள்ளதாவது: ‘ஒருவன் நோயுற்றால் அத்தகவல் உடனே மூத்த காணிக்குத் தெரிவிக்கப்படும். அவன் நோயுற்றவனை வந்து பார்த்துப் பறை கொட்டிப் பாடி ஆடும் சடங்கை இருமுறை நிகழ்த்தும்படி ஆணை யிடுவான். நோயுற்றவன் நலம்பெற வேண்டி ஓர் இரவு முழுவதும் பறைக் கொட்டும் பாட்டும் ஆட்டமும் வாழ்த்து வழிபாடும் நிகழும். மரவள்ளிக் கிழங்கு மாவு, தேங்காய் முதலியன படையலாக இடப்படும். கொஞ்ச நேரத்திற்குப் பிறகு சாதித் தலைவன் பேய் ஏறப்பெற்றவனாக வேறு ஆளாகத் தன்னை மாற்றிக் கொண்டவனாக நோயுற்றவன் பிழைப்பானா அல்லது இறப்பானா எனக் கூறுவான். அவன் இறப்பான் எனக் கருதுவானாகில் ஒரு மந்திரத்தைத் திரும்பத் திரும்பச் சொல்லியபடி (இது குடுமி வெட்டு மந்திரம் எனப்படும்) நோயுற்றவன் குடுமியை அறுப்பான். இச்செயல் அவன் இறக்கப் போகின்றான் என்பதற்கான அறிகுறியாகும்.’ அவனுடைய உறவினர்களும் மற்றவர்களும் இதை அறிந்தவுடன் அவனைக் கடைசி யாகப் பார்க்க வருவர்.

ஒருவன் இறந்தபின் இறந்த பிணத்தின் வாயில் கஞ்சா, பச்சரிசி, தேங்காய் ஆகியவற்றை அவன் பிள்ளைகளும் அவனுடைய உடன் பிறந்தவர்களின் பிள்ளைகளும் இடுவர். பிணத்தைக் குடியிருப்புக்கு அருகே உள்ள ஓர் இடத்தில் மந்திரங்கள் கூறிப் புதைப்பர். சில சமயங்களில் இறந்தவர்களை எரிக்கவும் செய்வர். இறந்தவரை அடக்கம் செய்த பிறகு அவருடைய உறவினர்கள் குளித்துவிட்டு இல்லம் திரும்புவர். சாவுத்தீட்டு நீங்கும்வரை அவர்கள் தங்கள் நிலத்தில் விளைந்த எதையும் உண்ணமாட்டார்கள். அவ்வாறு உண்டால் பேய்கள் தங்களையோ தங்கள் நிலத்தில் உள்ள பயிர்களையோ அழிக்கும் என நம்புகின்றனர். மூன்றாம் நாள் காட்டை அழித்துப் பயிர் நிலமாக்கியுள்ள எல்லை ஓரத்தில் ஒரு கொட்டகை இட்டு மூன்று படி அரிசியைப் பொங்கலிட்டு அதனை ஒரு குண்டாவிலோ வாழையிலையிலோ இட்டு அந்தக் குடிசையினுள் வைப்பர். அதன்பின் அனைவரும் குளித்து வீட்டிற்குத் திரும்புவர்.

ஏழாம் நாள் முன்பு போட்ட கொட்டகையைப் பிரித்துவிட்டுப் புதிதாக ஒரு கொட்டகை அமைத்து மீண்டும் அச்சடங்கு நிகழ்த்தப் படும். தங்கள் குடியிருப்புக்குத் திரும்பியபின் வீட்டினுள்ளும், வாசலிலும் பசுஞ்சாண நீர் தெளித்து இறுதியாகச் சாவுத் தீட்டி லிருந்து விடுபடுவர். வசதிபடைத்தவர்கள் கூடியுள்ள அனைவருக்கும் சோறும் கறியும் விருந்து வைப்பர்.' பசுஞ்சாண நீரை மாவிலைக் கொத்து, பலா இலைக் கொத்து அல்லது கமுகம் பூம்பாளை ஆகியன கொண்டு தெளிப்பர். இறந்தவர்களின் சாம்பலை ஒரு பானை அல்லது வாழை இலையில் சேகரித்து அருகே ஓடும் ஆறு அல்லது ஓடையில் விடுவர். ஆண்டுக்கு ஒருமுறை இறந்த முன்னோர்களின் நினைவாக நிகழ்த்தும் சடங்கில் பொங்கலிட்டுப் படைப்பர்.

இருளர், தமிழ்நாட்டு ஏனாதியர், தெலுங்கு ஏனாதியர் ஆகியோரைப் போலவே காணிக்காரரும் தீட்டு உண்டாக்காத வகுப்பாராகக் கருதப்படுகின்றனர். இவர்கள் புலையர், குறவர், வேடர் ஆகியோரைத் தங்களை நெருங்க அனுமதிப்பதில்லை. காட்டுப்பன்றி, மான், முள்ளம்பன்றி, முயல், குரங்கு, கோழி, மறியாடு, வெள்ளாடு, கிளி, புறா, ஆமை, மீன், நண்டு, மயில், புலி (இதன் சுவை குரங்கின் சுவைபோல இருக்கும் என்பர்) ஆந்தை, அணில், வயல் எலி ஆகியவற்றைக் காட்டில் கிடைக்கும் காய்கறிகளுடன் காணிக்காரர் உணவாகக்கொள்கின்றனர். மாட்டு இறைச்சி, காட்டெருமையின் இறைச்சி ஆகியவற்றை இவர்கள் உண்பதில்லை.

காணிக்காரர் ❖ 85

காணிக்காரர் சிலர் நெற்றியில் பிறைவடிவ உருவம், புள்ளி ஆகிய இரண்டையும் பச்சை குத்திக்கொண்டுள்ளனர். செங்குத்தான ஒரு கோட்டினை அவற்றிற்குப் பதிலாகப் பச்சைகுத்திக் கொள்வதும் உண்டு. தங்கள் முன்னோர் காட்டு நாராலான ஆடையை உடுத்தி வந்ததாகவும் தற்பொழுது பருத்தித் துணியாலான கோவணத்தை அதற்குப் பதிலாகத் தாங்கள் அணிவதாகவும் இவர்கள் கூறுகின்றனர். 'ஆணும் பெண்ணும் கழுத்தில் நிறையச் சிவப்புப் பாசிமணி மாலைகளையும் சங்கு வளையல்களையும் அணிகின்றனர். இவை பெண்களின் கழுத்திலிருந்து வயிறுவரை கீழே தொங்கும். ஆண்கள் பித்தளை அல்லது வெள்ளியாலான காதுக் கடுக்கன்களை அணி கின்றனர். பெண்கள் கைகளில் பித்தளை, இரும்பு வளையல்களையும் விரல்களில் மிகுதியாகப் பித்தளை மோதிரங்களையும் அணிகின்றனர்.

ஆண்கள் ஒரு தோளில் இரண்டு அல்லது மூன்று உட்பைகள் தைக்கப்பட்ட துணிப்பையைத் தொங்கவிட்டுக்கொள்வர். அதில் இவர்கள் விலங்குப் பெட்டி அல்லது வெற்றிலை, புகையிலை, சுண்ணாம்பு ஆகியனவற்றை வைத்திருப்பர். தோளில் அதனோடு கூடப் பிரம்பால் பின்னப்பட்ட கூடை ஒன்றையும் இவர்கள் எடுத்துச் செல்வர். அதில் இவர்கள் அன்றாடம் தேடும் தானியம், கிழங்கு முதலிய உணவுப் பொருள்களை வைத்திருப்பர். இடுப்பு அரைஞாண் கயிற்றில் அல்லது இடைக் கச்சையில் இவர்கள் புல்லரிவாள், கத்தி ஆகியவற்றைத் தொங்கவிட்டுக் கொண்டிருப்பதோடு தோளில் விற்களையும் அம்புகளையும் சுமந்தபடி திரிவர்.

பல குடியிருப்புக்களிலும் உள்ள காணிக்காரர்கள் ஒன்றாகக்கூட வேண்டியதிருந்தால் அல்லது அனைவரும் ஒன்றாகக்கூடி ஒரு பொதுக் காரியத்தை முன்னிட்டுச் செல்ல வேண்டியிருந்தால் ஒரு பச்சைக் கொடியில் முடிச்சிட்டு ஒருவன் ஒரு காணியிலிருந்து மற்றொரு காணிக்கு அதனை எடுத்துச் செல்வான். இந்த முடிச்சு, அழைப்பு வந்துள்ளது என்பதை அக்குடியிருப்புக்குத் தெரிவிக்கும் அடையாளமாகும். வேண்டிய அளவு காணிக்காரர்கள் வந்து கூடும்வரை முடிச்சிடப்பட்ட கொடியை ஒரு காணியிலிருந்து மற்றொரு காணிக்குத் தொடர்ந்து அனுப்பியபடி இருப்பர். மேன்மை தங்கிய கர்சான் பிரபுவும் அவர் மனைவியாரும் வருகை தந்தபோது அவர்களுக்குக் காணிக்காரர்களை அறிமுகப்படுத்தி வைக்க நான் இந்த முறையைப் பின்பற்றித்தான் இவர்களை ஒன்று திரட்டினேன்' என ரத்னசாமி அய்யர் எழுதியுள்ளார்.

இந்தக் கட்டுரையில் இடம்பெற்றுள்ள பெரும்பாலான செய்திகளுக்கு நான் மட்டீரினுடைய *திருவாங்கூரில் பூர்வகால வாழ்க்கை (Native life in Travancore)* என்ற நூலுக்கும் ரத்னசாமி அய்யர் எழுதியுள்ள ஒரு கட்டுரைக்கும்[2], என். சுப்ரமணி அய்யர் தந்துதவிய குறிப்புகளுக்கும் நன்றி பாராட்டக் கடமைப்பட்டுள்ளேன்.

2 *இந்தியன் ரெவியூ,* III, *1902*. (*Indian Review,* iii, 1902).

9

குருவிக்காரர்

குருவிக்காரர் (Kuruvikkaran)[1] மராத்தி பேசுவோரும், பறவைகளைப் பிடிப்போரும், பிச்சையெடுப்போரும் ஆவர். இவர்கள் நரியை வேட்டையாடி அதன் தோலால் பை செய்வதோடு, அதன் இறைச்சியையும் உண்கின்றனர். தெலுங்கர்கள் இவர்களை நக்கலவாண்டுலு என அழைப்பர். தமிழர்கள் குருவிக்காரர் என அழைக்கின்றனர். இவர்களை ஜங்கால் சாதி எனவும், காட்டு மராத்தி எனவும் அழைப்பர். இவர்கள் தங்களை வாகிரி அல்லது வாகிரிவாலா எனக் கூறிக்கொள்வர். எத்து மறிக்கே வேட்ட காண்டுலு எனவும் இவர்கள் வழங்கப்படுகின்றனர். எருதுகளின் மறைவில் நின்று வேட்டையாடுபவர்கள் என்பது இதன் பொருள். பறவைகளை அகப்படுத்த இவர்கள் எருதுகளின் மறைவில் நின்று பறவைகளின் குரலொலிபோலவே குரல்கொடுப்பர். இந்துஸ்தானியில் இவர்கள் பாரதி (paradhi) எனவும் மீர்சிக்காரி எனவும் அழைக்கப்படுகின்றனர்.

முன்னொரு காலத்தில் இவர்களின் முன்னோர்களுள் மூன்று உடன்பிறந்தவர்கள் இருந்ததாகவும், அவர்களுள் ஒருவன் மலைப் பகுதிகளுக்கு ஓடிப்போய் கன்னக் குறவரோடு சேர்ந்துகொண்டவனாகத் தகுதியில் தாழ்ந்துவிட்டான் என ஒரு கதை வழங்குகின்றது. அவன் சந்ததியினரே இன்று தொம்மரர் என அழைக்கப்படுகின்றனர். அம்மூவருள் இரண்டாவது உடன்பிறந்தவனின் சந்ததியினர் லம்பாடியர். மூன்றாவதான உடன்பிறந்தவன் சந்ததியினர் குருவிக்காரர். இம்மூன்று சாதியினரும் இவ்வாறு தாழ்ந்த

[1] இன்று தமிழ்நாட்டவரால் நரிக்குறவர் என வழங்கப்படுவோரே குருவிக்காரர் என்ற தலைப்பில் இடம்பெற்றுள்ளனர் (மொ-ர்).

பிரிவினரானதற்குக் காரணமாகக் கூறப்படும் கதை வருமாறு:

இவர்கள் அலைந்து திரிந்துகொண்டிருந்த சமயத்தில் சீதையை எதிர்ப்பட்டவர்களாக அவள் அழகைப்பற்றிக் கேலியாகப் பேசியவர்களாகச் சிரித்தனர். இதனால் கோபமுற்ற சீதை 'மாலிதோசிக்கார், நைதோபிக்கார்' எனச் சாபமிட்டாள். 'பறவைகளைக் கண்டால் வேட்டைக்காரர்; இல்லையானால் பிச்சைக்காரர்' என்பது இச்சாப மொழியின் பொருளாகும். இக்கதையே மற்றொரு விதமாகவும் வழங்கி வருகின்றது. பல ஆண்டுகளுக்குமுன் ராஜபுதனத்தில் இரண்டு உடன்பிறந்தவர்கள் வாழ்ந்துவந்தனர். அவர்களுள் மூத்தவன் அறிவிலி, இளையவன் கூர்த்த அறிவினன்.

ஒரு நாள் அவர்கள் ஒரு நீர்நிலையை ஒட்டித் தங்கள் எருதை ஓட்டிச் சென்றுகொண்டிருக்கையில் அங்குக் குளித்துக் கொண்டிருந்த சீதையை எதிர்பாராது கண்டனர். இளையவன் உடனே எருதுக்குப் பிறகு மறைந்துகொண்டான். அறிவிலியான மூத்தவன் எருதின் மறைவில் தன்னை மறைத்துக் கொள்ளவில்லை. எனவே இந்த இருவரையும் அந்தத் தெய்வமகள் கண்டுகொண்டு அதனால் மனவருத்தம் அடைந்தவளாக இவர்களைத் தென்னிந்தியாவில் சென்று சேரும்படி சாபமிட்டாள். மூத்தவனைப் பொதி எருதுகளைக் கொண்டு பொருள்களைச் சுமந்து சென்று பிழைக்கும்படியும், இளையவனைக் கண்ணிகளை வைத்துப் பறவைகளைப் பிடித்துப் பிழைக்கும்படியும் சாபமிட்டதோடு இளையவன் அவ்வாறு கண்ணிகள் அமைக்கத் தன் கையிடுக்கிலிருந்து இரண்டு முடிகளையும் பிடுங்கிக்கொடுத்து உதவினாள். இதன் காரணமாக வாகிரிவாலாக்கள் தங்கள் கையிடுக்கினை மழித்துக்கொள்ளும் பழக்கத்தை மேற்கொள்வது இல்லை.

குருவிக்காரர் தங்கள் குடிசைகளையும் குடும்பத்திற்கான பாத்திர பண்டங்களையும் பொதி எருதுகளின்மேல் ஏற்றிக்கொண்டு ஊர் ஊராகச் செல்லும் நாடோடிகள். சிலர் விறகு பொறுக்கி விற்று வாழ்க்கை நடத்துகின்றனர். சிலர் வயல்களிலும், தோப்புகளிலும் காவல்காரர்களாகப் பணிபுரிகின்றனர். பெண்களும் குழந்தைகளும் தெருக்களில் பாடிப் பிச்சையெடுத்தபடி செல்வர். அந்தப் பாடல்களை இந்துப் பெண்கள் அவர்களைப்போலவே பாடுவர். மேலும் ஊசி, பாசி ஆகியவற்றை இவர்கள் கூவி விற்பர். சென்னையில் மாலை நேரங்களில் இவர்கள் காயலான் கடைகளில் இவற்றைக் கொள்முதல் செய்யக் காணலாம்.

போலி நரிக்கொம்புகளைத் தயாரித்து விற்கும் ஒரு தொழிலையும் குருவிக்காரர்கள் மேற்கொண்டுள்ளனர். நரிகளைப் பிடிக்க வலை விரித்து வைத்து அதன் உள்ளே ஒருவன் கையில் பெரிய தடியுடன் உட்கார்ந்தவனாக நரியைப்போல ஊளையிடுவான். அதனைக் கேட்கும் நரிகள் அக்குரலுக்குக் காரணம் என்ன என்பதை அறிந்துகொள்ள ஓடிவரும். அவற்றை அவன் அடித்து வீழ்த்துவான். மறைத்திரு இ.லோவென்தல் (E. Loventhal) நேரில் கண்டு உரையாடிய குருவிக்காரன் ஒருவன் அவரிடம் நரியைப்போல ஊளையிடும் தன் திறமையை வெளிப்படுத்த அவ்வாறு ஊளையிட்டுக் காட்டியுள்ளான். அந்தக் குரல் நரியின் குரல்போலவே ஒலித்தது. அதனைக் கேட்கும் எந்த நரியும் அது தன் இனநரி எழுப்பும் ஒலியே எனக் கருதும். இவ்வாறு இவர்கள் சாகடிக்கும் நரியின் தலைகளைச் சிலபோது அப்படியே முழுமையாக விற்றுவிடுகின்றனர்.

நரிக் கொம்பு தயாரிக்கும் முறை வருமாறு: முதலில் தலையிலிருந்து மூளையை அகற்றுவர். பின்னர் மண்டையோட்டின் ஒரு பகுதியிலிருந்து தோலை உரிப்பர். மண்டையின் இருபக்க எலும்புகளும், பிடரியுடன் இணையும் எலும்பும் பின்மண்டையில் உள்ள துளைக்கு மேலிடத்தில் இணையும் பகுதியில் நீட்டிக் கொண்டிருப்பது போலத் தோன்றும்படி உள்ள எலும்புப் பகுதியை மட்டும் விட்டுவிட்டு எஞ்சிய பகுதியை ராவி நீக்கிவிட்டு உரித்த தோல் பகுதியை இழுத்து நீட்டிக்கொண்டிருக்கும் அந்த எலும்பின் மேல் வைத்து அழுத்தி மீண்டும் பொருத்துவர்.

நாய், நரி ஆகியவற்றின் கடைவாய்ப் பல்லிலிருந்தும் நரிக் கொம்பைச் செய்து நரியின் தோலுக்குள் செலுத்தி அதனைச் சுற்றிக் கொஞ்சம் இரத்தம் அல்லது குங்குமக் கலவையை அப்பி அதனை இயற்கையில் அமைந்த கொம்பு போலச் செய்வர் எனவும் கூறப்படுகிறது. கொம்போடு கூடிய நரித் தலையை அரிதாகவே விற்கின்றனர். பெரும்பாலும் சிறிய மண்டை ஓட்டு எலும்பைத் தோலில் சுற்றியே விற்கக் காணலாம். சில சமயம் கொம்பு செய்யப்படும் பகுதியிலிருந்து தோலை எடுத்துப் பயன்படுத்து வதற்குப் பதிலாக நீண்ட கரிய மயிரோடுகூடிய முகரையின் தோலையும் எடுத்துப் பயன்படுத் துவர். அப்பொழுது நரிக்கொம்பு அறுத்த அடர்ந்த மயிர்களால் சூழப்பட்டதாகக் காட்சி தரும். தலை உச்சியில் அதுபோன்ற மயிரை உடைய நரியைக் கண்ட அளவில் அதற்குக் கொம்பு இருக்கும் என்பதைத் தாங்கள் அறிந்து கொள்வதாகக்

குருவிக்காரன் கூறுவான். நரிக்கொம்பு விற்கும் ஒருவன், நான் அவனைக் கேள்வி கேட்டபோது, அத்தகைய கொம்பை உடைய நரி உருவில் சிறியது எனவும், அது தன் மறைவிடத்திலிருந்து பனி நீரைப் பருக முழுமதியன்று மட்டுமே இரவில் வெளிப்படும் என்றும் கூறினான். நரிக்கூட்டத்தின் தலைமை நரிக்கே அத்தகைய கொம்பு இருக்கும் என்று கூறுவோரும் உளர்.

சிங்களரும் தமிழரும் நரிக்கொம்பை வைத்திருப்பவர்களின் விருப்பங்கள் அனைத்தும் நிறைவேறும் என நம்புகின்றனர். தங்கள் நகைகளைப் பாதுகாப்பாக வைக்க விரும்புபவர்கள் அதனோடு கூட நரிக் கொம்பையும் உடன் வைப்பர்.[2] அதனை வைத்திருப்பவர்கள் வழக்கு மன்றத்தில் தொடுக்கும் வழக்குகள் அனைத்தும் வெற்றி பெறும் என ஓர் ஆயா என்னிடம் கூறினாள். நீதியின் துலாக் கோலினை ஒரு நரிக்கொம்பு சாய்க்கும் ஆற்றல் பெற்றதாக இருக்கு மானால் அது பிரிட்டானியரின் ஆட்சியில் வழங்கப்படும் நீதியில் ஒருவரையும் நம்பிக்கையுடையவர்களாக வைக்காது. நான் மேசையில் வைத்திருந்த இரண்டு போலி நரிக்கொம்புகளை என் பணியாட் களான தமிழர் தாங்கள் அதிர்ஷ்டம் பெறவேண்டிக் களவாடிச் சென்றுவிட்டனர்.

குருவிக்காரர் சிலர் தங்கள் தலைப்பாகையிலிருந்தோ, மேல் துண்டிலிருந்தோ ஒரு சிறு சீழ்க்கையைத் தொங்கவிட்டபடி செல்லக் காணலாம். அதனைக்கொண்டு அவர்கள் பறவைகளைப் போலக் குரலெழுப்பி அவற்றைத் தங்கள் பால் ஈர்ப்பர். சிறுவர்கள் தங்களிடம் ஒரு கத்தை சிறுகுச்சிகளை வைத்திருப்பர். அவற்றில் குதிரை மயிராலான கண்ணிகள் பிணைக்கப்பட்டிருக்கும். அக்குச்சிகளைத் தரையில் நட்டுவைத்து அந்த இடத்தில் தானியங்களைத் தூவி வைத்துக் கண்ணிகளில் பறவைகளை வீழ்த்துவர்.

பெண்கள் பாவாடைகளையும் அளவில் மிகச்சிறிய ரவிக்கை களையும் அணிகின்றனர். மற்றச் சாதியார் ஒருத்தியின் அலங்கோல உடை பற்றிக் குத்திக் காட்ட 'அவள் குருவிக்காரிபோல ஆடை அணிந் திருக்கிறாள்' எனக் கூறுவர். அவர்கள் பாவாடை அதுவாகக் கிழிந்து போய்விட்டாலும் விடலாமேயன்றி அதனை அவிழ்க்க இயலாது. அவ்வாறு அது தானே கிழிந்துபோன பிறகே புதியதொன்றினை அணிவர். இதனால் அவள் குளிக்கும்போது ஆடைகளைக்

2 Tenneut, *Ceylon.*

களையாதவளாகவே குளிக்க வேண்டியவளாகின்றாள். பெண்களின் பாவாடையோடு படும் பொருள்களையோ, அவள் நெல்லைக் காலால் மிதித்து ஆக்கும் அரிசியையோ ஆண்கள் தீட்டுக்குரியதாகக் கருதிப் பயன்படுத்தமாட்டார்கள். பெண்கள் பாசிமணி மாலை, சோழிமணி மாலைகளைக் கழுத்தில் அணிவதோடு சில சமயம் லம்பாடிகளைப்போல் சங்காலான வளையல்களையும் அணிகின்றனர்.

ஆண்களும் பெண்களும் தங்கள் பற்களைக் கருவேலங் காயின் காரத் துவர்ப்பு, தாமிர சல்பேட், இரும்பு சல்பேட் ஆகியவற்றின் கலவையான ஒரு பொருளைக்கொண்டு கறைப்படுத்திக் கொள்கின்றனர். பெண்கள் திருமணத்திற்கு முன் பற்களைக் கறைப்படுத்திக் கொள்வதோ கறுப்புப் பாசிமணி மாலை அணிந்துகொள்வதோ வழக்கம் இல்லை.

வயதில் இளையவளான, திருமணமான ஒருத்தி பகலில் எங்குத் திரிந்தாலும் இரவில் அவள் கணவனோடு வந்து சேர்ந்துகொள்ள வேண்டும். அவ்வாறு அவள் வரத் தவறினால் பழுக்கக் காய்ந்த இரும்புத் துண்டையோ அரிவாளையோ கையிலேந்தியபடி பதினாறு அடி தூரம் நடக்க வேண்டும். மற்றொரு வகைக் கடுமையான சோதனை கொதிக்கும் சாணித் தண்ணீரில் கை விட்டுக் காலணாக் காசை வெளியே எடுப்பதாகும். அவள் எத்தகைய தவறான வழியிலும் செல்லாதவளாக இருப்பின் அவ்வாறு சாண நீரில் கைவிட்டுக் காசை எடுத்தபின் தன் உள்ளங் கைகளிடையே கொஞ்சம் நெல்லைத் தேய்த்து அரிசியாக்கக் கூடியவளாவாள். ஆண்கள் கடும் சோதனைக்கு உள்ளாகும்போது தங்கள் உள்ளங்கையில் ஏழு எருக்கம் இலைகளைக் கட்டிக் கொண்டு பழுக்கக் காய்ந்த இரும்பை ஏந்தியபடி ஏழு நீண்ட அடிகளை எடுத்து வைத்து நடப்பார்களாயின் அவர்கள் குற்ற மற்றவர்கள் எனக் கருதப்படுவர்.

குருவிக்காரர்களிடையே புறமணக்கட்டுப்பாடு உடைய பல குலப்பிரிவுகள் உள்ளன. அவற்றுள் ராணரதோடு என்ற பிரிவு குறிப்பிடத்தக்கதாக இருப்பதோடு பிற பிரிவுகளைவிடவும் தகுதியில் உயர்ந்ததாகக் கருதப்படுகிறது. ஆண்கள் தங்கள் பெயருகுப் பிறகு வழக்கமாகச் சிங் என்ற பட்டப்பெயரை இணைத்துக் கொள்கின்றனர்.

இவர்கள் வயது வந்த பின்னரே மணம்புரிகின்றனர். மண உறுதிச் சடங்கோடுகூட மணச் சடங்குகள் ஐந்து நாள்கள் வரை நீட்டிக்கும். அச்சமயத்தில் இறைச்சி உண்பதைத் தவிர்ப்பர். மணமகள் அந்த

நாள்களில் ஒரு துணியைத் தன் முகத்தின் மேலிட்டு முகத்தை மறைத்துக்கொள்வாள். சிலபோது மணத்திற்குப் பிறகு சிலகாலம் தொடர்ந்து அவள் முகத்தின் மீது துணியை இட்டுக் கொண்டிருப்பாள். வெற்றிலை பாக்கு மாற்றிக்கொண்ட பின் முதல் நாள் மணமகளின் தந்தை, 'நீ என் மகளை உன் குடும்பத்தில் மருமகளாக ஏற்றுக்கொள்ள விரும்புகின்றாயா? நான் அவளை உன் மகனுக்குத் தர உள்ளேன். அவளை நன்கு கவனித்துக்கொள். அவள் நோயுறும்போது அவளை அடித்துத் துன்புறுத்தாதே. அவள் தண்ணீரை எடுத்துவர இயலாத போது அவளுக்கு உதவிசெய். அவளை நீ அடித்தாலோ, துன்புறுத்தினாலோ அவள் எங்களிடம் திரும்பி வந்துவிடுவாள்' எனக் கூறுவான். அவளுடைய வருங்கால மாமனார் அவளை அன்பாக நடத்துவோம் என உறுதி கூறிய பிறகு மணமகன், 'நான் அவளுக்கு உண்மையுள்ளவனாக நடந்து கொள்வேன். நான் வேறு எவளோடும் உறவு வைத்துக்கொள்ளவில்லை. என்னை எதிர்ப்பட்ட எவளையும் பார்த்து நான் புன்ன கைக்கவில்லை. உனது மகளும் அவள் பார்க்க நேரும் எவனையும் கண்டு சிரிக்கக்கூடாது. அவள் அவ்வாறு சிரித்தால் நான் அவளை உங்கள் வீட்டுக்கே திரும்பத் துரத்திவிடுவேன்' எனக் கூறுவான்.

மணச் சடங்குகளின்போது மணமகள் அவளுடைய மாமியார் இல்லத்திற்கு அழைத்துச் செல்லப்படுவாள். நியவய்யா எனப்படும் சாதித் தலைவன் அவள் மாமியார் கையில் கறுப்புப் பாசிமணி மாலை ஒன்றினைத் தருவான். கூடியுள்ள பெண்கள் பாட்டுப் பாட அவள் அதனைத் தன் மருமகள் கழுத்தில் அணிவிப்பாள். ராணர தோடு குலப்பிரிவைச் சேர்ந்தவர்கள் தங்கள் மூத்த மகளின் திருமணத்தின் போது ஒரு பிராமணப் புரோகிதரை அழைத்து மணமகளை வாழ்த்தக் கூறுவர். தங்கள் திருமணத்தை முன்பு குசராத்தி பிராமணர்கள் நடத்தி வந்ததாக இவர்கள் நம்புவதே இவ்வாறு பிராமணரை அழைக்கக் காரணமாகக் கூறப்படுகிறது.

குருவிக்காரர் சிறப்பாக வழிபடும் தெய்வம் காளியாகிய துர்க்கை. ஒவ்வொரு குலப் பிரிவினரும் அத்தெய்வத்தின் உருவம் வெட்டப் பட்ட சிறு தட்டினை வைத்துள்ளனர். அது பெரும்பாலும் சாதித் தலைவன் பொறுப்பில் இருக்கும். அதனை அடிக்கடி அடகுக் கடையில் வைத்துக் கடன் பெறுவர். குருவிக்காரர்கள் எப்படியும் இதனை மீட்பர் என்ற நம்பிக்கையில் அடகுக் கடைக்காரர்கள் நிறையப் பொருளைத் தருவர். தங்கள் தெய்வத்திற்கு ஆண்டுவிழாக் கொண்டாடும் நாள்

நெருங்கியவுடன் சாதித் தலைவன் அல்லது ஒரு முதியவன் காராமணியை (Vigna catiang) ஐந்து சிறு குவியல்களாக வைத்து அந்தக் குவியல்களில் பெரும்பாலான ஒற்றையாக இருக்குமா இரட்டையாக இருக்குமா என மனத்தில் முடிவு செய்துகொண்டவனாக அவற்றை எண்ணிப் பார்ப்பான். அவன் மனத்தில் முடிவு செய்து கொண்டபடி அந்தக் குவியல்களில் உள்ள காராமணிகளின் எண்ணிக்கை அமையுமானால் தெய்வம் திருவிழா நடத்த அனுமதி தந்ததாகக் கருதுவதோடு விழாவிற்கான ஏற்பாடுகளையும் செய்வான். அவ்வாறு அமையவில்லையானால் விழா அந்த ஆண்டு கைவிடப்படும்.

விழா நடைபெறும் நாளன்று ஏழு ஆடுகளையும் ஓர் எருமையையும் பலியிடுவர். எண்ணெயில் பலகாரம் தயாரித்துக் கொண்டிருக்கும் போது சமூகத்தைச் சேர்ந்த ஒருவன் தெய்வம் தன் மீது வந்து ஏற வேண்டும் என வேண்டிக் கொள்வான். பின்னர் தன் கையால் கொதிக்கும் எண்ணெய்யை உள்ளங்கையில்விட்டுத் தலையில் தேய்த்துக்கொள்வான். அப்பொழுது அங்குக் கூடி யுள்ளவர்கள் அவனிடம் கேட்கும் கேள்விகளுக்கு ஆட்டின் வெட்டப் பட்ட கழுத்திலிருந்து வடியும் குருதியைக் குடித்தபின் அவன் வருங்காலம் பற்றித் தெய்வவாக்கு உரைப்பான். வாக்ரிவாலாக்கள் வழிபாட்டுக்காக வரதாரெட்டி பள்ளியில் ஒவ்வோர் ஆண்டிலும் இரண்டு மூன்றுமுறை கூடுகின்றனர் என வட ஆர்க்காடு மாவட்டக் கையேட்டில் கூறப்பட்டுள்ளது. அவர்கள் அவ்வூர் ரெட்டி ஒருவனிடம் அடகு வைத்துள்ள மகாகாளி, சாமுண்டி, மகமாயி ஆகிய மூன்று பக்தி தேவதைகளின் உருவங்களை மீட்டு வழிபாடு நடத்து வதற்காகவே அவ்வாறு கூடுகின்றனர்.

10

குறிச்சன்

குறிச்சன் (Kuricchan) அல்லது குறிச்சியன் என வழங்கப்படுபவர்கள் பற்றி 1901 சென்னை மாநிலக் கணக்கெடுப்பு அறிக்கையில் எச்.எ. ஸ்டுவர்ட் கூறியுள்ளன வருமாறு: இவர்கள் மலபாரைச் சேர்ந்த வேட்டையாடும் சாதியார். குறித்தல் அல்லது உரியதாக்குதல் என்னும் சொல்லிலிருந்து இந்தச் சாதிப் பெயர் வந்ததாகக் கூறுவர்.

இச்சாதியார் வேட்டைக்குரிய நாள்கள் இவையெனக் குறிப்பதால் இப்பெயர் பெற்றனர் என அவர்கள் கூறுவர். இது கற்பனை வளம் மிகுந்த ஒருவருடைய கூற்றாதல் வேண்டும். கன்னடச் சொல்லான கொறச்ச (குறவன்) என்பதிலிருந்து இச்சொல் வந்திருக்க வேண்டும் அல்லது அதனோடு தொடர்புடையதாக இருக்க வேண்டும் என்பது முன்னவர் குண்டர்ட் அவர்கள் கருத்தாகும். நானும் அது அந்தச் சொல்லோடு தொடர்புடையது என்றே கருதுகின்றேன். இவ்விரு சொற்களுமே மலை எனப்பொருள்படும் குறு (தமிழில் உள்ள குறிஞ்சி என்ற சொல்லோடு ஒப்பிடுக) என்பதனடியாகக் குறுநிலம் முதலான சொற்களைப்போலவே பிறந்ததாகலாம். மலைப்பாங்கான இடங்களின் பின்னிணைப்பாக உள்ள மலையாளக் குறிச்சி என்பதும் இங்கு நினைக்கத்தக்கது.

வயநாட்டை அடுத்துள்ள கோட்டயத்திலுள்ள 2240 பேரும், குறும்ப நாட்டில் உள்ள 373 பேரும் தவிர மற்றக் குறிச்சன்கள் அனைவருமே வயநாட்டில்தான் வாழ்கின்றனர். சிறந்த வில்லாளிகளான இவர்கள் பத்தொன்பதாம் நூற்றாண்டின் தொடக்கத்தில் பைச்செ ராஜா மேற்கொண்ட கிளர்ச்சியில் சிறப்பான பங்கு வகித்துள்ளனர். குறிச்சான்கள் பிராமணர்களிடம் மிகுந்த வெறுப்புடையவர்கள்.

பிராமணன் ஒருவன் குறிச்சான் இல்லத்திற்கு வந்து போவானாயின் அவன் புறப்பட்டுப் போனவுடன் அவன் உட்கார்ந்திருந்த இடத்தைச் சாணியால் மெழுகித் தீட்டு நீக்குவர். இவர்கள் சில பகுதிகளில் மருமக்கள் தாயத்தையும் வேறு சில பகுதிகளில் மக்கள்தாயத்தையும் மேற்கொள்கின்றனர். தாத்தா எனப் பொருள்படுகின்ற மூத்தப்பனே இவர்கள் வழிபடும் தெய்வம். தற்போது புனம் (இடம்விட்டு பெயர்தல்) பயிரிடுகை முறையில் இவர்கள் வாழ்க்கை நடத்தி வருகின்றனர்.

மலபார் மாவட்ட விவரக் குறிப்பில் குறிச்சியன்கள் பற்றிக் கூறப்பட்டுள்ளதாவது: 'புனம் பயிரிடுகை முறையை மேற்கொண் டுள்ள காடுவாழ் பழங்குடிகள் இவர்கள். வயநாட்டிலும் கள்ளிக் கோட்டைக்கு வடக்கேயுள்ள பள்ளத்தாக்குகளிலும் வாழும் இவர்கள் தீயன், கம்மாளன் போன்ற பிற பழங்குடிகள் தங்களை நெருங்கு வதால் தாங்கள் தீட்டுக்கு உள்ளாவதாகக் கருதுகின்றனர். இச்சாதிப் பெண்கள் அவ்வாறு தீட்டுப்பட்டால் தங்களைப் புனிதப்படுத்தப் பிராமணன் புனிதப்படுத்தித் தந்த நீரைப் பயன்படுத்துவர். பெண்கள் பூப்படையும் முன்பே தாலி கட்டுக் கல்யாணத்தை நடத்தும் இவர்கள் மருமக்கள் தாய முறையைப் பின்பற்றுவதாகக் கூறிக்கொண்டாலும் திருமணமான பின் ஒருத்தி தன் கணவனோடு புதியதொரு குடிசையில் சென்று வாழத் தொடங்குகின்றாள். அவளுடைய கணவன் அவளுக்கு விலையாக ஒரு தொகையைப் பரிசப் பணமாகவும் தருகின்றான்.

கோட்டியூரில் ஆண்டுத் திருவிழா நடைபெறும்போது இவர்கள் தெய்வம் ஏறப் பெற்று வருவதுரைப்பர். இவ்விரிச்சி உரைப்பவன் நல்லெண்ணெய் உள்ள ஒரு பாத்திரத்தை உற்று நோக்கியபடி கொஞ்ச நேரம் உட்கார்ந்திருந்த பின் தன் கையில் பொன்னாலான துளை யுடைய ஒன்றரை அடி நீளமுள்ள மந்திரக்கோலை ஏந்தியவனாக வருவதுரைப்பான்.'

சென்ற நூற்றாண்டின் தொடக்கத்தில் மலபாரில் மூண்ட கிளர்ச்சி தொடர்பாக லோகன் மலபார் மாவட்டக் கையேட்டில் கூறியுள்ள விவரங்கள் வருமாறு: இந்தக் கிளர்ச்சிக்கு மூல காரணமான நிகழ்ச்சி வயநாட்டில் உள்ள பனமரம் என்ற ஊரில் நிகழ்ந்தது.

1802ஆம் ஆண்டு அக்டோபர் 11ஆம் தேதிக்கு ஐந்து நாள்கள் முன்பு நாடுகடத்தப்பட்ட கிளர்ச்சிக்காரர்களுள் ஒருவனான எடெசென்ன குங்கன் குறிச்சியன் ஒருவன் வீட்டில் இருக்கும்போது வாலி அணிந்த

பணியாளன் ஒருவன் அந்தக் குறிச்சியனிடம் வந்து, கொஞ்சம் நெல் கொடுக்கும்படி வற்புறுத்தினான். எடெசென்ன குங்கன் அந்தப் பணியாளனைக் கொன்றுவிட்டான். அந்த வட்டாரத்தைச் சேர்ந்த குறிச்சியன்கள் ஆட்சியாளர்களின் போக்கில் ஐயுற்றவர்களாக எடெசென்ன குங்கனோடு சேர்ந்து கிளர்ச்சியில் ஈடுபட்டனர். எடெசென்ன குங்க னோடும் அவன் இரு சகோதரர்களுடனும் சுமார் 150 குறிச்சன்கள் சேர்ந்துகொண்டு பனைமரம் என்ற ஊரில் இருந்த போர் வீரர் முகாமைத் தாக்கத் திட்டமிட்டனர்.

அம்முகாமில் காப்டன் டிக்கென்சன், படைத்தளபதி மாக்ஸ்வெல் ஆகியோரின் கீழ் முதலாம் போர் அணிப் பிரிவைச் சேர்ந்த நான்காம் பம்பாய் காலாட்படை வீரர்கள் 70 பேர் இருந்தனர். கிளர்ச்சியாளர்கள் முதலில் முகாமின் காவல்காரரின் துப்பாக்கியைப் பறித்துக் கொண்டு அவனை அம்பெய்து கொன்றனர். காப்டன் டிக்கென்சன், தன் கைத்துப்பாக்கி, துப்பாக்கி முனையில் உள்ள ஈட்டி, வாள் ஆகிய வற்றால் 15 குறிச்சியன்களைத் தாக்கினான். அவர்களுள் ஐவர் உயிரிழந்தனர். அந்த முகாமிலிருந்த படைப்பிரிவு முழுதும் படுகொலைக்கு ஆளானது.'

குறிச்சன்கள் குடியிருப்பை நேரில் சென்று பார்வையிட்ட எப். பாவ்செட் பதிந்துள்ள விவரங்கள் வருமாறு: குறிச்சன்கள் இல்லங்கள் அவர்கள் பயிரிட்டு வந்த நெல்வயல்களை ஒட்டியே அமைந்திருந்தன. அந்த வயல்களில் விளைந்த நெல்லை மாப் பிள்ளாக்கள் தங்களுக்குச் சேரவேண்டிய கடன் பாக்கிக்கான வட்டிக்காக அறுத்து எடுத்துச் சென்றுவிட்டனர். ஒரு வீட்டின் சுவர்கள் மிலாற்றுப் படல்களாலும், மண்ணாலும் அமைந்து, கூரை வேயப்பட்டுத் திண்ணையோடு கூடியதாக இருந்தது. கிழக்குப் பக்கமாக இருந்த திண்ணையில் வில்லும் அம்புகளும், ஒரு மூட்டை நெல்லும், பிற தானியங்களும் காணப்பட்டன. அவை மூத்தப்பன் தெய்வத்திற்கு என வைக்கப்பட்டவை.

ஒருவன், பாவ்செட் அவர்களைச் சமையல் நடந்துகொண்டிருந்த ஒரு வீட்டை அவர் நெருங்கினால் அது தீட்டுக்கு உள்ளாகும் எனக் கூறி நெருங்க வேண்டாம் என எச்சரித்தான். தன் இரு காதுகளிலும் வளையம் அணிவிக்கப்பட்ட பிறந்து சில மாதங்களாகிய ஒரு குழந்தை, கண்ணேறுபடுவதைத் தடுப்பதற்கான சங்கு கட்டப்பட்டுக் கூரையிலிருந்து தொங்கிய தொட்டிலில் படுத்துக்கொண்டிருந்தது. பாவ்செட் அவர்களும் மற்றவர்களும் குறிச்சியன்களை அப்பாவித்

தனமான உண்மை நெறி நிற்கும் நம்பிக்கைக்கு உரிய நல்ல பண்பாளர்கள் எனக் கூறியுள்ளனர்.

பின்வரும் குறிப்புக்களுக்கு நான் இ. பெர்ணான்டெஸ் அவர்களுக்குக் கடப்பாடுடையேன். குறிச்சன்கள் பயிரிடுதலையே முக்கியத் தொழிலாக மேற்கொண்டிருந்தாலும் அஞ்சல் பை எடுத்து ஓடுபவராகவோ அம்சம் பணியாளனாகவோ அமர்த்தப்பட்டால் அதனைத் தங்களுக்கு வாய்த்த பெரும்பேறாகக் கருதுகின்றனர். வேட்டைமேல் செல்லும் இவர்கள் வில்களையும், அம்புகளையும் ஏந்திச் செல்வதோடு சிலசமயம் துப்பாக்கிகளையும் தாங்கியவர்களாகச் சென்று மலைப்பகுதியைச் சுற்றி வளைப்பர். பின்னர் அவர்களுள் சிலர் நாய்களோடு காட்டினுள் நுழைந்து விலங்குகளை வெளியே வருமாறு துரத்துவர். அவ்விலங்குகள் நாயினாலோ, அம்பினாலோ, துப்பாக்கிக் குண்டினாலோ அடிபட்டு வீழும். வீழ்த்தப்பட்ட விலங்குகளின் இறைச்சியைக் காட்டுக்கு உரிய தெய்வம், நிலத்திற்குரிய ஜென்மி, நாய்கள், விலங்கின் மீது முதல் அம்பை எய்தவன், மற்ற குறிச்சர் ஆகியோர் தங்களுக்குள் பங்கிட்டுக் கொள்வர்.

சில இடங்களில் குறிச்சன்கள் நன்னீர் நிலைகளில் மீன்களை அம்பெய்து பிடிக்கின்றனர். கிரீன்லாந்துக்காரர் ஈட்டி எறிந்து மீன்களைப் பிடிப்பதுபோலவும், மேற்குக் கடற்கரையில் ஊதுகுழாயைக்கொண்டு அம்பைச் செலுத்தி சுறா மீன்களைப் பிடிப்பது போலவும் இவர்கள் மீன்களைப் பிடிக்கின்றனர்.

மலபாரிலிருந்து மீன்கள், பறவைகள், சிறு விலங்குகள் ஆகியனவற்றை வீழ்த்துவதற்குரிய இருவகை ஊதுகுழல்களை நான் பெற்றேன். அவற்றுள் ஒன்றில் ஊது குழாயானது நான்கடி ஆறங்குல நீளமுள்ள நீண்ட மூங்கில் குழாயாக அமைந்துள்ளது, மற்றொன்று ஏழடி நீளம் உள்ளதாகக் கமுக மரத்தால் அமைக்கப்பட்டுள்ளது. இரண்டாவதான ஊதுகுழல் அமைப்பில் கமுக மரத்தின் இரு பட்டைகளை ஒன்றோடு ஒன்று இணையும்படி பொருத்தி ஒரு குழாயாக அமைத்து, கோந்தில் தோய்த்த மெல்லிய துணியையோ மரப்பட்டைகளையோ கொண்டு கட்டுவர். சில சமயங்களில் ஊது குழல்கள் மீது வண்ண உருவங்கள் தீட்டுவர்.

ஊது குழலின் அம்பு, நாணல் தண்டினால் இரும்பாலான கூர்முனை பொருத்தப் பட்டதாக ஒரு குழிவில் கூம்பு வடிவினதான

முனைப் பக்கம் குழலில் பொருத்தப்பட்டிருக்கும். பல அடி நீளமுள்ள கயிறு ஒன்று அம்பின் முனையோடு சேர்த்துச் சுற்றப்பட்டு, அதன் மற்றொருமுனை ஊதுகுழலின் மீது சுற்றப்பட்டிருக்கும். குழலிலிருந்து அம்பு செலுத்தப்பட்டவுடன் அது மீனில் சென்று தைத்துக் கொள்ளும்போது குழலில் சுற்றப்பட்டுள்ள கயிறு தானே விடுவித்துக் கொள்ள ஊது குழல் நீரின் மீது மிதந்தபடி அடிபட்ட மீன் இருக்கும் இடத்தை அறிய உதவும். பின்னர் அதனைக் கரைக்கு எடுத்து வருவர்.

பணியன், அடியான், குறும்பன், புலையன் ஆகியோர் ஒரு குறிப்பிட்ட தூரத்திற்குள்ளாகக் குறிச்சன்களை நெருங்கினால் குறிச்சன் தான் தீட்டுக்குள்ளாகிவிட்டதாக நினைக்கின்றான். அதனைப் போக்கிக்கொள்ளக் குளிப்பதோடு, புனித நீரையும் தெளித்துக்கொண்டு மந்திரங்களையும் சொல்வான். குறிச்சன் பிராமணர்களைத் தம்பிரர்கள் எனவும், நாயர்களைத் தம்புரான்கள் எனவும் அழைப்பான். இவர்களைப் பணியன்கள் அச்சன் எனவும், அதியன்கள் பாப்பன் எனவும், ஜேனுக் குறும்பர்கள் மூத்தப்பன் எனவும், புலையன்கள் பெருமான்னொம் எனவும் அழைப்பர்.

மூத்தப்பனோடுகூட குறிச்சன்கள் கிரிம்பில் பகவதி, மலைக் குறத்தி, அதிராளன் போன்ற தெய்வங்களையும் வழிபடுகின்றனர். இவர்கள் உயிர்ப்பலி இடுவதில்லை. எனினும் ஒவ்வொரு குடும்பத்தினரும், ஆண்டுதோறும் கொள்ளூ கொடுக்கல் என்ற சடங்கை நிகழ்த்துகின்றனர். இதற்காகக் குடும்பத் தலைவனான பிட்டான் ஒரு நல்ல நாளைக் குறிப்பான். கோயில் தூய்மை செய்யப்பட்ட பிறகு, பசுஞ்சாணத்தால் மெழுகி, புனித நீரையும் தெளித்துத் தீட்டை நீக்குவர். இச்சடங்கில் கலந்து கொள்பவர்கள் கோயிலுக்குச் செல்லும் முன் குளிப்பர். கோயிலில் எண்ணெய் விளக்குகள் ஏற்றிவைக்கப் பட்டிருக்கும். தேங்காய், வெல்லம், வாழைப் பழம், அவல், ஒரு படி அரிசி, ஒரு படி நெல் ஆகியன விளக்குகளுக்கு முன் தெய்வத்திற்குப் பிட்டனால் படைக்கப்படும். குடியிருப்பைச் சேர்ந்த ஒருவன் தெய்வம் ஏறப்பட்டு வருங்காலம் பற்றித் தெய்வவாக்குகள் உரைப்பான். இறுதியில் அவன் தரையில் விழ அவன் மீது ஏறியிருந்த தெய்வம் அவனைவிட்டு நீங்கும். அதன் பிறகு படைத்தனவற்றைக் கூடியுள்ளவர்களுக்கு வழங்குவர்.

இந்த இனத்தவர்களின் சமூக நடைமுறை ஒழுங்குகளைப் பல குடும்பங்களையும் சேர்ந்த பிட்டன்கள் மேற்பார்க்கின்றனர். கோட்டயத்து அரசரிடம் இவர்கள் வழங்கும் தீர்ப்பை எதிர்த்து

மேல்முறையீடு செய்துகொள்ளலாம். அவர் சில நாயர்களைத் தனக்குப் பதிலாகக் குறிச்சன்கள் முறையீட்டைக் கேட்கும்படி அமர்த்துவர்.

குறிச்சன்கள் தாலிகட்டுக் கல்யாணம் மேற்கொள்கின்றனர். திருமணங்களைப் பிட்டன்களே ஏற்பாடு செய்கின்றனர். திருமணம் எளிமையாகவே நடைபெறும். மணமகன் இரண்டு சேலைகளையும், வெள்ளை அல்லது பித்தளை மோதிரங்களையும் கொண்டுவந்து மணமகளுக்குப் பரிசளிப்பான். அதன்பின் விருந்து நடைபெறும்.

11

குறும்பன் அல்லது குறுமன்

காடுகளில் வாழும் குறும்பர்களுக்கும், ஆட்டிடையர்களாகவும் நெசவாளர்களாகவும் சமவெளியில் வாழும் குருபர்களுக்கும் இடையேயுள்ள உறவு பற்றிய கருத்துவேறுபாடுகள் தொடர்பாக நிலவும் பல்வேறு கருத்துகளையும் நான் எடுத்துக்கூறலாம் என நினைக்கின்றேன். அவை வருமாறு:

1891 சென்னை மாநிலக் கணக்கெடுப்பு அறிக்கையில் குறும்பர், குருபர் பற்றிக் கூறப்பட்டுள்ளவை: 'குறும்பர்கள் அல்லது குருபர்கள்' (Kurumba or Kuruman) எனப்படுவோர் ஒரு காலத்தில் தென்னிந்தியா முழு வதையும் ஆண்டுவந்த தொன்மையான குறும்பர் அல்லது பல்லவர்களின் வழிவந்தவர்களாவர். இன்று அவர்களுடைய பழம்பெருமையின் சின்னங்களில் ஒருசிலவே எஞ்சியுள்ளன. ஏழாம் நூற்றாண் டில் பல்லவர்கள் ஆட்சியின் சிறப்பு கொங்கர், சோழர், சாளுக்கியர் ஆகிய நாட்டு மன்னர்கள் அவர்களைப் பலமுறை வெற்றி கொண்டனர். கி.பி. ஏழு அல்லது எட்டாம் நூற்றாண்டில் சோழமன்னன் ஆதோண்டி இறுதியாக அவர்களை வெற்றிகொண்ட பிறகு அவர்கள் பல பகுதிகளுக்கும் சிதறிச் சென்று வாழவேண்டிய தாயிற்று. பலர் மலைப் பகுதிகளை நாடிச் சென்றனர். நீலகிரியிலும், வயநாட்டிலும், குடகிலும், மைசூரிலும் இந்தப் பழைய இனத்தவர்களின் வழிவந்தவர்கள் நாகரிகமில்லாத பழங்குடிகளாகக் காட்டு வாழ்க்கை மேற்கொண்டவர்களாக இருப்பதைக் காணலாம். பிற இடங்களில் குறும்பர்கள் நாகரிகத்தில் முன்னேறியவர்களாக ஆட்டிடையர்களாகவும், கம்பளிப் போர்வைகள் தயாரிப்பவர்களாகவும் வாழ்ந்து வருகின்றனர்.'

குறுமன்: இச்சமூகத்தார் நீலகிரியிலும் வயநாட்டிலும் காணப்படுகின்றனர். மலபாரில் உள்ள நீலம்பூரிலும், அட்டப்பாடியிலும்

சிலர் ஆங்காங்கே காணப்படுகின்றனர். காட்டில் மரம் வெட்டுவதும் காடுபடு பொருள்களைச் சேகரிப்பதுமே இவர்கள் முக்கியத் தொழில். இவர்கள் பெயர் குறும்பன் என்பதன் மற்றொரு வடிவமாகும். இவர்கள் சாதாரணக் குறும்பன்களிலும் வேறுபட்டவர்களாகையாலே இவர்களைப் பற்றித் தனித் தலைப்பில் கூறப்பட்டுள்ளது.

இவர்கள் முதலில் ஆட்டிடையர்களான குறும்பர்களோடு சேர்ந்தவர்களாக ஒரே இனத்தவர்களாகவே இருந்துவந்திருக்க வேண்டும் என நான் கருதுகின்றேன். இவர்கள் இன்று தனிப்பட்ட பிரிவினராக ஆகிவிட்டதற்குக் காரணம் இவர்களுடைய முன்னோர்கள் சென்று புகலடைந்த மேற்கு மலைத்தொடரினிடையே இவர்கள் தனிமைப்படுத்தப்பட்டுவிட்டதோ, குறும்பர் அரச மரபுவீழ்ச்சி அடைந்துவிட்டதோ ஆகலாம். மலபாரின் ஒரு பகுதியான குறும்பற நாடு என்ற பெயர் இவர்கள் ஒரு காலத்தில் பலம்வாய்ந்த அரச மரபினராய் இருந்தனர் என்பதற்குச் சான்றாகும்.

1901 சென்னை மாநிலக் கணக்கெடுப்பு அறிக்கையில் குருபர், குறும்பன் என்ற தலைப்பில் கூறப்பட்டுள்ள செய்திகள்: 'இந்த இரு பிரிவினரும் ஒரே சமூகத்தாராகவே கருதப்பட்டு வந்துள்ளனர். தர்ஸ்டன் (சென்னை அருங்காட்சியக மடல் 2,1) இவர்களை வேறு வேறு சமூகத்தாராகக் கருதுவதாகத் தெரிகின்றது. இதுபற்றி இறுதியாக முடிவெடுக்கப் புதிய சான்றுகள் ஏதும் கிடைக்கவில்லை. தெலுங்கு, கன்னட மொழிகளில் குருபர் என வழங்கும் சொல்லே தமிழில் குறும்பன் என வழங்குவதாகத் தெரிகிறது. இந்த இரண்டு பெயர் களும் அவை வேறு வேறு மொழியினவாயினும் ஒரே சாதியினரையே குறிப்பதாகத் தெரிகின்றது. கணக்கெடுப்பு அறிக்கையிலிருந்து குறிப்பு எடுக்கும் அலுவலகங் களில் எத்தகைய குழப்பமும் நிகழவில்லை. கன்னடமும் தெலுங்கும் பேசப்படும் பகுதிகளில் குருபர் எனவும், தமிழ் பேசப்படும் பகுதியில் குறும்பன் எனவும் இவர்கள் சமூகம் பதியப்பட்டுள்ளது. குறிப்பிடத் தக்க வகையில் வேறுபடுகின்ற குறும்பர்களின் இரு பிரிவுகள் உள்ளன. ஒன்று நீலகிரி மேட்டு நிலத்தைச் சார்ந்து குறும்பக் கிளைமொழியைப் பேசும் காடுவாழ் பழங்குடிகள். மற்றொன்று நாகரிகம் பெற்ற சமவெளியில் வாழ்கின்ற கன்னடம் பேசும் பிரிவினர்.'

1891 மைசூர் மாநிலக் கணக்கெடுப்பு அறிக்கையில் காடு குருபர் அல்லது குறும்பர் பற்றிய தலைப்பில் கூறப்பட்டுள்ளதாவது, 'குருபர் என்னும் பழங்குடிகளின் பெயர் அந்த இனத்தின் தொடக்கக்காலத்

தொழிலான ஆடுகளை மேய்க்கும் தொழிலோடு தொடர்புடையதாகக் கருதப்படுகிறது. ஆடுகளை மேய்க்கத் தொடங்கியவனாகவே வரலாற்றுக்கு முந்திய ஆதிகால மனிதன், முல்லைநில மனிதனாக நாகரிகப்படியில் உயர்ந்திருத்தல்கூடும். ஊரு குருபர் அல்லது நாகரிகம் அடைந்த குருபர்கள் நிலத்தை உழுது, உழைத்து வாழ்பவர்கள். இவர்கள் சமவெளிப் பகுதிகளில் ஆங்காங்கே கூட்டமாகச் சமுதாய அமைப்பின் கீழ் வாழ்ந்துவருகின்றனர். இவர்களுள் பலர் தற்போதைய பிரிட்டானியர் ஆளுகையில் வணிகர்களாகவும் கல்வி அறிவுபெற்ற அரசு அலுவலர்களாகவும் காடு குறும்பர் அல்லது குருபர்களிலும் எதிர்முனையில் உள்ளவர் களாகவும் வளர்ந்துள்ளனர்.

காடு குறும்பர்கள் இருளிகரைப்போலவும், சோலைகரைப் போலவும் காட்டிடையே நாகரிகத்தோடு தொடர்பற்றவர்களாக வாழ்வதால் பழங்குடி இனத்தவர் எனச் சரியாகவே வகைப்படுத்தப் பட்டுள்ளனர். தமிழ்ப்படுத்தப்பட்ட பெயரான குறும்பன் என்பதை நீலகிரி மலையில் கிழக்குப்பக்க மேட்டு நிலங்களில் வாழும் சில குலங்களுக்குரிய பெயராக வழங்குகின்றனர். இவர்கள் மைசூரில் காணப்படும் காடு குருபர்களின் ஒரு கிளையினரே என்பதில் ஐயமில்லை.'

டபிள்யூ. ஆர். கிங் அவர்கள் *நீலகிரி மலைவாழ் பழங்குடிகள்* என்ற நூலில் குறும்பர்கள் என்ற தலைப்பில் கூறியுள்ளதாவது: ஆட்டிடையர் களான குருபர்களினும், இவர்கள் வேறானவர்களே. நீலகிரி வாழ் பழங்குடிகளிடம் கால்நடைகளோ ஆடுகளோ இல்லை. பேசும் மொழி, உடுக்கும் உடை, பழக்கவழக்கங்கள் ஆகியவற்றிலும் இவர்கள் ஆட்டிடையர்களான இவர்களின் இனப் பெயரே பெற்றவர்களோடு எத்தகைய தொடர்பும் உடையவர்களாகத் தெரியவில்லை.

ஜி. ஒப்பெர்ட் தன் *இந்தியாவின் பூர்வ பழங்குடிகள்* என்ற நூலில் குருபர் அல்லது குறும்பர் என்ற தலைப்பில் கூறியுள்ளவை: 'இவர்கள் இன்று ஒருவருக்கொருவர் எவ்வளவு மிகுந்த தொலைவுக்கு உள்பட்டவர் களாகத் திராவிட குலத்தவர்களிடையே ஆங்காங்கே சிதறியவர்களாக வாழ்ந்துவந்த போதும் பாரத தேசம் முழுவதிலும் எந்த ஒரு மாநிலமும் இதுபோன்ற ஓர் இனத்தை உருவாக்கலாம் அல்லது குறைந்தது இதுபோன்ற ஓர் இனம் இருந்ததான சாயலின் அடையாளத்தைப் பெற்றிருக்கலாம் எனக் கூறலாம். குறும்பர்கள் இந்த நிலத்திற்குரிய மிகப் பழமையான இனத்தவர்கள் என்பதில் ஐயமில்லை.

இந்திய மண்ணிற்குத் தாங்களும் உரிமை உடையவர்கள் என இவர்கள் தங்கள் சகோதரர்களான திராவிடர்களோடு முன்னுரிமை வேண்டி நிற்கும் அளவிற்குத் தொன்மைவாய்ந்த பழங்குடிகளே. குருபர், குறும்பர் என்ற சொற்கள் தொடக்கத்தில் ஒன்றாகவே இருந்தன. இவ்விரு வடிவங்களும் வெவ்வேறு இடங்களில் ஒன்று மற்றொன்றுக்குப் பதிலாகப் பயன்படுத்தப்படக் காணலாம். இதன் காரணமாக அவை சிறப்பான பொருட்பேறுக்குரியனவாகிவிடுகின்றன. குறும்பர்களைப் பற்றிக்கூற வந்த எச்.பி. கிரிக் (Grigg) அவர்கள் 'சமவெளிப் பகுதிகளில் குருபர் அல்லது கூருபாரு என அழைக்கப் படும் இவர்கள் ஆனை, நாய், மலைக் குறும்பர் எனப் பல குடும்பங் களாகப் பிரிக்கப்பட்டுள்ளனர்'[1] எனக் கூறும்போது தன் கூற்றையே முன்னுக்குப்பின் முரண்பட்டதாக ஆக்கிவிடுகின்றார். மலைக் குறும்பர்களுக்கும் சமவெளியில் வாழும் குறும்பர்களுக்கும் இடையே உள்ள வேறுபாட்டை உறுதிபடுத்தக்கூடிய கூறுகள் எவையும் இல்லை.

மறைத்திரு ஜி. ரிட்ச்டெர் அவர்கள் மைசூரைச் சேர்ந்த குருபர்கள் ஆட்டிடையர்களாக இருப்பதால்தான் அவ்வாறு அழைக்கப்படு கின்றார்கள் என்றும், குருபர்களுக்கும் குறும்பர்களுக்கும் உறவேதும் இல்லை எனவும் நிலைநாட்ட எவ்வளவோ முயன்றும் அதில் அவர் வெற்றி பெற்றாரில்லை. லூயிஸ் ரைஸ் பழங்குடி இனத்தவர் களையும், ஆட்டிடையர்களையும் குருபர் என்றே அழைக்கின்றார். இந்த இரு சொற்களும் ஒன்றே என்பதை அவர் கருத்தில்கொள்ளாது மனித இனவியல் கூறுகளின் வேறுபாடுகளை மட்டும் சுட்டிச் செல்கின்றார்.

கீழே எடுத்துக்காட்டப்பட்டுள்ள பகுதிகள் காட்டுக் குறும்பர் களுக்கும் அவர்களைவிட நாகரிகம் பெற்றவர்களான குருபர் களுக்கும் இடையே உள்ள வேறுபாடுகளும் அவர்களுக்கிடையே யான உறவுகளும் இறுதியானதொரு முடிவுகாணப்பட வேண்டியது தான் பிரச்சினையாக உள்ளது என்பதை மெய்ப்பிக்கப் போது மானவை. நீலகிரியைச் சேர்ந்த காட்டுக் குறும்பர், மைசூர், பெல்லாரி பகுதிகளைச் சேர்ந்த சமூகத்தோடு தொடர்புடைய குருபர் ஆகியோரின் மனித இனஇயல் அளவைகளில் முக்கியமான கூறுகளான உயரம், மூக்கின் நீள அகலங்களுக்கிடையேயான விகித அளவு ஆகியன வற்றைப் பழங்குடிகளான மலபார் பணியன்கள் ஆனமலைக் காடர்கள் ஆகியோரின் அளவுகளோடு நான் கீழே தருகின்றேன்.

[1] *நீலகிரி மாவட்டக் கையேடு* (*Manual of the Nilgiri District.*)

பழங்குடிகள்	சராசரி உயரம் செ.மீ.	மூக்கின் விகித அளவு	மூக்கின் விகித அளவின் மேலளவு
குருபர், பெல்லாரி	162.7	74.9	92
குருபர், மைசூர்	163.9	73.4	86
குறும்பர், நீலகிரி	157.5	88.8	111
பணியன்	157.4	95.1	108
காடர்	151.7	89	115

மேலே உள்ள அட்டவணையை மேற்போக்காகப் பார்த்த அளவிலேயே கறுத்த மேனி நிறமும், குட்டையான உருவமும் பருத்த அகன்ற மூக்கும் உடைய மூன்று காட்டினப் பழங்குடிகளிடையே உள்ள உடற்கூறுகளுக்கிடையேயான ஒற்றுமை தெளிவாகப் புலனாகும். காட்டுக் குறும்பருக்கும், நல்லதோல் நிறமும், நெடிதுயர்ந்த உடல்வாகும் மெலிந்த மூக்கும்கொண்ட குருபருக்கும் இடையே உள்ள வேறுபாட்டையும் இந்த அட்டவணை தெளிவாகக் காட்டும்.

சமூகத்தோடு கலந்துவிட்டவர்களான குருபர் பற்றிய செய்திகள் தனிக் கட்டுரையாகத் தரப்பட்டுள்ளன. இங்கே காட்டுக் குறும்பரோடு தொடர்புடைய செய்திகளை மட்டுமே கூறுகின்றேன்.

காட்டுக் குறும்பர் அல்லது மைசூரைச் சேர்ந்த பழங்குடிகளான குறும்பர்கள் மலைக்குறும்பர் (பெட்டக் குறும்பர்), தேன் குறும்பர் (ஜேனுக் குறும்பர்) என இரு பிரிவினராகப் பிரிக்கப்பட்டுள்ளனர். மலைக் குறும்பரிடையே யானை, பெவின (வேம்பு), கொள்ளி (தீக்கட்டை) என்ற உட்பிரிவுகள் உள்ளன. இவர்கள் நல்ல சுறுசுறுப்பும் நல்ல இயங்கு திறனும்கொண்ட திறமைவாய்ந்த காட்டுவாசிகள். தேன் குறும்பர், மலைக் குறும்பரைவிடக் கறுத்ததோல் நிறம் உடையவர்கள். மலைக் குறும்பரினும் தாழ்ந்தவர்களாகக் கருதப்படும் இவர்கள் தேனும், தேன்மெழுகும் சேகரிக்கும் தொழில் ஈடுபட்டவர்களாக உள்ளனர்.

காட்டுக் குறும்பர் பற்றிய பின்வரும் குறிப்புகளுக்கு நான் 1891 மைசூர் மாநிலக் கணக்கெடுப்பு அறிக்கைக்குக் கடப்பாடு உடையேன். 'இவர்களிடையே பெட்டத, ஜேனு என்ற இரண்டு குலப்பிரிவுகள்

உள்ளன. முன்னவர்கள் காட்டுத் தெய்வங்களான நாராளி, மாஸ்தம்மா ஆகியனவற்றை வழிபடுகின்றனர். இறைச்சி உண்ணும் இவர்கள் மதுவகைகளையும் பருகுவர். ராகி மாவிலிருந்து தயாரிக்கப்படும் ஒருவகை மதுவே இவர்கள் விரும்பிக் குடிக்கும் பானம்.

இவர்களுடைய நாகரிக நிலையைப் புலப்படுத்தக்கூடிய இவர்களுடைய பழக்கவழக்கங்கள் சில குறிப்பிடத்தக்கவை. இவர்களிடையே இருவகைத் திருமணங்கள் வழக்கில் உள்ளன. அவற்றுள் ஒன்று ஒக்கலிகர் திருமணத்தை ஒத்ததாக விரிவான சடங்குகளுடன்கூடியது. மற்றொன்று வெற்றிலை பாக்கை மாற்றிக் கொண்டவுடன் ஆணும் பெண்ணும் கணவனும் மனைவியுமாக உறவை மேற்கொள்ளும் அளவிற்கு எளிமையானது. காடு குருபர்கள் தங்களைவிட உயர்ந்த சமூகத்தார் தயாரித்த உணவையே உண்பர். மாதவிலக்கின்போது பெண்கள் மூன்று நாள்கள்வரை குடியிருப்புக் குடிசைகள் அமைந்துள்ள பகுதிக்கு வெளியே சென்று தங்குவர். மகப்பேற்றின்போது குழந்தைக்குச் செவிலியாக இருப்பவள் அல்லது மற்ற உதவியாளர் மட்டுமே குழந்தை பெற்றவள் தங்கியுள்ள அறையினுள் பத்து நாள்களுக்கு நுழைய அனுமதிக்கப்படுகின்றனர்.

நோயுற்றவர்கள் மருத்துவ உதவி நாடிச் செல்வதில்லை. மாறாக மாந்திரீகம், பேயோட்டல், மந்திரம், உயிர்ப்பலி ஆகியனவற்றை மேற்கொள்ளும் பழக்கம் இருப்பதாகத் தெரிகின்றது. ஆண்கள் கோவணம் அல்லது இடையில் முழங்கால்வரை தொங்கும்படியாக ஒரு முரட்டுத்துணி மட்டுமே அணிகின்றனர். பொன், வெள்ளி, பித்தளை ஆகியவற்றாலான அணிகளை இவர்கள் அணிகின்றனர். இவர்கள் ஒருவருக்கொருவர் முகம்மழித்துக்கொள்வர். அதற்கு உடைந்த கண்ணாடித் துண்டுகளையே கத்தியாகப் பயன்படுத்து கின்றனர். பெண்கள் நான்கு கஜ நீளமுள்ள முரட்டுச் சேலையை அணிகின்றனர். இவர்கள் தங்கள் நெற்றியில் மூன்று நான்கு குறுக்குக் கோடுகளைப் புள்ளிகளாகப் பச்சை குத்திக்கொள்வர்.

காதில் தோடுகளும், கையில் கண்ணாடி வளையல்களும், கழுத்தில் கறுப்புப் பாசி மணிமாலைகளும் அணிவார்கள். புதிதாக வருபவர்கள் காலில் செருப்பு முதலியன அணிந்தபடி தங்கள் குடிசையிலோ குடியிருப்புகளிலோ நுழைய இவர்கள் அனுமதிப்பதில்லை. இறந்த குழந்தைகளைப் புதைக்கின்றனர். பெரியவர்களை எரிக்கின்றனர். குடியிருப்பில் ஏதேனும் எதிர்பாராத தீங்கு நிகழ்ந்தால் குடியிருப்பைப் புறக்கணித்தவர்களாக அருகே வேறு ஓர் இடத்தில் புதிய குடியிருப்பை

ஏற்படுத்திக் கொள்வர். காட்டுக் குறும்பர்கள் சுறுசுறுப்பும், மிகுந்த உழைப்புத் திறனும் வாய்க்கப்பெற்றவர்கள். பழிவாங்கும் மனப்பாங்கு உடைய இவர்கள் அன்பாக நடத்துபவர்களுக்குத் தாங்களே விரும்பி முன்வந்து உதவிகள் செய்வர்.

ஜேனுக் குருபர்கள் மக்கள் நடமாட்டமற்ற காட்டின் இடையே தனித்தனியே அமைந்திருக்கும் குடிசைகளில் வாழ்கின்றனர். இவர்கள் காட்டினத்தவர் இயல்பு வாய்க்கப் பெற்றவர்கள். ஆண்களின் உடை ஒரு கம்பளிப் போர்வை அல்லது ஒரு முரட்டு வேட்டியாக மட்டுமே இருக்கும். தலையில் குல்லாய் தரிக்கின்றனர். பெண்கள் வெள்ளைக் காடாவைச் 'சாதி' எனப்படும் உடையாக உடுக்கின்றனர். காதில் பித்தளைத் தோடும், கழுத்தில் கறுப்புப் பாசி மணிமாலைகளும், கண்ணாடி வளையல்களுமே பெண்கள் அணியும் அணிகள். இவர்கள் வேறு சாதியாரையும், முகமதியரையும் தங்கள் குடியிருப்பை நெருங்க அனுமதியாததோடு, செருப்புப் போட்டு வருபவர்களை வீட்டினுள்ளும் தெரு வழியே செல்லவும் அனுமதிப்பதில்லை. இறைச்சி உண்ணும் அவர்கள் ஒக்கிலியர், லிங்காயதர் முதலிய உயர்ந்த சாதியாரிடம் உணவு பெற்று உண்பர்.

காட்டு மூங்கில், நெல், கிழங்குகள் முதலிய காட்டில் கிடைக்கும் உணவு வகைகளைத் தேனில் கலந்து உண்டு வாழ்கின்றனர். பால், நெய் ஆகியவற்றுக்குப் பதிலாகத் தேனீக்களைக்கொண்டே இவர்கள் அடிக்கடி இனிப்புப் பண்டங்களைத் தயாரிக்கின்றனர். காடுகளில் மரங்களை வீழ்த்துவது போன்ற கடின உழைப்பை மேற்கொள்ளும் இவர்கள் பயிர்த்தொழிலிலோ ஆடுமாடு வளர்ப்பதிலோ ஒரு போதும் ஈடுபடுவதில்லை. காட்டுவிலங்குகள் சென்ற தடம் கண்டு, அவற்றைப் பின்தொடர்வதில் மிகுந்த திறமைவாய்ந்த இவர்கள் ஆபத்தான பணிகளில் கூர்த்த மதிநலம் வாய்ந்தவர்களாகத் திறமை யுடன் தப்புகின்றனர். இரண்டு வயதானவுடன் இவர்களின் குழந்தைகள் காடுகளில் தனியே உலவத் தொடங்குகின்றன. நேரங்கெட்ட நேரத்தில் தங்கள் குடியிருப்புக்கு வரும் பயணிகளுக்குக் கூட இவர்கள் இன்முகத்துடன் விருந்தோம்புவர்.

சைவர்களான இவர்கள் ஜங்கமங்களைத் தங்கள் குருவாகக் கொண்டுள்ளனர். சாவுத் தீட்டைப் பிராமணர்களைப்போலவே இவர்களும் பத்து நாள்களுக்கு மேற்கொள்கின்றனர். இறந்த குழந்தை களைப் புதைக்கும் இவர்கள் பெரியவர்களை, ஆணாயினும் பெண்ணாயினும் எரிப்பர். இந்தப் பழங்குடியினரின் விசித்திரமான

பழக்கம் குடியிருப்பைச் சேர்ந்த மணமாகாத பெண்கள் அவர்களுக் கென ஒதுக்கப்பட்டுள்ள சாவடியில் ஒன்றாகப் படுத்து உறங்குவது தான். அதேபோல மணமாகாத ஆண்களும் குழந்தைகளும் அவர்களுக் கென உரிய தனிக்குடிசையில் சமூகத் தலைவன் மேற்பார்வையில் படுத்து உறங்குவர். சிறுவர்கள் உறங்கும் குடிசை புண்டுகார் சாவடி எனப்படும். நாடோடிகள் தங்குமிடம் என்பது அந்தத் தொடரின் பொருளாகும்.' தேனுக் குறும்பர் காட்டெருமையின் இறைச்சியை உண்பர். பெட்ட குறும்பர் அதனை உண்பதில்லை.

மைசூரைச் சேர்ந்த ஜேனு, பெட்ட குறும்பர்கள் பற்றிய ஒரு குறிப்பில் எம். வெங்கடனர்ணப்பா எழுதியுள்ளன வருமாறு: 'பெட்டர், ஜேன் குறும்பரைவிட நல்ல உடை உடுத்துவதோடு சிறந்த உணவும் உண்ணுகின்றனர். பெட்டகுறும்பர் காட்டை நெருப்பிட்டுச் சுட்டு அழித்தபின் அங்குப் பயிரிடுவர். இப்பிரிவைச் சேர்ந்த பெண்கள் கூடை முடைதலில் திறன்பெற்றவர்கள். இவ்விரு பிரிவினரையும் பெண்களை உடை உடுத்தியுள்ள முறையிலிருந்தும், ஆண்களைத் தலைமயிரை முடிந்துகொண்டுள்ள வகையிலிருந்தும் வேறுபடுத்திப் பிரித்துணரலாம். பெட்ட குறும்பப் பெண் தோளுக்குக் கீழ் கையிடுக்குகள் வழியாக மார்பை மூடியவளாக நீண்ட துணியை உடுத்தியிருப்பாள்.

ஜேன் பிரிவைச் சேர்ந்தவள் வசதியுடையவளாயின் கிராமத்துப் பெண்கள்போலச் சேலை அணிந்திருப்பாள். ஏழையாய் இருப்பின் இடுப்பில் ஒரு துண்டும் மார்பில் ஒரு துண்டுமாக இரண்டு ஆடை களைத் தரிப்பாள். பெட்டக் குறும்பர்கள் தலைமுடியை வெட்டாது நீள வளர்க்கின்றனர். அதனை ஒன்றாகச் சேர்த்து உச்சந்தலையில் கொண்டையாக முடித்திருப்பர்.

ஜேன் குறும்பர்கள் குடியானவர்களைப்போலத் தலையை மழித்துக்கொண்டு உச்சியில் மட்டும் குடுமி வைத்திருப்பர் அல்லது தலைமயிரைக் கத்திரித்து வெயில், குளிர் ஆகியவற்றிலிருந்து தலையைப் பாதுகாக்கும்படியாக அடர்த்தியாகவோ சுருட்டையாகவோ வளரும்படி விட்டிருப்பர்.

பெட்டக் குறும்பரும், ஜேன் குறும்பரும் தங்களுக்குள் மணஉறவு கொள்வதில்லை.' பெட்டக் குறும்பர் சிறந்த யானைப் பாகர் களெனவும் கெட்டா (யானைகளை அகப்படுத்தும் வனத்துறையினர் செயல்முறை) நடைமுறையில் மிக உதவியாகப் பணிபுரிவர் எனவும் எனக்குத் தெரிவிக்கப்பட்டது.

பத்தொன்பதாம் நூற்றாண்டின் தொடக்கத்தில் காட்டுக் குறும்பர், பெட்டக் குறும்பர் எப்படி வாழ்ந்துவந்தனர் என்பதைப் பற்றிப் புச்சனன் தரும் விவரம் வருமாறு:[2] காட்டுக் குறும்பர் முரட்டுத்தனம் வாய்ந்த பழங்குடிகள். ஏழ்மையில் உழலும் அப்பாவிகள். கிராமங் களை அடுத்துள்ள நிலங்களில் வசதியற்ற தாழ்வான குடிசைகளில் சில கந்தல் உடைகளை உடுத்தியவர்களாக வாழ்ந்து வருகின்றனர். ஆண், பெண் இருபாலாரின் கூந்தலும் கற்றைச் சடையாகப் பேன் பிடித்திருக்கும். இவர்களுள் சிலர் உழவர்களிடம் விவசாயக் கூலிகளாக மாத ஊதியத்திற்குச் சேர்ந்துள்ளனர். மற்றவர்கள் பயிரிடும் பருவத்தில் விளைநிலைங்களை யானை, காட்டுப்பன்றி ஆகியன நெருங்காதவாறு காவல் காப்பர்.

பயிரிடுகை இல்லாத பருவங்களில் நாட் கூலிகளாகத் தொழில் செய்வது அல்லது காடுகளுக்குச் சென்று இயற்கையில் விளைந்துள்ள வள்ளிக் கிழங்கை அகழ்ந்தெடுத்து ஒரு பகுதியை உணவாகக் கொண்டு எஞ்சியதை உழவர்களிடம் தானியங்களுக்கு மாற்றிக்கொள்வர். இவர்கள் யானைகளை மூங்கிலாலான தீப்பந்தங்களை ஏந்தியபடி அவற்றை நோக்கி ஓடிச் சென்று விரட்டுகின்றனர். சிலபோது உடனே பின்வாங்கும் யானைகள் சிலபோது இவர்கள் மிக அருகில் நெருங்கும்வரை காத்திருக்கும். தங்கள் அனுபவத்தால் இவர்கள் அச்சமயங்களிலும் அஞ்சாது மேற்சென்று தங்கள் தீப்பந்தங்களை யானைகளின் தலைக்கு எதிரே நீட்டுவர். அவை உடனே பின்வாங்கி ஓடத் தொடங்கும். இவர்கள் இவ்வாறு அஞ்சாதவர்களாக அவற்றை நெருங்கி விரட்டாது அஞ்சித் திரும்பி ஓடுவார்களாயின் யானைகள் இவர்களைத் துரத்தி மிதித்துக் கொல்லும். அத்தனை பெரிய விலங்கைக் கொல்ல ஏற்ற வழிமுறைகளைக் குறும்பர்கள் அறியார்.

பகலில் யானைகளை எதிர்ப்பட நேரும்போது இவர்களும் மற்றவர் களைப்போல அஞ்சி நடுங்கவே செய்கின்றனர். சுல்தான் ஆட்சிக் காலத்தில் இவர்கள் சில யானைகளைக் குழியில் வீழ்த்தி அகப்படுத்தி யுள்ளனர். (யானைகள் விரும்பி உண்ணும் பூசணி முதலியவற்றைத் தன் நிலத்தில் பயிரிட்டு அந்த நிலத்திலேயே யானையை வீழ்த்தும் குழியையும் தோண்டிவைத்து ஒரு யானையைப் பிடித்த குறும்பன் ஒருவனைப் பற்றி நான் கேள்விப்பட்டுள்ளேன்.-இ-டி.) காட்டுப் பன்றிகளைக் கவண் கல்லெறிந்து இவர்கள் விரட்டுகின்றனர்.

2 *மைசூர், கன்னடம், மலபார் வழியாக மேற்கொண்ட பயணம், 1807* ***(Journy through Mysore, Canara and Malabar, 1807)***

குறும்பர்கள் நெருங்கிக் கொல்ல இயலாத அளவு மூர்க்கம் மிக்கவை அவை. இவர்கள் அடிக்கடி புலியின் தாக்குதலுக்கு உள்ளாகின்றனர்.

புலிகள் பசிக்குத் தேவையான இரையைப் பெற இயலாதபோது பாதுகாப்பற்ற இவர்களுடைய குடிசைகளில் நுழைந்து இவர்களைத் தூக்கிச் செல்கின்றன. தீப்பந்தங்களுக்குப் புலிகள் அஞ்சுவதில்லை. (இக்குறும்பர்கள் நாய் வளர்க்கின்றனர். அவற்றின் துணையோடு மான், இரலை, முயல் ஆகியனவற்றை வேட்டையாடுகின்றனர்) கண்ணி வைத்து மயில் முதலான உண்ணத்தக்க பறவைகளை அகப்படுத்தும் கலையிலும் இவர்கள் கைதேர்ந்தவர்கள். இறந்த பிறகு நல்லவர்கள் தேவர்களாகவும், தீயவர்கள் அசுரர்களாகவும் ஆவதாக இவர்கள் நம்புகின்றனர். நேர்மைக்குப் பெயர்போனவர்கள் இவர்கள். ஆகவே உழவர்கள் தங்கள் தானியத்திலிருந்து ஒரு மணியைக்கூட இவர்கள் களவாடமாட்டார்கள் என்ற நம்பிக்கையோடு தானியங்களை இவர்களிடம் ஒப்படைப்பர்.

வயதானவர்களின் கனவில் இறந்தவர்களின் ஆவி வந்து தோன்றி மலைக்குரிய தேவதையான பெட்டத சிக்கம்மாவிற்குப் பூசை போடு மாறு கூறும் என இவர்கள் நம்புகின்றனர். அவ்வாறு அத்தெய்வத் திற்குப் படையல் இடவில்லையாயின் அது நோயை உண்டாக்கும். கூடா ஒழுக்கத்தில் ஈடுபடும் மனைவியைக் கணவன் விளாரினால் அடித்துத் தண்டிப்பான். முடிந்தால் அவளுடைய கள்ளக்காதலனுக்கும் உதையடி தருவான். இயலாதாயின் சமூகத் தலைவனிடம் முறை யிட்டுத் தண்டனைக்கு உள்ளாக்குவான்.' பெட்டக் குறும்பர்களைப் பற்றிப் புச்சனன் தொடர்ந்து கூறுவதாவது:

> ஊரருகே எளிய குடிசைகளில் வாழும் இவர்கள் காடுகளில் மரம் வெட்டுதலையே முக்கியத் தொழிலாக மேற்கொண்டுள்ளனர். கூடைகளும் முடைகின்றனர். கூரிய முனையுள்ள குச்சிகளால் காட்டு எல்லைப் பகுதிகளைத் தோண்டி ராகியை விதைக்கின்றனர். ஆண்கள் இரவில் உழவர்களின் விளைநிலங்களைக் காவல் காக்கின்றனர். இதில் இவர்கள் காட்டுக் குறும்பர்களைப்போல கைதேர்ந்தவர்களாக இல்லை. இச்சமூகத்தில் குடிகர் எனப் படுவோர் தன் கணவனைப் புறக்கணித்து வேறொரு ஆடவனை விரும்பிச் சேரும் பெண்ணும், மறுமணம் புரிந்துகொள்வதில் நாட்டமுடைய பெண்களுமாவர். இதன்வழி அவர்களுக்குப் பிறக்கும் குழந்தைகள் முறையற்ற உறவின் வழிப் பிறந்தனவாகக் கருதப்படுவதில்லை.

குறும்பர்கள் வழக்கமாகக் காடுகளை அகற்ற மேற்கொள்ளும் முறைபற்றிப் பின்வரும் குறிப்பைத் தருகின்றேன்.[3] 'உணவைத் தேடித் திரியும் இந்தப் பழங்குடிகள் அலைந்து திரிய வசதியாக இருக்கும்படி காட்டில் மரங்களின் அடியே வளர்ந்துள்ள புதர்களை அகற்றுவதில் நாட்டம் உடையவர்கள். வனத்துறைக் காவலர்களின் கண்களில் மண்ணைத் தூவியவர்களாக இதற்கு இவர்கள் கையாளும் தந்திரம் குறிப்பிடத்தக்க ஒன்றாகும். இதற்காகக் காய்ந்து உலர்ந்த யானை லத்தியில் நெருப்பை எடுத்துக்கொண்டு அதனைத் தன் உடையில் மறைத்தவனாக ஒரு குறும்பன் தன் குடியிருப்பைவிட்டு நெடுந் தொலைவு காட்டினுள் நடந்து சென்று நடுகாட்டில் காற்று வசமாக வீசும் இடத்தில் அந்த நெருப்போடுகூடிய யானை லத்தியை வைத்துப் பலமாகக் காற்று வீசும்போது தீப்பிடித்துக்கொள்ள உதவியாக உலர்ந்த புல், இலை தழை ஆகியனவற்றை அதனைச் சுற்றிக் குவித்து வைத்துவிட்டுத் தன் குடியிருப்புக்குத் திரும்பி விடுவான். இதிலிருந்து வெளிப்படும் புகை வனக் காவலர் கண்ணுக்குப் புலப்படாதவாறு இதனை மறைவான இடத்திலேயே வைப்பான். நெருப்பு நன்றாக மூண்டு எரியும் போதே அதனைக் காவலர் கண்ணுறுவர். அந்நிலையில் அவர்களால் அதனை அணைக்க ஏதும் செய்ய இயலாது. அப்போது நெருப்பிட்ட குறும்பன் தன் குடிசையில் பாதுகாவல் உடையவனாக நெருப்பை அணைக்க உதவி வேண்டி வரும் வனக்காவலர்களை எதிர்பார்த்துக் காத்திருப்பான்.'

மலபாரில் வயநாடு, கள்ளிக்கோட்டை, எரநாடு வட்டங்களில் காணப்படும் குறும்பர்கள் பற்றிய பின்வரும் விவரங்கள் அம்மா வட்டக் கையேட்டில் தரப்பட்டுள்ளன: 'முள்ளுக் குறும்பர், தேன் குறும்பர், சோலை நாயக்கன் அல்லது தேனறுக்கும் சோலை நாயக்கன், ஊராளி என்ற உட்பிரிவினராக இவர்கள் பிரிக்கப்பட்டுள்ளனர். இவர்களுள் வேட்டையையும், பயிரிடுதலையும் தங்கள் தொழிலாகக் கொண்டுள்ள முள்ளுக் குறும்பரே மற்றப் பிரிவினரை விடத் தங்களை உயர்ந்தவர்களாகக் கருதுகின்றனர். இவர்களை அடுத்த நிலையினராக மரம்வெட்டுதலிலும் தேன் எடுத்தலிலும் ஈடுபட்டுள்ள தேன் குறும்பர் கருதப்படுகின்றனர். மூன்றாவதான சோலை நாயக்கன்கள் கூடை முடைதலிலும் உழவுக் கருவிகள் செய்வதிலும் ஈடுபட்டு உள்ளனர்.

[3] *ஏசியன் இதழ் 1902* (*Asian*, 1902.)

முள்ளுக் குறும்பன்களுக்கும் தேன் குறும்பன்களுக்கும் முறையே மூப்பன், முதலி என்ற பட்டப்பெயர்களை உடைய சாதித் தலைவர்கள் உள்ளனர். இப்பிரிவினர் வாழும் நிலத்திற்குரிய ஜமீன்களே இவர்களைத் தலைவர்களாக நியமிப்பர். மற்ற மலைவாழ் பழங்குடிகளைப் போலவே குறும்பன்களும் வில், அம்புகளைப் பயன்படுத்து வதோடு, அதில் திறமை வாய்ந்தவர்களாகவும் உள்ளனர். தேன் குறும்பன்களின் குலதெய்வம் மாஸ்தி. வயநாட்டைச் சேர்ந்த ஊராளிக் குறும்பன்களுக்கு மற்ற இரு பிரிவினருக்கும் உள்ளதைப் போன்ற சாதித் தலைவர்கள் இல்லை என்பதை இங்கே குறிப்பிட வேண்டும். இவர்கள் மகப்பேற்றின் போது மற்ற மலபார் பழங்குடி களைவிட குறைந்த நாள்களுக்கே தீட்டை மேற்கொள்கின்றனர். சாவுத் தொடர்பான தீட்டை இவர்கள் மேற்கொள்ளாததோடு மலபாருக்குரிய ஆவிகளோடு தொடர்புடைய தெய்வங்களையும் வழிபடுவதில்லை.'

1891 சென்னை மாநிலக் கணக்கெடுப்பு அறிக்கையில் 'நீலகிரி யிலும் வயநாட்டிலும் காணப்படும் குறும்பர்கள் முள்ளு, பெட்ட அல்லது வேட்டை, ஊராளி, தேன், தச்ச நாடன் மூப்பன் எனப் பிரிவுபட்டவர்களாக உள்ளனர். இவர்களுள் முள்ளுக் குறும்பனும், தச்சநாடன் மூப்பனும் மலையாளம் பேசுவதோடு தங்கள் தலைமுடியை மலபார் வழக்கப்படி தலையின் முன்பக்கத்தில் குடுமியிட்டுக் கொள்கின்றனர். மற்றப் பிரிவினர் கன்னடம் பேசுபவர்கள். ஊராளிக் குறும்பர்கள் உலோகங்களில் பணி செய் கின்றனர்' எனக் கூறப்பட்டுள்ளது.

நீலகிரியில் வாழும் குறும்பர்களின் குடியிருப்புக்கள் முட்டாக்கள் என அழைக்கப்படுகின்றன என நீலகிரி மாவட்ட கையேட்டில் கிரிக் (H.B. Grigg) குறிப்பிட்டுள்ளார். இம்முட்டாக்கள் மண்ணாலும் மரப்பட்டைகளாலும் அமைக்கப்பட்ட சுவர்களோடு கூரை வேயப் பட்டனவாக நான்கைந்து குடிசைகளை மட்டுமே கொண்டனவாக இருக்கும். குடிசையின் முன்பக்கச் சுவர்கள் சிலபோது வெள்ளை யடித்துக் காவிக்கற்களாலும் கரிக்கட்டைகளாலும் மனிதர், விலங்குகள் ஆகிய தெளிவற்ற உருவங்கள் தீட்டப்பட்டனவாக இருக்கும். இவர்கள் பெரிய நீள்வட்ட வடிவமான கூடைகளில் தானியங்களைப் பாதுகாத்து வைக்கின்றனர்.

முட்டாக்களைச் சுற்றிய நிலப்பகுதிகளில் புதர்களை அகற்றி ராகி, தினை, கீரை ஆகியவற்றை இவர்கள் பயிரிடுகின்றனர். காசூ எனப்படும் கிழங்கை உணவிற்காகத் தோண்டும் இவர்கள், காடுபடு

பொருள்களான தேன், மெழுகு, தீத்தாங்கொட்டை முதலியவற்றைச் சேகரிக்கின்றனர். இவற்றைச் சமவெளியிலிருந்து வரும் வணிகர்களிடம் பண்டமாற்றுச் செய்துகொள்கின்றனர். வலைவிரித்து விலங்குகளை அகப்படுத்துவதில் இவர்கள் திறமைமிக்கவர்கள். அவற்றின் இறைச்சியை விரைவில் விற்றுத் தீர்ப்பர்.

குறும்பர்கள் அவ்வப்போது மலைப்பகுதியில் உள்ள காப்பித் தோட்டங்களிலும் வேலை பார்க்க முன் வருகின்றனர். சிலர் படகரின் பூசாரிகளாகப் பிழைப்பு நடத்துகின்றனர். மற்றப் பழங்குடியினரின் திருமணம், சாவுத் தொடர்பான சடங்குகளில் கிளாரியொனட், முழவு, தம்புரா முதலியவற்றைப் பூகுரி என்ற இசைக் கருவியுடன் இசைக்கும் இசைவாணர்களாகவும் பணி மேற்கொள்கின்றனர். பிரம்பினால் கூடை முடைவதோடு மூங்கில்களால் பால் கறக்க உதவும் ஏனங்களும் செய்கின்றனர். இச்சாதிப் பெண்கள் சமைத்தல், நீரெடுத்து வருதல் முதலிய குடும்பப் பணிகளைத் தவிர வேறு பணிகளில் ஈடுபடுவது இல்லை.

குறும்பர்களின் சமயம் பற்றிய கோட்பாடுகள் அனைத்தையும் பின்வரும் மேற்கோள் உள்ளடக்கியதாக உள்ளது எனலாம்: ‘இவர்களுள் சிலர் சிவனை வழிபடுகின்றனர். பெண்கள் சில சமயங்களில் சிவனுக் குரிய நீற்றினை நெற்றியில் தரிப்பர். பரலியானுக்கு அருகே வாழ்பவர்கள் குறிபட்டராயர் (குறியாடுகளுக்கு உரிமையுடையவன்) என்ற தெய்வத்தையும், சிவனின் மனைவியை முஷ்ணி என்ற பெயரிலும் வழிபடுகின்றனர். ஹரியதேவ என்ற பெயரில் பெரிய கற்களைக் குகைகளிலோ படகரின் குறும்பர் கோயில் எனப்படும் அமைப்பை ஒத்த கோயில்களிலோ அமைத்து வழிபடுகின்றனர்.

படகர் தங்கள் கோயில்களைக் குறும்பரைப் பார்த்து அமைத்துக் கொண்டவர்களாதல் வேண்டும். விதைப்புத் தொடங்கும்போது இந்தக் கோயில்களில் பூசை போட்டுப் பொங்கலிடுவர். ஹரிய தேவருக்கு ஆட்டைப் பலியிடும் இவர்கள், அதனைத் தங்கள் வீட்டிலேயே நீர் தெளித்தவர்களாக வெட்டிப் பலியிட்டு ஒரு பகுதியைப் பூசாரிக்குத் தந்துவிட்டு எஞ்சியதைத் தாங்கள் உண்பர். பரந்துபட்ட பழங்குடி யினரான இவர்களின் பழக்கங்கள் முட்டாவிற்கு முட்டா வேறுபடுதல் இயல்பானதே.’

தோடர்களின் கிவுட்டென் (Kwoten) தொடர்பான பழங்கதைப் பற்றி ரிவர்ஸ் பதிந்துள்ள செய்தி வருமாறு: ‘ஒரு நாள் கிவுட்டென்

தன் கெதரைச் சேர்ந்த பணியாளரான எர்டெனுடன் பொனிக்குப் பாலக்காட்டின் பக்கமாகச் சென்றான். பொனியில் பல்பா என்ற ஓடை உள்ளது. அது குந்தாவில் தோன்றி ஓடி வருவது. கிவெட்டனும் எர்டெனும் நீர் குடிக்க அந்த ஓடைக்குச் சென்றனர். அங்குத் தெயு எனப்படும் தேவதையான டெர்கோசு குளித்துக்கொண்டிருந்தது. இறுதியில் அவர்கள் தெர்கோசுவை நெருங்க அத்தெய்வம், 'நீங்கள் என்னை நெருங்கிவிட்டீர்களா? நான் ஒரு தெயு' எனக் கூறியும் கிவுட்டென் அதனைக் காதில் போட்டுக் கொள்ளாது, 'நீ அழகியாக உள்ளாய்' எனக் கூறி அவளுடன் சென்று படுத்துக்கொண்டான். அதன்பின் தெர்கோசு பொனி மலையில் உள்ள தன் இருப்பிடத்திற்குச் சென்றுவிட்டது. இன்றுவரை அவள் அங்கு இருந்து வருகிறாள். இன்றும் குறும்பர்கள் ஆண்டுக்கு ஒருமுறை அங்குச் சென்று அவளுக்குப் பழங்களைப் படைப்பதோடு விளக்கும் ஏற்றி வருகின்றனர்.'

'தங்கள் சடங்குகளுக்கு உரிய இரு பொருள்களைத் தோடர் குறும்பரிடமிருந்து பெறுகின்றனர். அவற்றுள் ஒன்று தட்ர்சி அல்லது தட்ரி (tadrsi or tadri) எனப்படும் நீண்ட கழியாகும். இரண்டாம் சாவுச் சடங்கு களின்போது அதனை நடனமாடப் பயன்படுத்தும் தோடர் பின்னர் எரித்துவிடுகின்றனர். அதற்குத் தேவையான தக்க நீளமுள்ள கழிகள் நீலகிரிக்கு மேற்கே மலபார் பகுதியிலேயே வளர்கின்றன. தோடர் பெறும் மற்றொரு பொருள் தெய்க் (teiks) எனப்படும் சாவுச் சடங்கில் எருமையைப் பலியிடுவதற்குரிய கம்பமாகும்.' என முனைவர் ரிவர்ஸ் பதிந்துள்ளார்.

படகர்களுக்குச் சாவுச்சடங்கிற்குத் தேவைப்படும் யானைக் கம்பத்தினைக் கொடுப்பதோடு, குறும்பர் படகர் விதைப்பின்போது ஒரு கைப்பிடி விதைத் தானியத்தை விதைக்கும் பணியையும் மேற்கொள்கின்றனர். இச்சடங்கை ஹார்க்னெஸ் பின்வருமாறு விளக்கியுள்ளார்:[4] உழத் தொடங்கும் படகர் குடும்பத்தினர் உழத் தொடங்கு முன் நிலத் தருகே வந்து சேர்ந்திருந்தனர். அவர்களோடு இரண்டு அல்லது மூன்று குறும்பர்களும் இருந்தனர். நாங்கள் நின்றிருந்த பகுதியின் நடுவே அவர்களுள் ஒருவன் ஒரு கல்லை நட்டான். அதனைக் காட்டு மலர்களால் அலங்கரித்த அவன் அதன் முன் விழுந்து வணங்கி எழுந்து அதற்குத் தூபம் காட்டிய பிறகு

[4] *நீலகிரி மலைவாழ் தொல்குடிகள், 1832* (*Aboriginal Race of the Neigherry Hill* 1832.)

ஒரு ஆட்டைப் பலியிட்டான். அந்த ஆட்டினைப் படகர் அங்கே பிடித்து வந்திருந்தனர். பின் மேழியைப் பிடித்துப் பத்துப் பன்னிரண்டு அடி தூரம் ஏரினை ஓட்டிச்சென்ற அவன் பலியிடப்பட்ட ஆட்டின் தலையை எடுத்துக்கொண்டு படகரைத் தொடர்ந்து உழவை மேற்கொள்ள அங்கே விட்டபடி சென்றான்...

குறும்பன் ஒரு கையளவு விதையை விதைத்த பிறகு எஞ்சியதைப் படகர் விதைப்பர். அதே அறுவடையின்போது முதல் பிடியை அறுக்கும் குறும்பன் அதனையும் அரிவாளையும் படகனிடம் கொடுக்க, அவன் எஞ்சிய பயிரை அறுத்து முடிப்பான். அறுவடையின் போதோ, தானியங்கள் அனைத்தும் சேகரிக்கப்பட்ட பிறகோ குறும்பன் விளைவுக்குத் தக்கபடி தனக்கு உரிய பங்கைப் பெறுவான்.' இன்று படகருக்கும் குறும்பருக்கும் இடையே நிலவும் உறவும், படகர் சடங்குகளில் குறும்பருக்கான பங்கும் பற்றிப் படகர் பற்றிய கட்டுரையில் கூறப்பட்டுள்ளது.

நீலகிரியைச் சேர்ந்த குறும்பரிடையே உடன்பிறந்தவர்கள் பலர் ஒருத்தியை மணந்துகொள்ளும் பழக்கம் இருப்பதாக எனக்குத் தகவல் தெரிவித்தனர். மேலும் அவர்கள் தங்கள் மனைவி மற்றவர்களோடு உறவு கொள்வதைப் பற்றியும் பொருட்படுத்துவதில்லை என்று கூறினர். மணச் சடங்குகள் ஏதும் நிகழ்த்தப்படாமல் ஆணும் பெண்ணும் உடலுறவு கொண்டவர்களாகக் கணவன் மனைவியராக வாழ்வர். ஒரு குடும்பத்தில் அதுபோல மணச் சடங்கின்றியே பெண்களை மனைவியராக ஓரிரு தலைமுறையினர் தொடர்ந்து ஏற்று வாழும் நிகழ்ச்சி பாராட்டுக்குரியதாகக் கருதப்பட்டு அது தொடர்பாகக் கொண்டாட்டமும் நிகழ்த்தப்படுகிறது. அத்தகைய கணவன் மனைவியர் ஒன்றாக அமர்ந்து பானையில் நீரெடுத்து ஒருவர்மீது ஒருவர் ஊற்றிக்கொள்வர். பின்னர் புத்தாடை புனைந்து விருந்து உண்பர். சோலை நாயக்கன்களிடையே மணமகள் புகையிலைக் கொண்டு சுருட்டுத் தயாரிக்கும் சடங்கு நடத்தப்படுகிறது. அதனை மணமக்கள் இருவரும் மாற்றி மாற்றிப் புகைப்பர்.

இருளர் பற்றியும் குறும்பர் பற்றியும் எழுதும் வால் ஹவுஸ் கூறியுள்ளதாவது.[5] இவர்களிடையே ஒரு சாவு நிகழ்ந்தவுடன் நீரில் புரண்டு தேய்ந்த ஒரு கூழாங்கல்லைக்கொண்டு வந்து நீலகிரி மலைப் பகுதியில் ஆங்காங்கே காணப்படும் பழைய வட்டக் கல்லறை

---

[5] *இந்திய தொல்லியல்*, IV 1877 (*Ind.Ant.*, VI, 1877.)

மாடங்களில் ஒன்றினுள் இடுவர். இவற்றுள் அளவில் பெரியனவாக உள்ள சில மாடங்கள் மேலே பாவப்பட்டுள்ள மூடு கல்லைத் தொடும் படியாக கூழாங்கற்களால் நிரம்பியுள்ளன. இவ்வாறு நிரம்பப் பல தலைமுறைகள் ஆகியிருக்க வேண்டும். சிலபோது மேற்கூறிய பழங் குடியினர் சாவுச் சடங்குத் தொடர்பான சிறிய கல்லறை மாடங் களையும் அமைத்து அவற்றுள் கூழாங்கற்களை இட்டு வருகின்றனர்.

ரங்கசாமி மலை முடியைச் சுற்றியுள்ள பகுதிகளிலும், பாலியாற்றைச் சார்ந்த பகுதிகளிலும் வாழும் குறும்பர்கள் இறந்தவர்களை எரிக்கின்றனர் என பிரீக்ஸ் தெரிவிக்கின்றார். அதன் பின் ஒரு சிறு எலும்பையும், கூழாங்கல்லையும் கல்லறை மாடங்களில் கொண்டுவந்து இடுவர்.' செங்குத்தாகப் பலகைக் கற்களை நிறுத்தி அமைக்கும் கூடங்கள் பரந்துபட்ட பழங்குடியினராக வாழ்ந்துவரும் குறும்பர்களுக்கு உரியனவாகவே இருக்க வேண்டும் எனப் பெர்கூசன் துணிந்து உரைக்கின்றார்.[6] குறும்பர்களுக்கும் குருபர்களுக்கும் இடையேயான தொடர்பு பற்றிய ஆய்வில் குருபர் சில இடங்களில் கற்பலகைகளாலான நினைவுக் கூடங்களை அமைத்துள்ளனர் என்பதையும் கருத்தில்கொள்ள வேண்டும்.

குறும்பர் தங்களுக்குச் சிறப்புரிமையாக வாய்க்கப் பெற்றுள்ள மந்திர ஆற்றலைப் பயன்படுத்தித் தோடர்களையும் படகர்களையும் — குறிப்பிடத்தக்க வகையில் படகரை — ஏமாற்றிப் பிழைக்கின்றனர் என்றும் அவர்கள் நினைத்த மாத்திரத்தில் காட்டு யானைகளை வரவழைக்கக் கூடியவர்களாகவும், மந்திர சக்திவாய்ந்த பச்சிலை களைத் தடவிப் பெரும் பாறைகளைப் பொடியாக்கும் வல்லமை பெற்றவர்களாகவும் உள்ளனர் என்பதையும் பற்றிப் பல கதைகள் வழங்கிவருகின்றன என்று நீலகிரி மாவட்டக் கையேட்டில் கூறப் பட்டுள்ளது.

குறும்பர்களுக்கு மருந்தாகப் பயன்படும் வேர்கள் பற்றியும் மூலிகைகள் பற்றியும் தெரியும். படகர்கள் இவர்கள் மற்றவர் களுக்குத் தீங்கிழைக்கும் மூலிகைகள் பற்றியும் வேர்கள் பற்றியும் மட்டுமே தெரிந்து வைத்துள்ளதாகக் குறைகூறுவதோடு தங்கள் மந்திரச் சக்தியால் அத்தகைய வேர்களையும் மூலிகைகளையும் அவர்களுக்குப் பிடிக்காதவர்கள் வயிற்றினுள் புகுத்திவிடுகின்றனர் எனவும் கூறுவர். படகருக்கும் குறும்பருக்கும் இடையே உள்ள தீவிரமான வெறுப்பு

[6] நயமற்ற பண்டைக் கற்பலகை நினைவுக் கூடங்கள். *(Rude Stone Monuments.)*

உணர்ச்சிக்கும் முன்னவர் பின்னவருடைய இயற்கை இறந்த ஆற்றல்கள் பற்றி அஞ்சும் அச்சத்திற்கும் அடிப்படைக் காரணம் புலனாகவில்லை. படகர் தங்களுக்கு வரும் நோய், சாவு, தீங்குகள் ஆகியன குறும்பர் ஏவுதலாலேயே நிகழ்கின்றன என நம்புகின்றனர்.

சில ஆண்டுகளுக்கு முன்பு படகன் ஒருவன் ஒரு குறும்பனைக் கொன்ற குற்றத்திற்காக வட்டார நீதிமன்றத்தால் தூக்கில் இடும்படியாகத் தண்டனை வழங்கப் பெற்றான். தூக்கிலிடப்பட்ட படகன் பெரும் துன்பத்திற்கு ஆளாக்கப்பட்டதாலேயே அத்தகைய கொலைச்செயலை மேற்கொண்டான். அந்தப் படகன் குடும்பத்தினர் பலரும் கொலை செய்யப்பட்டவன் ஏவுதலால் சாவுக்கு உள்ளாயினர். அவன் மட்டும் அந்தக் குறும்பன் ஏவுதலிலிருந்து ஒருவாறு தப்பிப் பிழைத்தவனாக இருந்தான். சுற்றுவட்டாரத்தைச் சேர்ந்தவர்கள் அனைவரும் கொலை செய்யப்பட்ட குறும்பனே தன்னுடைய மாயவித்தையால் அக்குடும்பத்திற்கு இத்தகைய தீங்குகளை இழைத்தவன் என நம்பியதோடு, பலமுறை முயற்சி மேற்கொண்ட பிறகு இறுதியில் ஒரு நாள் பகலில் அவனைச் சுற்றிவளைத்துக் கொலைக்கு உள்ளாக்குவதில் வெற்றிகண்டுள்ளனர்' என ஹார்க்கின்ஸ் கூறியுள்ளார்.

1835இல் 48க்கும் மேற்பட்ட குறும்பர் கொலை செய்யப்பட்டனர். 1875இலும் 1882இலும் சற்றுக் குறைந்த எண்ணிக்கையினர் கொலை செய்யப்பட்டுள்ளனர். 1900இல் ஒரு குறும்பன் குடும்பத்தைச் சேர்ந்த அனைவரும் கொலைக்கு உள்ளாயினர். அக்குடும்பத்தின் தலைவன் மருத்துவம் பார்த்துவந்தவனாவான். படகர் ஊர் ஒன்றில் நோயும் சாவும் பரவ அவனே காரணம் என மக்கள் நம்பினர். அந்த வட்டாரத்தைச் சேர்ந்த அனைவருமே கொலைச் செயலை மேற்கொண்டவர்கள் மீது பரிவுடையவர்களாக இருந்தமையால் குற்றம் சுமத்தப்பட்டவர்கள் தண்டனை பெறாது தப்ப வாய்ப்பு ஏற்பட்டுவிட்டது.[7] இந்த வழக்கில் தோடர் பலரும் குற்றச்சாட்டுக்கு உள்ளானவர்களாக இருந்தனர். 'கோத்தர், இருளர், படகர் ஆகிய பழங்குடியினர் குறும்பன் ஒருவனைத் தாக்கும்போது தோடன் ஒருவன் முதல் தாக்குதலை நடத்தும் முன் அவனை அடித்துக் கொல்ல துணியமாட்டார்கள்.

புனிதத் தன்மை வாய்ந்த தோடனுடைய கையாலான முதல் அடி குறும்பன்மேல் விழுந்த அளவில் குறும்பன் தன் புனிதத் தன்மையை

---

[7] காவல் துறையின் நிர்வாக அறிக்கை 1900.

இழந்துவிட மற்றவர்கள் தொடர்ந்து கொலைச் செயலைச் செய்து முடிப்பர்' எனக் கிரிக் கூறுகின்றார். படகர்கள் குறும்பர்களிடம் மிகுந்த அச்சம் கொண்ட வர்கள். ஒரு குறும்பன் சாதாரணமாக ஒரு படகனைப் பழித்த அளவிலேயே அது அந்தக் குறும்பனுக்கு எமனாக வந்து சேரும். எனது வழிகாட்டியான தோடன்-தன் இனத்தின் உடல்வாகுக்கு எடுத்துக்காட்டாகக் கூறத்தக்க உடல்வலிமை பெற்றவன்—பெருஞ் சாலையின் வழியே உதகமண்டலத்திலிருந்து கோத்தகிரி வரையான பதினெட்டு மைல் தூரத்தை நடந்து கடக்கவேண்டி நேரிட்ட போது, தனக்குக் குறும்பர்களால் தீங்கு நேரிடும் எனக் கூறி அதற்கு உடன்பட மறுத்துவிட்டான். இது அவன் தன் குடும்பத்தை விட்டு என்னோடு அவ்வளவு தொலைதூரம் நடந்துவர விருப்பம் இல்லாத காரணத்தை மனதில்கொண்டு கூறப்பட்ட நொண்டிச்சாக்கு என்பது எனக்குத் தெரியும். இதுபோல ரிவர்ஸ் கோத்தகிரிக்குச் சென்ற போது அவரோடு துணைக்கு வரவேண்டிய தோடன் அந்தப் பகுதியில் குறும்பர்கள் பலராக இருப்பதால் தனக்குத் துணையாக மற்றொருவனையும் அழைத்துக்கொள்ள உடன்பட்டால்தான், அவரோடுகூட தான் வரமுடியும் எனக் கூறியதாகப் பதிந்துள்ளார்.

எருமைகளையும் தோடர்களையும் படைத்தவரான ஓன் பற்றி வழங்கும் கதைத் தொடர்பாக ரிவர்ஸ் கூறுவதாவது: 'தன்னுடைய பிள்ளையை இறந்தவர்கள் உலகான அம்னொதரில் (Amnodr) கண்ட ஓன் அவனை அங்கே தனியேவிட்டுச் செல்ல விரும்பாது, தானும் அங்கே சென்று அவனுடன் தங்க முடிவு செய்தது. எனவே அது மக்கள் அனைவரையும் எருமைகளையும், மரங்களையும் தனக்கு விடை கொடுத்தனுப்ப வரும்படி அழைத்தது. கிவொதர்தொனி என்ற ஊரைச் சேர்ந்த அர்சங்குடன் என்பவனைத் தவிர அனைவரும் அந்த அழைப்புக்கு இணங்கி வருகை புரிந்தனர். அவனும் அவன் குடும்பத்தினரும் அங்கு வரவில்லை. கிவொதர்தொனியைச் (Kwodroni- புனித பண்ணை) சேர்ந்த அர்சேய்ர் (Arsaiir) எருமைகளைத் தவிர பிற எருமைகள் அனைத்தும் அப்போது வருகைதந்தன. சில மரங்களும் வரத்தவறின. வந்திருந்த மக்களையும் எருமைகளையும் மரங்களையும் ஓன் வாழ்த்திய பின் அர்சங்குடன் வராததால் அவனும் அவனைச் சார்ந்தோரும் குறும்பர்களின் மாந்திரீகத்தினால் இறப்பர் எனவும், அர்சேய்ர் எருமை வராததால் அவை புலிகளால் கொல்லப்படும் எனவும், அங்கு வராத மரங்கள் கசக்கும் பழங்களையே காய்க்கும் எனவும் சாபம் இட்டது. அப்போதிருந்து தோடர் குறும்பரைக் கண்டு அஞ்சி வருகின்றனர். புலிகள் எருமைகளைக் கொன்று வருகின்றன.'

நீலகிரி மலைகளின் தேனடைகளைத் தேன் குறும்பரும், சோலகரும் சேகரிக்கின்றனர். தேன் கிடைப்பது பருவத்திற்கு ஏற்ப அமைகின்றது. குறிஞ்சி மலர்கள் (strobilanthes) பூக்கும் பருவத்தில் தேன் மிகுதி யாகவும் தரமானதாகவும் கிடைக்கின்றது எனக் கூறப்படுகிறது.[8] தேனடையில் உள்ள தேனீயைப் பார்த்துப் பார்த்துப் பழகிய காரணத் தால் குறும்பர்கள் கூர்மையான பார்வை வாய்க்கப் பெற்றவர்களாக உள்ளனர். தேனெடுக்கும் பக்குவ நிலையை அடையாத ஒரு தேன்கூடு அவர்கள் கண்ணில்படுமானால் அவர்கள் சில குச்சிகளை ஒரு குறிப்பிட்ட அமைப்பில் அதன்கீழ் வைத்துவிடுவர். இந்த அடையாளம் வேறு குறும்பர்கள் அந்தத் தேனடையில் கை வைக்காதபடி தடுக்கும். படகரோ, வேறு மலைவாழ் பழங்குடிகளோ குறும்பருடைய இந்த உரிமையில் தலையிடமாட்டார்கள். அவ்வாறு தலையிட்டால் அவர்கள் ஏவிவிடும் மாந்திரீகத்தால் இறக்க நேரிடும் என அஞ்சுவர்.

தாராளமான சாராயத்தாலும், புகையிலையாலும் தெம்பு பெற்றவர்களாக மூங்கில் சிமிர்களாலான தீப்பந்தங்களை ஏந்தியபடி காயம்பட்டுத் தப்பிச் சென்ற காட்டெருமைகளை இரவில் பின்தொடர்ந்து சென்று அதன் தலையையும் இறைச்சியையும் குறும்பர் வேட்டைக்காரர் கூடாரத்திற்குக் கொண்டுவருவர். தன்னோடு வேட்டைக்கு வழிகாட்டியாக வரும் குறும்பன் வழியில் தயங்கி நின்று தேன்கூடு என ஒரே வார்த்தையில் கூறியவனாக பக்கத்தில் இருக்கும் மரத்தைச் சுட்டிக்காட்டுவான் என ஒரு ஐரோப்பிய வேட்டைக்காரர் கூறியுள்ளார். 'அதனை நீ எப்படிக் கண்டுபிடித்தாய்?' என அவர் கேட்கும் கேள்விக்கு அவன், 'நான் தான் ஒரு தேனீயைப் பார்த்தேனே' என மிக அலட்சியமாக பதில் இறுப்பானாம்.

ஒருமுறை அந்த ஐரோப்பியன் தேனீக்களின் கூட்டம் ஒன்றை நெருங்கியபோது தயங்கிநின்ற அளவில் உடன் சென்ற குறும்பன் அந்தத் தேனீக்களிடையே தன் குச்சியைச் சொருகியவனாகத் 'தேனேது மில்லை' எனக்கூறி மேலே தொடர்ந்து நடக்கலாயினான். மாவட்ட வன அலுவலர் ஒருவர் வேட்டையின் போது சுலபமாகச் சுட்டு வீழ்த்தக்கூடிய கலைமானை வீழ்த்தாது குறி தவறி விட்டபோது, 'அதோ அங்கே உங்கள் துப்பாக்கிக் குண்டு' எனத் தூரத்தில் உள்ள ஒரு மரத்தை அவரிடம் அவரோடு துணைக்குச் சென்ற குறும்பன் சுட்டிக் காட்டினான். கேட்கும் புலன் உணர்வில் தேர்ச்சி பெற்றுள்ளதாலும்,

---

[8] A Agriculture Ledger Series No. 47, 1904.

துப்பாக்கிக்குண்டு மரத்தின் பட்டையில் பட்டபோது தோன்றிய சிறு தீப்பொறியைக் கண்டறிந்து கொள்ளக்கூடிய பார்வைப் புலன் திறமையினாலும் அந்தத் துப்பாக்கிக் குண்டு மரத்தில் பதிந்த இடத்தை அவனால் உடனே கண்டறிய இயன்றது. கொகெனின் 'E' என்ற எழுத்தின் துணையைக் கொண்டு பார்வையின் நுட்பத் திறனைக் கணித்தறியும் சோதனையை நானும், டபிள்யூ. எச்.ஆர். ரிவர்ஸ் அவர்களும் மலைப் பகுதிகளில், காடுகளில், சமவெளிகளில் வாழும் பல்வேறு பழங்குடிகளிடம் மேற்கொண்டு அவர்களின் பார்வைத் திறனைச் சோதித்து அறிந்தோம்.

தன்னுடைய அன்றாட உணவை அலைந்து திரிந்து தேடிப்பெற வேண்டியவனும், காட்டு விலங்குகளின் காலடிச் சுவடுகளையும் தடங்களையும் கண்டுணர வேண்டியவனுமான அவன் தன் வாழ்க்கைப் போராட்டத்திற்குத் தேவையான கூர்மையான பார்வைப் புலனை உடையவனாக இருக்கின்றான் என்பதில் ஐயம் ஏதும் இல்லை. எங்கள் சோதனையால் அவனுடைய சாதாரண பார்வைத் திறன் மற்ற நாகரிகம் பெற்ற மக்களின் பார்வைத் திறனைவிட எவ்வகையிலும் சிறந்ததாக இல்லை என்பது தெளிவாயிற்று.

'மைசூர் காடுகளைச் சேர்ந்த குறும்பர்கள் நெருப்பைத் தீக்கடைந்து பெறுகின்றனர். தர்ஸ்டன் விளக்கியுள்ளதான தோடர் நெருப்புக் கடையும் அதே முறையை இவர்களும் பின்பற்றுகின்றனர். தான் காலால் அழுத்திக்கொள்ளும் அல்லது தன் கூட்டாளி ஒருவன் காலால் அழுத்திப் பிடிக்கும் நெடுங்கிடையான மரக்கட்டையின் குழியில் இவர்கள் தோடரைப்போலக் கரித்துகள்களை இடுவதில்லை. செங்குத்தான தீக்கடை கோல் நெடுங்கிடையாகக் கிடக்கும் மரத்தின் குழிவில் சுழலும்போது தோன்றும் மெல்லிய பழுப்புநிற மரத்தூளே தீப்பொறி பற்றிக்கொள்ளப் போதுமானதாக உள்ளது. அதில் நெருப்புப் பொறி தெறித்தவுடன் அதனை ஒரு பருத்தித் துணியில் வைத்து இறுக்கமின்றிச் சுருட்டித் தீ மூண்டு எரியும்வரை ஊதுவர். செங்குத் தான மரக்கட்டையை உள்ளங்கைகளுக்கு இடையே வைத்துக் கைகளை எதிரெதிர் திசையில் அசைத்து முன்னும் பின்னுமாக மாறி மாறிச் சுழற்றுவர். அதேசமயத்தில் கையினால் கீழ்நோக்கி அழுத்தவும் செய்வர். இதனால் கை கீழ்நோக்கிச் செல்லும். எனினும் மீண்டும் அதனைப் பழைய இடத்தில் அமைத்து, மறுபடியும் சுழற்றத் தொடங்குவர். இச்செயல் இயற்கையில் அமைந்த மரத்தூளில் நெருப்புப் பற்றும்வரை நீடிக்கும்' எனத் தியொபார்டு கூறுகின்றார்.

1902-1903ஆம் ஆண்டுக்கான குடகு வன நிர்வாக அறிக்கையில் சி.தெ.எ. மக்கார்தெ வனத்துறைக்காகப் பணிபுரியும் குறும்பர்களைப் பற்றிப் பின்வருமாறு எழுதுகின்றார்:

குறும்பர்கள் தொடர்பாக அவர்களிடம் நாங்கள் நேரான போக்கற்றதாகச் சுற்றி அலைந்து திரியும் இயல்பினதான ஓர் அறிவுத் திறனையும், புலன் உணர்வையும் கண்டோம். இந்த இனத்தவர்களின் இத்தகைய இயல்பு பற்றிச் சென்ற அறிக்கையில் சுட்டிக் காட்ட இயலாது போய்விட்டது. குருபர்களின் நலத்தைக் கருத்தில்கொண்டு அவர்களுக்கு ஒரே தவணையில் தரப்படும் தொகைக்குப் பதிலாக அதன் மதிப்புக்கான தானியங்கள், துணி, தொகை ஆகியவற்றை சம அளவில் தரலாம் என முன்பே முடிவு செய்ததானது தலைமை ஆணையர் கவனத்தில் உள்ள ஒன்றே. இன்றைக்கு எழுபது ஆண்டுகளுக்கு முன்பு குடகினைப் பிரிட்டனின் ஆளுகையில் இணைத்துக்கொள்வதற்குமுன் குருபர்களும், அவர்களை ஒத்த பழங்குடிகளும் நில உடைமையாளர்களான குடகு வாழ் பண்ணையார்களுக்கு நிலத்தொடு பிணைக்கப்பட்ட அடிமைகளாக அவர்களிடமிருந்து தங்கள் உழைப்புக்கு உணவும் உடையும் மட்டுமே பெற்றுவந்தனர். அதற்காக வேறு எந்த ஊதியமும் இவர்கள் பெற்றார்களில்லை.

1860-1870களில் குடகுப்பகுதியில் காப்பித் தோட்டங்கள் அமைக்கப்பட்டு அப்பகுதியில் வாழும் மக்களுக்குத் தொழில் வாய்ப்பை மிகுதியும் ஏற்படுத்தித் தந்த பிறகே உண்மையில் இந்த அடிமைத்தனத்தின் அடித்தளம் சரியத் தொடங்கியது எனலாம். இன்றைய தலைமுறையினர் அந்தப் பழைய அடிமை வாழ்வைப் பற்றிய நினைவை இன்னமும் உடையவர்களாகவே உள்ளனர். சென்ற ஆண்டு பாதுகாக்கப்பட்ட வனப்பகுதிகளில் தீப்பிடிக்காமல் வெற்றிகரமாகப் பாதுகாத்தமைக்கான பரிசளிப்பு விழாவின்போது இனிமேல் அவர்களுக்குத் தொகைக்குப் பதிலாக உணவும் உடையும் தர இருப்பதான திட்டத்தை அவர்களிடையே வெளியிட்டபோது அதனை மீண்டும் வனத்துறைக்கு அவர்களை அடிமைப்படுத்த மேற்கொள்ளப்படுகின்ற ஒரு முயற்சி என்ற அச்சத்தை அது அவர்கள் உள்ளத்திலே தோற்றுவித்து உள்ளது. இதனால் அவர்களில் பலர் முன்பே செய்து முடித்த பணிக்கு எந்த வகையான பொருள்களையும் தற்பொழுது ஏற்றுக்கொள்ளத் தயாராக இல்லை. மேலும் வரும் பருவத்தில் இவர்கள் இந்தத்

தொழிலைத் தொடர்ந்து செய்யப்போகின்றார்களா என்பதும் ஐயத்திற்கு இடமானதாகவே உள்ளது. இத்தகைய அச்ச உணர்வு அவர்கள் மனத்தில் தோன்றக் காரணத்தையும், அது அவர்கள் மனத்தில் யாரால் புகுத்தப்பட்டது என்பதையும் கண்டுபிடிக்கப் பட்ட பிறகு அது அகற்றப்பட்டுவிட்டது.

1904-1905 ஆம் ஆண்டு களுக்கான தனது அறிக்கையில் மக்கார்தெ, 'வனங்களை நெருப்பிலிருந்து பாதுகாக்க இப்பகுதியில் மேற் கொள்ளப்பட்ட முயற்சியும், காடுவாழ் பழங்குடிகளான குருபர் களைப் பயன்படுத்திக்கொண்டு நெருப்புப் பரவாமல் தடுப்பதற்கான வெற்றெல்லைப் பகுதிகளை அமைப்பதும், அதனைப் பாதுகாப்பதும் அதனால் விளையும் பயனுக்கு ஏற்பப் பரிசுகள் வழங்குவதும் குடகுப் பகுதியில் தற்பொழுது நல்லமுறையில் நடைமுறைக்கு வந்துள்ளன. குருபர் இத்திட்டத்தின் நடைமுறையில் முழு நம்பிக்கை உடையவர் களாக உள்ளனர். மேலதிகாரிகள் அவர்களுக்கான பரிசுகள் வழங்கும் திட்டத்தை நேரடியாகக் கண்காணிப்பதும், செயற்பாட்டின் தோல்விக்கான பிடிமானங்கள் நேர்மையாகவும் தக்க வகையிலும் செய்யப்படுகின்றதா எனக் கவனிப்பதும் அவர்கள் நம்பிக்கையை மேலும் வளர்க்கும்' எனக் கூறியுள்ளார்.

வயநாட்டில் சிறிது காலம் தங்கச் சுரங்கப் பணி நடைபெற்ற போது குறும்பர்கள் அதற்குப் பெரிதும் உதவி புரிந்துள்ளனர். சில ஆண்டு களுக்கு முன்பு நான் இரண்டு குறும்பர்களின் மண்டையோட்டைப் பெற்றேன். வயநாட்டில் கிளென்ராக் தங்கச் சுரங்க நிறுவனம் கைவிட்டதான ஒரு சுருங்கையின் கூரை சரிந்து அவர்கள்மேல் விழுந்ததால் அவர்கள் அதனுள் உயிரோடு புதையுண்டனர்.

திராவிடர்களின் மனித இனஇயல் பற்றியதான ஒரு குறிப்பில் லூயிஸ் லபிக்யு (Louis Lapicque) பின்வருமாறு எழுதுகின்றார்:[9] 'வயநாட்டுக்கு உரிய மக்களின் இன இயல்புக்குச் சான்றாகப் பணியர்களைக் கூறலாம். இந்தியாவெங்கும் நான் கண்ட மக்கள் இனத்தவர்களுள் இவர்களே மிகவும் தெளிவாகப் புலனாகும் படியான நீக்ரோய்ட்டு உடற்கூறுகளைக்கொண்டவர்கள். இவர்கள் வாழும் இடத்திற்கு அருகே பயிர்த் தொழிலில் ஈடுபட்டவர்களாக வாழும் பழங்குடிகள் இவர்களைவிடவும் நீக்ரோய்ட்டு கூறுகளைக் கொண்டவர்களாயினும் மிகுந்த அளவில் கலப்பினக் கூறுகளைப்

9 *உயிரியல் கழகக் கூட்ட அறிக்கையிலிருந்தான விவரம்,* T. LVIII 1019. (*Comptes rendus des, Seancas de la Societe de Biologie T,* LVIII, 10 19.)

பழங்குடி	மூக்கின் விகித அளவு	தலையின் நீள அகல விகித அளவு	உயரம்
54 பணியர்	84	74	154
28 குறும்பர்	81	75	157
12 நாயக்கர்	80	76.9	157

பெற்றவர்களாக உள்ளனர். நாயக்கர்களும் குறும்பர்களும் இத்தகைய பழங்குடிகளாவர்.'

நீலகிரியில் உள்ள நெல்ல கோட்டையிலிருந்து நாயக்கர்* எனப்படும் நாயக்கர் பற்றித் எப். டபிள்யூ. எப். பிளெட்சர் எனக்குப் பின்வருமாறு எழுதியுள்ளார்: 'வயநாட்டின் சில பகுதி களில் குறும்பர் எனவும், சோலை நாயக்கர் எனவும், வேறுவேறு பெயர்களால் அழைக்கப்படும் மக்கள் வாழ்கின்றனர். என்னிடம் பணிபுரியும் நாயக்கர்கள் குறும்பர்களிலிருந்து முழுதும் வேறு பட்டவர்கள் என்பதை நான் உறுதியாகக் கூற முடியும். இவ்விரு பிரிவினரும் தங்களுக்குள் மணஉறவு கொள்வதில்லை. ஒரே பகுதியில் வாழ்வது இல்லை. ஒருவர் மற்றவர் வீட்டில் உண்பதில்லை. உணவைப் பொறுத்த வகையிலும்கூட அவர்கள் வெவ்வேறு பழக்கங்களை உடையவர்களாக உள்ளனர்.

குறும்பர்கள் காட்டெருமை இறைச்சியை உண்கின்றனர். நாயக்கர்கள் அதனை உண்பதில்லை. நாயக்கர்கள் தாங்கள் குறும்பர் களிலும் முற்றும் வேறுபட்டவர்கள் என்பதிலும் தகுதியில் உயர்ந்தவர்கள் என்பதிலும் உறுதியுடையவர்களாக உள்ளனர். சமயம் தொடர் பான சடங்குகளிலும் இவ்விரு பழங்குடிகளும் வேறுபட்டவர் களாகவே உள்ளனர். நாயக்கர்கள் தங்களுக்கெனத் தனியாக உள்ள கோயில்களில் தனித்த தெய்வங்களை வழிபடுகின்றனர். குறும்பர் களின் முக்கியமான கோயில் இந்த வட்டாரத்தில் பண்டலூருக்கு அருகே உள்ளது. விஷு விருந்தின்போது அங்குக் குறும்பர்கள் பெரும் எண்ணிக்கையில் கூடுகின்றனர். என்னிடம் பணிபுரியும் நாயக்கர்கள் அக்கோயிலுக்குச் செல்வதில்லை. காட்டின் நடுவே இவர்களுக்கெனத் தனியே அமைந்துள்ள கோயிலில் இவர்கள்

* இங்கு நாயக்கர்/நாய்க்கர் எனும் சொல்லாட்சி காட்டுநாயக்கர் எனும் பழங்குடியைக் குறிக்கும் (ப.ர்.).

தங்களுக்கென உரிய பூசாரியின் மேற்பார்வையில் வழிபாட்டை நடத்துகின்றனர்.

குறும்பர்கள் சாவினை விசாரிக்க நாயக்கர்கள் செல்வதில்லை. தங்கள் சாவுக்கு வரும்படி இவர்கள் குறும்பர்களுக்கு அழைப்பு விடுப்பதும் இல்லை. இந்த குடியிருப்புப் பகுதியில் குறும்பர்கள் காட்டுக்கு வெளியே அமைந்துள்ள மலைப் பகுதிக்கும், மலை அடிவாரத்திற்கும் இடையில் உள்ளதான இலையுதிர் காடுகளைச் சார்ந்த பகுதிகளிலேயே தங்கி வாழ்கின்றனர். இங்கு இவர்கள் ஐரோப்பியத் தோட்டக்காரர்களோடு தொடர்புகொண்டதன் காரணமாக ஓரளவு நாகரிகம் பெற்றவர்களாக உள்ளனர். நாயக்கர்கள் மலைப்பகுதியில் அடர்ந்த காட்டின் நடுவே தங்கி வாழும் காட்டகத்து நாடோடிகள். தேன், காட்டில் கிடைக்கும் பழங்கள், சில காட்டுக் கொடிகளின் கிழங்குகள் ஆகியனவே இவர்கள் தேடி உண்ணும் முக்கிய உணவாக உள்ளது. என்னோடு கொண்டுள்ள நெடுங்கால உறவு காரணமாக எனக்குக் கீழ் பணிபுரிபவர்கள் வெள்ளையர் பால் அச்சமற்றவர்களாகவே இருந்தனர். இன்றுங்கூட நான் காட்டிலுள்ள அவர்கள் குடியிருப்புக்குச் செல்லும்போது பெண்களும், குழந்தை களும் என்னைப் பார்த்த அளவில் காட்டினுள் சென்று மறைவர்.

நாயக்கர் சிலர் தங்களைப்புலியாக உருமாற்றிக்கொள்ளும் ஆற்றல் கைவரப்பட்டவர்கள் எனக் கூறப்படுகிறது. அவ்வாறு உருமாறி தங்கள் பகைவர்களை அவர்கள் பழி தீர்த்துக் கொள்கின்றனர். மற்ற சாதியார்கள் குறும்பர்களிடம் கொண்டுள்ள அச்சங்கலந்த மரியாதை யைக் குறும்பர்கள் நாயக்கர்களிடம் கொண்டவர்களாக உள்ளனர். மலைப் பகுதிக்குக் கீழ்மட்டத்தில் நான் புதிதாக ஒரு ரப்பர் தோட்டம் தொடங்கிக் கொண்டுள்ளேன். இங்கு மற்றொரு நாயக்கர் குடியிருப்பு உள்ளது. இவர்கள் மலைப்பகுதியில் மேல்மட்டத்தில் உள்ள தங்கள் இனத்தவர்களைவிடப் பல்வேறு வகைகளில் வேறுபட்டவர்களாக உள்ளனர். குறுக்கு வழியாகச் சென்றால் இவ்விரு குடியிருப்புக் களுக்கும் இடையே உள்ள தூரம் ஐந்து மைலுக்கு உட்பட்டதாகவே இருக்கும் என்பதை நாம் கருத்தில்கொள்ள வேண்டும். தாழ்வான பகுதியைச் சேர்ந்த நாயக்கர்கள் தங்கள் தலைமயிரை மலையாளி களைப் போல தலையில் ஒரு பக்கமாக முடிந்துகொள்கின்றனர். இவர்கள் கொச்சை மலையாளத்தையே பேசுகின்றனர்.

மேல்மட்டத்தில் உள்ள நாயக்கர்கள் அடர்ந்த, சுருளான தலைமுடியோடு கூடியவர்கள். குறும்பர் பேசும் மொழியும் இவர்கள்

பேசும் மொழியும் கன்னடத்திலிருந்து வந்தனவே ஆனாலும் நாயக்கர் பேசும் மொழி குறும்பர் பேசும் மொழியிலும் வேறுபட்டதாகவே உள்ளது. மலையின் தாழ்வான பகுதிகளில் வாழும் நாயக்கர்கள் மேற்பகுதியில் வாழும் நாயக்கர்களின் ஒரு கிளையினரே என்பதை இவ்விரு பிரிவினரிடையேயும் மண உறவுகள் நிகழ்வதைக்கொண்டு தெளியலாம். மேலும் இவ்விரு சாராரும் ஒரே கோயிலிலேயே தங்கள் ஆண்டுத் திருவிழாவின்போது கூடுகின்றனர். மேற்பகுதிக் குடியிருப்பைச் சேர்ந்த பூசாரியே இவ்விரு பிரிவினரின் பூசாரியாக இருப்பதோடு இவர்களிடையே நிகழும் சச்சரவுகளைத் தீர்த்து வைக்கும் நடுவராகவும் விளங்குகின்றான்.

12

கொரகர்

தென் கன்னட மாவட்டத்தில் உள்ள உப்பினங்கடி வட்டத்தில் முத்பித்ரி பகுதியில் கூடை முடைபவர்களாகவும் கூலிகளாகவும் வாழ்க்கை நடத்தும் காடுவாழ் பழங்குடிகளான கொரகர் (Koraga)* பற்றி 1901 சென்னை மாநிலக் கணக்கெடுப்பு அறிக்கையில் தொகுத்துக் கூறப்பட்டுள்ளதாவது: ‘மெலிந்த உடலும், பெரும்பாலும் ஐந்தடி ஆறு அங்குலத்திற்கு மேற்படாத உயரமும், கறுத்த தோலும், பெரும் பாலான இந்தியப் பழங்குடிகளைப்போலவே தடித்த உதடும், அகன்ற உள்ளடங்கிய மூக்கும், அடர்ந்து வளர்ந்த முரட்டு முடியும் கொண்டவர்கள் கொரகர்.

அமைதியான வாழ்க்கையை மேற்கொண்டவர்களாக உள்ள இவர்கள் யாருக்கும் தீங்கிழைக்காது வாழும் பண்பினர். கூடை முடைதலைத் தொழிலாக மேற்கொண்டுள்ள இவர்கள் பண்ணைகளில் கூலிகளாகவும் பணிபுரிகின்றனர். ஊருக்குப் புறத்தே வாழும் இவர்கள் மண்ணாலான குடிசைகளை அமைத்துக்கொள்ளாமல் கொப்புகள் என அழைக்கப்படும் இலை-தழைகளால் அமையும் குடிசைகளிலேயே வாழ்கின்றனர். பிற இந்தியப் பழங்குடிகளைப் போலவே இவர்களும் சொன்ன சொற்படி உண்மையாக நடந்து கொள்ளும் நற்பண்பிற்காகப் பாராட்டப்படுகின்றனர். கொரகரின் வாக்குத் தவறாமை எங்கும் யாவரும் அறிந்த ஒன்று’ என இவர் களைப் பற்றி எம்.டி. வால்ஹவுஸ் கூறுகின்றார்.[1]

சமூகப் படிநிலையில் கொரகர் ஹொலையருக்குத் தாழ்ந்த அடுத்த படிநிலையிலேயே வைக்கப்பட்டுள்ளனர். சில நகரங்களில் இவர்கள் துப்புரவுத் தொழிலாளர்களாக அமர்த்தப்பட்டுள்ளனர்.

* இவர்கள் தமிழகத்திலும் வாழ்கின்றனர்.

1 *இனஇயல் கழக இதழ்,* IV, 1875 (*Journ. Anthrop. Int.* IV, 1875.)

ஊர்ப்புறங்களில் இறக்கும் கால்நடைகள், எருமைகள் ஆகியவற்றின் தோல், கொம்பு, எலும்பு ஆகியனவற்றைக்கொண்டு சென்று இவர்கள் மாப்பிள்ளா வணிகர்களுக்கு விற்கின்றனர். பிற சாதியினரின் விருந்துகளின்போது மிச்சப்படும் எச்சில் உணவுகளை இவர்கள் ஏற்றுக்கொள்கின்றனர். இவர்களுள் சிலர் தொட்டில், கூடை, நெல் குதிர், முறம், விதைப்புக்கூடை, அளவுகோல்கள், பெட்டிகள், வடிகூடை, திரிகை, தேங்காய் நாரினாலான கயிறு, கால்நடைகளைக் கழுவுவதற்கான தேய்ப்பான் முதலியவற்றைச் செய்வதில் கைதேர்ந்தவர்கள்

'இந்தியாவெங்கும் பல அடிமைச் சாதிகள் உள்ளன. 1843ஆம் ஆண்டில் இயற்றப்பட்ட அரசுச் சட்டப்படி இச்சாதியினர் விடுவிக்கப்பட்டுவிட்டனர் என்பது உண்மையே. அதனால் இவர்களுடைய வாழ்க்கை நிலை சற்றே மேம்பாடு அடையினும் இவர்கள் நடை முறையில் அடிமைகளாகவே உள்ளனர். இவர்களின் தோற்றம் பற்றியும் நிலை பற்றியும் பின்வருமாறு விளக்கம் தரப்படுகின்றது: பிரமனிடமிருந்து தோன்றிய நான்கு வருணத்தாருக்குப் பிறகு, ஆறு அனுலோம சாதியினர் தோன்றினர். இவர்கள் பிராமணர்களும் சத்திரியர்களும் தங்களைவிடவும் தாழ்ந்த சாதிப் பெண்களோடு கொண்ட உறவு காரணமாகப் பிறந்தவர்கள்.

அனுலோம என்ற சொல் ஆரியர்களுக்குரியதான சுருட்டையில்லாத நீண்ட நெடுமயிரைக் குறிக்கும். இவர்களை அடுத்து ஆறு பிரதிலோம சாதியினர் தோன்றினர். இவர்கள் முன்னவரிலும் முரண்பட்ட வராகப்பிராமணர், சத்திரியர் சாதியினைச் சேர்ந்த பெண்களோடு அவர்களைக் காட்டிலும் தாழ்ந்த சாதியார் உடலுறவுகொண்டதன் காரணமாகப் பிறந்தவர்கள். இவ்வரிசையில் மூன்றாவதாக வைத்து எண்ணப்படுபவர்கள் சண்டாளர். இவர்கள் சூத்திரர்கள் பிராமணப் பெண்களோடு உடலுறவுகொண்ட காரணத்தால் பிறந்தவர்கள்.

சண்டாளர்கள் எனப்படும் அடிமைகள் பதினைந்து உட்பிரிவின ராகப் பிரிக்கப்பட்டுள்ளனர். இவர்கள் ஒரு பிரிவினரோடு மற்றொரு பிரிவினர் மண உறவுகொள்வதில்லை. இந்தவிதி இன்றளவும் தொடர்ந்து கண்டிப்புடன் பின்பற்றப்படுகிறது. இந்தப் பதினைந்து பிரிவினருள்ளும் கடைநிலையில் வைத்து எண்ணப் படுபவர்கள் கந்தலை உடுத்தும் கபடரும், இலை தழைகளை உடையாக அணியும் கொரகரும் ஆவர். இவையே பிராமணர்கள் எழுதி வைத்துள்ள பழைய நூல்களில் இவர்களின் நிலை பற்றிக் கூறப்பட்டுள்ள செய்திகளாம்.

எனினும் உண்மையில் தாழ்ந்தவர்களான இந்த அடிமைச் சாதியினர், ஆரியர்கள் தங்கள் படையெடுப்பின் போது வடபுலத்தில் மண்ணின் மைந்தர்களாக இருக்கக் கண்டவர்களாதல் வேண்டும். வந்த அவர்கள், இருந்த இவர்களோடு போராடிப் படிப்படியே சிலரை மலை களுக்கும் காடுகளுக்கும் விரட்டியதோடு சிலரை அடிமைகளாகவும் ஆக்கிக் கொண்டவர்களாதல் வேண்டும்.

இந்தச் சாதியினர் அனைவரையும் இந்துக்களான இவர்களுடைய பண்ணைக்காரர்கள் வெறுப்போடு ஒதுக்குவதோடு இவர்கள் மிகவும் தூய்மையற்றவர்களாக உள்ளனர் என்றும் கூறுவர். இத்தகைய வெறுப்பு மனப்பான்மைக்கு இன்று ஒதுக்கப்பட்டவர்களாக உள்ள இந்தத் தாழ்ந்த இனத்தவர்கள் தலைமை உடையவர்களாக இருந்தபோது, இன்று தலைமை உடையவர்களாகக் கொடுமை புரியும் சாதியார் அவர்களிடம் அடங்கி ஒடுங்கி நடந்துகொண்டு அவர்களால் கேவலமாகவும் கீழாகவும் நடத்தப்பட்ட இழி நிலைக்கு எதிராகப் படிப்படியே கிளர்ந்து எழுந்து இறுதியில் இவர்கள் மீது வெற்றி கொண்டு அடிமைப்படுத்திய போராட்டத்தின் பழைய வடுக்களின் விளைவுகளாகலாம்.

இந்தத் தாழ்ந்த சாதியார் மீது வெறுப்பும் அருவருப்பும் கொண்டவர்களாக மற்றவர்கள் விளங்கக்காரணம், இவர்கள் மந்திரம், பில்லிசூன்யம் ஆகிய மாயவித்தைகளில் கைவந்தவர்களாகவும் இந்தப் பகுதிகளுக்கே உரிய பழமையான தேவதைகளைத் தங்கள் கட்டுப் பாட்டில் வைத்துக்கொண்டு அவற்றின் துணையால் மற்றவர்களுக்கு நலந்தீங்குகளை விளைவிக்கும் ஆற்றல் பெற்றவர்களாகவும் விளங்குகின்றார்கள் என நம்பும் மூடநம்பிக்கையும் இவர்களிடம் கொண்டுள்ள அச்சமுமேயாகும்.

தீண்டத்தகாத சாதியைச் சேர்ந்தவளாகச் சாதாரணமாகக் கருதப்படும் கொரகர் சாதிப்பெண்ணைத் தன் குழந்தைகளை இளமையிலே தொடர்ந்து சாகக் கொடுத்த பிராமண சாதித் தாய் அழைத்து, அவளுக்குக் கொஞ்சம் எண்ணெய், அரிசி, சில காசுகள் ஆகியவற்றைத் தந்து, உயிரோடு இருக்கும் தன் குழந்தையை அவள் கையில் தருவாள். அந்தக் கொரகர் சமூகப் பெண் அந்தக் குழந்தைக்குப் பாலூட்டு வதோடு தன் இரும்பு வளையலை அதற்கு அணிவித்தபின் அது ஆணாயின் கொரகர் எனவும் பெண்ணாயின் கொரப்புள்ளே எனவும் பெயர் சூட்டுவாள்.

இடுப்பில் கத்தியுடன் கொரகர் ஆண்.

இந்த வழக்கை மேற்கூறியவாறு உயர்சாதியார் இந்தத் தாழ்ந்த சாதியாரிடம் கொண்டுள்ள அச்ச உணர்வினுக்குச் சான்றாகக் கூறலாம். இதனோடு ஒருவன் மிக மோசமாக நோயுறுவான் என்றாலோ வாழ்க்கையில் மிகவும் அதிர்ஷ்டங் கெட்டவனாக இருந்தாலோ அவன் ஒரு மண்பாண்டத்தில் எண்ணெய்யை ஊற்றித், தன் குடும்பத் தெய்வத்தை வழிபடுவதைப் போல அதனை வழிபட்ட பிறகு, அந்த எண்ணெயில் பிரதிபலிக்கும் தன் முகத்தைப் பார்த்த பிறகு, தன் தலைமுடி ஒன்றை அதிலிட்டு, அதனைக் கொரகருக்குத் தந்து விட்டால் அது தீங்கு செய்யும் தேவதைகளையும் கேடு இழைத்து வரும் கோள்களையும் திருப்திபடுத்த வழிபாடு நிகழ்த்திவிட்டதாகக் கருதப்படுவதையும் இந்த அச்ச மனப்பான்மைக்குச் சான்றாகக் காட்டலாம்' என வால்ஹவுஸ் மேலும் கூறியுள்ளார். உள்ளல் ராகவேந்திர ராவ் கூற்றுப்படி பழைய மூடநம்பிக்கையில் ஊறிய இந்துக்கள் கொரகன் என்ற சொல்லை இரவில் சொல்ல மாட்டார்கள்.[2]

[2] சென்னைக் கிறித்தவக் கல்லூரி இதழ். III, 1883-86.

'வழக்கு வரலாறுகள் அனைத்தும் இன்றைய துளு பிராமணர்களை அழைத்து வந்தவன் கடம்ப குலத்தைச் சேர்ந்த மயூரவர்மனே எனக் கூறுகின்றன. ஆனால் அவர்கள் எவ்வாறு அப்பகுதியில் நிலைத்தனர் என்பதைப் பற்றி வழக்கு வரலாறுகள் வெவ்வேறு வகையாகக் கூறுகின்றன. கொரகர்களின் தலைவனான ஹபாசிக மயூரவர்மனை விரட்டினான் எனவும் ஆனால் மயூரவர்மன் மகனோ மருமகனோ ஆன கோகர்ணத்தைச் சேர்ந்த லோகாதித்யன் அவனை மீண்டும் துரத்திவிட்டு அஹிக்ஷேத்திரத்திலிருந்து பிராமணர்களை அழைத்து வந்து முப்பத்திரண்டு ஊர்களில் குடியமர்த்தினான் எனவும் ஒரு வழக்கு வரலாறு கூறுகின்றது' எனத் தென் கன்னட மாவட்டக் கையேட்டில் குறிக்கப்பட்டுள்ளது.

கொரகர்களின் ஆட்சியும் அதன் இறுதி வீழ்ச்சியும் பற்றி வழங்கும் பின்வரும் வழக்கு வரலாற்றினை வால்ஹவுஸ் எடுத்துக் காட்டியுள்ளார்: 'வில்கஸ் அவர்களால் கி.மு. 1450ஆம் ஆண்டினைச் சேர்ந்தவன் எனக் கணித்து அறியப்பட்ட லொகரதிராய வட கன்னடத்தில் உள்ள பணவர்செ (தாலமியினால் குறிப்பிடப்பட்டுள்ள ஊர்)யினை ஆண்டு வந்தபோது ஹபாசிக என்பவன் மலைகளுக்கு அப்பாலிருந்து இன்று சண்டாளர்கள் எனக் கருதப்படுகின்ற சாதியைச் சேர்ந்த படைவீரர்களோடு வந்து அந்த நாட்டுப் பகுதியை வென்று அடிப்படுத்தியபின், இன்றைய தென் கன்னடத்தின் தலைநகரான மங்களூரை நோக்கி முன்னேறினான். அவன் பெரியம்மைக்கு ஆளானதோடு எறும்புகளாலும் மிகுந்த தொல்லைகள்பட்டதால் மங்களூருக்குத் தெற்கே பன்னிரண்டாவது மைலில் உள்ள பழமையான மஞ்சேஷ்வக் என்ற ஊருக்குச் சென்று அதனை ஆண்ட வீரவர்மன் மகனான அங்கரவர்மனை வென்று தன் மகனுடனும் அங்கிருந்து அரசாண்டான்.

பன்னிரண்டு ஆண்டுகளுக்குப்பின் அவர்கள் இருவரும் இறந்து பட்டனர். இதற்கு அங்கரவர்மன் மேற்கொண்ட வசியங்களே காரணமாகுமென ஒரு வரலாறு கூறுகிறது. மற்றொரு வரலாறு பக்கத்து நாட்டு அரசன் தன் தங்கையை ஹபாசிகனுக்கு மணம் முடித்துத் தருவதாகக் கூறி மணச் சடங்கிற்கு வந்த மணமகனையும் அவன் உறவினர்களையும் வஞ்சகமாகக் கொன்றான் என உரைக்கின்றது. அதன்பிறகு அங்கரவர்மன் திரும்பிவந்து முன்பு படையெடுத்து வந்த படைஞர்களைக் காட்டுக்கு விரட்டினான். காட்டில் சென்று சேர்ந்த அவர்கள் அடிமைகள் என்ற மிகத் தாழ்ந்த

நிலையை அடையவே பிராமணர்களாலும் அந்தப் பகுதிக்குரிய நிலக்கிழார்களாலும் அடிமைகளாக அமர்த்திக்கொள்ளப்பட்டனர். இவர்களுள் சிலர் கால்நடைகளையும் பயிர்களையும் பார்த்துக் கொள்ளும் பணியில் அமர்த்தப்பட்டனர். மற்றவர்கள் பல இழிந்த பணிகளை மேற்கொண்டனர். அப்பணிகள் இன்றும் தாழ்ந்த இந்த அடிமைச் சாதியாருக்கு உரியனவாக ஒதுக்கப்பட்டுள்ளன.

ஹபாசிகனால் தன் அரசில் உயர்ந்த பதவி தரப்பட்டு மேன்மக்க ளாக்கப்பட்ட கொரகர்கள் ஆடைகள் பிடுங்கப்பட்டவர்களாகத் தூக்கிலிடப்படுவதற்காகக் கடற்பகுதிக்குத் துரத்தப்பட்டனர். ஆடையிழந்த பிறகு பிறந்த மேனியரான தங்கள் நிலையினால் மிகுந்த வெட்கம் உற்ற அவர்கள் எங்கும் வளர்ந்துள்ள நொச்சி (Vitex Negundo) இலைகளால் சிறு ஆடைகள் செய்து தங்கள் உடலின் முன்பகுதியை மறைத்துக் கொண்டனர். இதனைக் கண்ட தூக்கிலிடும் பணியாளர்கள் இவர்கள்மீது இரக்கங்கொண்டு இவர்களைப் பிழைத்துப் போகும் படிவிட்டதோடு இவர்களைத் தாழ்ந்தவர்கள் யாரினும் தாழ்ந்தவர் களாக இருக்கும்படியும் இலைகளாலான ஆடைகள் தவிர வேறு எதனையும் உடுத்தக்கூடாது எனவும் எச்சரித்தனர். இதன்படி இன்று கொரகர்கள் அடிமைகளுள் மிகத் தாழ்ந்த பிரிவினராக உள்ளனர்.

இவர்கள் மற்றவர்களால் மிகுந்த வெறுப்போடும், அருவருப் போடும் நடத்தப்படுவதோடு அண்மைக்காலம்வரை இவர்களுள் ஒரு பிரிவினரான அண்டே கொரகர் அல்லது சட்டிக் கொரகர் எனப் படுவோர் எப்போதும் தங்கள் கழுத்தில் ஒரு சட்டியை அணிந்தவராக அதனுள்ளேயே நெடுஞ்சாலையில் நடக்கும்போது எச்சிலையும் உமிழும் பழக்கத்தை மேற்கொண்டுள்ளனர். இவர்கள் பிரிவைச் சேர்ந்த பெண்கள் இன்றுவரை இலை ஆடையை உடுத்தியவர்களாக ஒரு காலத்தில் தங்கள் இனம் முழுதும் அடைந்திருந்த வெறுக்கத்தக்க தாழ்ந்த நிலையை எடுத்துக்காட்டியவர்களாக உள்ளனர்.'

ஆங்கிலேயர் வருகைக்கு முன் பகலில் நகருக்குள்ளோ ஊருக் குள்ளே வர அண்டே கொரகர் அனுமதிச் சீட்டுப் பெற்றாக வேண்டும் என்ற விதியிருந்தது. இரவில் இவர்கள் அப்பகுதிகளில் நுழைந்தால் இவர்கள் நுழைந்த காரணத்தால் அங்குக் கொடிய ஆபத்துக்கள் நிகழும் என நம்பினர். அந்நாளில் கொரகர் உடைந்த கலங்களிலேயே சோறு சமைக்க வேண்டும் என்ற விதியும் இருந்தது. வஸ்தர என்ற பெயரால் அழைக்கப்படும் பிரிவினரான கொரகர் பிணத்திற்குப் போர்த்தப்படும் துணிகளையே தர்மமாகப் பெற்று அணிய

அனுமதிக்கப்படுகின்றனரேயன்றிப் புதிய ஆடைகளை அணிய அனுமதிக்கப்படுவதில்லை. மற்றொரு விவரப்படி கொரகரின் மூன்று பிரிவுகளாவன:

1. கப்பட-ஆடை உடுத்துபவர்கள்
2. திப்பி-தேங்காய்ச் சிரட்டையாலான அணிகளை அணிபவர்கள்
3. வண்டி-பெரிய அளவிலான புதுமாதிரியான கடுக்கன்களை அணிபவர்கள்

இந்த மூன்று பிரிவினரும் ஒன்றாக உண்கின்றனர் எனினும் தங்களுக்குள் மணஉறவுகொள்வதில்லை. ஒவ்வொரு பிரிவும் பலிகள் எனப்படும் பல புறமணக்கட்டுப்பாடுடைய குலங்களாகப் பிரிக்கப்பட்டுள்ளன. கொரகர்களின் பலிகளுள் சில- ஹாலதென்னய, குமரெதென்னய போன்ற பலிகள்-மாரி மற்றும் முண்டல ஹொலையர்களிடையேயும் உள்ளன.

கொரகர்களின் உடையைப் பற்றி உள்ளல் ராகவேந்திர ராவ் பின்வருமாறு கூறுகின்றார்: 'ஆண்கள் தங்கள் இடுப்பில் ஒரு துண்டுத் துணியை அணிந்துகொள்கின்றனர். பெண்கள் காடுகளில் கிடைக்கும் இலைகளைத் தைத்து ஆடையாகப் புனைகின்றனர். வெகுகாலத்திற்கு முன் கொரகர் அரசாண்ட காலத்தில் கருங்காலர்களான (இரவில் கொரகர் என்ற சொல்லைச் சொல்லக் கூடாதாகையால் இவர்கள் இவ்வாறே அழைக்கப்படுகின்றனர்.) இவர்கள் உயர்சாதியைச் சேர்ந்த ஒரு பெண்ணை மணம் செய்து கொடுக்கும்படி வேண்டினர். இதனால் சினமுற்ற உயர்சாதியினர் கொரகர் ஆட்சியிலிருந்து வீழ்ச்சி அடைந்தவுடன் கொரகர் பெண்களுக்கு எத்தகைய துணிகளையும் கொடுக்க விற்க மறுத்தனர். எனவே இவர்கள் அன்றிலிருந்து தங்களை இழிவினின்றும் காத்துக் கொள்ளக் காடுகளுக்குச் சென்று இலைகளை அணியத் தொடங்கியதோடு தெய்வம் தங்களுக்கு இத்தகைய ஆடைகளையே புனையும்படி விதித்துள்ளது என நம்பவும் தொடங்கினர்.'

'கொரகர் இலைதழைகளாலான ஒருவகையான ஆடையைத் தங்கள் இடையில் அணிகின்றனர். ஒரு காலத்தில் இவர்களின் இழிந்த கடைநிலையைச் சுட்டும் வகையில் இடையில் அணியும் இலைதழை களான ஆடையை மட்டுமே அணிய இவர்கள் அனுமதிக்கப்பட்டனர். இன்று அந்தக் கட்டாயத்தினின்றும் நீங்கிய பின்னும், அத்தகைய தழை ஆடை தேவையற்றதாகிவிட்ட நிலையிலும், கொரகர் சாதிப் பெண்கள்

தாங்கள் அதனை அணியாதுவிட்டால் கேடு நிகழும் என்ற எண்ணத்தால் துணியாடைக்கு மேலே அதனையும் அணிந்து வருகின்றனர்' என வால்ஹவுஸ் கூறுகின்றார்.[3]

கொரகர்கள் இன்று தங்கள் உடம்பின் கீழ்ப்பகுதியை ஒரு கறுப்புத் துணியால் மறைக்கின்றனர். மேற்பகுதியை வெள்ளைத் துணிகொண்டு மூடுகின்றனர். தலையில் கமுகம் பாளையின் புற இதழாலான தொப்பியை ஹொலையர்களைப் போலவே அணிகின்றனர். காதில் பித்தளைத் தோடுகள், கைகளில் இரும்பு வளையல்கள், இடையைச் சுற்றி எலும்புப் பாசிமணிகளாலான சங்கிலி ஆகியனவே இவர்கள் அணியும் அணிமணிகளென எச். எ. ஸ்டுவர்ட் தென் கன்னட மாவட்டக் கையேட்டில் கூறியுள்ளார்.

'ஹபாசிகாவின் தலைமையில் படையெடுத்து வந்தவர்கள் முறியடிக்கப்பட்டு அடிமைப்படுத்தப்பட்டபோது அவர்கள் தங்கள் உரிமைகளுள் சில பிரிவுகள் என்றும் காக்கப்படும் என்ற விதிகளுக்கு உட்பட்டு அடிமை நிலையை ஏற்றுக்கொண்டனர் என்றும் அவர்கள் தொண்டு செய்யும் அடிமை ஆளாகவே இருக்க வேண்டும் என விதிக்கப்பட்டதோடு, ஒரு நாளைக்கு ஒரு வேளை மட்டுமே உண்ண வேண்டும் எனவும் மறுநாள் உணவிற்கான வற்றைப் பெறுவதற்கான வழிவகைகளை நாடுதல்கூடாது எனவும் விதிக்கப்பட்டது.

ஒவ்வொரு அடிமையும் தன் பண்ணையாருக்குக் கீழ்க்காணும் முறைப்படி அடிமையாக்கப்பட்டு அந்த விதிமுறைகள் இன்றளவும் அடிமைகளை வாங்கவும் மாற்றிக்கொள்ளவும் வகை செய்கின்றன. ஓர் அடிமை குளித்து, எண்ணெய் பூசிக்கொண்டு ஒரு புதிய துணியை உடுத்தி வந்தவுடன் அவனுடைய புதிய பண்ணை யார் ஓர் உலோகத் தட்டை எடுத்து அதனை நீரால் நிரப்பி அதில் ஒரு தங்கக் காசை இட்டுத்தர அந்த அடிமை அந்தத் தண்ணீரைக் குடித்தபின் அந்தக் காசை எடுத்துக்கொள்வான். அதன்பின் அந்த அடிமை தன் வருங்காலப் பண்ணையாரின் நிலத்திலிருந்து கொஞ்சம் மண்ணை எடுத்து, தான் குடிசை போட்டுக்கொள்ள விரும்பும் இடத்தில் போடுவான். அந்த இடம் அங்குள்ள மரமட்டைகளோடு அவனுக்கு உரிமையாக்கப்படும். அந்த நிலம் வேறு ஒருவருக்கு விற்கப்படும்போது அதில் குடியமர்ந்துள்ள அடிமைகளும் தனியே நிலத்தோடுகூட விற்கப்படுவர். சில சமயங்கள் அவர்கள் கோயில்களில் தெய்வத்

3 *இந்தியத் தொல்லியல்,* X, 1881, (*Ind. Ant*, X, 1881.)

திற்குப் பணிசெய்ய நியமிக்கப்பட்டுவிடுதலும் உண்டு. அவ்வாறு கோயிலுக்கு அடிமைகளை உரிமையாக்கும் பண்ணையார் ஊரார் முன்னிலையில் கோயிலின் வாசலிலிருந்து கொஞ்சம் மண்ணை எடுத்துத் தான் அந்த அடிமை மீதான உரிமையைக் கோயிலின் உள்ளே இருக்கும் தெய்வத்திற்கு மாற்றிக் கொடுப்பதாகக் கூறி அந்த மண்ணை அந்த அடிமையின் வாயில் இடுவார்.

இந்துக்களின் உணர்வுகளைப் புலப்படுத்தும் பாங்கில் அடிமை களுக்குத் தரப்பட வேண்டிய பணிகள் எவை, அவர்களுக்கு எவ்வளவு உணவு வழங்கப்படவேண்டும், விழாக்களின் போது அவர்களுக்குத் தரப்பட வேண்டிய அன்பளிப்புகள், அவர்கள் பண்ணையாருக்குத் தரும் காணிக்கை ஆகிய அன்றாட நடைமுறைகள் பற்றிக்கூட விதிகள் வகுக்கப்பட்டுள்ளன. அவர்கள் தங்களுக்குள் மணம் புரிந்துகொள்ளும் போது பண்ணையார்முன் விழுந்து வணங்கி அதற்கான பண்ணை யாரின் அனுமதியைப் பெறுவர். அப்போது அவர் கொஞ்சம் தொகையும் அரிசியும் அன்பளிப்பாக வழங்குவார்.

மணம் முடிந்த பின் மறுபடியும் அவர்கள் பண்ணையாரை வந்து கண்டுகொள்வர். அப்போது அவர் அவர்களுக்கு வெற்றிலை பாக்குத் தருவதோடு மணமகள் தலையில் கொஞ்சம் எண்ணெயையும் ஊற்றுவார். ஒரு பண்ணையார் இறப்பாராயின் அவரது அடிமைகளின் தலைவன் உடனே தனது தலையையும் மீசையையும் மழித்துக் கொள்வான். பண்ணையார் அடிமைகளை எந்தெந்தக் குற்றங் களுக்கு எவ்வாறு தண்டிக்கலாம் என்ற பட்டியலும் உள்ளது. பில்லிசூனியம் செய்வது அல்லது மற்றவர்கள் மீது குட்டிச் சாத்தானை அதன் உருவில் ஏவிவிடுவது ஆகியன குற்றங்களாகக் கருதப்படு கின்றன. ஒவ்வொரு குற்றத்திற்கும் உரிய தண்டனைகள் விதிக்கப் பட்டுள்ளன. அவற்றுள் சூடுபோடுவதும் கசையடி தருவதும் கடுமையான தண்டனைகளாம். அடிமைகளின் உயிரைப் போக்கப் பண்ணை யாருக்கு அதிகாரம் இல்லை. பண்ணையார் தரவேண்டிய கூலியைத் தராமல் நிறுத்தி வைத்தாலோ விதிகளை மீறிக் கடுமையான தண்டனைகளை வழங்கினாலோ அடிமைகள் மேலிடத்தில் முறையிட்டுக் கொள்ளலாம். அடிமைகள் பற்றி இவையே வழக்கு வரலாற்றுப்படி தெரிய வருவன' என வால்ஹவுஸ் குறிப்பிட்டுள்ளார்.

கொரகர்கள் அடிமைநிலை குறித்து உள்ளல் ராகவேந்திர ராவ் எழுதியுள்ளதாவது: 'இந்த அடிமைகள் மிகத் தாழ்ந்த நிலையில்

வாழ்ந்தாலும் இவர்கள் வாழ்க்கைமீது வெறுப்புக்கொண்டவர்களாகவோ மகிழ்ச்சியற்றவர்களாகவோ இல்லை. ஓர் ஆண் அடிமை நாளொன்றுக்கு மூன்றுபடி நெல் அல்லது ஒன்றரைப்படி அரிசி, அத்துடன் கொஞ்சம் உப்பும் பெறுகின்றான். ஒரு பெண் இரண்டு படி நெல் பெறுகின்றாள். கணவன் மனைவியராக உள்ள இவர்கள் அந்த நெல்லில் ஒரு பகுதியை விற்றுத் தேவையான மற்றப் பொருள்களைப் பெற்றுக்கொள்ளலாம்.

ஆண்டுக்கு ஒரு வேட்டி அல்லது ஒரு சேலையைப் பெறும் இவர்கள் ஒரு பண்ணையாரிடமிருந்து மற்றொரு பண்ணையாரின் அடிமைகளாக மாற்றப்படும் போது ஒரு தென்னை மரத்தையும் ஒரு பலா மரத்தையும் ஒரு துண்டு நிலத்தையும் தங்கள் உடைமைகளாகப் பெறுகின்றனர். அந்த நிலத்தில் இவர்கள் பத்து முதல் இருபது சேர் வரை நெல் விதைக்கலாம். அடிமைகளுள் பெரும்பாலோர் அளியசந்தானச் சொத்துரிமை முறையைப் (பெண்கள் வழி உரிமை செல்லும் வழக்கு) பேணுகின்றனர்.

இவர்களுள் ஓர் ஆண் அடிமை மூன்று பகோடாக் (பதினான்கு ரூபாய்கள்)களுக்கும் ஒரு பெண் அடிமை ஐந்து பகோடாக்களுக்கும் விற்கப்படுகின்றனர். இதற்கு மாறாக மக்கள் வழி உரிமை பேணும் அடிமைகளுள் ஆணின் விலையாக ஐந்து பகொடொக்களாகவும், பெண்ணின் விலை மூன்று பகொடொக்களாகவும் உள்ளன. பின்னவர்களின் குழந்தைகள் கணவனின் பண்ணையாருக்கும், முன்னவரின் குழந்தைகள் மனைவியின் பண்ணையாருக்கும் உரிமை உடையவர்களாவர் என்ற விதிமுறை இருப்பதே இதற்குக் காரணம் ஆகும்.

அளிய சந்தான வழக்கினை மேற்கொள்ளும் அடிமைகளுள் பெண்ணின் கணவன் அவளுடைய பண்ணையாருக்குப் பிணை பட்டவனாவான். இதனால் அந்தப் பண்ணையார் ஒன்றரை பகோடா வரை அவர்களுடைய திருமணச் செலவுகளைச் செய்யக் கடமைப் பட்டவராகவும் ஆகின்றார். மக்கள் சந்தான நெறிப்பட்டவர்களை அடிமைகளாகக் கொள்ளும் பண்ணையார் 'அவர்கள் திருமணச் செலவிற்காக இரண்டு பகோடா தருதல் வேண்டும். மணம் முடித்த பிறகு மணப்பெண்ணும் அவளுக்குப் பிறக்கும் குழந்தைகளும் அவரது அடிமைகளாவர். தனது அடிமைகளை வாடகைக்கு விடும் உரிமை பண்ணையாருக்கு உண்டு. அவ்வாறு விடப்படும் அடிமை களுக்காக அவர் நாற்பது சேர் நெல்லைப் பெறுவார். அடிமை

ஒருவனை ஈடாக வைத்து மூன்று நான்கு பகோடாக்களைக் கடனாகப் பண்ணையார் பெறுவதும் உண்டு.'

கொரகர்கள் திருமணம் பற்றி வால்ஹவுஸ் தெரிவிக்கும் விவரங்கள் வருமாறு: 'மற்ற அடிமைச் சாதியினர் திங்கட் கிழமையை மணத்திற்கான மங்கல நாளாகக்கொள்ளினும் கொரகர்கள் ஞாயிற்றுக் கிழமையையே மணத்திற்குரிய மங்கல நாளாகக் கருதுகின்றனர். மணமக்கள் தண்ணீரில் குளித்தபின், மணமகன் வீட்டிற்கு வந்து ஒரு பாயில் அமர்வர். அவர்கள் முன் ஒரு பிடி அரிசி வைக்கப்படும். மணச் சடங்கை நடத்தும் பெரியவர் அரிசியில் கொஞ்சத்தை எடுத்து மணமக்கள் தலையில் தூவுவார். அதைத் தொடர்ந்து முதலில், கூடியுள்ள ஆண்களும் பின்னர் பெண்களும் அரிசியைத் தூவுவர். அடுத்து மணமகன் இரண்டு வெள்ளிக் காசுகளை மணமகளுக்கு அன்பளிப்பாகத் தருவான். அதன்பின் அவன் சாதியைச் சேர்ந்தவர்களுக்கு ஆறுமுறை விருந்து தரவேண்டும்.' இந்த விருந்துகளின்போது கொரகர் ஒருவரோடு ஒருவர் போட்டியிட்டவர்களாக மிகுதியாக உண்ணவும் குடிக்கவும் செய்வர் எனக் கூறப்படுகிறது. 'மற்ற அடிமைச் சாதி யாரிடையே கணவன் மனைவியரிடையே சிறு கருத்து வேறுபாடு தோன்றினாலும் சாதியாரின் உடன்பாடு பெற்று மணமுறிவு செய்துகொள்ளும் ஒருத்தி வேறொருவனை மணந்து கொள்ளலாம் எனினும் கொரகர்களிடையே மணஉறவு அறுத்துக் கொள்ள இயலாத பிணைப்பாகவே பேணப்படுகிறது. எனினும் கணவனை இழந்த கைம்பெண்கள் மறுமணம் செய்துகொள்ள அனுமதிக்கப்படுகின்றனர். ஒருவன் இரண்டு மூன்று பெண்கள் வரை மணம் புரிந்துகொள்ள அனுமதிக்கப்படுகிறான்.'

மகப்பேற்றின்போது அது தொடர்பாகக் கொரகர் மேற் கொள்ளும் சடங்குகள் பற்றி உள்ளல் ராகவேந்திர ராவ் எழுதுவதாவது: 'குழந்தையைப் பெற்ற ஒருத்தி இந்துக்களிடையே இருப்பதைப் போலவே தீட்டுக்கு உரியவளாவாள். அவளை மற்றவர்கள் தொடுவதோ நெருங்குவதோ இல்லை. அவளுடைய கொப்பில் (குடிசையில்) வாழ்பவர்கள் அங்கிருந்து வெளியேறி ஐந்து இரவுகள் நண்பர்களின் குடிசையில் சென்று தங்குவர். அச்சமயத்தில் குழந்தை பெற்றவளுக்கு மருத்துவச்சி மட்டுமே துணையாக இருப்பாள். ஆறாம் நாள் இரவு அந்தக் கொப்புவின் தலைவன் தன் கொப்பினைச் சூழ வாழும் அண்டை அயலார்களை அழைப்பான். அவர்களும் அவனது அழைப்பை ஏற்று வருகை தருவர். அப்பொழுது குழந்தையையும் அதன் தாயையும் குளிக்கச் செய்து தீட்டு நீக்குவர்.

வருகை புரிந்துள்ள குடும்பத்தினர் அனைவரும் தங்களுடன் ஒரு சேர் அரிசி, அரை சேர் தேங்காய் எண்ணெய், ஒரு தேங்காய் ஆகியவற்றைக் கொண்டுவருவர். குழந்தை பெற்றவளை ஒரு பாயில் அமரச் செய்து விருந்தினர் தாங்கள் கொண்டு வந்தவற்றை அகன்றதொரு கூடையில் அவள்முன் வைப்பர். கூடியுள்ளவர்களுள் வயதில் பெரியவன் தன் தோழர்களுடன் குழந்தைக்கு வைப்பதற்குரிய பெயரைப் பற்றிக் கலந்து பேசுவான். அதன்பின் குழந்தையின் இடுப்பில் ஒரு கறுப்புக் கயிறு கட்டப்படும். அண்டை அயலார் கொண்டுவந்து குவித்துள்ள அரிசியைக்கொண்டு அன்றிரவு அனைவருக்கும் விருந்திடுவர். தேங்காய்களை உடைத்துக் கீழ்முடியைப் பிள்ளைப் பெற்றவளுக்குக் கொடுத்துக் கண்களோடு கூடிய மேல்முடியை அதனைக் கொண்டு வந்தவர்கள் எடுத்துச் செல்வர். பிறந்த குழந்தை ஆணாக இருந்தால் இம்முறை பின்பற்றப் படுவதற்குரியது. குழந்தை பெண்ணாக இருப்பின் கீழ் முடியைக் கொண்டு வந்தவரும் மேல் முடியைப் பிள்ளையைப் பெற்றவளும் பெறுவதற்குரியர்.

கொரகர் ஆதியில் சூரியனை வழிபட்டு வந்தனர். இன்றும் அவர் களின் பெயர்கள் வாரத்தின் நாள்களின் பெயர்களாலேயே வழங்கி வருகின்றன.

அய்த	- ஆதித்தன்	என்ற பெயரின் திரிந்த வடிவம்.	
தோம	- சேர்மன்	,,	,,
அங்கர	- மங்களன்	,,	,,
குர்வ	- குரு	,,	,,
தன்ய	- சனி	,,	,,
துக்ர	- சுக்கிரன்	,,	,,

இவர்களின் தெய்வத்திற்கெனத் தனியே கோயில்கள் இல்லை. கட என இவர்கள் வழங்கும் இவர்களுக்கே உரியதான தெய்வத்திற்கு உரியதாக ஒரு எட்டி (Strychnos Nux-Vomica) மரத்தின் அடியிடத்தைத் தூய்மைப்படுத்தி அங்கு இத்தெய்வத்தை வழிபடுவர். இந்தத் தெய்வத்திற்கான வழிபாட்டு நிகழ்ச்சிகள் மே, சூலை மாதங்களிலோ அக்டோபர் மாதத்திலோ நடைபெறும். மரத்தடியில் தூய்மைப் படுத்தப்பட்ட இடத்தில் இரண்டு வாழையிலைகளை இடுவர். அதில் மஞ்சள் கலந்த பொங்கல் படைக்கப்படும். கொரகர் சாதி வழக்கப்படி இந்த வழிபாட்டிலும் கூடியுள்ளவர்களுள் வயதில் பெரியவனே

கொரகர் ❈ 137

சடங்கை நிகழ்த்துவான். அவன் தெய்வத்தை வாழ்த்தி வழிபட்டுத் தங்கள் படையலை ஏற்றுக்கொண்டு திருப்திப்படும்படி வேண்டுவான். தற்பொழுது அவர்கள் பண்டார்களையும் சூத்திரர்களையும் பின்பற்றித் தங்கள் தெய்வங்களுக்குப் பதிலாகப் பூதங்களை (தீய ஆவிகளை) வழிபடத் தொடங்கிவிட்டனர்.

கொரகர்கள் சமயநெறி பற்றி வால்ஹவுஸ் கூறுவதாவது: மற்ற அடிமைச் சாதியார்களைப்போலவும் தாழ்ந்த இனத்தவர்களைப் போலவும் கொரகர்களும், சிவனின் மனைவியான பார்வதியின் கொடிய அவதாரமான பெரியம்மைக்குரிய தெய்வமான மாரியம்மனை வழிபடுகின்றனர். கன்னட மாவட்டங்களில் கொடிய வடிவை உடையவளாக உயிர்ப்பலி தந்து பலராலும் வழிபடப்படும் தெய்வம் அவள். ஆடு, எருமை, பன்றி, கோழி முதலியன அவள் முன், மலை மேலிருந்து வரும் அடிமைப் பழங்குடியைச் சேர்ந்த ஆசாடியினால், ஒரே வெட்டில் வெட்டி அவளுக்குப் பலியாக்கப்படும். மற்ற அடிமைச் சாதியார்களைப் போலவே கொரகர்களும் தீண்டத்தகாதவர் களாகவும் பிராமணர்களின் கோயிலையோ தெய்வத்தையோ நெருங்க அருகதையற்றவர்களாகவும் கருதப்படினும் இவர்கள் இந்துக்களின் புகழ்பெற்ற திருநாள்களான கோகுலாஷ்டமி, சௌதி ஆகியவற்றைக் கொண்டாடுகின்றனர். சௌதி திருவிழாக் கொண்டாட்டச் சடங்குகளையும் வழிபாட்டையும் ஒரு கன்னியே நிகழ்த்துதல் வேண்டும்.

இந்தத் திருவிழாக்கள் தொடர்பாக உள்ளல் ராகவேந்திரராவ் பின்வரும் விவரங்களைத் தருகின்றார்: 'கொரகர்களுக்கு எனத் தனியாகக் குறிப்பிட்ட விருந்துத் திருநாள்கள் எவையுமில்லை. நீண்ட நாள்களாக அவர்கள் இந்துக்களின் திருவிழாக்களையே கொண்டாடி வருகின்றனர். அவற்றுள் இரண்டு விழாக்கள் குறிப்பிடத்தக்கவை. ஒன்று கண்ணன் பிறந்த நாளான கோகுலாஷ்டமியாகும்; மற்றொன்று சௌதி எனப்படும் பொலியார் விருந்தாகும். இவற்றுள் பொலியார் விருந்தே முக்கியமானதாகக் கருதப்படுகின்றது. முன்னைய விழா ஆர்ப்பாட்டங்கள் ஏதும் இன்றிப் பக்திநெறிப்பட்டதாகும்; பின்னது விருந்துக்கும் மகிழ்ச்சி ஆர்ப்பாட்டத்திற்கும் உரிய நிகழ்ச்சியாகும். அந்த நாளில் சமயச் சடங்குகளைவிட விருந்து ஆர்ப்பாட்டங்களுக்கே சிறப்பிடம் தரப்படுகிறது. அஷ்டமி நாளன்று வழக்கமான படையல்களோடு உளுந்தினால் பணியாரங்களும் செய்யப்படும்.

இந்த நிகழ்ச்சியை நடத்திவைக்க உதவிக்குப் பச்சுக்களை அழைப்பதோடு கொப்புக்களின் தலைவன் தன் உறவினர்களையும் நண்பர்களையும் விழாவில் பங்குபெற வருமாறு அழைப்பான். கொப்பின் தலைவன் விருந்தினர் நடுவே அமர்ந்து உண்ணத் தொடங்கிய வுடன் விருந்து நிகழ்ச்சிகள் தொடங்கும். விருந்தினர்கள் தரையில் ஒருவரையடுத்து ஒருவர் எதிரெதிர் திசையைப் பார்த்தவர்களாகச் சற்றே இடைவெளிவிட்டு அமர்த்தப்படுவர். விருந்தினர்கள் தங்கள் தகுதிக்கேற்ப நடைமுறை ஒழுங்கைக் கண்டிப்புடன் பின்பற்ற வேண்டும். ஆண்களும் பெண்களும் வேறு வேறாக அமர்த்தப்படுவர். பெண்கள் ஆண்களுக்கு எதிர்வரிசையில் அமர்வர். விருந்தளிப்பவர் நெருங்கிய உறவினர்களையோ நண்பர்களையோ அனைவருக்கும் உணவு பரிமாறும்படி வேண்டுவார். முதலில் கறி வகைகளையும் பின்னர் சோறும் அடுத்துப் பணியாரங்கள் முதலிய தின்பண்டங்களும் பரிமாறப்படும். பரிமாறும் கொரகன் கூடியுள்ளவர்கள் வயிறார உண்ணும்வரை பரிமாறுவான். உண்பவர்களுள் யாரேனும் சோற்றைப் பக்கத்தில் உண்பவன் தட்டில் விழும்படி சிந்தினால் அனைவரும் உண்பதை நிறுத்திவிடுவர். தவறு செய்தவன் விருந்தினர் முன் நிறுத்தப்பட்டு விருந்தினைப் பாழ்படுத்திவிட்டதாகக் குற்றம் சுமத்தப்படுவான். அங்கேயே அவனை விசாரித்து அவனுக்கு மற்றுமொரு விருந்து ஏற்பாடு செய்வதற்காகத் தேவைப்படும் தொகை தண்டமாக விதிக்கப்படும். இந்தத் தீர்ப்புக்கு அவன் கட்டுப்பட மறுப்பானாகில் அவன் சாதிவிலக்கம் பெறுவதோடு மனைவி மக்களாலும் உறவினர்களாலும் கைவிடப்படுவான். அதன்பின் யாரும் அவனோடு பேசவோ அவனைத் தொடவோ கூடாது. ஒருவன் தான் இயலாத வனாக வறுமையுற்றிருப்பதாக முறையிட்டுக் கொள்வானாகில் அதனைப் பரிவுடன் கேட்டு அவனை ஒரு சிறு தொகையை மட்டும் தண்டமாகச் செலுத்தும்படி கூறுவர். அதனைக் கூட அவனுக்காக வசதிபடைத்த மற்றொரு கொரகன் முன்வந்து செலுத்திவிடுவான்.

விருந்துக்குச் சிகரம் வைத்தாற்போல் விருந்தினரிடையே பெருமளவில் கள் வழங்கப்படும். கமுக மரத்தின் காய்ந்த மடல் ஒன்றினைத் தைத்துக் கொரகர் அதனைத் தலையில் தொப்பி போல அணிந்து கொள்வர். இதனையே அவர்கள் கள் குடிக்கும் கலமாகவும் பயன்படுத்துவர். இதில் மிகுதியாகக் கள்ளினை நிரப்ப முடியும். அத்தக் கலத்தில் கள் வார்ப்பவன் அது கொள்ளும் அளவு மட்டுமே வார்க்க வேண்டும். அதன் அளவுக்கு அதிகமாகக் கள்ளினை வார்க்க நேர்ந்து

அதில் சில துளிகள் தரையில் சிந்தினால்கூட முன்பு கூறப்பட்டதைப் போலவே விருந்தில் கள் வழங்குபவன் கள்ளைச் சிந்திய குற்றத் திற்காகத் தண்டிக்கப்படுவான்.

விருந்திற்குப்பின் ஆண்களில் சிலர் கூடிக் குழலிசைக்கும் பறை யொலிக்கும் இயைந்து ஆடுவர். மற்றவர்கள் கள்ளின் மயக்கத்தால் ஆர்ப்பாட்டத்துடன் அங்கும் இங்குமாகக் குதிப்பர். இனி, அடுத்த திருவிழாவைப் பற்றிப் பார்ப்போம். இதற்காக முதல் நாள் இரவு குடும்பத்தைச் சேர்ந்த அனைவரும் விரதம் இருப்பர். விழாவின் முதல் நாள் ஊன் உணவும், மது வகைகளும் விலக்கப்படும். மறுநாள் அதிகாலையில் பொழுது புலரும் முன் கன்னி ஒருத்தி குளித்து வீட்டின் ஒரு பகுதியைப் பசுஞ்சாணம் கொண்டு மெழுகுவாள். இவ்வாறு ஓரிடத்தைத் தூய்மை செய்தபின் அங்கே திருவிழாவிற்கென்றே முடையப்பட்ட கூடை வைக்கப்படும். அதில் ஒரு கைப்பிடி அரிசிக் குறுநொய், இரண்டு வாழைப்பழங்கள், இரண்டு கரும்புத் துண்டுகள் ஆகியன வைக்கப்படும். இப்பொழுது அந்தக் கூடையில் அன்று வழிபாடு நடத்துவதற்குரிய தெய்வம் அமர்த்தப்பட்டதாகக் கருதப்படும். கரும்புத் துண்டுகளே தெய்வங்களாகக்கொள்ளப் படுகின்றன. அந்த இடம் மிகப் புனிதமானதாகையால் அதனருகே மற்ற ஆண்களும் பெண்களும் நெருங்கார்.

கன்னி ஒருத்தி ஆற்றும் வழிபாட்டில் அவளுடைய தூய்மை பேணி வரும் பண்பு காரணமாக அவள் வேண்டுதலுக்குத் தெய்வம் செவிசாய்க்கும் என்ற நம்பிக்கையின் காரணமாகக் கன்னியரைத் தவிர மற்றவர்கள் வழிபாடு நடத்த அனுமதிக்கப்படுவதில்லை. அவள் அந்தக் கூடையைக் காட்டு மலர்களைக்கொண்டு அலங்கரிப்பாள். அதன் பின் குடும்பத்தைச் சேர்ந்த அனைவருக்கும் ஆண்டு முழுதும் நலமே நிகழவேண்டும் என வேண்டிக்கொள்வாள்.

கொரகர் சாதிப் பெண் கூடா ஒழுக்கத்தில் ஈடுபடுவாளாயின் அவள் கீழ்க்கண்டவாறு தனித்ததான நடைமுறைக்கு உட்படுத்தப்படுவாள்: அவளோடு தகாத வகையில் உறவுகொண்டவன் அவளைப் போலவே தாழ்ந்த சாதியைச் சேர்ந்தவனாயின் அவன் அவளைத் திருமணம் செய்துகொண்டாக வேண்டும், அவளை மணச்சடங்கிற்காகத் தூய்மைப்படுத்த அவளோடு உறவுகொண்டவன் ஒரு குடிசை அமைத்து அதில் அவளை இருத்துதல் வேண்டும். அதன்பின் அந்தக் குடிசைக்குத் தீயிடப்படும். அதனுள் இருக்கும் அவள் தீயிடப்பட்ட அந்தக் குடிசையிலிருந்து தப்பி இன்னொரு குடிசையில் சென்று

அடைக்கலம் புகவேண்டும். அந்தக் குடிசைக்கும் அடுத்துத் தீயிடப் படும். இவ்வாறு அவளை ஏழு குடிசைகளிலிருத்தித் தீயிடும் வரை இச்சடங்கு தொடரும். அதன்பிறகு அவள் தூய்மைபெற்று மீண்டும் மணம் செய்துகொள்ளும் தகுதி வாய்க்கப் பெற்றவளாகக் கருதப்படுவாள். 'வரிசையாக ஏழு சிறிய குடிசைகள் ஆற்றங்கரை ஒன்றின் மீது அமைக்கப்பட்டு அவை தீயிடப்படும் எனவும் குற்றம் புரிந்தவன் எரியும் அந்தக் குடிசைகள் வழியே நுழைந்து எரியும் கழிகளிடையேயும் சாம்பலிடையேயும் புகுந்து ஓடிவந்து தன் பாவத் திற்குக் கழுவாய் தேடிக்கொள்ள வேண்டும்' எனவும் வால்ஹவுஸ் கூறுகின்றார். இதேபோன்ற சோதனைக்குத் தென் கன்னடத்தைச் சேர்ந்த பாகுடர் ஆளாக்கப்படுகின்றனர் என ஸ்டுவர்ட் விவரித்துள்ளார்.

'ஒருவன் சாதி விலக்கம் செய்யப்படுவானாயின் அவன் 'ஏழு ஹள்ளி சுடொதொ' என்ற சடங்கை மேற்கொண்ட பின்னரே மீண்டும் சாதியில் சேர்த்துக் கொள்ளப்படுவதற்கு உரியவனாவான். இந்தச் சடங்கிற்காக ஏழு சிறிய கொட்டகைகள் அமைத்து அவற்றின் மேல் புல் கற்றைகள் வேயப்படும். சமூக விலக்கம் செய்யப்பட்டவன் அந்தக் கொட்டகைகளுள் ஒவ்வொன்றாக நுழைந்து வெளிப்படும் போது சாதித் தலைவன் அவற்றின் மேல் போடப்பட்டுள்ள புல்கற்றைகளுக்கு நெருப்பிடுவான்.' 'குற்றம்புரிந்தவன் ஏழு பிறவிகளை எடுத்தபின் தன்னுடைய பழைய தகுதியைப் பெறுவதை விரைவுபடுத்தும் ஒரு மாற்று ஏற்பாடாக இது அமைவதால் அவன் வேறுவேறு பிறவிகள் எடுத்து உழல வேண்டியதில்லை யாகின்றது. இதனை ஒருவன் தன் குலத்திற்குள்ளாகவே மணம் செய்து கொள்வானாயின் அப்பாவத்தைப் போக்கிக்கொள்ள ஏழு பிறவிகள் எடுத்தாக வேண்டும் என்ற மனுவின் விதியை ஒட்டி அமைந்த சடங்கு எனக் கூறலாம்' என ஆர். இ. என்தொவென் கூறுகின்றார்.

கொரகர் சாவுச் சடங்குகள் பற்றி வால்ஹவுஸ் கூறுவதாவது: 'இறந்த அடிமைச் சாதியார்களின் உடல்கள் எரிக்கப்படுவதே வழக்கமாக இருந்தது. பெரியம்மை வந்து இறந்தவர்கள் மட்டும் புதைக்கப்பட்டு வந்தனர். இவ்வாறு அடிமைகள் எரிக்கப்பட்டதற்கான காரணம் பூமியில் ஆழப் புதைக்கப்படும் அவர்களின் உடல்களால் பூமி தீட்டுப்படுவதைத் தடுப்பதற்காகவேயாம். தற்போது இறந்தவர்கள் அனைவரையும் புதைத்தலே வழக்கமாக எங்கும் மேற்கொண்டு

உள்ளனர். அவ்வாறு இறந்தவரைப் புதைக்க இன்றும் பண்ணையாரின் அனுமதியைப் பெறவேண்டும்.

உடலை அடக்கம் செய்தபின் புதைகுழியின் மீது நான்கு சோற்று உருண்டைகளை வைப்பர். இது இறந்தவரின் ஆவிக்காக உணவு படைத்தல் வேண்டும் என்ற பழைய கோட்பாட்டின் அடிப்படையில் தோன்றிய வழக்கம் ஆகலாம்.' தென் கன்னட மாவட்டக் கையேட்டில், 'பதினாறாம் நாளன்று புதைகுழியின் மேலிருந்து ஒருபிடி மண்ணை எடுத்து, அதனை ஒரு குழியிலிட்டு மூடி, அதன்மீது ஒரு கல்லை நட்டு அதற்குச் சோறும் கள்ளும் படைத்து இறந்து போனவரின் ஆவியை மூதாதையர்களோடு சென்று சேர்ந்து கொள்ளும்படி வேண்டிக் கொள்வர்' என்று கூறப்பட்டுள்ளது.

'அடிமைச் சாதியார் பலருள்ளும் கொரகர்கள் மட்டுமே முதலையின் இறைச்சியை உண்கின்றனர். வேறு ஓரிரு சமூகத்தாரைப் போலவே இவர்களும் நான்கு கால் உள்ள விலங்குகளை அவை உயிரோடிருப்பினும் சரி, இறந்தவையாயினும் சரி, தூக்கிச் செல்ல மனம் ஒப்புவதில்லை. நான்கு கால்கள் கொண்ட சடப்பொருள்களான மேசை, நாற்காலி, கட்டில் முதலியவற்றைத் தூக்கவும் இவர்கள் ஒப்புவதில்லை. இதன் காரணமாக அவற்றைத் தூக்கிச் செல்லும் கட்டாயத்திற்கு உள்ளானால் அவற்றின் நான்கு கால்களில் ஒரு காலை உடைத்த பின்பே இவர்கள் தூக்கிச் செல்வர். இவர்கள் கூலி களாகவும் பணியாற்றுவதால் இந்த மனப்போக்கால் சில தொல்லைகள் பிறக்கின்றன.

மத்திய இந்தியாவைச் சேர்ந்த பைகர்களும் இதுபோன்ற மனப்பான்மை உடையவர்களாக உள்ளனர். அவர்கள் தங்கள் வீட்டுப் பெண்களை நான்கு கால்கள் கொண்ட கட்டில்களில் படுக்கவோ நாற்காலிகளில் அமரவோ அனுமதிப்பதில்லை' என வால்ஹவுஸ் கூறுகின்றார். 'கொரகர்களைப்போலவே தென் கன்னடத்தைச் சேர்ந்த பாகுடர்களும் நான்கு கால்களோடுகூடிய கட்டில்களைத் தூக்க ஒப்புவதில்லை. அவற்றின் கால்களை அகற்றிய பின்னரே அவர்கள் அவற்றைத் தூக்கிச்செல்வர். நான்கு கால்கள் உள்ள கட்டில்களுக்கும் எருதுகளுக்கும் இடையே காணப்படும் தோற்ற ஒற்றுமையே இதற்குக் காரணம்' எனத் தென் கன்னட மாவட்டக் கையேடு கூறுகின்றது.

கொரகர் பேசும் மொழியைப் பற்றி உள்ளல் ராகவேந்திர ராவ் கூறுவதாவது: 'கொரகர்கள் தங்கள் கொப்புகளில் பேசத் தனித்ததொரு

கிளைமொழியைப் பெற்றுள்ளனர் என நம்பப்படுகிறது. அவனிடம் அவனுடைய விருந்துகள், தெய்வங்கள், குடும்பம் பற்றிக் கூறும்படி கேட்டுச் செய்திகளைத் திரட்ட முடியும். ஆனால் அவன் பேசும் மொழி பற்றி அவனிடம் கேட்டால் அவன் அஞ்சியவனாகக் குழம்பிப்போய் விழிப்பான். பொதுவாக அமைதியாகவும் அடக்கமாகவும் காணப்படும் அவன் பேசும் மொழியைப் பற்றிக் கேட்டவுடன் பொறுமையிழந்தவனாகப் பண்பற்ற முறையில் நடந்துகொள்வான்.'

இந்துக்கள் அனைவரும் கொரகர்கள் அவர்களுக்கு மட்டுமே புரியக்கூடிய ஒரு மொழியைப் பேசுவதாக நம்புகின்றனர். எனினும் அப்பேச்சு, மரபு வழிப்பட்டதாகவோ கொச்சை வழக்காகவோ தான் இருக்க வேண்டும் என எண்ண வேண்டியுள்ளது' என வால்ஹவுஸ் கூறுகின்றார். 1895இல் வெளியான தென் கன்னட மாவட்டக் கையேட்டில் கொரகர்களுடைய பேச்சுமொழியின் சொற்பட்டியல் ஒன்று இடம்பெற்றுள்ளது.

13

கோத்தர்

'தோடர்கள் நீலகிரியில் தங்களுக்கான நில உரிமையைப் பெறும் முன் கோத்தர்களும் தோடர்களும் மிக நெருக்கமாக வாழ்ந்து வந்ததாகத் தெரிகின்றது. இவ்விரு சாராரும் பேசும் மொழிகள் மிகுந்த ஒற்றுமையுடையனவாக உள்ளன. கோத்தர் (Kota) தாங்கள் முதலில் மைசூரிலுள்ள கொல்லிமலையில் வாழ்ந்து வந்ததாகக் கூறுகின்றனர். பசுவைக் கொல்பவர் எனப் பொருள்படும் 'கோ-ஹட்டியா' என்ற வடமொழிச் சொல்லில் இருந்துவந்தது கோத்தர் என்ற பெயர் எனக்கொள்வது பொருந்தாது. கோத்தர் என்ற இச்சொல் கௌட திராவிடச் சொல்லான மலை எனப் பொருள்படும் கொ(கு) என்ற சொல்லில் இருந்து பிறந்தது என்பது தெளிவு.

கோத்தர்கள் காண்டியன் (Gandian) திராவிடப் பிரிவைச் சேர்ந்தவர் கள்' என முனைவர் ஒப்பெர்ட் கூறுகின்றார். முன்பு கோத்தர்களும் தோடர்களும் ஒரே பிரிவினராகப் பொதுவாகக் கூடிவாழ்ந்து எருமைகளை வளர்த்து வந்தனர் என ஒரு வழக்கு நிலவுகின்றது. ஒருமுறை இவர்கள் இறந்துபோன ஓர் எருமையின் இறைச்சியைத் தின்றபடி இருப்பதைக் கண்ட தோடர்கள் இவர்களைப் பிணந் தின்னிகள் எனக் கூறி விரட்டினர் என்பர். 'கோத்தர்கள் மலைப் பகுதியில் வந்து குடியமர்ந்தபின் மக்கள் இனவியலின் செயற்படு வேகத்தின் காரணத்தால் இவர்கள் தோடர்களோடு குருதிக் கலப்புக்கு உள்ளாயினர்' என என்னிடம் உள்ள இந்தியர்களைப் பற்றியதான ஓர் அறிக்கை தெரிவிக்கின்றது.

நீலகிரியில் உள்ள கோத்தகிரி, கீழ்க்கோத்தகிரி, தோடநாடு, சோலூர், கேத்தி, குந்தா ஆகிய ஆறு ஊர்களிலும், அம்மலைக்கு வட மேற்குப் பகுதியில் அமைந்ததான பீடபூமியில் அமைந்த கூடலூரில் உள்ள ஓர் ஊரிலுமாக ஏழு கிராமங்களில் (கோத்தகிரி அல்லது

கோகால்) கோத்தர்கள் வாழ்கின்றனர். இவர்கள் கோத்தகிரியில் வரிசையாக அமைந்த தனித்தனிக் குடிசைகளில் அளவான குடியிருப்பு களில் வாழ்கின்றனர். குடிசைகள் சேற்றுமண், செங்கல், கல் ஆகியவற்றால் அமைக்கப்பட்டுக் கூரை வேயப்பட்டுப் புழக்கத்தில் உள்ள பகுதி, தூங்கும் பகுதியென இரு பகுதிகளாக அமைந்திருக்கும். வீட்டின் தரை பூமி மட்டத்தைவிட உயர்ந்ததாக இருக்கும். வீட்டின் முன்புறம், இருபக்கங்களிலும் உட்காரத் திண்ணை அமைக்கப் பட்டிருக்கும். கோத்தர்கள் இந்தத் திண்ணையில் அமர்ந்து 'ஓய்வு எடுக்கவும், சுருட்டுப் புகைக்கவும்' செய்வதோடு குடிபோதையின் மயக்கத்தையும் அங்கே படுத்து உறங்கியே போக்கிக்கொள்கின்றனர். இவர்களின் குடிசைகளின் கதவுக்கான நிலைகள் சமவெளியிலிருந்து வந்த தச்சர்களால் அழகிய வேலைப்பாடுடையனவாகச் செதுக்கப் பட்டனவாக இருக்கும்.

கோத்தகிரியில் உள்ள சில குடிசைகளும், ஒரு கொல்லன் உலைக் கூடமும் மீன்கள், தாமரை மலர்கள், பூச்செதுக்குகள் ஆகியன கொண்ட கல் தூண்களைக்கொண்டனவாக உள்ளன. குர்குலி (சோலூர்)யில் உள்ள கோத்தர் கிராமமே கோத்தர் கிராமங்களுள் பழமையானது எனப் பிரீக்ஸ் குறித்துள்ளார்.[1] இந்த ஊரைச் சேர்ந்த கோத்தர்கள் தோடர்களின் இனத்தைச் சேர்ந்தவர்கள் எனப் படகர் நம்புகின்றனர். குர்குலியில் தோடர்களின் பால்வீட்டை ஒத்ததான கோயில் ஒன்று உள்ளது. கோத்தர்கள் கிராமத்தில் இந்த அமைப்புடைய கோயில் இது ஒன்றுதான்.

கோத்தர், தமிழும் கன்னடமும் கலந்த ஒரு கலப்பு மொழியைப் பேசுகின்றனர். இவர்களின் தமிழ் உச்சரிப்பில் படகர்கள், தோடர் கள் ஆகியோருடைய உச்சரிப்பில் காணப்படுவது போன்ற வேற்று மொழித் தாக்கம் இல்லை. மரபுவழிப்பட்ட கோத்தர்களின் ஒவ்வொரு குடியிருப்பிலும் மூன்று தெருக்கள் (கேரிகள்) இருக்கவேண்டும் எனவும், அவற்றுள் ஒன்றில் தோவாடி எனப்படும் தெர்க்காரனும், மற்ற இரண்டு தெருக்களிலும் முந்தக்கண்ணான்கள் எனப்படும் பூசாரிகளும் வாழ வேண்டும் எனவும் கருதுகின்றனர்.

கோத்தகிரியில் இந்த மூன்று தெருக்களும் கீழ்க்கேரி, நடுக்கேரி, மேல்கேரி என வழங்கப்படுகின்றன. ஒரு கேரியைச் சேர்ந்தவர்கள்

1 *நீலகிரி மலைவாழ் தொல்குடிகள் பற்றியும் அவர்கள் நினைவுச் சின்னங்கள் பற்றிய விவரமும்,* 1873. (*Account of the Primitive Tribes and Monuments of the Nilgiris, 1873.*)

தங்களுக்குள் மணஉறவு கொள்வதில்லை. அவர்கள் ஒரு குடும்பத்தைச் சேர்ந்தவர்கள் எனக் கருதப்படுவதும், குடும்பத்துக்கு உள்ளாகவே மணஉறவு கொள்வது விரும்பத்தக்கதன்று எனக் கருதப்படுவதுமே இதற்குக் காரணமாகும். எனது குறிப்புகளி லிருந்து தெரியவரும் கேரிகளிடையேயான மணஉறவு அமைந்திருந்த பான்மை வருமாறு:

கணவன்	மனைவி
கீழ்க்கேரி	நடுக்கேரி
கீழ்க்கேரி	மேல்கேரி
நடுக்கேரி	மேல்கேரி
மேல்கேரி	நடுக்கேரி
நடுக்கேரி	முதல் மனைவி கீழ்க்கேரி
	இரண்டாம் மனைவி மேல்கேரி

சோலூரில் உள்ள கோத்தர் குடியிருப்பு அம்ரேரி, கீகேரி, கொரகேரி, அக்கேரி என நான்கு பகுதிகளாகப் பிரிக்கப்பட்டுள்ளது. இப்பெயர்கள் முறையே பக்கத்துத் தெரு, கீழ்த் தெரு, மற்றொரு தெரு, அந்தத் தெரு எனப் பொருள்படுவன. இவை புறமணக்கட்டுப்பாடுடைய இரண்டு பிரிவுகளாகப் பிரிவுபட்டுள்ளன. அம்ரேரி, கீகேரி தெருக்கள் ஒரு பிரிவாகவும், கொரகேரி, அக்கேரி தெருக்கள் மற்றொரு பிரிவாகவும் அமைந்துள்ளன.

நான் கோத்தகிரிக்கு வந்து சேர்ந்த மறுநாள் கோத்தர்களின் சார்பில் சிலர் என்னைக் காண வந்தனர். அவர்களுள் மிக வயதானவனான ஒருவன் அவனது பணி உதவி, நன்னடத்தை ஆகியவற்றின் காரண மாகக் கோத்தர் சாதியின் தலைவனாக அமர்த்தப்பட்டமைக்கான சான்றிதழ் ஒன்றையும் வைத்திருந்தான். பருத்து உருண்ட மூக்கை யுடைய குடிகாரனான அவன், தன் மூக்கு அளவுக்குமீறிப் பருத்து இருப்பதற்கு, தான் பாலுடைய மரம் ஒன்றை வெட்டும்போது, அம்மரத்தின் பால் மூக்கின் மேல் விழுந்ததுதான் காரணம் எனக் கூறினான்.

கோத்தகிரியில் வாழும் கோத்தர்கள் குடிப்பழக்கத்திற்கு அடிமைகள். மாலை மயங்கும் போது சாராயக் கடைகளிலும் கடைத் தெருவிலுள்ள பீர் விற்பனைக் கூடங்களிலும் கூடும் இவர்கள், பின்னர் தள்ளாடியவர்களாகக் குடிவெறியில் உளறியபடி வீடு சென்று சேர்வர் அல்லது சேர்க்கப்படுவர். 'கோத்தர்கள் பால்வினை நோயினுக்குத் தாங்களே விரும்பி ஆட்படுகின்றனர். இந்த நோயால்

ஒரு குறிப்பிட்ட வயதுக்குள் பீடிக்கப்படாத இளைஞன் அவ மதிப்புக்கு உள்ளாகின்றான்' எனக் கூறப்படுகிறது.[2]

இறந்த விலங்குகளின் பிணங்களின் தூய்மையற்ற இறைச்சியை உண்ணும் இழிந்தவர்களாகக் கோத்தர்கள் பழிப்புக்கு உள்ளா கின்றனர். அவர்கள் இதனை வேட்டையாடிக்கொண்டு வரும் விலங்குகளின் பதனழிந்த இறைச்சியை உண்பதைக் காட்டிலும் இழிந்ததாகவோ, ஐரோப்பியன் தொடர்ந்து பல வாரங்களுக்குத் திரும்பத் திரும்ப ஒரே பல்துலக்கியைப் பயன்படுத்துவதைவிட இழிந்ததாகவோ கருதுவதில்லை. 'இறைச்சியில் மிகுந்த ஆர்வமுடைய ஊன் உண்ணிகளாகக் கோத்தர்கள் கருதப்படுகின்றனர். ஒரு விலங்கு எவ்வாறு இறந்தது என்பதைப் பற்றிக் கவலைப்படாதவர்களாக அவர்கள் சிறிதும் குமட்டலுக்கு உள்ளாகாது கிடைக்கும் எல்லா இறைச்சியையும் தின்பர். நோய் வந்து இறந்த எருது, புலி ஒரு பகுதி தின்றுவிட்டுச் சென்ற மானின் எஞ்சிய உடல் ஆகிய அனைத்தையும் அவர்கள் ஒன்றுபோலவே ஏற்றுக்கொள்வர்.'

இறந்துபோன எருமையின் அழுகிச் சிதைந்த நிலையில் உள்ள ஊனினை அதன் குடற்பகுதி தரையில் இழுபட்டபடி வர ஒரு குச்சியில் தூக்கிச் செல்லும் வெறுப்பூட்டும் கோத்தரின் காட்சி கோத்தர்களின் கிராமங்களுக்குச் செல்லும் பாதையில் அடிக்கடி காணக்கூடிய ஒன்றாகும். குதிரை லாயம் ஒன்றிலிருந்து பிடித்து வெளியே ஓரிரு நாள்களுக்கு முன்பு வீசப்பட்ட செத்த எலி ஒன்றை ஒரு கோத்தன் வீட்டுக்குத் தூக்கிச் சென்றதைத் தான் கண்டதாகக் கர்னல் ராஸ் கிங் விவரித்துள்ளார்.[3] இது பற்றி எனக்குக் கோத்தர் பற்றித் தகவல் தரும் உதவியாளனிடம் நான் கூறியபொழுது அவன் 'புத்தகங்கள் பொய் கூறுவன' என உடனுக்குடன் விடையிறுத்தான். உண்ண இனிமையற்றதாயினும் இறந்த விலங்குகளின் இறைச்சி கோத்தர் உடலுக்கு ஒத்துப் போகின்றது. மலைப்பக்கங்களில் தொற்று நோயால் கால்நடைகள் மிகுதியாக இறக்கும் சமயங்களில் தாராளமாக ஊன் உணவு கிடைக்கப் பெறுவதால் இவர்கள் நல்ல உடல்நலம் வாய்க்கப் பெற்றவர்களாக விளங்குவர்.

'சில ஆண்டுகளுக்கு முன்பு கோத்தர் எருமை வளர்ப்பதில் மிகுந்த ஆர்வம் உடையவர்களாக இருந்தனர். எனினும் பிற பழங்குடிகளின்

---

[2] *இந்தியத் தொல்லியல்* 1873. (Ind. Ant. 11, 1873.)
[3] *நீலகிரிவாழ் பழங்குடிகள்* 1870. (*Aboriginal Tribes of Nilgiri Hills*, 1870.)

சாதித் தலைவர்கள் தூய்மையற்றவர்களான கோத்தர் புனிதமான எருமைகளை வளர்த்துப் பால் கறக்கும் பணியை மேற்கொள்ள விரும்புவது பொருத்தமில்லாத பேராசை எனக் கூறி அதற்கு ஒப்புதல் தர மறுத்துவிட்டனர் எனச் செர்மனியிலிருந்து வந்த கிறித்தவ சமயப் பிரசாரகரான மெட்ஸ் குறிப்பிட்டுள்ளார்.

இரும்பு, பொன், வெள்ளி ஆகிய உலோகங்களில் தொழில் செய்வதோடுகூடத் தோல் பதனிடுதல், கயிறு திரித்தல், பானை வனைதல், துணி துவைத்தல், பயிர்த்தொழில் ஆகிய தொழில்களையும் கோத்தர் மேற்கொள்கின்றனர். தோடர், படகர், ஆகியவர்களின் இறுதிச் சடங்குகளில் இன்னிசைவாணர்களாக வாத்தியங்களை இசைக்கின்றனர். இவற்றோடு தோடர்களின் முதல் சாவுச்சடங்கில் பிணத்தைச் சுற்றுவதற்கான புட்குலி எனப்படும் துணியையும், ஐந்து முதல் பத்து கிவா வரையான சாமையையும் தருவதோடு செலவுக்காக ஓரிரு ரூபாயும் வழங்குவர்.

இவர்களிடம் முறைமைப்படி வழங்குவதற்குரிய தானியம் கையிருப்பில் இல்லையானால் இவ்வாறு செலவுக்காக வழங்கப்படும் தொகை அதற்கேற்ப அதிகரிக்கப்படும். மர்வைனொல்கெதர் எனப்படும் இரண்டாம் சாவுச் சடங்கின்போது, கோத்தர் தோடர்களுக்கு முதற்சாவுச் சடங்கின்போது வழங்குவதைவிட மிகுதியான பொருள்களை வழங்கக் கடமைப்பட்டவர்கள். அப்போது தோடர் பெண்களுக்கான அலங்காரத்திற்குரிய புட்குலியும், எட்டணாவும் வழங்குவர். அப்போது ஆகும் பொதுச் செலவுகளுக்காக இரண்டு முதல் ஐந்து ரூபாய்வரை வழங்குவர். வில், அம்பு, கூடை (தெக்), கத்தி (கப்கட்டி), சல்லடை (குட்ஸ்மான்) ஆகியவற்றையும் இவர்கள் தோடர்களுக்கு வழங்கவேண்டும். ஒவ்வொரு சாவுச் சடங்கின் போதும் பலியிடப்படும் எருமைகளின் உடலங்களோடுகூட உணவையும் கோத்தர் பெறுவர்' என டபிள்யூ எச். ஆர். ரிவர்ஸ் கூறியுள்ளார்.[4]

பிற வகுப்பினர் கோத்தரைத் தூய்மை பேணாத இழிந்தவர் எனக் கருதினும், அவர்கள் இவர்களைச் சிறந்த கைவினைஞர்கள் என்பதை ஒருமனதாக ஒப்புக்கொள்கின்றனர். மற்ற மலைவாழ் பழங்குடிகளுக்குக் கொல்லர்களாகவும், கயிறு, குடை ஆகியன தயாரித்துத் தருபவர்களாகவும் விளங்கும் இவர்கள் பணி அவர்களுக்கு

---

[4] *தோடர்*, 1906. (*The Todas*, 1906.)

இன்றியமையாதது. படகர் தங்கள் கால்நடைகளைக் கட்டிப்போடும் எருமைத் தோலாலான உறுதியான கயிற்றைத் தயாரிப்பவர்கள் இவர்களே.

கூடலூர் பகுதியினைச் சேர்ந்த கோத்தர் கூரை வேய்வதில் மிகுந்த திறன் வாய்க்கப் பெற்றவர்கள் தோடர் தங்களுக்குப் பணி செய்வதற் காகச் சமவெளியிலிருந்து அழைத்து வரப்பட்ட கைத்தொழில் வினைஞரே கோத்தர் எனக் கூறுகின்றனர். தோடர், படகர், இருளர், குறும்பர் குடியிருப்புகள் ஒவ்வொன்றுக்கும் உரியதான முட்டுக் கோத்தர் உள்ளனர். அக்குடியிருப்புகளுக்குத் தேவையான எல்லாக் கைவினைப் பொருள்களையும் வழங்கும் பணி இவர்களுடையது. இதற்கு ஈடாகக் கோத்தர் இறந்து போன எருமைகள், கால்நடைகள், நெய், தானியம், வாழைத்தார் முதலியவற்றைப் பெறுவர். தாங்கள் பெறும் கால்நடைகளின் இறைச்சியை உண்டபின் அவற்றின் கொம்புகளை லப்பைகளுக்கு விற்பர். சமவெளியிலிருந்து வரும் சக்கிலியர் எலும்பு, தோல் ஆகியனவற்றை வாங்கிச் செல்வர். தோல்களைக் கோத்தர்களே சுண்ணாம்பு, ஆவாரம்பட்டை ஆகியன கொண்டு ஓரளவு பதப்படுத்தி வெயிலில் உலர வைப்பர்.

படகர்களுக்கும், ஐரோப்பிய மலைத் தோட்டக்காரர்களுக்கும் சிறப்பாகவும், மற்ற மலைவாழ் பழங்குடிகளுக்குப் பொதுவாகவும் தேவைப்படும் கைக்கோடரி, புல்லரிவாள், கத்தி முதலியனவற்றைக் கோத்தர் இனக் கொல்லர்களே செய்து தருகின்றனர். இவர்கள் சமவெளியிலிருந்து இரும்புத்தாதினைக்கொண்டு வந்து இரும்பு காய்ச்சியதை நேரில் கண்டவர்கள் சிலர் இன்றும் உயிர்வாழ்கின்றனர். எனினும் தற்போது இவர்கள் கடைத்தெருவில் கிடைக்கும் பழைய இரும்பினை வாங்கியே தொழில் நடத்து கின்றனர். கோத்தகிரியில் உள்ள ஒரு கொல்லுப்பட்டறை எப்பொழுதும் சுறுசுறுப்பாக இயங்கியபடி இருக்கின்றது. உள்ளூரில் தயாரித்த செங்கற்களைக் கொண்டு கட்டப்பட்ட அது, தகரக் கூரை வேயப்பட்டு ஐரோப்பாவில் தயாரிக்கப்பட்ட உலைக்களம் பொருத்தப்பட்டதாக உள்ளது.

உழவுத்தொழிலில் கோத்தர் படகரைப்போலவே நல்ல திறமை வாய்க்கப்பெற்றவர்கள். தங்கள் ஊரைச் சார்ந்துள்ள நிலங்களில் இவர்கள் உருளை, அக்கி (கோதுமை), பார்லி, கீரை, சாமை, தினை, வெங்காயம் முதலியன பயிர்செய்கின்றனர்.

1885இல் வருவாய்த் துறையினரால் வழங்கப்பட்ட நில உரிமங்களின்போது நீலகிரியில் வாழும் தோடர் நீங்கலாகப் படகர் முதலிய பிற பழங்குடியினரைப் போன்ற கோத்தரும் உரிமம் பெற்றனர். இவர்கள் பயிரிட்டுவந்த நிலங்களுக்கு ஏக்கர் ஒன்றுக்குப் பத்து முதல் இருபது அணாக்கள்வரை விலை நிர்ணயிக்கப்பட்டு உரிமம் வழங்கப்பட்டது. கோத்தர் மேற்கொண்டிருந்ததான மாற்று நிலத்தில் புகுந்து பயிரிடுதலாகிய ‘புகுர்டி’முறைப் பயிரிடுகை 1862-64இல் பெயரளவுக்கு ஒழிக்கப்பட்டதாயினும் நீலகிரியில் வருவாய்த் துறையினர் நில உரிமம் வழங்கிய பின்னரே அது அடியோடு வழக்கிழந்தது. இன்று கோத்தர் இரயத்துவாரி முறையின் கீழ் பட்டா நிலம் பெற்றவர்களாக உள்ளனர்.

முன்பு படகர் தரமான கஞ்சாவைப் பயிரிட்டு வந்தனர். அதிலிருந்து கஞ்சா விதைகளைப் பெற்றுக் கோத்தர் மருத்துவத்திற்குப் பயன்படுத்தி வந்தனர். இன்று கோத்தர் கடைத் தெருவில் அபினி வாங்கி அதைப் போதைப் பொருளாகப் பயன்படுத்து கின்றனர்.

தோடர் இனப் பெண்களைப்போலக் கோத்தர் இனப் பெண்கள் அச்சமற்றவர்களாகவும், பழகுவதற்கு இனியவர்களாகவும் இல்லை. இவர்களின் குடியிருப்பின் எல்லையில் ஓர் ஐரோப்பியன் தலை தெரிந்தவுடனேயே இவர்கள் காட்டில் ஓடி மறையும் முயலைப் போலத் தங்கள் குடிசையின் பின்புறத்தில் கண்காணாதவர்களாக ஓடி ஒளிகின்றனர். அழுக்கான கந்தல் ஆடைகளையே பெரும்பாலும் இவர்கள் அணிந்திருப்பர். அவை சிலபோது முழங்கால்களைக்கூட மறைக்கப் போதுமானவையாக இரா. குடும்பப் பணியோடுகூட இவர்கள் வயலில் சென்று உழைப்பதோடு, தண்ணீர், விறகு ஆகியனவற்றையும் வீட்டில்கொண்டு சேர்க்க வேண்டும். தோளில் புல்லரிவாளோடும், தலையில் பெரணி இலைச் சும்மாட்டின் மீது வைக்கப்பட்ட விறகுக் கட்டுடனும் சிறுமியரும், கிழவியரும், சிறுவர்களும் குடியிருப்புக்களை நோக்கி வந்துகொண்டிருப்பதைக் காணலாம்.

பெண்கள் கூடை முடைதலோடு களிமண்ணைக் கொண்டு பரும்படியாகப் பானைகளையும் தயாரிக்கின்றனர். இவர்கள் பானை உருவாக்கும் சக்கரம் இரும்பாலான ஆரங்கள் கொண்டதாக இருக்கும். அதனை வீட்டிற்கு முன் பாவப்பட்டிருக்கும் கல்லில் பொருத்திச் சுழற்றிப் பானையை உருவாக்குவர். அக்கல்லே கதிரடிக்கும் களமாகவும் பயன்படுத்தப்படுகிறது. தோடர் சமைக்கப்

பயன்படுத்தும் மண்பாண்டங்களும், பால் கறக்கப் பயன்படுத்தும் — உள்ளறையில் பயன்படுத்தும் புனிதப் பானைகள் நீங்கலாக — பானைகளும் கோத்தர்களாலேயே தயாரிக்கப்படுகின்றனவென ரிவர்ஸ் கூறுகின்றார்.

முந்தகண்ணான் எனப்படும் பூசாரி, தெர்காரன் எனப்படும் தேவாடி எனக் கோத்தர்களுக்கு இருவகைப்பட்ட பூசாரிகள் உள்ளனர். இவர்களுள் முன்னவனே தகுதியில் உயர்ந்தவன். ஓர் ஊரில் இரண்டுக்கு மேற்பட்ட தெர்காரன்கள்கூட இருக்கலாம். ஆனால் முந்தகண்ணான்கள் ஒருபோதும் இருவருக்கும் மேற்பட்டவர்களாக இருத்தல் இல்லை. இந்த இருவரும் வேறுவேறு கேரிகளைச் சேர்ந்தவர்களாக இருத்தல் வேண்டும். இப்பொறுப்புக்குத் தெரிந்தெடுக்கப்படுவோர் மனைவியை இழந்தவர்களாக இருத்தல் கூடாது. இப்பொறுப்பில் இருக்கும் காலத்தில் மனைவியை இழப்பார்களாயின் பொறுப்பினின்றும் விடுவிக்கப்படுவர். இவர்கள் எருமை இறைச்சியை உண்ணலாம். ஆனால் எருமைப் பாலைக் குடிப்பது அனுமதிக்கப்படுவதில்லை. பசுவின் இறைச்சியைத் தங்களுக்குத் தீட்டாகக் கருதும் இவர்கள் அதன் பாலை மட்டும் அருந்துகின்றனர். பசுவின் பாலைக் கறக்கவோ, வழக்கமாகத் தங்கள் ஊரெல்லைக்குள்ளாக அதன் பாலைப் பருகவோ கோத்தர் அனுமதிக்கப்படுவதில்லை. ஒரு பூசாரி தரும்போதும் அல்லது தன் ஊரை விட்டு அயலூரில் சென்றிருக்கும் போதும் கோத்தன் பசுவின் பாலைப் பருக அனுமதிக்கப்படுகின்றான். ஊரைச் சேர்ந்த பசுக்களின் பாலைக் கறப்பது, தெய்வத்திற்கான பணிவிடைகளைச் செய்வது, விதைப்பின்போதும், அறுவடையின் போதும் நிகழ்த்தப்படும் சடங்குகளில் பங்குபெறுவது ஆகியனவே முந்தகண்ணான் கடமைகள்.

இவர்கள் தீக்கடைந்து கிடைக்கும் நெருப்பையே பயன்படுத்துவர். ஓர் உடைந்த பானையில் எப்பொழுதும் நெருப்பைத் தொடர்ந்து எரிந்துகொண்டு இருக்கும் படியாகப் பேணி வருதல் வேண்டும். அதேபோன்று தெர்காரனும் நெருப்புப் பெட்டியைப் பயன்படுத்த அனுமதிக்கப்படுவதில்லை. முந்த கண்ணான் வீட்டிலிருந்தே அவன் நெருப்பைப் பெறக் கடமைப்பட்டவன். பூசாரிகள் மற்றவர்களுக்காகக் கூலி வேலை செய்தல் அனுமதிக்கப்படுவதில்லை. தங்களுக்குச் சொந்தமான நிலத்திலோ தங்கள் உலைக்கூடத்திலோ இவர்கள் தொழில் செய்யத் தடையேதும் இல்லை. தீட்டுக்கு ஆட்படாமல்

கோத்தர் ✸ 151

தனித்து இருந்து வரவேண்டிய இவர்கள் தோடர், படகர் ஆகியோர் சாவுச் சடங்குகளில் பங்கு பெறவோ, கோத்தர் பெண்கள் தனித்திருக்க அமைக்கப்பட்டுள்ள குடிசைகளை நெருங்கவே கூடாது.

முந்தகண்ணானுக்குரிய பதவி இடம் ஒன்று ஏற்படுமேல் ஊரைச் சேர்ந்த கோத்தர்கள் ஒன்றுகூடித் தெர்காரனை வழிகாட்டும்படி வேண்டுவர். தெய்வம் ஏறப்பெறும் தெர்காரன் அந்த இடத்தை நிரப்புவதற்குரியவன் பெயரை அறிவிப்பான். அவ்வாறு தெரிந் தெடுக்கப்படுபவனுக்கு ஊரார் தங்கள் செலவில் மூன்று மாதங் களுக்கு உணவளிப்பர். அச்சமயத்தில் அவன் தன் மனைவியோடும், மற்றப் பெண்களுடனும் நேரடியாகப் பேசுதல் அனுமதிக்கப்படுவது இல்லை. அவனுக்கு உதவியாளனாக இருக்கும் சிறுவர்கள் வாயிலாகத் தொடர்புகொள்ளலாம். மேலும் இந்தப் பயிற்சிக் காலத்தின்போது அவன் பாயிலோ சமுக்காளத்திலோ படுத்து உறங்க அனுமதிக்கப் படுவதில்லை. தரையிலோ மரப்பலகையிலோ படுத்து உறங்கும் அவன் துப்பட்டியை மட்டும் போர்த்துக் கொள்ளலாம். ஊரில் ஆண்டுத் திருவிழாக் கொண்டாடப்படும் சமயத்தில் முந்த கண்ணானும், தெர்காரனும் தங்கள் மனைவியோடு உறவுவைத்துக் கொண்டால் தீட்டுக்கு உள்ளாவர் என்ற காரணத்தால் அவ்வாறு தொடர்புகொள்ள அனுமதிக்கப்படுவதில்லை.

மாசி மாதத்தில் ஒரு செவ்வாய் அல்லது வெள்ளிக்கிழமையில் விதைப்புச் சடங்கு நடத்தப்படுகின்றது. அப்போது பூசாரி எட்டு நாள்கள் ஊன் உணவை நீக்கி, மரக்கறி உணவு மட்டும் உண்பதோடு தன் மனைவியோடு நேரடியாகத் தொடர்பு கொள்ளாமல் ஒரு சிறுவன் வாயிலாகவே பேசி வருவான். சடங்குக்கு முந்தைய ஞாயிறன்று பல பசுக்களை ஒரு பட்டியில் அடைத்துப் பூசாரி அவற்றின் பாலைக் கறப்பான், அந்தப் பால் பாதுகாக்கப்படும். அது புளித்துப் போகாமல் இருந்தால் அதனை நன்னிமித்தமாகக் கொள்வர். அது புளித்துவிட்டால் பூசாரி ஏதேனும் ஒருவகையில் தீட்டுக்கு உள்ளாகியிருக்க வேண்டும் எனக் கருதுவர்.

விதைப்புச் சடங்கன்று பூசாரி ஓர் ஓடையில் குளித்தபின் தனக்கு உதவியாளனான சிறுவனுடன் ஒரு வயலுக்கோ, காட்டுக்கோ சென்று தெய்வத்தை வழிபட்ட பின், சிறிய விதைப்பாத்தி அமைத்து, அதில் கொஞ்சம் ராகியை விதைப்பான். இதற்கிடையே ஊரார் கோயிலுக்குச் சென்று அதனைத் துப்புரவு செய்வர். பூசாரியும் சிறுவனும் பின்னர் அங்கே வந்து தேங்காய், வெற்றிலை, மலர்கள் ஆகியன படைத்துத்

தெய்வத்தை வழிபடுவர். சில சமயங்களில் தெர்க்காரன் தெய்வம் ஏறப்பெற்று நிமித்தம் உரைப்பான். கோயிலிலிருந்து அனைவரும் நேரே பூசாரியின் இல்லம் அடைவர். அங்கே அவர்களுக்குக் கொஞ்சம் பாலும், சோறும் வழங்கப்படும். மூன்று மாதங்கள் சென்றபின் ஒரு நல்ல நாளில் இதே போன்ற சடங்கோடு அறுவடையும் தொடங்கி வைக்கப்படும்.

'விதைப்புச் சடங்கின்போது கோயிலில் வழிபாடு நிகழ்த்துவர். முழுமதி நாளில் அனைவரும் விருந்துண்ட பின் கொல்லன், பொற்கொல்லன், வெள்ளிக்கம்மியன் ஆகிய மூவரும் தனித் தனியே கோயிலினுள் உலைக்கூடம் அமைத்து, தங்கள் தொழிலோடு தொடர்புடைய ஏதேனும் ஒரு பொருளைச் செய்வர். கொல்லன் ஒரு கொடுவாளையோ, கோடரியையோ வடிவமைப்பான். வெள்ளிக் கம்மியன் ஒரு மோதிரம் அல்லது வேறு அணி மணி ஒன்றினை உருவாக்குவான்.' என 1832இல் ஹார்க்னெஸ் எழுதியுள்ளார்.[5]

'மரத்தாலோ, கல்லாலோ பரும்படியாக வடிக்கப்பட்ட உருவங்கள், ஒதுக்குப் புறமான பகுதியில் அமைந்துள்ள பாறை அல்லது மரம் ஆகியனவே பெரும்பாலும் கோத்தர்களுடைய வழிபாட்டுக்கு உரியனவாக உள்ளன. இவற்றுக்கு அவர்கள் பலிகளும் இடுகின்றனர். எனினும் ஒவ்வொரு கிராமத்திலும், நாற்புறமும் கற்களை அடுக்கி மூன்றடி உயர அளவுக்குச் சுற்றுச் சுவர் அமைக்கப்பட்ட சதுர வடிவாலான இடம் அகன்ற வழிபாட்டுக்கான பொதுவிடங்களும் உள்ளன. இவற்றின் நடுவே சரிவான கூரை வேயப்பட்ட இரு கொட்டகைகள் முன்னும் பின்னும் திறப்பு உடையனவாக இருக்கும். இந்தக் கொட்டகைகளைத் தாங்கி நிற்கும் கற்றூண்களில் செப்பம் அற்ற வட்டங்களும் பிற உருவங்களும் வரையப்பட்டிருக்கும், இந்தக் கொட்டகையினுள் வேறு உருவங்கள் ஏதும் காணப்பெற வில்லை' என முனைவர் ஸோர்ட் (Shortt) கூறுகின்றார்.[6]

கோத்தகிரியில் மிக அருகருகே அமைந்திருக்கும் இந்தக் கொட்ட கைகள் காமடராயர், காளிக்கை என்ற பெயர்களால் கோத்தர் வழிபடுகின்ற தெய்வங்களான சிவனுக்கும் அவன் துணைவி பார்வதிக்கும் உரியன. இத்தெய்வங்களுக்கான உருவங்கள் ஏதும் அந்தக் கொட்டகைகளில் சாதாரண நாள்களில் வைத்து வழிபடப்

5 *A Singular Aboriginal Race of the Nilgiris.*

6 *நீலகிரிவாழ் பழங்குடிகள்* (*Tribes of Neilgherries*, 1868.)

படுவதில்லை. ஆயினும் அவற்றுள் இத்தெய்வங்களின் ஆவிகள் உறைவதாக நம்புகின்றனர். ஆண்டுத் திருவிழாவின்போது இரண்டு மெல்லிய வெள்ளித் தகடுகள் அத்தெய்வங்களின் உருவங்களாகப் பாவிக்கப்பட்டு அவை அக்கொட்டகையில் நெடுக உயர்ந்து நிற்கும் தூண்களில் பொருத்தப்படும். கோத்தகிரி கோயில்களைச் சுற்றியுள்ள சுற்றுச் சுவர்க் கற்களில் ஆடுபுலியாட்டம் ஆடுவதற்கான பலவகை அமைப்பிலான கோடுகள் கீறப்பட்டிருக்கும். மாதம் ஒருமுறை முழுமதி நாளில் கோத்தர் கோயிலுக்குச் சென்று வழிபாடு நிகழ்த்து கின்றனர் என நான் கேள்விப்பட்டேன்.

காமடராயர் இருளர் நீங்கலாக மற்றப் பழங்குடிகளான கோத்தர், தோடர், குறும்பர் ஆகியோரைப் படைத்தாரென இவர்கள் நம்புகின்றனர். 'காமடராயர் மிகுதியும் வியர்த்தவராகத் தன் நெற்றியிலிருந்து மூன்று வியர்வைத் துளிகளை வழித்து எறிந்தபோது அவற்றிலிருந்து தொன்மையான மலைவாழ் பழங்குடிகளான தோடர், குறும்பர், கோத்தர் ஆகியோர் தோன்றினர். தோடர்களைப் பாலை முக்கிய உணவாகக்கொண்டு வாழும்படியும், குறும்பர்களை எருமைக் கன்றுகளின் இறைச்சியை உண்டு வாழும்படியும், கோத்தர் விருப்பம்போல் எதனை வேண்டுமாயினும் உண்டு வாழலாம் எனவும் எதுவும் கிடைக்கவில்லையாயின் செத்த விலங்குகளின் ஊனினையும் உண்ணலாம் எனவும் அவரால் விதிக்கப்பட்டதாக ஒரு கதை வழங்குகின்றது.'

ரிவர்ஸ் எடுத்துக்காட்டியுள்ள இக்கதையின் மற்றொரு வடிவம், 'காமடராயர் பழங்குடிகளான மூன்று இனத்தவருக்கும் ஒவ்வொரு பானையை வழங்கினாரெனவும் தோடர்களுக்குத் தரப்பட்ட பானையில் கன்றுக்குட்டிகளின் இறைச்சி இருந்ததால் அவர்கள் *எர்கும்பட்தபிமி* சடங்கின்போது கன்றுகளின் ஊனை உண்கின்றனர். குறும்பர் பானையில் எருமைக் கடாவின் இறைச்சி இருந்ததால் அவர்கள் எருமைக் கடாக்களின் ஊனை உண்கின்றனர். கோத்தர் பானையில் எருமைகளின் இறைச்சி இருந்ததால் அவர்கள் எருமையின் ஊனை உண்கின்றனர்' எனக் கூறுகின்றது.

மலபார் எல்லையை ஒட்டியமைந்துள்ள கூடலூரில் வாழும் கோத்தர், காமடராயர், மங்காளி ஆகிய தெய்வங்களோடு வேட்டைக்காரசாமி, அதிரல், உதிரல் ஆகிய தெய்வங்களையும் வழிபடுகின்றனர். ஓணம் திருவிழாவையும் இவர்கள் கொண்டாடு கின்றனர். காலரா பரவக் காரணமாகவுள்ள மாகாளியையும்,

பெரியம்மை பரவக் காரணமாக உள்ள மாரியம்மனையும்கூடக் கோத்தர் வழிபடுகின்றனர். கோத்தர் குடியிருப்புக்களில் காலரா பரவும்போது இத்தேவதைகளைத் திருப்திப்படுத்தச் சிறப்பான பலிகள் தருகின்றனர். கோத்தகிரிக்குச் சற்றுத் தொலைவில் உள்ள நுணுக்கத் திறனற்ற ஒரு கோயிலில் மாகாளி தெய்வத்திற்குரிய கல் நடப் பட்டுள்ளது. அங்கு ஆண்டுதோறும் நடைபெறும் திருவிழாவில் சிலர் தெய்வம் ஏறப்பெற்று மாகாளி தங்கள்மேல் வந்துள்ளதாக அறிவிப்பர். பூசாரி தேங்காய் பழத்தோடு ஓர் ஆடு, கோழிகள் ஆகியன வற்றையும் அத்தெய்வத்திற்குப் பலியிடுவான்.

பெரியம்மைக்கான கானதேவதையின் வழிபாட்டின் தோற்றம் பற்றிப் பிரீக்ஸ் கூறியுள்ள பின்வரும் கதை தனக்குத் தெரியாதென எனக்குத் தகவல் தந்து உதவுபவன் கூறினான். ஒருவேளை அவன் அவ்வாறு என்னிடம் பொய் கூறியிருக்கவும்கூடும். ‘பெரங் கண்ணோடையில் உள்ள கோத்தர் பலர் ஒரு கொடிய தொற்று நோயால் உயிரிழந்தனர். எஞ்சியவர்கள் அந்த ஊரைவிட்டு வெளியேறினர். தன் கருவிகளை முனை அடிக்கக் கோத்தகிரிக்குக் கொண்டுவந்த முண்ட ஜோகி என்ற படகன் ஒரு மரத்தருகே புலியைப் போன்றதொரு உருவைக் கண்டான். அது அவனிடம் பேசியதோடு ஊரைவிட்டு ஓடிய கோத்தரை அழைத்து வரும் படியும் சொல்லியது. அவன் அவ்வாறே அழைத்து வர அந்தப் புலி உருவம் கோத்தரிடம் அவர்களுக்குப் புரியாத ஒரு மொழியில் ஏதோ கூறிவிட்டு மறைந்துவிட்டது.

சில காலம் அந்தப்புலி உருவம் கூறியதன் கருத்து என்ன என்பது புரியாத புதிராகவே இருந்து வந்தது. இறுதியாக ஒரு கோத்தன் அப்புதிரை விளக்க முற்பட்டவனாகத் தெய்வம் கோத்தரைத் தங்கள் கிராமத்திற்குத் திரும்பும்படியும் இல்லையானால் அவர்கள் மீண்டும் தொற்றுநோயின் தொல்லைக்கு ஆளாக வேண்டிவரும் என்றும் அதற்கு விளக்கம் தந்தான். தெய்வத்தின் அக்கட்டளைக்குக் கோத்தர் கீழ்ப்படிந்தனர். அந்தப் படகனுக்குத் தெய்வ உருவம் காட்சி தந்த இடத்தில் ஒரு சுவாமி வீடு (கோயில்) அமைக்கப்பட்டது. (அந்தப் படகன் தன் கருவிகளைக் கூர்மையாக்கவும் முனைபிடிக்கவும் கோத்தர் இல்லாததால் நிச்சயம் தொல்லைக்கு ஆட்பட்டவனாக இருந்திருப்பான்).’ படகரும் தோடரும் தங்களுக்கு உரிய கோயில் களைக் கோத்தர் நெருங்க அனுமதில்லை.

படைத்தளபதி ஆர்.எப். பர்டன் சில சிற்றூர்களில் கோத்தர் விசித்திரமாகச் செதுக்கப்பட்டுள்ள கற்களை அமைத்து வைத்து

அவற்றைப் புனிதமாகக் கருதுவதோடு அவற்றுக்கு நோய்களைத் தீர்க்கும் ஆற்றலும் இருப்பதாக நம்புகின்றனர் எனக் கூறுகின்றார். அவர்களுள் யாரேனும் நோயுற்றால் அவர்கள் மீது தாயத்தைத் தடவுவர்.

கோத்தர் நல்ல விளைச்சலுக்காகவும், பொதுவான வளத்திற்காகவும் ஆண்டுக்கு ஒருமுறை காமட்ராயரைச் சிறப்பித்துச் சிறப்பாக விழாக் கொண்டாடுகின்றனர். ஜனவரி மாதத்து அமாவாசையை அடுத்துவரும் முதல் திங்களன்று தொடங்கிப் பல நாள்களுக்கு இந்த விழா நீடிக்கும். இந்த நாள்களை இவர்கள் பொதுவிடுமுறை நாள்களாக அனுபவிக்கின்றனர். இந்தத் திருவிழாக் காலத்தில் தொடர்ந்து எத்தகைய கட்டுப்பாடுமின்றி வரம்பு மீறிய சிற்றின்பத்தில் மூழ்கியவர்களாக ஆணும் பெண்ணும் ரசக்குறைவான ஆடல்களில் ஈடுபடுவர்.

மெட்ஸ் அவர்கள் கூற்றுப்படி[7] இந்தத் திருவிழாவிற்குப் படகர் சமூகத்தைச் சேர்ந்த பெரிய மனிதர்கள் வந்து இருக்கவேண்டியது இன்றியமையாதது. அவ்வாறு படகர் இவர்கள் திருவிழாவிற்கு வரவில்லையானால் அது இவ்விரு சாராரிடையேயான நட்பு உரிமையைப் பாதிக்கும் எனவும், இவர்களிடையேயான நடைமுறை நாகரிகத்திற்குப் பாதகம் ஆகும் எனவும் கொள்ளப்படுகிறது. படகர் இந்த விழாவில் பங்கு கொள்ளாது இதனைப் புறக்கணித்தால் கோத்தர் அவர்களுக்குத் தேவையான கலப்பைகள், மண்பாண்டங்கள் ஆகியனவற்றைச் செய்துதர மறுத்துத் தங்கள் எதிர்ப்பைக் காட்டுவர். இந்தத் திருவிழா முழுமையான அளவில் மேற்கொள்ளப்படுமானால் அது பின்வரும் நிரல்படி நடைபெறும் என எனக்குத் தெரிவிக்கப்பட்டது.

முதல் நாள் நிகழ்ச்சி: கோயிலில் ஒரு பூசாரி நெருப்பைக் கடைந்து அதனைக் கிராமத்தில் நடுக்கேரிப் பகுதிக்கு எடுத்துச் செல்வான். விழா முடிவடையும்வரை அங்கு அது எரிந்தபடி இருக்குமாறு பார்த்துக்கொள்வர். அந்த நெருப்பைச் சுற்றிக் கிளாரினட், முழவு, தம்புரா, ஊதுகொம்பு, புகுரி எனப்படும் குழல் ஆகிய இசைக்கருவி களின் துணையோடு கோத்தர் இசைக் குழுவினர் இசைக்கும் பல்வகை இசைக்கு ஏற்ப ஆண்களும் பெண்களும், சிறுவர் சிறுமி யரும் நடனமாடுவர்.

---

[7] நீலகிரி மலைவாழ் பழங்குடிகள் - ஒரு செர்மன் கிறித்தவப் பாதிரியார் எழுதியது. (*Tribes Inhabiting the Neilgherry Hills.* By German Missionary.)

இரண்டாம், மூன்றாம், நான்காம், ஐந்தாம் நாள் நிகழ்ச்சிகள்: இசைக் குழுவினரோடு இரவில் நடனமாடுதல்.

ஆறாம் நாள் நிகழ்ச்சி: கிராமத்தவர்கள் காட்டுக்குச் சென்று கோயிலின் கூரையைப் புதுப்பிக்க மூங்கிலும் பிரம்பும் திரட்டி வருவர். இரவில் நடனம் ஆடுவர்.

ஏழாம் நாள் நிகழ்ச்சி: கோயிலுக்குப் புதிய கூரை வேய்ந்து அதனை அழகுபடுத்துவர். இப்பணி இரவு நெருங்கும் முன் முடிக்கப்பட வேண்டும் என்பது விதி. இரவில் நடனம் ஆடுவர்.

எட்டாம் நாள் நிகழ்ச்சி: காலையில் கோத்தர், படகர் கிராமங்களுக்குச் சென்று தானியங்களும் நெய்யும் பெற்றுவருவர். பின்னர் அதனைச் சமைத்துக் கோயிலில் உள்ள தெய்வத்தின் முன் படைப்பர். முதலில் பூசாரி உண்டபின், அனைவரும் கோயிலைச் சுற்றி அமர்ந்து உண்பர்.

ஒன்பதாம் நாள் நிகழ்ச்சி: கோத்தர், தோடர், படகர், குறும்பர், இருளர் மற்றும் பிற இந்துக்களும் விழா நடைபெறும் கிராமத்திற்கு வருகைபுரிவர். அங்கு விரிவான அளவில் ஏற்பாடு செய்யப் பட்டிருக்கும் நாட்டிய நிகழ்ச்சியில் ஆண்கள் சிறப்பாகப் பங்கு பெறுவர். இவர்கள் கண்ணைப் பறிக்கும் வண்ண நிறங்களில் பாவாடை, உள்பாவாடை, கால்சட்டை, தலைப்பாகை, தலையில் கட்டும் கைக்குட்டை ஆகியவற்றையும், தங்களுடையதோ, படகரிடமிருந்து வாங்கப்பட்டதோ அணிமணிகளையும் உடுத்தும், பூண்டும் அப்பொழுது ஆடுவர். தனித்தமுறையில் ஏற்பாடு செய்யப்பட்ட ஆண்கள் மட்டும் தோன்றி ஆடும் ஒரு நாட்டிய நிகழ்ச்சியைப் பார்க்க நான் சென்றிருந்தேன். இத்தகைய பொழுதுபோக்கு நிகழ்ச்சிகள் வழக்கமாக அமைவதுபோல இந்த நிகழ்ச்சியும் கவர்ச்சியற்றதாகவே இருந்தது. ஐரோப்பியன் ஒருவன் குறுக்கே தலைநீட்டாத வகையில் இயற்கையான சூழலில் நடைபெறும் நிகழ்ச்சிகளில் இருக்கும் வேகம் இந்த நிகழ்ச்சியில் இல்லை. நாட்டிய நிகழ்ச்சிகள் திருவிழா முடியும்வரை மீண்டும் மீண்டும் நிகழ்த்தப்படுவதாகத் தெரிகின்றது.*

பதினொன்றாம், பன்னிரண்டாம் நாள் நிகழ்ச்சிகள்: தோடர் சாவுச் சடங்கை எடுத்துக்காட்டும் வகையில் அந்நிகழ்ச்சியை வேடிக்கை யாக நடத்திக் காட்டுவர். இந்நிகழ்ச்சியில் சில ஆண்கள் தலையில்

---

* பத்தாம் நாள் நிகழ்ச்சி பற்றிய குறிப்புகள் மூலநூலில் கொடுக்கப்படவில்லை. (ப.ர்).

எருமைக் கொம்புகளைக் கட்டிக்கொண்டும், கறுப்புத் துணியைப் போர்த்துக்கொண்டும் பலி கொடுப்பதற்குரிய எருமைகளாக நடிப்பர்.

விழாவின் இறுதியில் கோத்தர் இனத்தின் பூசாரிகளும் பெரிய மனிதர்களும், விற்களும் அம்புகளும் ஏந்தியவர்களாக இரவு ஒருமணிக்கு வேட்டைக்குப் புறப்பட்டுக் கிராமத்தை விட்டுச் சென்று, அதிகாலை மூன்று மணிக்குத் திரும்பி வருவர். முன்பெல்லாம் அவ்வாறு செல்பவர்கள் காட்டெருது (Bos gaurus) வினை வேட்டையாடித் திரும்புவர் எனக் கூறப்படுகிறது. தற்போது இவ்வாறு செல்பவர்கள் என்ன செய்கின்றார்கள் என்பது அந்தக் கிராமத்தவர் களாலேயே அறிந்துகொள்ள முடியாத ஒன்றாக உள்ளது. குழுவினர் வேட்டைமேல் செல்லும் சமயத்தில் கிராமத் தவர்கள் வீட்டைவிட்டு வெளியே வர அனுமதிப்பதில்லை. வேட்டைக்குச் சென்றவர்கள் திரும்பியவுடன் தீக்கடைந்து நெருப்பு உண்டாக்குவர். அந்த நெருப்பில் ஒரு பூசாரி இரும்புத் துண்டு ஒன்றினை இடுவான். துருத்தி ஊதி அதனைப் பழுக்கக் காய்ச்சியபின் சம்மட்டிகொண்டு அடிப்பர். அதன்பின் பூசாரிகள் பிரிவிற்கான வாழ்த்தைக் கூறுவர். அத்துடன் திருவிழா முடிவுறும்.

கோத்தர் ஆண்டுத் திருவிழாவை நேரில் காணும் வாய்ப்பைப் பெற்று செர்மானியரான முனைவர் எமில் ஸ்கிமிட் அவர்களின் அதுபற்றிய விளக்கக் கட்டுரையின் மொழிபெயர்ப்பு வருமாறு:

'நான் கோத்தகிரியில் தங்கியிருந்தபோது கோத்தர் தங்கள் முக்கிய தெய்வத்தைச் சிறப்பிக்கும் ஆண்டுத் திருவிழாவை நடத்தினர். அந்த விழாவும், விருந்தும் பன்னிரண்டு நாள்கள் நீடித்தன. அச்சமயம் நாள்தோறும் மாலை நேரத்தில் கடவுளுக்கு வழிபாடு நிகழ்த்தினர். திருவிழா முடிவுறும்வரை நாள் தோறும் கோயிலருகே தொடர்ந்து எரிந்தபடி இருக்கும் நெருப்பைச் சுற்றி நடனம் ஆடுவர். இறுதி நாளுக்கு முந்தின நாள் நடனத்தில் ஆண்களோடு பெண்களும் பங்கு பெறுவர். இருள் சூழ்ந்ததும் எனது தங்கும் விடுதியில் வந்து ஒலிக்கும் கீறிச்சிடும் இன்னிசை என்னை விழாக் கொண்டாடும் கோத்தர் கிராமத்தின்பால் ஈர்க்கும்.

தெருக்கோடியில் கோயிலுக்குப் பின்புறம் எரியும் பெருந்தீயில் கட்டுக்கட்டாக சுள்ளிகளை இட்டு நெருப்பு தொடர்ந்து எரியும்படி பார்த்துக்கொள்வர். எரியும் நெருப்பின் ஒருபக்கம் தீக்கொழுந்துகளை நெருங்கி இசைவாணர்கள் தங்கள் குழல், முழவு, தம்புரா, பித்தளைக்

கைத்தாளம் ஆகியவற்றோடு நின்று இன்னிசை இசைப்பர். இரண்டு குழல் வாத்தியக்காரர்களும் திரும்பத் திரும்ப ஒரே மெட்டை நாலும் எட்டுமாக அடித்து இசைக்க பிற வாத்தியக்காரர்கள் அதற்கேற்ப தங்கள் இசையை முழங்குவார்கள். நான் அங்குச் சென்று சேர்ந்தபோது சுமார் நாற்பது கோத்தர் ஆண்கள் இளையரும் முதியருமாக நெருப்பைச் சுற்றி நடனமாடியபடி இருந்தனர். முதலில் அவர்கள் நெருப்பின் ஒரு பக்கமாக அரைவட்டமாக ஆடினர். பின்னர் எதிர்பக்கமாக வந்து ஆடினர். ஆடும்போது கைகளை உயர்த்தியும், முழங்கால்களை மடக்கியும் பாதங்களால் விசித்திரமாக அடியிட்டும் ஆடினர். இவ்வாறாக ஆடியபடி அந்த வட்டம் முழுதுமாக மெல்ல முன்னோக்கி வந்தது. அவர்களுள் ஓரிருவர் அவ்வப்போது 'ஹாவ்' என உரக்கக் கூக்குரலிட்டனர். நடனம் முடியும்போது எல்லோரு மாகக் கூக்குரலிட்டு ஒலி எழுப்புவர்.

ஆடுவோரின் வட்டத்தைச் சுற்றிக் கோயில் மதிற்சுற்றுக் கற்கள்மீது கோத்தர் ஆண்களும் பெண்களும் அமர்ந்திருப்பர். விழாவிற்கு அழைக்கப்பட்ட படகர் இனப் பெரியோர் பலர் நெருப்பு தணிந்து எரிந்துகொண்டிருக்கும் மேடை ஒன்றில் கோயிலின் பின்புறச் சுவரை ஒட்டி அமர்ந்திருப்பர். நடனம் முடிந்தவுடன் நடனமாடுபவர்கள் கலைந்து செல்வர். குளிர் காற்றினால் கட்டுத் தளர்ந்துவிட்ட தங்கள் முரசங்களின் தோலினைப் பறை கொட்டுபவர்கள் நெருப்பில் கருகும்படி நேருமோ என நான் எண்ணும்படியாக நெருப்பை மிக நெருங்கி வெப்பமாக்கிக் கொள்வர். விரைவில் மீண்டும் முழவினை அடிக்கும் இசை தொடங்கும். முதலில் குழலூதுவோர் புதியதொரு மெட்டினை இசைப்பர். அடுத்துப் பிற இசைக் கருவிகள் இதற்கேற்ப இசைக்கும். இசையின் ஓசை நயம் முன்பு கேட்டதை ஒத்திராது. எனினும் அதன் இரு வகைத்தான முழவு முழக்கத்தின் ஏற்ற இறக்கங்களில் அதிக வேறுபாடு இராது.

இப்பொழுது தொடங்கும் நடனத்தில் ஆண்களோடு பெண்களும் பங்கு பெறுபவர்களாக வட்டத்தின் அரைப் பகுதியாக அமைவர். ஆண்கள் வேகமாகவும் ஒழுங்கின்றியும் ஆடினர். அவர்கள் மெல்ல அடியிட்டு வலமாகவும் இடமாகவும் திரும்பிச் சுழன்ற வண்ணம் சுற்றி வந்தனர். ஒவ்வொருமுறை திரும்பும் போதும் அவர்கள் நெருப்பை நோக்கியவர்களாக இருப்பர். பெண்கள் ஆண்களைவிடத் திறமையாகக் கணக்கிட்டு அடியிட்டும் கலைநுட்பத்துடனும் நடனம் ஆடினர். ஆடத் தொடங்குமுன் அவர்கள் நெருப்பின்முன் குனிந்து

பணிந்து, பிறகு இடமும் வலமுமாக மாறி மாறித் திரும்பி அடியிட்டு அரைவட்டமாகச் சுழன்றனர். அவர்கள் மெய்ப்பாடு நயமும், மகிழ்ச்சியும் கலந்ததொரு கலவையாயிருந்தது.

பெண்கள் நடனத்திற்காகவெனச் சிறப்பாகத் தனிஉடை ஏதும் அணிந்து வரவில்லை. வயதான அழகற்ற கிழவிகள் சிலர் தங்கள் காது, மூக்கு, கழுத்து, கைகால் ஆகியவற்றில் மிகுதியாக அணிகளைப் பூட்டிக் கொண்டிருந்தனர். மூன்றாவதாக நான்கும் எட்டுமான முழவு முழக்கத்திற்கேற்ப நடைபெற்ற நடனத்தில் பெண்கள் மட்டுமே பங்கேற்றனர். இந்த நடனமே மற்றவற்றைக் காட்டிலும் கலைநுட்பம் வாய்ந்ததாக இருந்தது. மெல்ல இயங்கி ஆடிய இந்த ஆட்டக்காரர்கள் முதலிலேயே ஒத்திகை பார்த்துக்கொண்டிருக்க வேண்டும். அதில் பங்குபெற்றவர்கள் முன்னும் பின்னும் பக்க வாட்டிலுமாகப் பலநிலைகளில் கணக்காகக் கருத்துடன் ஒரு பெருமித உணர்வுடையவர்களாக அடியெடுத்து வைத்தனர். ஆண்டு முழுதும் எத்தகைய பொழுதுபோக்கும் அற்றவர்களாக நாள்களைக் கழிக்கும் பெண்களுக்கு இது சிறப்பும் இன்பமும் ஒருங்கே தரும் நன்னாள் எனலாம்.'

கோத்தர் சடங்குகள் தொடர்பாக ரிவர்ஸ் கூறியுள்ளன வருமாறு: 'ஆண்டுதோறும் இடையீடின்றிக் கோத்தர் கிராமத்தில் நடைபெறும் விழாவிற்குத் தோடர் அந்த விழாவோடு தொடர்புடையவர்களாக நெய்யைக்கொண்டு சென்று தந்து அதற்கு ஈடாகத் தானியம் பெற்று வருவர். திஸ்கூதர் கிராமத்துக் கோத்தரும் கார் பிரிவினரும் நடத்தும் சடங்குகள் பற்றிய விவரங்களே எனக்குத் தெரிவிக்கப்பட்டன. பிற பகுதிகளிலும் விழா நடைமுறை இதனையே ஒத்தமைகின்றதா என்பதை நான் அறியேன்.

கார் சடங்கில் குறிப்பிட்ட நாளில் தோடர், கோத்தர் கிராமம் நோக்கி நெய்ப்பானையைச் சுமந்து வருபவன் ஒருவன் தலைமையில் செல்வர். ஊரெல்லையில் இரண்டு கோத்தர் பூசாரிகள் அவர்களை வரவேற்பர். இந்தப் பூசாரிகளைத் தோடர் தெவ, புலி என்பர். அவர்கள் தங்களுடன் தோடர் 'முயு' என அழைக்கும் பால் கறக்கும் பானையை ஒத்த பானைகள் நிறைய சாமையைக்கொண்டு வந்திருப்பர். இன்னிசை முழங்கக் கோத்தர் பலர் அவர்களுக்குபின் வருவர். அனைவரும் கிராமத்து எல்லையில் நிற்கக் கோத்தரில் ஒருவன் பத்துப்படி (க்வா) சாமையைத் தலைமை தாங்கிவந்த தோடனின் மேல் வேட்டியில் அளந்து கொட்டுவான். தெயு புலி இறுதியில்

தாங்கள் கொண்டுவந்த முயுனையும் தானியத்தால் நிறைத்துத் தருவான். அதன்பின் தெயு புலிகள் இருவரும் தங்கள் கோயிலுக்குச் சென்று ஆளுக்கொரு முயுகொண்டு வருவர்.

தோடர் கொண்டு வந்த நெய்யை இரு சமபாகமாகப் பிரித்து அதில் ஒரு பாகத்தை அந்த இரண்டு முயுக்களிலும் ஊற்றுவர். அதன்பின் தோடர் தலைமை ஏற்று வந்தவன் கொஞ்சம் நெய்யை எடுத்துக் கோத்தர் பூசாரிகள் இருவர் தலையிலும் பூசுவான். அவர்கள் இருவரும் அந்தத் தோடன் காலில் விழுந்து வணங்குவர். அந்தத் தோடன் பின்வருமாறு வாழ்த்துவான்: எல்லாம் நலமே நிகழட்டும். கோத்தர் பூசாரிகளே, உங்கள் இருவருக்கும் எல்லாம் நலமே ஆகுக. வயல்கள் செழிக்கட்டும். வானம் பொழியட்டும். எருமைகள் பால் தரட்டும். நோய் நீங்குவதாகுக.

'அதன்பின் தோடர் நெய் நிரப்பப்பட்ட முயு இரண்டையும் கோத்தர் பூசாரிகளிடம் தர அவர்கள் தங்கள் இருப்பிடம் திரும்புவர். இச்சடங்கின்வழி தோடர் கோத்தரின் வளம் பெருகவும், பயிர் செழிக்கவும், கறவைகள் பால் தரவும் வாழ்த்துவதாகத் தெரிகின்றது.

'கோத்தரும் தோடரும் சடங்கின் வழி உறவுகொள்ளும் மற்றொரு நிகழ்ச்சி *கிவோத்ர்தொனி* (புனிதப்பால் இல்லம்) எனப் படும் சடங்கு தொடர்பானதாகும். கோத்தர் தங்கள் தெய்வமான கம்படராயருக்கு எடுக்கும் ஆண்டுத் திருவிழா ஜனவரி மாதத்தில் நடைபெறும். இச்சடங்கு நடைபெறுவதற்குப் புனிதப்பால் இல்லத்திற்கென ஒரு பால் ஆள் தேவைப்படுகின்றான். புனிதப் பால் இல்லம் ஆண்டுக்கு ஒருமுறை விழாவிற்குச் சற்று முன்னும், விழாவின் போதும் மட்டுமே திறக்கப்படுகிறது. பால் ஆள் கோத்தருக்கு நெய்யை வழங்குவான். அந்த நெய் அர்சபீர் எனப்படும் பால் இல்லத்தைச் சேர்ந்த எருமைகளின் பாலிலிருந்து எடுக்கப்பட்டதாக இருத்தல் வேண்டும். நான் நேரில் கண்டு பேசிய கோத்தகிரியைச் சேர்ந்த கோத்தர் சிலர் அந்த எருமைகள் தங்களுக்கு உரிமையுடையன எனக் கூறினர். பால் ஆள் புனிதப்பால் இல்லத்தில் கம்படராய திருவிழாச் சடங்கு தொடர்பாக ஏதோ நிகழ்த்துவதாகக் கூறிய அவர்கள் அது என்ன என்பதைக் கூற இயலாது அல்லது அதனைச் சொல்லக் கூடாது எனக் கூறினர்.'

நெருப்பு கடைவதற்குச் கோத்தர் மூன்று வகையான கருவிகளைப் பயன்படுத்துகின்றனர். 1. *Rhodomyrtus tomentos* (தாயெண்டெய்)

குச்சிகளாலான ஒரு செங்குத்தாக நிற்றற்குரிய கட்டையையும், குழிகளையும் பள்ளங்களையும் உடைய அடிக்கட்டையையும் பயன்படுத்தித் தீக்கடைவர். 2. *Salix tetrasperma* (நீர்வஞ்சி) வேரின் ஒரு சிறு துண்டை அதே மரத்தின் வேராலான மற்றொரு கட்டையின் துளையில் பொருத்தி அதனைச் சுழற்றிக் கடைவர். 3. மேற்கூறிய மரத்தின் வேரின் சிறு துண்டினை ஒரு கத்தியாலோ உடைந்த கண்ணாடித் துண்டாலோ இரு முனைகளையும் கூர்மையுடையதாகச் செதுக்கி அதனை ஒரு துரப்பணத்தின் மரக் கைப்பிடியில் உறுதியாகப் பொருத்துவர். அதே மரத்தாலான ஒரு கட்டையில் சிறிய பள்ளம் செய்து அதில் சில பொடிமணல் துகள்களை இடுவர். அந்த மரக்கட்டையை ஒரு துணியைப் பல மடிப்புகளாக மடித்துப்போட்டு அதன்மீது வைத்து அதில் பள்ளமான பகுதியைச் சுற்றி உள்ளங்கையில் வைத்துத் தேய்த்துத் தூளாக்கிய மரத்தூளை நிரப்பி வைப்பர் . ஒரு தேங்காய்த் தொட்டிகொண்டு முதலில் கூறிய கூர்ங்கட்டையை இறுக்கமாக அழுத்திப் பிடித்தபடி உள்ளங்கைகளாலோ கயிறு கொண்டோ அக்கட்டையைச் சுற்றிச் சுழற்றுவர். அதிலிருந்து வெளிப் படும் தீப்பொறிகள் சுற்றிலும் குவிக்கப்பட்டுள்ள மரத்துகள்கள் மேல் தெறிக்கும்போது அவை நெருப்புப் பிடித்துக் கொள்ளும்.

படைத் தளபதி ஈவான்ஸ் அவர்கள் 1820இல் எழுதி யுள்ள குறிப்பு ஒன்றில் 'கோத்தர் திருமணம் வேல்ஸ் பகுதியில் ஆணும் பெண்ணும் ஒன்றாக விரும்பியவாறு ஒழுகுதலை நினைவுபடுத்துகின்றது. மணமகளும், மணமகனும் ஓர் இரவை ஒன்றாகக் கழித்தபின், மறுநாள் காலையில் மணமகளின் உறவினர்கள் அவளுக்கு அவளுடைய மணமகன் பிடித்திருக்கின்றானா எனக் கேட்பர். அவள் தனது திருப்தியைத் தெரிவிப்பாளானால் அது மணத்தை உறுதிப் படுத்தும். இல்லையேல் மணமகன் ஏற்றுக் கொள்ளப்படாதவனாகத் தள்ளப்படுவான். இதனால் அந்தப் பெண் இழிவேதும் அடைவது இல்லை. இதுபோல அவள் ஆறேழு மணமகன்களோடு உறவு கொண்டு அவர்களைத் தள்ளிவிடலாம் எனக் கூறியுள்ளார். இந்தக் குறிப்பை நான் தமிழில் மொழிபெயர்த்து எனது உதவியாளான கோத்தனுக்குக் கூறியபோது அவன் புன்னகை பூத்தவனாகத் தற்போது கோத்தர்களிடையே வழக்கில் இருக்கும் மணஉறுதிச் சடங்கையும் மணச் சடங்கையும் பற்றி எனக்கு விவரித்தான்.

பெண்கள் பூப்படையும் பருவமான பன்னிரண்டு ஆண்டிலிருந்து பதினாறு ஆண்டுக்குள்ளாக பொதுவாக மணம் செய்விக்கப்

படுகிறார்கள். ஓர் இளைஞனுக்காக மனைவியை அவனுடைய பெற்றோரே ஏற்பாடு செய்கின்றனர். ஒருவனுக்கு நெருங்கிய உறவினர்கள் இல்லையாயின் அவனுக்காக ஊரார் ஒருத்தியைத் தேர்ந்தெடுப்பர். ஒரு சிறுமி எட்டு முதல் பத்து வயதுக்கு உட்பட்ட வளாக இருக்கும்போதே மண உறுதிச் சடங்கு நிகழ்த்தப்பட்டு விடுகின்றது. இளைஞன் தன் பெற்றோருடன் மணமகளாதற்குரியவள் வாழும் இல்லம் சென்று அவளுடைய பெற்றோர் காலில் விழுந்து வணங்குவான். அவர்கள் அவனைத் தங்கள் பெண்ணுக்கான மணமகனாக ஏற்றுக்கொள்ள உடன்பாடு தெரிவித்தால் தன் வருங்கால மாமனாருக்கு அவன் நான்கு அணாவைக் காணிக்கையாகச் செலுத்துவான். இது பின்னர் வழங்கப்பட உள்ள பரிசத் தொகைக்கு அச்சாரமாகக் கருதப்படுவதோடு ஒப்பந்தத்தை உறுதிப்படுத்தியும் விடுகின்றது. பிரீக்ஸ் அவர்கள் இச்சமயத்தில் மணமகன் பொன்னாலான வளையல் ஒன்றை மணமகளுக்கு அளிப்பான் எனக்கூறுகின்றார்.

மண உறுதிச் சடங்கு பலிமெத்தனி என அழைக்கப்படுகிறது. (பலி=வளையல், மெத்தனி=செய்தல்) மணஉறுதிச் சடங்கும் மணச் சடங்கும் நிகழ்த்தச் செவ்வாய், வெள்ளி, புதன் ஆகிய கிழமைகளே நல்ல நாள்களாகக் கருதப்படுகின்றன. மணம் தொடர்பான சடங்குகள் மிக எளிமையானவை. மணமகன் தன் உறவினர்களுடன் மணமகள் வீட்டில் நடைபெறும் விருந்தில் கலந்துகொள்வான். அப்போது மணநாளை உறுதி செய்வர். மணநாளன்று மணமகன் பத்து ரூபாயிலிருந்து ஐம்பது ரூபாய்க்கு உட்பட்டதான தொகையை மணமகளின் தந்தையிடம் செலுத்திவிட்டு மணமகளைத் தன் இல்லம் அழைத்துச் செல்வான். அங்கு அவனோடு உடன்வரும் விருந்தினருக்கு விருந்தளிக்கப்படும். கோத்தர் ஒருத்தியை மட்டுமே மனைவியாகக் கொள்வர்.

ஒருத்தி பலரை மணக்கும் வழக்கம் இவர்களிடையே இல்லை. ஒருவன் தன் முதல் மனைவி ஆண் குழந்தை பெற்றுத் தரவில்லை யாயின், தனக்கு ஆண் சந்ததி வேண்டும் என்ற விருப்பம் காரணமாக இரண்டாவதாக ஒருத்தியை மணந்துகொள்வதுண்டு. ஒருத்தி மலடியாக இருப்பாளாகில் அவள் கணவன் இரண்டாம், மூன்றாம் தாரங்களைக் கூட மணப்பதுண்டு. அவர்கள் தங்களுக்குள் சச்சரவிட்டுக்கொள்ள வில்லையாயின் அவனுடைய மனைவியர் அனைவரும் ஒரு குடும்பமாகவே இருந்து வருவர்.

கூடாஒழுக்கம், குடிப்பழக்கத்திற்கு அடிமையாதல், ஒத்துப் போகாத காரணத்தால் முரண்டு செய்தல் ஆகிய காரணங்களுக்காக ஒருத்தி தன் கணவனிடமிருந்து மணமுறிவு பெறலாம் என எனக்குத் தெரிவிக்கப்பட்டது. ஒருவனுக்குத் தன் மனைவியால் எந்த உபயோகமும் இல்லையானால், அதாவது அவள் அவனுக்கு ஒழுங்காகச் சமைத்துப் போடாமலும், பயிர்த்தொழிலுக்கு எந்த உதவியும் செய்யாமலும் இருப்பாளாகில் அவன் அவளை மணமுறிவு செய்துவிடலாம். கணவன் மனைவியரின் கிராமங்களைச் சேர்ந்தவர்களடங்கிய பஞ்சாயத்து அவை மணமுறிவை உறுதி செய்கின்றது. மணமுறிவுக்கான சாட்சியங்களைச் சாதியைச் சேர்ந்த ஒருவன் விசாரித்து அறிந்தபின் அவையோர் தங்கள் முடிவை அறிவிப்பர்.

திருட்டு, அடிதடி போன்ற சிறு குற்றங்களையும் பஞ்சாயத்து அவையினரே கேட்டுத் தீர்த்து வைக்கின்றனர். ஓர் ஊரைச் சேர்ந்த பஞ்சாயத்து அவையினரால் ஒரு வழக்குத் தீர்த்து வைக்கப்பட இயலாததாக இருப்பின் எல்லாக் கோத்தர் கிராமங்களைச் சேர்ந்த பஞ்சாயத்து உறுப்பினர்களும் ஒன்றாகக்கூடி அந்த வழக்கைக் கேட்பர். அப்பொழுதும் வழக்கு ஒரு முடிவுக்கு வரவில்லையாயின் மாவட்ட வழக்கு மன்றத்தை நாடிச் செல்வர். எனினும் கோத்தர் இயன்ற அளவு வழக்கு மன்றம் செல்வதைத் தவிர்க்கின்றனர் என்றே கூறவேண்டும். கோத்தரின் பஞ்சாயத்து அவையில் பிட்டாகர் எனப்படும் சமூகத் தலைவன் தன் முடிவை அறிவிக்குமுன் புத்திசாலியான அவை உறுப்பினன் ஒருவனையும் கலந்து ஆலோசிப்பான்.

தன் மனைவி முதல்முதல் கருவுற்றிருப்பதாக அறிந்தவுடன் கோத்தன் தலைமுடியையும் தாடியையும் வளரவிடத் தொடங்குவதோடு விரல் நகங்களையும் வளரவிடுவான். குழந்தை பிறந்தபின் அடுத்த பிறை நிலவைப் பார்க்கும்வரை அவன் தீட்டுக்குள்ளானவனாகக் கருதப்படுவான். அச்சமயத்தில் வீட்டிலிருந்தவனாக அவன் தன் உணவைத் தானே சமைத்துக்கொள்ள வேண்டும். குழந்தை பெறும் சமயத்தில் அவளை இரு அறைகளாகத் தடுக்கப்பட்டுள்ள தனிக் குடிசைக்கு அழைத்துச் செல்வர். அந்த அறைகள் 'தொட்ட தெளுள்ளு' (பெரிய அறை), 'எடதெளுள்ளு' (மற்ற அறை) என அழைக்கப் படுகின்றன. இவை பெண்கள் மாதவிலக்கு ஆகும் சமயத்தில் தங்குவதற்குரியன. பெரிய அறைப் பகுதி மகப்பேற்றுக்கு மட்டுமே உரியது என ஒதுக்கப்பட்டுள்ளது. அந்த அறையில் குழந்தை

பெறுபவள் யாரும் தங்கியிராவிட்டால் மாதவிலக்கு ஆகும் பெண்கள் இரு அறைகளையுமே பயன்படுத்திக் கொள்ளலாம்.

வீட்டுக்கு விலக்காகும் பெண்கள் மூன்று நாள்கள் அந்தக் குடிசைகளில் தனித்திருப்பர். நான்காம் நாள் வீட்டுத் திண்ணையில் வந்திருப்பர். ஒருத்தியின் கணவன் பூசாரியாயிருப்பின் அவள் இரண்டு நாள்கள் திண்ணையில் இருத்தல் வேண்டும். முதல் மகப்பேற்றுக்குப் பிறகு ஒருத்தி மூன்று மாதங்கள் தொட்ட தெளுள்ளுவில் இருத்தல் வேண்டும். அடுத்து நிகழும் மகப்பேறுகளின் போது பிறை நிலாவைப் பார்க்கும்வரை அவ்வாறு இருத்தல் போதுமானது.

மகப்பேற்றுக்காக தனித்துக் குடிசையில் தங்குபவளுக்கு உதவியாக இறுதிவரை ஒரு வயதான கோத்தி இருப்பாள். பிள்ளை பெறுதல் குடிசைக்கு வெளியேதான் நிகழ்கின்றது. குழந்தை பிறந்த பிறகு பிள்ளை பெற்றவளைக் குளிக்கச் செய்து குடிசைக்குள் அழைத்துச் செல்வர். அவளுடைய கணவன் ஐந்து வகையான முட்செடிகளிலிருந்து ஐந்து இலைக் கொத்துக்களைக்கொண்டு வந்து தெளுள்ளுவின் முன் தனித் தனியே வரிசையாக வைப்பான். ஒவ்வொரு வகை இலைக் கொத்துடனும் தீக்கடைந்து நெருப்பு மூட்டப்பட்ட விராலி (Dodonaeo viscosa) குச்சியொன்றும் உடன் வைக்கப்படும். குழந்தையை எடுத்துக் கொண்டு குடிசைக்குள் செல்பவள் பின்னோக்கி நடந்தவளாக அந்த முள்மரங்களின் கொத்துக்களைத் தாண்டிச் செல்ல வேண்டும்.

கோத்தகிரியில் பெண்களை மாதி என அழைப்பர். இப் பெயர் காளிக்கை தேவதைக்கு உரிய பல பெயர்களுள் ஒன்றாகும். கோத்தகிரியில் ஒருத்திக்கு முதலில் பிறக்கும் ஆண்குழந்தைக்கு கொமுட்டன் (காமடராயர்) என்ற பெயரே வைக்கப்படுகின்றது. சோலூரிலும், கூடலூரிலும் தெய்வத்தின் பெயரை மக்களுக்கு இடுதல் கூடாது என்ற நம்பிக்கையின் அடிப்படையில் இப்பெயரை யாரும் குழந்தைகளுக்கு வைப்பதில்லை. கோத்தர்களிடையே வழக்கில் உள்ள செல்லப் பெயர்களுக்குப் பின்வருவனவற்றை எடுத்துக்காட்டாகக் கூறலாம்.

சின்னவாயன்	–	அபினி தின்பவன்
தலையன்	–	எரிச்சல்காரன்
பிளந்த மூக்கன்	–	பொட்டைக்கண்ணன்
கரிக்காலன்	–	சுருட்டை முடியன்

குரங்கன்	–	பனைக் கண்ணன்
செவிடன்	–	இடக்கை பழக்கமுடையவன்
புகையிலை	–	கல்லன்
கூனன்	–	திக்குவாயன்
கோணல் பயல்	–	குட்டையன்
தாவிடுபவன்	–	முழங்காலன், சங்கூதி
குள்ளன்	–	சீனாக்காரன்

நடுவட்டத்திற்கும் கூடலூருக்கும் இடையேயுள்ள மலைச் சரிவில் ஒரு குடியிருப்பில் தங்கி வாழும் சீனரைக் கோத்தன் ஒருவன் ஒத்திருப்பதால் அவன் சீனாக்காரன் எனச் செல்லப் பெயரிட்டு அழைக்கப்படுகின்றான்.

நான் கோத்தகிரிக்கு வந்துசேர்ந்த சில நாள்களுக்குப் பின் எல்லோரும் கூடியழும் கூக்குரலும், கோத்தர் இசைக் குழுவின் அவல இசையும் கோத்தர் கிராமத்தில் சாவு நேர்ந்துள்ளது என்பதைப் புலப்படுத்தியது. சமூகத்தில் உயர்வாக மதிக்கப்பட்டு வந்த தச்சன் ஒருவனே அன்று இறந்து போயிருந்தான். பொழுது விடிந்ததும் கிராமத்தார் சிலர் அச்சாவுச் செய்தியைப் பிற கோத்தர் கிராமங்களுக்கு அறிவிக்கப் புறப்பட்டுச் சென்றனர். பிற ஊர்களிலிருந்து சாவு கேட்க ஆண்கள் முன்னும், அவர்களுக்குப் பின்னே பெண்களுமாகக் கூட்டமாக வரத் தொடங்கினர். அவர்கள் சாவு வீட்டை நெருங்கும் போது ஒரு சோகக் கூக்குரலிட்டு மரபுப்படி அழும் குரலெடுப்ப, அவர்களை சாவு நேர்ந்த கிராமத்தார் கொட்டு மேளத்துடன் சென்று எதிர்கொண்டனர். இதற்கிடையே அந்தக் கிராமத்தார் அங்கே சாவு நேர்ந்துள்ளது என்பதை அறிவிக்கும் அடையாளமாக மூங்கில் ஒன்றில் சிவப்புக் கொடியைக் கட்டி நட்டு வைத்தனர்.

கிராமத்தார் சிலர் பிணத்தின் ஊர்வலத்திற்கான தேர் கட்டுவதற்குத் தேவையான கட்டைகளும் மூங்கிலும்கொண்டு வரச் சுமார் இரண்டு மைல் தூரத்தில் உள்ள காட்டுக்குச் சென்றனர். அத்தேர் கட்டி முடிக்கப்பட்டவுடன் சுமார் பதினெட்டு அடி உயரம் உடையதாகவும், நான்கு மாடங்களின் அமைப்பு உடையதாகவும், சிவப்பு, மஞ்சள் நிறத்திலான மேற் கட்டித் துணிகளைக் கொண்டதாகவும், அதற்குமேல் சிவப்புத் துணி விளிம்போடுகூடிய வெள்ளை மேற்கட்டியையும், உச்சியில் ஐரோப்பாவிலிருந்து இறக்குமதி செய்யப்பட்ட கறுப்புக் குடையையும் உடையதாகச் சிவப்புக் கொடிகளால் அலங்கரிக்கப் பட்டதாகக் காட்சி தந்தது. அதில் சிவப்பு வெள்ளை நிறத்திலான

துகிற்கொடிகள் பல ஏற்றப்படுவதோடு அடிப்பகுதியில் வாழைக் கன்றுகளும் வைத்துக் கட்டப்பட்டிருக்கும். அத்தேரில் ஒரு சுரைக் குடுக்கையும் ஒரு மணியும் கட்டப்பட்டிருந்தன.

தேர் கட்டும் வேலை நடைபெறும் போது பிணம் இறந்தவன் வீட்டினுள்ளேயே இருக்கும். அந்த வீட்டிற்கு வெளியே பறை யொலியோடுகூட மக்கள் அழுது புலம்பியவர்களாக இருப்பர். தோடர், கோத்தர் ஆகியோர் சாவுச் சடங்குகளில் சாவுக்கான கொட்டுமுழக்கு முக்கியமான இடம்பெறுகின்றது. பிற்பகலில் தேர் கட்டி முடிக்கப்பட்ட பிறகு சாவு வீட்டின் முன் கொண்டு நிறுத்தப்படும். பிணத்தை வண்ணத் தலைப்பாகை, ஆழ்ந்த வண்ணக் கோட்டு, மலர் மாலைகள் ஆகியவற்றால் அலங்கரித்து வீட்டிலிருந்து ஒரு கட்டிலில் வைத்துத் தூக்கி வந்து தேரின் கீழ் மாடத்தில் வைத்தார்கள்.

பிணத்தின் நெற்றியில் ரூபா நாணயங்கள் இரண்டு, ஒரு அரை ரூபாய், ஒரு தங்கச்சவரன் ஆகியன அப்பப்பட்டிருந்தன. பிணத்தின் தலைமாட்டில் இரும்புக் கருவிகளும், அரிசியுள்ள பை ஒன்றும், கால்மாட்டில் புகையிலைக் கட்டு ஒன்றும், பிணம் வைக்கப்பட்டுள்ள கட்டிலின் அடியில் கூடைகளில் கூலங்களும் பணியாரங்களும் வைக்கப்பட்டன. அன்பளிப்பாக வழங்கப்பட்ட புதுத்துணிகள் கொண்டு பிணத்தைப் போர்த்தினர். இறந்தவனைவிட வயதில் இளையவர்கள் பிணத்தின் கால் பக்கமாகத் தரையில் விழுந்து வணங்கினர். மூத்தவர்கள் பிணத்தின் தலையைத் தொட்டுக் குவிந்து பணிவாக வணக்கம் தெரிவித்தனர். தேரைச் சுற்றிலும் ஆண்கள் இசைக்கேற்ப அடியிட்டுக் கை கால்களை ஆட்டிக் குதித்து நடனமாடினர். இரவு முழுக்க கொட்டு முழக்கு தொடர்ந்து நிகழ்ந்தபடியிருந்தது. பொழுது புலரும்போது கோத்தர் பலர் குடிபோதையில் மயங்கியவர்களாக இருந்தனர்.

முற்பகல் முழுக்க ஆண்கள் தொடர்ந்து தேரைச் சுற்றி மயக்கம் தெளிந்தவர்களாக இடையிடையே சற்றே ஓய்வெடுத்துக்கொண்டு நடனம் ஆடியபடி இருந்தனர். ஊருக்கு வெளியே உள்ள ஒரு பட்டியில் சாவுச் சடங்கோடு எவ்வகையிலும் தொடர்பற்ற நிகழ்ச்சியாக வழக்கம் போல எருமைப் போத்து ஒன்று முதுகிலும், கழுத்திலும் ஒரு வாய்ச்சியின் கூர்முனையால் அடித்துக் கொல்லப்பட்டது. நடுப்பகல் ஆகும்போது இறந்தவர்களின் உறவினர்கள் அனுப்பிய மட்டக் குதிரையை அதன்மீது அவர்கள் போட்டு அனுப்பிய அரிசியோடுகூடத் தேரைச் சுற்றி ஓட்டிச் சென்றனர். அரிசிச் சோறும், கஞ்சியும் கலந்துள்ள

ஒரு பாத்திரத்திலிருந்து இறந்தவரின் உறவினரின் வாயில் கொஞ்சம் கஞ்சி ஊற்றப்பட்டது. எஞ்சியதைப் பிணத்தின் வாயில் ஊற்றினர். இடையிடையே துப்பாக்கியில் கருமருந்து கெட்டித்து வெடிக்கும் ஒலி கேட்டது.

குடிபோதையில் இருக்கும் கோத்தன் கையிலிருக்கும் இந்த ஆயுதத்தால் விபத்துக்கூட நிகழலாம். தேரில் கட்டப்பட்டுள்ள மணியையும் இடையிடையே ஒலித்தனர். பிணத்தை எரியூட்டுவதற் கென முடிவு செய்யப்பட்ட பிற்பகல் நேரமான மணி இரண்டு நெருங்கியவுடன், பிணத்தின் நெற்றியில் அப்பப்பட்டுள்ள நாணயங்களை அப்புறப்படுத்திய பிறகு பிணம் வைக்கப்பட்டுள்ள கட்டிலைப் பிணத்தோடு கிராமத்திற்குப் புறத்தே உள்ள தாவாச்சி வடம் எனப்படும் இடத்திற்கு, இறந்தவனின் மனைவியும், கிராமத்தைச் சேர்ந்த ஆண், பெண், சிறுவர், சிறுமியரும் தொடர எடுத்துச் சென்றனர். அங்குக் கட்டிலை இறக்கி வைத்தபின் பெண்கள் சற்றுத் தொலைவில் சென்று அமர்ந்து தொடர்ந்து அழுது புலம்பியபடி இருந்தனர். இயல்பாக அழுகை வரப்பெறாதவர்கள் தங்கள் முகத்தைத் தூக்கி வைத்தபடி தங்கள் கவலையைப் புலப்படுத்தியவர்களாக இருந்தனர். குடிபோதை தலைக்கேறிப் போயிருந்த ஒருவன் தன்னந்தனியே போய் அமர்ந்தவனாகக் கூக்குரலிட்டுப் புலம்பி மிக்க துயரத்தை வெளிப்படுத்தியவனாகச் சுடுகாட்டில் மிகுந்த தொல்லை தந்தவனாக இருந்தான்.

கிராமத்திலிருந்து மூன்று காளைகள் கொண்டுவரப்பட்டுப் பிணைத்துச் சுற்றி ஓட்டிச் செல்லப்பட்டன. அவற்றுள் இரண்டு அப்போதைக்கு அங்கிருந்து தப்பியோட அனுமதிக்கப்பட்டன. மூன்றாவது காளையைப் பிணத்தின் தலைமாட்டுக்கு ஓட்டிச் செல்ல மூவர் அதன் தலையையும், வாலையும் பிடித்தபடி பெருமுயற்சி செய்தனர். எருமைகளைப் பிடிப்பதில் கெட்டிகாரர் களான தோடர் இதனைக் காண நேர்ந்திருப்பின் இது அவர்களுக்குப் பெருங்கேலிக்கூத்தாகத் தோன்றியிருக்கும். அந்தக் காளை முரண்டு பிடித்ததால் அதற்கு ஒரு முடிவை ஏற்படுத்துவதே அப்போதைக்குச் செய்யத் தகுந்தது என்ற முடிவிற்கு வந்தவர்களாக வாய்ச்சி ஒன்றின் தலைப் பக்கத்தால் அதன் தலையில் அடித்து அதனைக் கொன்று, அதனைப் பின்னர் பிணம் வைக்கப்பட்ட இடத்திற்குத் தூக்கி வந்தனர்.

இறந்தவனுடைய வலக்கையை எடுத்து அந்தக் காளையின் தலைமீது வைத்து வணக்கம் செய்வித்தனர். கூடியிருந்த கோத்தர்

சிலரும் காளையின் பிணத்தை வணங்கியபின் அதனைப் பறையர் தூக்கிச் சென்றனர். இறந்து போனவனின் மனைவி பெண்களின் கைத்தாங்கல் உதவியுடன் பிணம் வைக்கப்பட்டிருந்த இடத்திற்கு இழுத்து வரப்பட்டாள். பிணத்தின் அருகே மல்லாக்காகப் படுத்தபடி அவள் அவளுடைய அணிகள் அகற்றப்படும் தொல்லைக்கு உட்பட்டவளானாள். கெட்டியான பித்தளை வளையல்களைக் கைகளை ஒரு மரக் கட்டைமீது வைத்து உளியால் மரச் சம்மட்டி கொண்டு கொல்லன் ஒருவன் ஒரு நாளைக்குப் பன்னிரண்டு நெல்மணி எடை அபினி தின்று போதையில் இருப்பவன் உதவியோடு வெட்டி எடுத்தான். களையப்பட்ட அணிகள் அந்தக் கைம்பெண் பல மாதங்களுக்குப் பின் அணிந்துகொள்வதற்காக ஒரு கூடையில் அள்ளி வைக்கப்பட்டன. இந்த மன உளைச்சல் தரும் சடங்கு முடிந்தபின் அவள் தன் கணவனுக்கு இறுதிக் கும்பிடு இட்டாள். அந்தக் கட்டிலைச் சுற்றி மூங்கில் தப்பைகளை வளைத்துப் பொருத்தி அதன்மீது ஒரு வண்ணப் பூப்போட்ட துணியையிட்டுப் பிணம் புறத்தே புலப் படாதபடி மறைத்தனர்.

தேரும் இசைவாணர்களும் முன்னே செல்லப் பிணம் பின்னே ஊர்வலமாக எடுத்துச் செல்லப்பட்டது. கோத்தரும் படகரும் பிணத்தின் பின்சென்றனர். கோத்தர் இனப்பெண்கள் தானியம், பணியாரங்கள் முதலியன அடங்கிய கூடைகளையும், நெருப்புள்ள பாத்திரத்தையும் சாம்பிராணி புகையும் தூபத் தட்டையும் சுமந்து பின்சென்றனர். ஊர்வலம் விரைந்து கடைவீதியைக் கடந்து பெரணிகளும், காட்டுப் பூச்செடிகளும் நெருக்கமாகத் தழைத்துள்ள ஓடைக்கரையை ஒட்டியமைந்த காட்டிடத்தான சுடுகாட்டை அடைந்தது. குறிப்பிட்ட இடத்தைச் சென்று சேர்ந்ததும் சுறுசுறுப்பான கோத்தர்கள் பலர் தேரை மொய்த்தவர்களாக அதனை அலங்கரித்துக் கொண்டிருந்த குடையுள்ளிட்ட அனைத்தையும் ஒருவரோடு ஒருவர் முட்டி மோதியபடி பறித்துக்கொண்டனர். பிறகு அணிகள் அகற்றப் பட்டு வெறுமையாக்கப்பட்ட தேர், அவல ஓலங்களுக்கிடையே கட்டிலிலிருந்து எடுத்து அவசரமாக அடுக்கப்பட்ட சிதையின் மீது கிடத்தப்பட்டிருந்த பிணத்தின் மீது வைக்கப்பட்டது.

அந்தத் தேரைச் சுற்றிக் கிராமத்தைச் சேர்ந்த பல குடும்பத்தினரும் மாலைகளுக்குப் பதிலாக இறந்தவருக்கு மரியாதை செலுத்துவதற்காக கொண்டு வந்த மரத்துண்டுகள் அடுக்கப்பட்டன. பக்கத்தில் தரையில் எரிந்து கொண்டிருந்த நெருப்பை எடுத்துச் சிதைக்குத் தீ மூட்டினர்.

சிதை பற்றி எரியத் தொடங்கியவுடன் கூடியுள்ளவர்களுக்குப் புகையிலை, சுருட்டு, துணி, தானியம் ஆகியன வழங்கப்பட்ட பிறகு சிலரை மட்டும் எரியும் பிணத்திற்குக் காவலாக விட்டுவிட்டு மற்றவர்கள் கலைந்து செல்ல கிராமத்தில் மீண்டும் அமைதி நிலவியது.

சில நாள்கள் சென்றபின் வயதான மூதாட்டி ஒருத்தியின் சாவுச் சடங்குகளும் இதேபோன்று நிகழ்ந்தன. அவளுக்காக அமைக்கப்பட்ட தேரின் உச்சியில் பொருத்தப்பட்ட குடையிலிருந்து சாலி அத்தை (Aunt Sally) பொம்மையை ஒத்ததான தோற்றத்தை உடைய பழைய பொம்மை ஒன்று கட்டித் தொங்கவிடப்பட்டிருந்தது ஒன்றே வேறுபட்டதாக இருந்தது. பிணத்தை எரியூட்டிய மறுநாள் தணலை நீர் தெளித்து அணைத்தபின் சாம்பலைத் திரட்டி ஒரு குழியில் புதைப்பர். அடையாளமாக அந்தக் குழியின் மீது கற்களைக் குவித்து வைப்பர். மண்டையோட்டின் ஒரு சிறுபகுதியை ஒரு ஓலை நறுக்கில் சுற்றி ஒரு பாறை இடுக்கிலோ சுவரில் உள்ள ஒரு புழையிலோ வைப்பர்.

தோடர்களைப் பின்பற்றிக் கோத்தரும் ஆண்டுதோறும் இரண்டாம் சாவுச் சடங்கை நடத்துகின்றனர். இச்சடங்கு மேற்கொள் வதற்காக உறுதி செய்யப்பட்ட நாளைக்கு எட்டு நாள்களுக்கு முன்னதாக அந்த நினைவுச் சடங்கைக் கொண்டாடும் கோத்தர் இல்லங் களின் முன் நடனம் நிகழும். அவ்வாறு நடனம் நடைபெறுவதற்கு மூன்று நாள்களுக்கு முன்பு கோத்தர் கிராமங்களுக்கெல்லாம் நடனம் பற்றிய தகவல் தெரிவித்து அழைப்பு அனுப்பப்படும். ஒரு ஞாயிறு இரவு தீக்கடைந்து நெருப்பு உண்டாக்கியபின், இரவை நடனத்தில் கழிப்பர்.

மறுநாள் இறந்து போனவருக்கான சடங்கை நடத்துதற்குரிய உறவினர்கள் தங்கள் வீட்டின் வாசலைப் பசுஞ்சாண நீரால் மெழுகிப் புனிதப்படுத்துவர். அவர்கள் மூன்று கூடைகளில் நெல்லைக்கொண்டு வந்து அதனைக் கும்பிட்டபின் புனிதப்படுத்தப்பட்ட இடத்தில் வைப்பர். பூசாரியும் சாதியைச் சேர்ந்த மற்றவர்களும் அதனைக் கும்பிட்டபின் அது வீட்டினுள்ளே எடுத்துச் செல்லப்படும்.

திங்களன்று இறந்து போனவர்களின் எண்ணிக்கைக்கு ஏற்ப கட்டில்களைத் தாவாச்சி வடத்திற்குக்கொண்டு சென்று, அந்தக் கட்டில்களின் மேல் மண்டையோட்டின் எலும்புத் துண்டுகளை வைப்பர். ஒவ்வொரு எலும்புத் துண்டுக்கும் ஓரிரு எருமைகளைப்

பலியிடுவதோடு ஒரு பசுவையும் அந்தக் கட்டில்களின் அருகே ஓட்டி வந்து அதன் கொம்பின் மீது ஒரு மண்டையோட்டு எலும்பு ஒரு துண்டினை வைத்தபின் அதனையும் பலியிடுவர். கட்டில்களைச் சுற்றி நடனம் நிகழ்த்திய பின் அவற்றைச் சுடுகாட்டுக்குக்கொண்டு சென்று எரிப்பர். கோத்தர் அன்று இரவைத் தாவாச்சி வடத்தருகேயே கழிப்பர். மறுநாள் ஒரு விருந்து நிகழும். அதன் பின் அவர்கள் மாலையில் இல்லம் திரும்புவர். இந்தச் சடங்கு நடத்தியவர்கள் தங்கள் வீட்டின் முன் தண்ணீர் நிரம்பிய ஒரு சிறு பானையை உடைப்பர்.

தோடரைப் போலவே கோத்தரும் தங்கள் உடல் வலிமையைப் புலப்படுத்தும் தரையினின்றும் தோளுக்கு உருண்டையான கற்களைத் தூக்கும் டிப்கேட் (Tip cat) என்ற விளையாட்டை ஒத்த விளையாட்டில் ஈடுபடுகின்றனர். மற்றொரு விளையாட்டில் கட்சிக்குப் பத்துப் பேராக இரு கட்சிகளாகப் பிரிந்து நின்று துணிப் பந்தினால் சுவரில் சேர்த்து நிறுத்தப்பட்டுள்ள செங்கல்லை அடித்து வீழ்த்தும் முயற்சியில் ஈடுபடுவர். ஒவ்வொருவனும் செங்கல்லை நோக்கி மும்முறை பந்தை எறியலாம். பந்து செங்கல்லை வீழ்த்தினால் எதிர் அணியைச் சேர்ந்த ஒருவன் அந்தப் பந்தை எடுத்துப் பந்து வீசும் அணியினர்மீது வீசுவான். அவர்கள் அப்பந்தினால் அடிபடா திருக்கும் பொருட்டுத் தப்பி ஓட முயல்வர். பந்து அவர்களில் எவரேனும் ஒருவர் மீது படுமானால் அவர்கள் ஆடும் தகுதியை இழப்பர், எதிர் அணியினர் பந்து வீசி ஆடத் தொடங்குவர். ஆங்கிலேயக் குழந்தைகளின் விளையாட்டான நரியும் வாத்துக்களும் என்ற விளையாட்டை ஒத்த புலி கொட்டே (ஆடுபுலிக்கரம்) என்ற விளையாட்டைக் கோடுகள் செதுக்கப்பட்ட கல்லை விளையாட்டு அட்டைக்குப் பதிலாகப் பயன்படுத்தி ஆடுவர்.

இந்த ஆட்டத்தில் இரண்டு புலிகளையும் இருபத்தைந்து எருதுகளையும் வைத்து விளையாடுவது ஒருவகை. மூன்று புலி களையும் பதினைந்து எருதுகளையும் வைத்து விளையாடுவது மற்றொரு வகை. ஆட்டத்தின் நோக்கம் கோத்தர் தெரிவிக்கும் கருத்துப்படி புலிகள் எல்லா எருதுகளையும் கொன்று (வெட்டித்) தீர்ப்பதாகும். கோட்டை எனப்படும் மற்றொரு வகை விளை யாட்டில், சிக்கல் மிகுந்த வடிவமைப்புடைய கல்லில் செதுக்கப் பட்டுள்ள கட்டங்களை நோக்கிக் கற்களை நகர்த்தி மையத்தை அடைவதே ஆட்டத்தின் நோக்கமாகும்.

என்னுடைய குறிப்பேட்டிலிருந்து பின்வரும் கோத்தர் பற்றிய தகவல்கள் தரப்படுகின்றன:

ஆண்: கொல்லு, தச்சுப் பணியாளன். வலக்கையில் வெள்ளி வளையல் அணிந்துள்ளான். வலக்கைச் சிறுவிரலில் இரண்டு வெள்ளி மோதிரங்கள் உள்ளன. கால் பெருவிரல்களில் வெள்ளி யாலான மெட்டி அணிந்துள்ளான். காதுகளில் தங்கக் கடுக்கன்கள். இடுப்பு வேட்டியின் மீது வெள்ளி அரைஞாண் சுற்றிக் கட்டப்பட்டுள்ளது.

ஆண்: முன்னங்கையின் பின்புறம் எரியும் துணியால் சூடிடப் பட்டதற்கான அடையாளத் தழும்பு உள்ளது. இது கோத்தர்களை அடையாளம் கண்டுகொள்ள உதவும் அவர்களுக்கே உரிய குறியாகும். சிறுவர்கள் எட்டுவயதாக இருக்கும்போது இவ்வாறு சூடிடப் பெறுகின்றனர்.

ஆண்: தன் தாயாரிடமிருப்பதைப் போன்றதான இலேசானதான நீலவிழிப்படலத்தை இவனும் பெற்றுள்ளான். இவன் மகனின் விழிப்படலங்களும் அத்தகைய நிறம் வாய்க்கப் பெற்றனவே. முத்துக்கள் பதியப்பட்ட கனமான தங்கக் கடுக்கனால் காதுமடல்கள் தொங்கியனவாக உள்ளன. இலேசான நீல விழிப்படலத்தோடு கூடிய வேறொருவனையும் நான் காண நேர்ந்தது.

பெண்: அபினிக்கு அடிமையாகிவிட்ட காரணத்தால் மணமுறிவு செய்யப்பட்ட இவள் தன் தந்தையுடன் இருந்து வருகிறாள்.

பெண்: நீலம், சிவப்பு ஆகிய வண்ணக் கோடுகள்கொண்ட அழுக்கான ஆடையை முழங்காலுக்குக் கீழே தொங்கும்படியாக அணிந்துள்ளாள்.

பெண்: கண்ணாடிப் பாசி மணிமாலைகள் இரண்டும், வெள்ளி மோதிரங்களால் அலங்கரிக்கப்பட்ட பாசி மணிமாலையொன்றும் கழுத்தணியாக அணிந்துள்ளாள். நான்கு பித்தளை வளைகளும், ஓர் உருக்குவளையும் இட முன்கையில் அணிந்துள்ளாள். ஒவ்வொன்றும் இரண்டு பவுண்டுகள் எடையுள்ள மிகக் கனமான பித்தளை வளையல், வலமணிக் கட்டில் தனி வளையத்தால் பிரிக்கப்பட்டனவாக இடம்பெற்றுள்ளன. பித்தளை மற்றும் உருக்குப் பதக்கங்கள் பொருத்தப்பட்ட வளையலை இட மணிக் கட்டில் அணிந்துள்ளாள். வலக்கை மோதிர விரலில் இரண்டு உருக்கு மோதிரங்களும், ஒரு செம்பு மோதிரமும் உள்ளன. இடக்கையில் முதல் விரல், மோதிர விரல், சிறுவிரல் ஆகியனவற்றில் பித்தளை மோதிரங்கள் உள்ளன. கண்புருவங்கள் இரண்டும் பச்சை குத்தி இணைக்கப்பட்டுள்ளன. இரண்டு மேற்கைகளிலும் வெளிப் பக்கமாக வளையங்கள், புள்ளிகள், கோடுகள் ஆகியன பச்சை

குத்தப்பட்டுள்ளன. வலமுன் கையின் பின்புறம் வரிசையாகப் புள்ளிகள் பச்சை குத்தப்பட்டுள்ளன. இரண்டு மணிக்கட்டுகளிலும் வட்டம் இடம்பெற்றுள்ளது. இட முழங்காலில் புள்ளிகள் வரிசையாக உள்ளன. தோடர்களிடையே காணப்படுவதைப் போலவே இவர்களிடையேயுள்ள பச்சை குத்துக் கருவிகளும் சமவெளியில் உள்ளவர்களிடம் இருப்பதைக் காட்டிலும் ஒரு சிலவாக எளியனவாகவே உள்ளன.

பெண்: சோழிகளோடுகூடிய கண்ணாடிப் பாசிமணியாலான கழுத்தணி அணிந்துள்ளாள். அதில் மரவேர் ஒன்றின் துண்டைத் துணியில் பந்துபோலச் சுருட்டித் தாயத்தாகப் பதக்கம் போல் கட்டித் தொங்கவிடப்பட்டுள்ளது. அவளுடைய குழந்தை கைக்குழந்தையாக இருந்தபோது அதனைத் தீய ஆவிகளிடமிருந்து காக்க அவள் இதனை அணிந்துகொண்டாள். அவள் குழந்தைகள் கழுத்திலும் இதே போன்ற தாயத்து உள்ளது.

தோடர் பற்றிய தனது ஆய்வின்போது ரிவர்ஸ் 320 ஆண்களில் 41 பேர் அதாவது 8 விழுக்காட்டினரும், 183 பெண்களில் இருவர் அதாவது 1.1 விழுக்காட்டினரும் சிவப்பு, பச்சை நிறங்களிடையே வேறுபாடு அறியாத நிறக் குருடர்களாக இருந்ததைக் கண்டுள்ளார். ஆண்களில் பலர் இத்தகைய குறை உடையவர்களாக இருத்தல் குறிப்பிடத்தக்கது. நான் படகர், கோத்தர் ஆண்களை ஹோல்கிரென் கம்பளி நூல் கொண்டு வண்ணக் குருடர்களாக உள்ளனரா என்ற குறைபாட்டைக் கண்டறிய ஆய்வை மேற்கொண்டதில் 246 படகரில் 6 பேர் அதாவது 2.5 விழுக்காட்டினர் அத்தகைய குறை உடையவராயிருந்தனர். 121 கோத்தரில் யாருமே அத்தகைய குறையுடையவர்களாய் இல்லை.

14

சோலகர்

சோழகர் எனப்படும் சோலகர் (Sholaga) பற்றிச் சென்ற நூற்றாண்டின் தொடக்கத்தில் புச்சனன்[1] தந்துள்ள விவரங்கள் வருமாறு: 'கொச்சையான அல்லது பழைய கருநாடகக் கிளைமொழியைப் பேசும் சோலகர் கிட்டத்தட்ட பிறந்த மேனியராகவே திரிகின்றனர். இரவில் நெருப்பு மூட்டி அதனைச் சுற்றி வாழையிலைகளின் மீது ஒருவரை ஒருவர் அணைத்தபடி படுத்துத் தூங்குவர். பெரும்பாலும் மலைச் சிகரங்களை ஒட்டிய, புலிகளின் நடமாட்டம் அற்ற பகுதிகளில் வாழும் இவர்கள் தங்கள் வெற்றுடம்பைக் கடுங்குளிருக்கு உள்ளாக்கிக் கொள்கின்றனர். மூங்கிலின் இருமுனைகளையும் வில்போல் வளைத்துத் தரையில் சொருகி அமைக்கப்பட்ட வாழையிலைகளால் வேயப்பட்ட எளிய குடிசைகளில் வாழ்கின்றனர்.' மைசூர் எல்லையில் கோயமுத்தூர் மாவட்டத்துக் காடுகளில் திம்பத்திற்கும் கொள்ளேகாலத்திற்கும் இடையே வாழும் சோலகர்கள் இன்று பருத்தித் துணியாலான கோவணம் தரித்து ஆங்கிலேயர் பாணியிலான படைவீரர் உடைக்குரிய பித்தான்களோடுகூடிய மேற்சட்டையை அணிகின்றனர். அரசுப் பணியாளரான இனஇயல் ஆய்வாளரைக் காண வரும் சமயங்களில் இவர்கள் லிங்காயதரைப்போல விபூதியும் பூசிக்கொள்கின்றனர்.

இவர்கள் தோற்றம் பற்றிய பின்வரும் வழக்கு வரலாறு இவர்களிடையே தற்போது நிலவுகின்றது என்பது என்னோடு தொடர்புகொள்வோர் வழி தெரிய வந்துள்ளது. காரயன், பில்லையார் அல்லது மாதேசுவரன் என்ற இரண்டு சகோதரர்கள் வாழ்ந்துவந்தனர். ஊராளிகளும் சோலகர்களும், காரயன் சந்ததியினராகத் தோன்றினர்.

[1] *மைசூர், கன்னடம், மலபார் வழியான பயணம்* (*Journey Through Mysore, Canara and Malabar,* 1807).

சிவாச்சாரியர் (லிங்காயதர்) மாதேசுவரர் சந்ததியினராகத் தோன்றினர். இந்த இரு சகோதரர்களும் சவணன் என்ற கொடிய அரக்கனிடம் அகப்பட்டுக்கொண்டனர். அவன் காரயனை இடையனாக்கியதோடு தனக்குத் தகுந்த மரியாதை காட்டாத மாதேசுவரனைச் சிறையில் தள்ளி அவனை எல்லாக் குற்றேவல் பணிகளையும் செய்யும்படி ஏவி வந்தான். கடைசியாக அவன் மாதேசுவரனிடம் ஒரு இணை செருப்புகள் செய்யும்படி ஆணையிட்டான். அதனை நல்லமுறையில் செய்து முடிக்கத் தனக்கு சில நாள்களுக்கு விடுதலை வழங்கும்படி அவன் அந்த அரக்கனிடம் வேண்டினான். அவ்வாறே அவனுக்கு விடுதலை வழங்கப்பட்டது. உடனே மாதேசுவரன் கிருட்டிணமூர்த்தி தெய்வத்திடம் சென்று, தனக்கு நேர்ந்துள்ள தொல்லையிலிருந்தும் தன்னை மீட்கும்படி வேண்டினான். அவனுக்கு அவன் விருப்பப்படி உதவ மகிழ்ச்சியோடு உடன்பட்ட அத்தெய்வம் அவனிடம் அவன் செய்ய உள்ள செருப்புக்களை மெழுகால் தயாரிக்கும்படி பணித்தது.

கிருட்டிணமூர்த்தியின் உதவியுடன் அவன் அழகிய ஒரு இணை செருப்புக்களைச் செய்து முடித்தான். அதன்பின் கிருட்டிண மூர்த்தி அவனிடம் கெத்தேசாலத்திற்கு கிழக்குப் பக்கமாக இருக்கும் மொட்டைப் பாறையின் மீது அது தணலாக மாறும்படி சொக்கப் பானையைக் கொளுத்தி எரித்த பின், தங்கள் சதித் திட்டம் வெளியே தெரியாதிருக்கும்படி அந்த நெருப்பின் சாம்பலையெல்லாம் அப்புறப்படுத்தும்படி கூறியது. அதன்பின் மாதேசுவரன் அந்தச் செருப்புக்களைச் சவணனிடம்கொண்டு கொடுத்து அதனைப் போட்டுக்கொண்டு அந்த மொட்டை பாறைமீது நடக்கும்படி கூற அவனும் அவ்வாறே நடந்து சென்றான். அவன் அந்தப் பாறையின் மீது கால் வைத்தவுடன், அவன் அப்பாறைமீது மோதுண்டவனாக விழுந்தான். அவ்வாறு விழும்போதே அவன் தன் கைகளால் மாதேசுவரனைப் பற்றி அவன் கழுத்தை நெரிக்கலானான். இந்தச் சதித் திட்டம் நடைபெறுவதைக் காண கிருட்டிணமூர்த்தி அந்த இடத்தில் எல்லாத் தெய்வங்களையும் வந்துகூடும்படி செய் திருந்தது. அத்தெய்வங்கள் ஒவ்வொன்றும் ஒரு கல்லைச் சவணன் தலைமீது போட்டு அழுத்தும்படி அது முன்பே கூறியிருந்தது.

அவர்கள் அவ்வாறு செய்கையில் கிருட்டிணமூர்த்தி மாதேசுவரனை அந்த அரக்கனிடமிருந்து விடுவித்தது. பின் எல்லாத் தெய்வங்களும் அந்த அரக்கன்மீது ஏறிக் குதித்து அவன் புதையுண்டு போகும்படிச் செய்தன. இவ்வாறு அவனை அழிக்க முயற்சி மேற்கொள்ளப்

பட்டிருந்த சமயத்தில் சவணனது, ஆடுகளை மேய்த்துக்கொண்டிருந்த காரயன் இதனை அறிய வந்தவுடன் சவணனை அழிக்கும் முன் அதுபற்றித் தன்னோடு கலந்து பேசாமைக்காக மாதேசுவரனிடம் கோபம் கொண்டவனாக அவன் மீது பாய்ந்தான். கையில் கத்தியை ஏந்தியவனாக இருந்த காரயனிடமிருந்து தப்பியோடிய மாதேசுவரன் கிருட்டிணமூர்த்தியினுடைய உதவியை வேண்டிப் பெற்று அவன் அருளால் கொடிரிபொலி மலையிலிருந்து பத்துமைல் தொலைவிற்கு அப்பாலிருக்கும் உருகமலைக்குத் தாவிக் குதித்தான். அவன் அவ்வாறு குதித்த வேகத்தின் காரணமாக அந்த மலை வளைந்தது. அதனாலேயே அது வளைந்தமலை எனப் பெயரும் பெற்றது. அந்த மலை வளைந்து சாய்வதையும் காரயன் கையில் கத்தி ஏந்தியவனாகத் தன்னை விடாது துரத்தி வருவதையும் கண்ட மாதேசுவரன் மீண்டும் கிருட்டிண மூர்த்தியிடம் தனக்கு உதவும்படி வேண்டினான். அவரும் அவன் அங்கிருந்து ஐந்து மைல் தொலைவில் உள்ள எக்கரை மலைமீது தாவிக் குதிக்க உதவினார். அந்த மலையும் உடனே கீழே புதையத் தொடங்கியது. இதனால் அதற்குப் புதையுண்ணுமலை என்ற பெயர் உண்டாயிற்று. அதன்பின் அவன் முனிகனலுக்கு ஓடி ஒரு பாறையின் அடியில் ஒளிந்துகொண்டான். காரயன் அவனைத் துரத்திச் சென்றவனாகத் தன் கத்தியால் அப்பாறையைத் தாக்கினான். அவ்வாறு அவன் அந்த பாறையை வெட்டியமைக்கான அடையாளத்தை இன்றும் அதன் மீது காணலாம். முனிகனலிலிருந்து அவன் மாதேசுவரன்மலை என இன்று வழங்குகின்ற மலைக்கு ஓடிச் சென்று எலி வங்கு ஒன்றிலே புகுந்து ஒளிந்துகொண்டான். காரயனால் அந்த வங்கினைத் தோண்டி வெளிப்படுத்த முடியவில்லை. உடனே அவன் நிறைய இடையர்களை அங்கு வரவழைத்து அவர்களுடைய ஆடுகளையும் கால்நடைகளையும் அந்த வங்கின் மீது கிடை போடும்படி பணித் தான். கால்நடைகளின் மல மூத்திரங்களின் கெட்ட வாடையைத் தாங்க இயலாதவனாக மாதேசுவரன் அந்த வங்கிலிருந்து வெளிப்பட்டுத் தன் சகோதரனிடம் சரணடைய வேண்டியதாயிற்று. தெய்வங்களாக அவர்கள் வழிபாட்டுக்கு உரியவர்களாக ஆகும்போது மாதேசுவரனுக்கு முன்னதாகத் தனக்கே படையலிடப்பட வேண்டும் என வாக்குறுதி பெற்றுக்கொண்ட பிறகு காரயன் மாதேசுவரனை மன்னித்தான்.

இந்த வழக்கு வரலாற்றின் அடிப்படையில் இன்றும் கொடிரிபொலிக் குன்றின் உச்சிக்குச் செல்பவர்கள் அங்குள்ள பாறையின்மீது ஒரு கல்லை வைக்கவேண்டும் என்ற நடைமுறை

கழுத்தில் மணிகளுடன் சோலகர்.

கடைபிடிக்கப்படுகிறது. இதன் காரணமாக அங்குப் பல கற்குவியல்களைக் காணலாம். ஐரோப்பியர்கூட அங்குச் செல்லும் போது இவ்வாறு கல்லை வைக்கும்படி வேண்டப்படுகின்றனர்.

சோலகர் தங்களை ஐங்குலத்தவர் எனக் கூறிக்கொள்கின்றனர். சலகிரி, தேனெறு, பெல்லாரி, சூர்யா, அலெரு என்பன புறமணக் கட்டுபாடு உடைய அக்குலங்களுக்குரிய பெயர்களாம். பன்னிரண்டு குலத்தைச் சேர்ந்தவர்கள் எல்லாவற்றோடும் பன்னிரண்டைச் சம்பந்தப்படுத்திக்கொள்வர். ஒரு குழந்தை பிறந்த பன்னிரண்டாம் நாள் பன்னிரண்டு பெரியவர்களை வீட்டுக்கு அழைத்துக் குழந்தையை வாழ்த்தும்படி வேண்டுவதை இந்த வழக்கத்திற்கு உதாரணமாகக் கூறலாம்.

மணநாளன்று மணமகன் இல்லத்தைச் சேர்ந்த பன்னிருவர் பந்தல் கால்கள் நடுவதும் மணமகன் பெற்றோர் மணமகளுக்குப் பரிசத் தொகையாகப் பன்னிரண்டு ரூபாய் தருதலும் பன்னிரண்டனா மதிப்புடைய தாலி மணமகளுக்கு அணிவிக்கப்படுதலும் இந்த வழக்கத்தின் அடிப்படையில் நிகழ்த்தப்படுகின்றனவாகும். சாவின்போது பன்னிரண்டு மூங்கில்களைப் பயன்படுத்திப் பாடை கட்டுவதோடு சாவுத் தீட்டையும் பன்னிரண்டு நாள்களுக்கு இவர்கள் மேற்கொள்கின்றனர்.

சோலகர் ❋ 177

சமூகத்தாரிடையேயான சிறு பூசல்கள், கள்ள உறவு தொடர்பான வழக்குகள் ஆகியனவற்றைப் பட்டக்காரன் உதவியோடும் சில பெரியவர்களின் வழிகாட்டு நெறிமுறையோடும் எசமானன் எனப்படும் சமூகத் தலைவன் தீர்த்து வைக்கின்றான். எசமானுக்கும் பட்டக்காரனுக்கும் ஏவல்புரிபவன் சலவாதி. எசமானன், பட்டக்காரன், சலவாதி ஆகிய மூவரும் முறையே சலகிரி, தேனெறு, சூர்யா ஆகிய குலங்களைச் சேர்ந்தவர்களாக இருத்தல் வேண்டும்.

ஒருத்தி பூப்படையும்போது தனித்ததோர் குடிசையில் ஐந்து நாள் தங்கியிருந்த பின் குளித்துத் தன் குடிசைக்குத் திரும்புவாள். அவள் தாய்மாமன் அப்போது அவளுக்குப் புதிய சேலை, வெற்றிலை, பாக்கு, வாழைப்பழம் ஆகியனவற்றை அன்பளிப்பாகத் தர வேண்டும். முறையான திருமணச் சடங்கில் மணப்பந்தலில் மணமகன் மணமகளுக்குத் தாலிகட்டுவான். அப்போது மண மகளுடைய தாய்மாமன் வசதிபடைத்தவனாயின் அவளுக்கு ஒரு சேலையை அன்பளிப்பாக வழங்குவான். அதன்பிறகு விருந்து நடைபெறும்.

சில சமயங்களில் இத்தகைய எளிய சடங்குகள்கூட இன்றித் திருமணங்கள் நிகழ்கின்றன. எந்தச் சடங்கும் இன்றியே ஒரு ஆணும் பெண்ணும் கணவன் மனைவியராகக் குடும்பம் நடத்தத் தொடங்குவர். இவர்கள் பின்னர் வாய்ப்பும் வசதியும் ஏற்படும்போது சமூகத்தைச் சேர்ந்தவர்களுக்கு ஒரு விருந்தளிக்கக் கடமைப்பட்டவர்கள்.

பர்கூர் குன்றுகளைச் சேர்ந்த சோலகர் மகப்பேற்றின் போது பெண்களை விசித்திரமான நடைமுறைக்கு உட்படுத்துவதாக நான் கேள்விப்பட்டேன். மகப்பேறுக்கு சில நாள்கள் முன்னதாக மகவைப்பெற உள்ளவளை அவளுடைய கணவன் நடுக்காட்டினுள் அழைத்துச் சென்று அங்கு அவளை மூன்று நாள்களுக்குத் தேவைப் படும் உணவோடுகூடவிட்டு வருவான். அவள் அங்கேயே தங்கிய வளாகத் தன்னுடைய காரியங்களைத் தானே கவனித்துக்கொள்ள வேண்டும். மூன்று நாள்கள் சென்றபின் அவள் திரும்பவில்லையாயின் அவள் கணவன் மேலும் கொஞ்சம் உணவைக் கொண்டுசென்று அவளுக்குத் தந்து வருவான். அவள் பிள்ளையைப் பெற்ற பின்னரே ஊருக்குத் திரும்ப அனுமதிக்கப்படுவாள். இத்தகைய கொடுமைக்கு ஆட்படுபவர்களுள் ஓரிருவர் சுகமாகப் பிரசவித்துத் திரும்புவார் களாயின் அவர்களைச் சிறப்பிக்க தப்பட்டை முதலியன முழக்கி வாழ்த்தெடுப்பர்.

இறந்தவர்களைத் தலை தெற்கு நோக்கி இருக்கும்படியாக இடப்புறமாக ஒருக்களித்தபடி படுக்கவைத்துப் புதைப்பர். சாவுச் சடங்கை முடித்து இல்லம் திரும்புபவர்கள் அங்கு ஏற்றி வைக்கப் பட்டுள்ள விளக்கை வணங்குவர். இறந்தவன் உயிர்விட்ட இடத்தில் ராகிக் களியும் தண்ணீரும் படைப்பர். நான்காம் நாள் இறந்தவன் ஆவிக்காக ஓர் ஆடு அவ்விடத்தில் பலியிடப்படும். அதன்பின் இறந்தவன் மகன், ஒவ்வொரு குலத்தையும் சேர்ந்த ஒருவன் தன் பின்னே வர, ஒரு கல்லைச் சுமந்தவனாகப் புதைகுழி உள்ள இடம் நோக்கிச் செல்வான். பிறகு அவர்கள் ஒவ்வொருவராக எழுந்து சென்று அந்தக் கல்லைத் தூக்குவர். கடைசியாக அதனைத் தூக்குபவன் தன்னிலை மறந்தவனாகச் சிறிது நேரம் இருப்பான்.

அவனுக்கு நினைவு மீண்டும் திரும்பியபின் அங்குள்ளவர்களின் குலத்தின் எண்ணிக்கை எவ்வளவோ அவ்வளவு வாழை அல்லது தேக்கிலையை அக்கல்லைச் சுற்றி இட்டு அதில் பலவகை உணவுப் பொருள்களையும் படைப்பர். பிறகு அவர்கள் தங்கள் தங்கள் குலத்துக்கென இடப்பட்ட இலைகளில் படைக்கப்பட்டவற்றை உண்டபின் இறந்தவனுடைய மகன் தன் கைகளில் அக்கல்லை எடுத்துத் தாங்கிக்கொள்ள அவனோடு வந்தவர்கள் அதன்மீது ராகியையிட்டுத் தண்ணீர் தெளிப்பர். பிறகு அக்கல் இறந்தவன் குலத்திற்குரிய புதைகுழிப் பகுதியில் புதை காட்டில்கொண்டு வைக்கப்படும்.

மலைவேளாளர் ஊர் ஒன்றில் ஒரு சாவு விழுமானால் கால்களில் சலங்கை கட்டியவர்களாகக் குழலும் முழவும் முழக்கியபடி சோலகர் கூட்டமாகச் சென்று சாவு வீட்டின் முன் ஆடுவர். பிணத்தோடுகூட இசைக்கருவிகளை முழக்கியபடி புதைகாட்டுக்கும் செல்வர்.

ராகிக் களியும் வள்ளிக் கிழங்குமே சோலகர் வழக்கமாக உண்ணும் உணவாகும். ஊராளிகளைப்போல் இவர்களும் அவ்வப்போது வேட்டையாடும் பறவைகளையும் விலங்குகளையும் உணவாகப் பயன்படுத்துகின்றனர். கிளிகளை இவர்கள் தங்கள் குழந்தைகளாகப் பாவிப்பதால் அவற்றை இவர்கள் உண்பதில்லை.

வெம்படம் (Ventilago madraspatna) பட்டை, ஆவாரம் (Cassia auriculata) பட்டை, சாதிக்காய், புளி, பிசின், சீயக்காய், தேன், மான் கொம்பு முதலிய காடுபடு பொருள்களைச் சேகரிப்பதே இவர்களின் முக்கியத் தொழில். காடுகள் பல பகுதிகளாகப் பிரிக்கப்பட்டு

ஒவ்வொரு பிரிவிலும் ஒரு குறிப்பிட்ட இடத்தில் கிடங்கு அமைக் கப்பட்டுள்ளது. இவ்விடத்திற்குச் சோலகரும் ஊராளிகளும் தாங்கள் சேகரிக்கும் பொருள்களைக்கொண்டு வருவர். அங்குக் கொள்முதல் செய்யும் மேற்பார்வை அலுவலர்கள் கொண்டுவரப்பட்ட பொருள் களைத் தரம் பிரித்து உரிய விலையை வழங்குவர்.

கோயமுத்தூர் மாவட்டத்தில் பாறை இடுக்குகளிலிருந்து சோலகர் தேனெடுப்பதாகக் கூறப்படுகிறது. இந்தத் தேன்கூடுகள் மரங்களில் காணப்படும் தேன்கூடுகளைவிட இருமடங்கு அளவில் பெரியன. இவற்றில் தேனைவிட மெழுகின் பங்கே மிகுதியாக இருக்கும். நீலகிரி மலையில் தேன் குறும்பரும் சோலகரும் தேன் சேகரிக்கின்றனர். தேனின் அளவும் தரமும் பருவத்திற்குப் பருவம் வேறுபடும். குறிஞ்சி (Strobilanthes) இனச் செடிகள் பூக்கும் பருவத்தில் கிடைக்கும் தேன் சுவையுடையதாகவும் அளவில் மிகுதியாகவும் இருக்கும்.

ஒரு சோலகனின் உடலின் கெட்ட நாற்றத்தைக் காட்டு விலங்கு கள்கூட முகர்ந்து உணர்ந்தவையாக ஓடிவிடும் எனக் கூறுவர்.

நானும் ரிவர்ஸ் அவர்களும் சோலகரிடையே ஆய்வை மேற்கொண்டபோது இவர்கள், எங்கள் ஆய்வின் நோக்கம் இவர் களைக்கொண்டு சென்று இலண்டனில் ஓரிடத்தில் குடி வைப்பது தான் என்று முடிவு செய்தவர்களாக இருந்தனர். இவர்கள் பார்வைப் புலனை ஆராய வண்ண நூல்களைத் தேர்ந்தெடுக்கும்படி நாங்கள் கூறியபோது இவர்கள் தங்களைப் பிடித்துக் கட்டிச் செல்லவே நாங்கள் அத்தகைய நூல்களைக்கொண்டு வந்திருப்பதாகக் கருதினர்.

சிலர் தங்கள் உடம்பின் பல உறுப்புக்களையும் அளவெடுப்பது எதற்கெனப் புரியவில்லையெனக் குறைபட்டுக் கொண்டனர். லண்டனில் இவர்களுக்குத் தரப்பட உள்ள வேலைக்கு ஏற்ப உடலைக் கூட்டவும் குறைக்கவுமே இவ்வாறு அளவு எடுக்கப்படுவதாகக் கற்பனையும் செய்தனர். மனிதன் உடல் உறுப்புகள் அவன் செய்யும் சிறப்புப் பணிகளுக்கு ஏற்ப அளவுகளில் மாறுபட்டனவாக ஆக்கப் படும் என்ற இவர்களுடைய இத்தகையதொரு கற்பனையையொப்ப *நிலவில் வாழும் முதல் மக்கள்* என்ற தன்னுடைய நூலில் வெல்ஸ் அவர்களும் கற்பனை செய்து படைத்துள்ளார் என்ற ஒப்புமை எனக்குச் சுட்டிக் காட்டப்பட்டது.

ஐரோப்பியன் ஒருவனோடு சோலகன் ஒருவன் வேட்டைக்குச் செல்லும்போது ஏற்படும் அனுபவங்களைக் குறித்து அண்மையில்

வெளியாகியுள்ள[2] பின்வரும் விவரங்களைத் தரலாம் என நினைக்கின்றேன்: 'என் கணவர் ஒரு கரடியைத் துரத்தியவராக அதனுடைய குகைக்கே சென்று சேர்ந்தார். தீப்பந்தங்களைக் கொளுத்தச் செய்து அவற்றை அந்தக் குகையுள் நுழைத்துப் புகையூட்டி அக்கரடியை வெளிப்படுத்தப் பார்த்தார். இத்திட்டம் கரடியை வெளிப்படுத்துவதில் வெற்றி தரவில்லையாகையால் ஒரு தீப்பந்தத்தை ஏந்தி வரும் சோலகனோடு அவரே அக்குகையுள் நுழைந்தார். அந்தத் தீப்பந்தத்தின் மங்கலான வெளிச்சத்தில் குகையினுள் பார்வைக்குப் பொருள்கள் புலனாகத் தொடங்கியவுடன் அவர்கள் அதனுள் ஒரு சிறு புழை மேலும் ஒரு குகைக்கு வழியாக அமைந்திருப்பதைக் கண்டனர். அவர் அந்த சோலகனிடம் தீப்பந்தத்தை அப்புழையினுள் நுழைக்குமாறு கூறினார்.

இவ்வாறு செய்த அளவில் ஒரு பெரிய கரடி அதன் வழியாகப் பாய்ந்து வெளிப்பட்டது. அது வந்த வேகத்தில் அச்சோலகன்மீது மோதி அவனிடமிருந்த தீப்பந்தத்தை அணைத்துவிட்டது. குகையின் வாசல் வழியே மீண்டும் காட்டினுள் விரைந்தோடும் கரடியைச் சுட, தக்க தருணத்தில் என் கணவரால் துப்பாக்கியை ஏந்த இயலவில்லை. தனக்கு ஏற்பட்ட அதிர்ச்சியிலிருந்து அந்தச் சோலகன் மீண்டபோது மற்றொரு கரடி அப்புழைவழியே உள்ளிருந்து விரைந்து வந்தது. இதற்குள்ளாகத் தன் துப்பாக்கியை ஏந்திவிட்டிருந்த என் கணவர் அதனைச் சுட்டார். சுடப்பட்ட அக்கரடி என் கணவரும் உடன் சென்ற சோலகனும் குகையில் மாட்டிக்கொள்ளும்படியாக குகையில் வெளிவாசலில் அடிபட்டு வீழ்ந்துவிட்டது. இந்த இக்கட்டுக்கு உள்ளான அந்தச் சோலகன் தான் குழந்தை குட்டிக்காரனென்றும் தன் குழந்தைகள் அநாதைகளாக்கிவிடுவதை தான் விரும்பவில்லையென்றும் புலம்பத் தொடங்கிவிட்டான். நல்ல காலமாக அடிபட்ட அந்தக் கரடி மீண்டும் எழுந்து தள்ளாடியபடி காட்டினுள் செல்லக் குகையில் அகப்பட்ட இருவரும் தப்பினோம் பிழைத்தோம் என அங்கிருந்து வெளிவந்தனர்.

மைசூர் மாநிலத்தைச் சேர்ந்த சோலகர் பற்றி 1891 மைசூர் மாநிலக் கணக்கெடுப்பு அறிக்கையில் கூறப்பட்டிருப்பதாவது: 'பிளிகிரிரங்கன் மலைகளின் சாரலிலும் அடிவாரத்திலும் உள்ள காடுகளின் நடுவே வாழும் இவர்கள் காட்டின் சிறு பகுதிகளை அழித்துக் கொத்து

[2] *Madras Mail*, 1907

முறையில் பயிரிட்டு வருகின்றனர். பிளிகிரிரங்க சுவாமியை முக்கிய தெய்வமாக வழிபடும் இவர்கள் காரப்பன் எனப்படும் குலதெய்வத்தையும் வழிபடுகின்றனர். ராகியே இவர்கள் முக்கிய உணவு. இவர்கள் பயிரிடும் இந்த ராகியோடு காட்டில் கிடைக்கும் பிற உணவுப் பொருள்களையும் பயன்படுத்திக்கொள்கின்றனர்.

புள்ளிமான், கலைமான், பன்றி, மறி, வெள்ளாடு ஆகியவற்றின் இறைச்சியில் இவர்கள் விருப்பம் மிகுதியும் உடையவர்கள். இவர்களுள் சிலர் அண்மையில் தங்களுக்கெனச் சொந்தமாக நிலங்களைப் பெற்றுள்ளனர். தேன் குறும்பரைப் போலவே இவர்களும் காட்டு விலங்குகள் சென்ற வழித் தடம் கண்டு அறிவதில் திறமை பெற்றவர்கள். இவர்களிடையே மூன்று வகையான மணமுறைகள் வழக்கில் உள்ளன. முதல்முறை வசதிபடைத்தவர்களுக்கானது. பன்னிரண்டு கால்கள் நட்டுப் பந்தலிட்டு இன்னிசை முதலியன இசைக்க மூன்று நாள்கள் மண நிகழ்ச்சிகளை இவர்கள் ஆடம்பரமாக நடத்துவர். பெருவழக்கினதான இரண்டாவது மணமுறை ஒருவன் ஒருத்தியைத் தேர்ந்தெடுத்து வைப்பாக வைத்துக்கொள்வதிலிருந்து சிறிது மாறுபட்டதான மணமுறையாகும். இவர்களுள் ஏழைகளாக உள்ளவர்கள் ஆணும் பெண்ணுமாக தூர உள்ள காட்டுக்கு மற்றவர்கள் அறியாதபடி ஓடிச் சென்று மணமகள் குழந்தை பெற்ற பிறகு திரும்பி வருவர். இது மூன்றாவதான மணமுறையாகும். பழங் கன்னடத்தின் கிளைமொழியை ஒத்ததொரு மொழியை இவர்கள் பேசுகின்றனர்.

15

தோடர்

என்னுடைய நண்பரான டபிள்யூ எச். ஆர். ரிவர்ஸ் நீலகிரியில் நெடுங்காலம் தொடர்ந்து தங்கியுள்ளதன் விளைவாக அண்மையில் வேறெங்கும் காண்பதற்கரிய வாழ்க்கையை மேற்கொண்டுள்ள பழங்குடிகளான தோடர் (Toda) சமூகம், சமயம் முதலியனவற்றை விரிவாக விளக்கும் நூலினை[1] வெளியிட்டுள்ளார். அண்மைக்காலக் கணக்கெடுப்பு நீலகிரி மலையில் இவர்கள் எண்ணிக்கை 807 எனத் தெரிவிக்கின்றது. எனவே நான் உதகமண்டலத்திற்கும் பைகாராவிற்கும் அவ்வப் பொழுது மேற்கொண்ட பயணங்களின் போது எடுக்கப்பட்ட குறிப்புகளோடு நீலகிரி வாழ் பழங்குடிகளைப் பற்றிய ஆய்வின் முன்னோடிகளான ஹார்க்னெஸ் முதலியவர்களின் குறிப்புகளையும் பயன்படுத்திக்கொண்டு மட்டுமே தோடர் பற்றிக் கூறப்போகிறேன்.

பெரிய கொம்புகளைக்கொண்டுள்ள எருமைகளை வளர்த்து, அவை தரும் பாலையும் அதிலிருந்து எடுக்கப்படும் வெண்ணையையும் பெரும்பாலும் நம்பியே இவர்கள் தங்கள் வாழ்க்கையை நடத்தி வருகின்றனர். எனினும் உதகமண்டலத்தில் கடை வீதி ஆக்கப்பட்ட பிறகு இவர்கள் முன்புபோல தங்கள் வாழ்க்கைக்கு முழுமையாக எருமைகளை நம்பியிருக்கவில்லை எனலாம். ஒரு தோடர் பெற்றுள்ள செல்வத்தை அவன் வைத்திருக்கும் எருமைகளின் எண்ணிக்கையைக்கொண்டு மதிப்பிடுகின்றனர்.

வேல்ஸ் இளவரசர் அண்மையில் இந்தியாவிற்கு வருகை தந்தபோது நிகழ்ந்த ஒரு சிறு சம்பவம் வருமாறு: தோடரிடையே சமயப் பணியாற்றி வரும் கிறித்தவப் பாதிரியார் ஒருவர் விளக்குக் காட்சிகள் வழியாகத் தோடர்களுக்கு வேதாகமத்தில் உள்ள கதைகளை விளக்கிவந்தார். குளிராக உள்ள பிற்பகல் நேரங்களில் தோடர் தங்கள்

---

[1] *தோடர்*, 1906 (*The Todas*, 1906)

குடிசைகளைவிட்டு வெளியேவர உடன்படுவதில்லை. குழந்தைகளை மகிழ்விக்க இடையிடையே வேடிக்கை காட்டுவதைப்போல இவர்களை மகிழ்விக்க அப்பாதிரியார் வேல்ஸ் இளவரசரின் படத்தைத் திரையில் காட்டி அவருடைய வருகை பற்றிக் கூறியதோடு அவர்கள் மனதில் அவரைப் பற்றிய மதிப்பை உண்டாக்க, 'அவர் மிகப் பெருஞ்செல்வர். அவர் போகும் இடமெங்கும் இரு நூறு பணியாளர் உடன்செல்வர்' எனக் கூறினார். இதனைக் கேட்ட ஒரு முதியவன் தலையை ஆட்டியபடி, 'அதெல்லாம் சரி அவரோடு எத்தனை எருமைகள் வர உள்ளன? அதனைச் சொல்லுங்கள்' எனக் கேட்டானாம்.

மேய்ச்சல் தொழிலை மேற்கொண்டவர்களாகத் தோடர் எளிமை யான வாழ்க்கையையே வாழ்ந்து வருகின்றனர். இருந்தாலும் வனத்துறையில் வனக்காவலர் பொறுப்பில் அரசுப் பணியாளனாகத் தோடன் ஒருவன் இருந்துவருவது எனக்குத் தெரியும். மலைத் தோட்டங்களில் சிலர் தொழில் செய்ய அமர்த்தப்பட்டுள்ளனர். எனினும் அதனால் சிற்சில இடையூறுகள் விளைந்துள்ளதாகக் கேள்விப்பட்டேன். நிலத்தை உழுது பயிரிடுதல் தகுதிக்குக் குறைவானதோர் தொழிலெனத் தோடர் கருதுகின்றனர். முன்பு மாவட்ட ஆட்சியராக இருந்தவர் இவர்கள் உருளைக் கிழங்கு பயிரிடச் சில ஏக்கர் நிலத்தை ஒதுக்கித் தந்தார். இவர்கள் அதனைப் படகருக்குக் குத்தகைக்குவிட்டமையால் அந்த உரிமை பறிக்கப்பட்டது.

உடலை வருத்தித் தொழில் செய்வது தோடருக்கு உகந்ததாக இல்லை என்பதைப் பின்வரும் நிகழ்ச்சி விளக்கும். சில எருமை களைத் தோடன் ஒருவன் தவறாகத் தன்னுடையன என உரிமை கொண்டாடியதால் அவன் சிறைத் தண்டனை பெற வேண்டியதாயிற்று. பிற சிறைக் கைதிகளைப்போல அவனையும் ஏதேனும் ஒரு வேலையை மேற்கொள்ளச் செய்யச் சிறை அதிகாரிகள் மேற்கொண்ட முயற்சி வெற்றி பெறவில்லை. சிறை அலுவலர்கள் வன்முறையைப் பயன்படுத்த விரும்பாத அதே சமயத்தில் தங்கள் தோல்வியை வெளிகாட்டிக்கொள்ள விரும்பாதவர்களாக அவனை மேற்பார்வை யாளர் என்ற போர்வையில் சோம்பேறியாக இருக்க அனுமதித்தனர்.

தோடர் இனப் பெண் ஒருத்தியின் அன்றாடப் பணிகள் மந்தையில் (தோடர் குடியிருப்பு) சுற்றித் திரிவதும், தலைமுடிக்கு நெய்யிட்டு அதனைச் சுருளாக்கிக் கொள்வதும் சமையல் செய்வதுமே எனலாம். சமவெளிப் பகுதியில் வாழும் பெண்களைப்போலக் காரணம்

ஏதுமின்றியே அஞ்சி மருள்கின்ற மனப்போக்கு இவர்களிடையே இல்லை. ஐரோப்பியர்கள் தோடரின் மந்தைக்கு வருவார்களானால் இப்பெண்கள் குடிசைகளைவிட்டு உடனே வெளிப்பட்டு வந்து அவர்களைச் சுற்றி ஒரே பாட்டை எப்போதும் பாடியவர்களாக இனாமுக்காக அவர்களை நச்சரிப்பர். ஐரோப்பியர்களை இவர்கள் சாமி என விளிப்பர். குழந்தைகளையும் தங்களைப்போலவே ஐரோப்பியரைக் கண்டவுடன் சூழ்ந்துகொண்டு காசுகேட்டு அதனைப் பெறும்வரை நச்சரிக்கும்படியாகப் பழக்கியுள்ளனர்.

ஐரோப்பியர்கள் தங்கள் குடிசைகளுக்குள் நுழைவதற்குத் தோடர் பொதுவாகத் தடையேதும் கூறுவதில்லை. பல சமயங்களில் நான் அவர்கள் குடிசைக்குள் குனிந்து தவழ்ந்து செல்ல முற்பட்டபோது என் மூடு செருப்புக்களை (shoes) அகற்றிவரும்படி பணிவோடு கேட்டுக் கொண்டுள்ளனர். 1868இல் முனைவர் ஜெ.ஸோர்ட், 'தோடர் பெண்களுள் பலரும் ஐரோப்பியர்களின் சிற்றின்ப வேட்கைக்குப் பலியாகி உள்ளனர். ஒரு காலத்தில் பாலுறவுநோய் ஏதும் இல்லா திருந்த இவர்களிடையே அந்த நோய் பரவ ஐரோப்பியர்களே காரணமாக இருந்துள்ளனர். இதனால் நல்ல உடல் உறுதிவாய்க்கப் பெற்றிருந்த இந்தப் பெண்கள் மெல்ல உடல்நலம் குன்றியவர்களாக ஆகிவருகின்றனர். இன்று இந்த இனத்தவர்கள் தளர்ந்து ஆட்டங் கண்டுபோன உடல்கூறு வாய்க்கப் பெற்றவர்களாக இருப்பதற்கு ஐரோப்பியர்கள் அறிமுகப்படுத்திய இந்த நோயே காரணம் எனலாம்' என ஐரோப்பியர்மீது குற்றம் சுமத்தியுள்ளார். இதனை மறுப்பதற் கில்லை. மருத்துவமனைக்கு வரும் நோயாளிகளும் நம் கண்ணில் படும் நோயாளிகளும் இதனை மெய்ப்பிக்கின்றனர்.

வெளியுலகத் தொடர்பு காரணமாகவே தோடரிடையே வெட்டை நோய் தோன்றியுள்ளது. இவர்களுள் சிலர் வளர்ச்சி குன்றியவர்களாக இருப்பதற்கு இந்த நோயின் தாக்குதலே காரணம் எனலாம். இவ்வாறு தாக்குதலுக்கு உள்ளாகாதவர்கள் நல்ல உடல்வாகு வாய்க்கப் பெற்றவர்களாக உள்ளனர். அயலார் முன்னிலையில் தோடர் பெண்கள் சற்றும் கூச்சம் அற்றவர்களாக வெற்று மேனியராக வந்து போகின்றனர்.

தோடர் இனப் பெண்களின் ஒழுக்கம் பற்றி ரிவர்ஸ் பின்வருமாறு எழுதுகின்றார்: 'தோடர் இனத்தவர் உடலுறவு கொள்வதில் வரையறை ஏதும் அற்றவர்களாகவே உள்ளனர். முறையற்ற வகையிலான இதுபோன்ற ஒழுக்கக்கேடு இந்த இனத்தவர்களிடையே

மட்டும் நிகழ்வதாக அமையாமல் ஐரோப்பியர் குடியேற்றத்தின் காரணமாகப் பெரும் அளவில் நீலகிரிக்குத் தொடர்ந்து வந்த பிற இந்தியர்களோடும் தொடர்புடையதாக நிகழ்வதாயிற்று. தோடர் ஒழுக்கங் குன்றியவர்களாக உள்ளனர் என்ற பொதுவான கருத்து உண்மையில் இந்தக் கருத்துத் தோடர்களின் ஓரிரு ஊர்களைச் சேர்ந்தவர்களின் நடத்தையின் அடிப்படையில் கூறப்பட்டதாகவே கருதவேண்டும். ஐரோப்பிய குடியிருப்பை அடுத்துள்ள ஸ்கூல் மந்தை அல்லது சைய்ல்க் மந்தையைத் தவிர பிற மந்தையைச் சேர்ந்த தோடர்களுள் பெரும்பாலோர் ஒழுக்க நெறிப்பட்டவர்ளாக இந்தக் கொடிய நோயினால் பீடிக்கப்படாதவர்களாக இருந்து வருகின்றார்கள் என்றே நான் கருதுகின்றேன்.'

சில ஆண்டுகளுக்கு முன்பு பர்னமின் காட்சி அரங்குகளில் ஐரோப்பா, அமெரிக்கா ஆஸ்திரேலியா ஆகிய நாடுகளில் உடல் அழகையும் வலிமையையும் காட்ட தேர்ந்தெடுக்கப்பட்ட பழங்குடி இனத்தவர்களுள் தோடர் இனத்தவர் சார்பில் தேர்ந்தெடுக்கப்பட்ட தோடனை நான் சந்தித்தேன். இவன் இன்றும் தான் கற்றுக்கொண்ட ஆங்கிலத்தைக் கொச்சையாக ஓரளவு பேசி வருகின்றான். காட்சியில் தன்னோடு பங்கு பெற்ற ஜம்போ என்ற யானையை பற்றி இவன் ஆர்வத்தோடு பேசினான். சுற்றுப் பயணம் முடிந்து தன் சொந்த ஊரான மலைக்குத் திரும்பி வந்துள்ள இவன் தலையில் அணிந்து கொண்டுள்ள உயரமான வெள்ளைக் குல்லாய் தோடர் அனைவரின் கவனத்தையும் கவர்ந்து வருகின்றது. இவனுடைய கைரேகைப் பதிவுகள் முன்பே இங்கிலாந்திலும் அமெரிக்காவிலும் பதியப் பட்டுள்ளதால் அதனை நான் எடுக்கும்போது இவன் வியப்பு எதனையும் வெளிப்படுத்தவில்லை.

1870இல் கர்னல் டபிள்யூ ராஸ் கிங், தோடர் தங்கள்மீது மேலாண்மை செலுத்துபவர்களோடு அன்றாட நடைமுறைகளைப் பற்றி உரையாடத் தேவையான மொழியறிவு பெற்றுள்ளனர் எனக் குறித்துள்ளார்.[2] இன்று இவர்களுள் சிலர் தமிழை எழுதக் கற்றுள்ளனர். பலர் தமிழில் இயல்பாக உரையாடுகின்றனர். நீலகிரியைச் சேர்ந்த சி.எம்.எஸ். தமிழ்க் கிறித்தவப் பணியாளர் தோடர்களிடையேயும் தங்கள் பணியைத் தொடங்கியுள்ளனர். இப்பணியின் காரணமாகத் தோடரிடையே வழங்குகின்ற பஞ்சை ஏழையும் பணம் பெருத்த

2 *நீலகிரி மலைவாழ் பழங்குடிகள்* (Aboriginal Tribes of the Nilgiri Hills.)

தோடர்களின் கூம்புக் கோயில்.

செல்வரும் (Dires and Lazarus) கதை வடிவை இங்கு எடுத்துக்காட்ட ஆவலுடையவனாயுள்ளேன். முன்னொரு காலத்தில் ஒரு பணக் காரனும் ஏழையும் இறக்க நேரிட்டது. பணக்காரன் சாவுச் சடங்கு மிக ஆர்ப்பாட்டமாக நடந்தது. எருமைகள் பலவற்றை அப்போது பலியிட்டனர்.

ஏழையின் சாவுச் சடங்கில் இன்னிசையோ எருமைப்பலியோ நிகழ வில்லை. ஆங்கிலேயர் அடுத்து உலகில் இந்த ஏழை மிகப் பெருஞ் செல்வனாக வாழ்வான் என நம்புகின்றனர். எனவே ஒருவன் சாவுச் சடங்குக்காக நிறைய பொருளைச் செலவிடுவதால் பயனேதுமில்லை. கிறித்துவ சமயப் பணியாளர்கள் உதகமண்டலத்தில் ஒன்றும், பைகாரா அருகில் ஒன்றும் என இரண்டு பள்ளிகளைத் தொடங்கி யுள்ளனர். பைகாரா அருகே உள்ள பள்ளியில் சிறுவரும் சிறுமியரும் ஆங்கிலம், தமிழ் ஆகிய இரண்டையும் எழுதப் படிக்கக் கற்று வருவதோடு அடிப்படைக் கணக்கையும் கற்றுவருகின்றனர்.

சில ஆண்டுகளுக்குமுன் தோடர் இனச் சிறுவன் ஒருவன் திருநெல்வேலியில் ஞானஸ்நானம் செய்விக்கப்பட்டதோடு அங்கே தங்கிச் சமயக் கல்வியும் கற்றுவந்தான். அவன் நீலகிரி மலைக்கு மக்களிடையே கிறித்தவ சமயத் தொண்டுபுரியும் பணியாளனாக

வருவான் என எதிர்பார்த்தனர்.[3] 1907இல் உதகமண்டலத்தில் உள்ள சி.எம். எஸ். கிறித்தவ சபைக்குரிய தனிக்கோயிலில் தோடர் இனப் பெண்கள் ஐவருக்கு ஞானஸ்நானம் செய்விக்கப்பட்டது. ‘இவர் களுக்குத் தூய வெள்ளை ஆடையை உடுத்தித் தலைமீதும் இந்தியக் கிறித்தவர்கள் போட்டுக்கொள்வதுபோல வெள்ளைத் துணியை இட்டனர். இதனைக் காண கிறித்தவர்களான படகர் பலரும் பெருந் திரளாக வந்து கூடியதோடு இதனையடுத்து நடந்த வழிபாட்டு நிகழ்ச்சியிலும் கலந்துகொண்டனர்.’

நடுத்தர உயரம், அதற்கேற்ப அமைந்த உடல்வாகு, குறுகிய மூக்கு, கட்டான உடலமைப்பு, பொருத்தமுற அமைந்த பல்வரிசை ஆகிய இவையே தோடன் ஒருவனின் உருமாதிரித் தோற்றம் எனலாம். ரிவர்ஸ் குறிப்பிட்டிருப்பதைப்போலச் சிலருடைய மூக்குப் பக்க வாட்டிலிருந்து பார்க்கும்போது நன்கு வட்ட அமைப்புக் கொண்டது போலத் தோற்றம் தரும், கால்வழி அற்றுப்போன பழங்குடி இனத் தவர்களுடன் தோடரை இணைக்க ஒரு முயற்சியும் மேற்கொள்ளப் பட்டது.

சாவுச் சடங்கு ஒன்றுக்காகப் பெருங் கூட்டமாகத் திரண்டிருக்கும் இவர்களிடையேயிருந்து ஒபர் அம்மெர்கயுவின் மேடை நாடகத்தில் முக்கிய வேடத்தில் நடிக்கவோ துணைப் பாத்திரங்களை ஏற்கவோ தேவையானவர்களைத் தேர்ந்தெடுப்பதில் தொல்லை ஏதும் இருக்காது. நீலகிரியைச் சேர்ந்த பிற மலையினப் பழங்குடி களிலிருந்து இவர்களை எளிதில் வேறுபடுத்தி அறிய உதவுவது இவர்கள் தங்கள் மயிரை ஒழுங்கு செய்துகொள்ளும் முறையேயாகும்.

என் குறிப்புக்களிலிருந்து இது தொடர்பாக எடுக்கப்பட்ட விவரங்கள் வருமாறு: முகத்தில் நல்ல தாடி; அடர்த்தியான ...தலைமுடி நடு வகிடு எடுத்துப் பிரிக்கப்பட்டு நெற்றியிலும் கழுத்தின் மேலும் சுருள்முடியாக விழுந்து புரண்டபடி உள்ளது; மார்பிலும் வயிற்றிலும் அடர்த்தியாக மயிர் வளர்ந்துள்ளது; வயிற்றின் நடுவிலான மயிரொழுங்கு மிக அடர்ந்ததாக உள்ளது; தோள்பட்டையின் மேலும் கீழும் அடர்த்தியான மயிர் உள்ளது; முதுகில் முடி அடர்த்தி யுடையதாக இல்லை; முன்கை, கை இரண்டின் வெளிப்பக்கங்களிலும் மயிர் அடர்த்தியாக வளர்ந்துள்ளது; கையின் புறத்தைவிட முன்கையின்

[3] *சென்னை மாவட்டத் திருச்சபை இதழ்*, நவம்பர், 1907 (*Madras Diocesan Magazine*, Nov. 1907).

புறத்தில் மிக அடர்த்தியான வளர்ச்சியைக் காணலாம். கால்களில் முன்பகுதி பின்பகுதி ஆகிய ஈரிடத்திலும் முடி மிகுதியாகவே வளர்ந்துள்ளது; தொண்டையின் வெளிப்புறத்திலும் முழங்கால் மூட்டைச் சுற்றியும் காலின் பிற இடங்களைவிட மயிரின் அடர்த்தி மிகுதி. பிட்டத்தின் கீழ்ப் பகுதியில் தாடிபோல முடி அடர்த்தியாக வளர்ந்துள்ளது.

கண்ணுக்கும் புருவத்திற்கும் இடைப்பட்ட குழிவு தெளிவாகப் புலனாகக்கூடியதாக உள்ளது; இரண்டு புருவங்களும் அடர்ந்த மயிர்க்கற்றை ஒன்றால் புருவ மத்தியில் கூடியதான தோற்றம் தருகின்றன; இரண்டு காதுகளின் புறமடல்களின் மேல் விளிம்பி லிருந்து மயிர் அடர்த்தியாக வளர்ந்து தென்னிந்திய பொனெட் குரங்கின் புறச் செவியை ஒத்த தோற்றத்தைக் கொண்டதாக உள்ளது; இவ்வாறு உடலில் அடர்த்தியாகத் தங்களுக்கு மயிர் வளர்வதற்கு மிகுதியாக பாலைப் பருகுவதே காரணமாகும் எனத் தோடர் சிலர் கூறுகின்றனர்.

கிட்டத்தட்ட ஆண்கள் அனைவரும் தங்கள் வலத் தோளில் மேலெழுந்து கரணையாக வளர்ந்துள்ள புண்தழும்பை உடையவர் களாக உள்ளனர். இந்தப் புண்கள் தோளினை கெஞ்சு (Litscea Wightiana) மரக்குச்சியின் புனிதமான நெருப்பை உடைய தீக்கொள்ளி கொண்டு சுடுவதால் உண்டாக்கப்படுபவையே. இவ்வாறு சூடிட்டுக் கொள்வதால் எருமைகளில் சுலபமாகப் பால் கறக்க முடிகின்றது எனத் தோடர் கருதுகின்றனர். ரிவர்ஸ் பால் கறப்பதால் ஏற்படும் களைப்பைப் போக்க இவர்கள் இம்முறையைக் கையாளுகின்றனர் எனக் கூறுகிறார். அவர் மேலும் 'ஒரு சிறுவன் எருமைகளைப் பால் கறக்கத் தொடங்கும் பருவம் பன்னிரண்டு வயதாகும் சமயத்தில் அவனுக்கு இதுபோலச் சூடு இடப்படுகின்றது' எனக் கூறியுள்ளார்.

ஒருத்தி கருவுற்ற ஐந்தாம் மாதம் வரும் அமாவாசையின்போது அவளுடைய பெருவிரல் மூட்டுக்களில் சூடிடும் சடங்கு நிகழ்த்தப் படுகின்றது. ஒரு கந்தலைச் சுருட்டி எண்ணெய்யில் தோய்த்து அதில் நெருப்பைக் கொளுத்தி அவளாகவே சூடிட்டுக் கொள்வாள் அல்லது மற்றொருத்தியைக் கொண்டு சூடிடும்படி செய்வாள்.

ஆண்களைவிடப் பெண்கள் நல்ல நிறம் வாய்க்கப் பெற்றவர்களாக உள்ளனர். இவர்கள் பால் கலந்த காபியினை ஒத்த உடல்நிறம் வாய்க்கப் பெற்றவர்கள் எனப் பொருத்தமுற வருணிக்கப்

பட்டுள்ளனர். சிறுவர், சிறுமியர் உடலின் நிறத்தில் செம்பின் நிறத்தின் சாயல் புலப்படக் காணலாம். காக்கையின் கருமையை ஒத்த தங்கள் கருங்கூந்தலைச் சுருளாகச் சுருட்டி வளர்த்துவிட்டுக் கொண் டிருக்கும் பளப்பளப்பான கண்களோடுகூடிய கன்னியர் சிலர் நல்ல அழகிகளாகத் தோற்றம் தருகின்றனர். எனினும் இவர்களுடைய இந்த அழகு விரைவில் கெட்டழிய அருவருப்பான தோற்றத்தோடு கிழவிகளாகக் காட்சி தருகின்றனர்.

மொரையர் பழங்குடியினத்துள் போலவே தோடருள்ளும் சிறப்பான பண்புகள் வாய்க்கப்பட்ட ஆண்கள், அஞ்சத்தக்க பண்புகள் வாய்க்கப்பட்ட பெண்களோடு வாழ்க்கை நடத்தவேண்டியவர்களாக உள்ளனர். இளம்பெண்களைத் தவிர மற்ற பெண்கள் அனைவரும் ஆண்மை ஆளுமை கைவரப்பட்டவர்களாகவே உள்ளனர். ஆண் களும் பெண்களும் சிவப்பு, நீலக் கரைகளோடுகூடிய வெள்ளைத் துணியால் தங்கள் உடலைப் போர்த்துக்கொள்கின்றனர்.

உதகமண்டலம் கடைவீதியில் வாங்கப்படும் இந்த மேலாடை புத்குளி என அழைக்கப்படுகிறது. இதனைப் பெண்கள் சில சமயங்களில் பூத்தையலிட்டு மேலும் அழகுபடுத்தி அணிவதுமுண்டு. தங்கள் தலைமுடிக்கும் உடலுக்கும் தோடர் பூசிக்கொள்ளும் நெய்யின் மணம் காரணமாக இவர்கள் உடலிலிருந்து ஒரு தனித்த வாடை வீசியபடி இருக்கும். இவர்கள் உடலில் வீசும் இந்த வாசனையின் இயல்பைச் சோதிப்பதற்காகப் பைகாராவிலிருந்து நாங்கள் திரும்பி வந்து நீண்ட நாள்கள் சென்றபின் என்னோடு அங்கு வந்த என் நண்பர் ஒருவரின் கண்களைக் கட்டியபின் அவர் மூக்கருகே தோடன் ஒருவனின் துணியைக் கொண்டு சென்றேன். அவர் உடனே இது தோடரோடு தொடர்புடையது என இனங்கண்டு கூறிவிட்டார்.

முன்பெல்லாம் நீலகிரியைச் சேர்ந்த பிற பழங்குடியினத்தவர் களிலிருந்து படகரை அவர்கள் அணிந்திருக்கும் தலைப்பாகையை வைத்து எளிதில் வேறுபடுத்தி அறிந்துவிடலாம். இப்போது தோடர் இனத்தைச் சேர்ந்த பெரியவர்களும், சாதித் தலைவர்களான மணியகாரர்களும் படகரைப் போலவே தலைப்பாகை அணியத் தொடங்கிவிட்டனர். எனக்கும் ரிவர்ஸ்க்கும் வழிகாட்டிகளாக அமர்த்தப்பட்ட தோடர்கள் தாங்கள் பெற்றுள்ள புதிய பொறுப்பைச் சிறப்பிக்கும் வகையில் தலைப்பாகை அணிந்து கொண்டனர்.

தோடர் பெண்கள் பூப்படைந்தபின் பச்சை குத்திக்கொள்கின்றனர். இவர்களுள் பச்சை குத்திக்கொள்ளாத பலரை நான் பார்த்துள்ளேன்.

இவர்களுள் சிலர் பச்சை குத்திக்கெள்வதற்கான செலவை மேற்கொள்ள வசதியில்லை எனக் குறைப்பட்டுக் கொண்டனர். மற்றும் சிலர் தொடர்ந்து கருவுற்றவர்களாகவோ குழந்தைக்குப் பால் கொடுப்பவர்களாகவோ இருப்பதால் பச்சை குத்திக்கொள்ள வாய்ப்பு ஏற்படவில்லையென கூறினர். அவ்வாறான சமயங்களில் பச்சை குத்திக்கொள்வது ஆபத்துக்கு உள்ளாக்கலாம் என்பதாலேயே இவர்கள் அதனை மேற்கொள்ளவில்லை. புள்ளிகளையும் வட்டங்களையும் பச்சை குத்தும்போது எளிய கருவிகளே பயன்படுத்தப்படுகின்றன[4] விளக்குக் கரியைத் தண்ணீரில் குழைத்து (Berberis aristafa) முள்ளில் அதனைத் தொட்டுத் தோடர் இனப் பெண் ஒருத்தி பச்சை குத்துகிறாள். பச்சை குத்துதலும் பெண்களுக்கு அணிகள் பூட்டி அலங்கரிப்பதும் எவ்வாறு நிகழ்த்தப்படுகின்றன என்பதை விளக்கும் ஐந்து பெண்களின் ஒப்பனை பற்றிய தொகுப்புரை வருமாறு:

1. **22 வயதினள்:** இவளுக்கு ஒரு குழந்தை உள்ளது. இடது கையில் பின்புறம் மூன்று புள்ளிகள் பச்சை குத்தப்பட்டுள்ளன. ஆர்க் காட்டு இரண்டணாக் காசுகள் கோர்க்கப்பட்ட வெள்ளியாலான கழுத்துச் சங்கலி அணிந்துள்ளாள். வலது மேற்கையில் சோழிகள் கோக்கப்பட்ட நூலும் வெள்ளிக் கொலுசும் அணிந்துள்ளாள். இடது முன்கையில் சோழிகள் கோக்கப்பட்ட கயிறு அணிந்துள்ளாள். இடக்கை மோதிர விரலில் பித்தளை மோதிரம் உள்ளது; வலக்கையின் நடுவிரலிலும் மோதிர விரலிலும் வெள்ளி மோதிரங்கள் உள்ளன; காதுமடல்களில் துளையிடப்பட்டுள்ளது; பாட்டி இறந்துபோன காரணத்தால் காதுமடல்களில் உள்ள வளையங்கள் களையப்பட்டுள்ளன.

2. **28 வயதினள்:** முகவாய்க் கட்டையில் ஒரே ஒரு புள்ளி மட்டும் பச்சை குத்திக்கொண்டுள்ளாள். மார்பு, மேற்கையின் வெளிப் புறம், இடக்கையின் பின்புறம், கெண்டைக் கால்களுக்குக் கீழ், முழங்கால்களுக்கு மேல், பாதங்களில் மேலே ஆகிய இடங்களில் புள்ளிகளையும் வளையங்களையும் பச்சைக் குத்திக் கொண்டு இருந்தாள்; சிறு சோழிகள் கோக்கப்பட்ட கயிற்றை வலது முன்கையில் கட்டிக்கொண்டிருந்தாள். இடது புஜத்தில் நூலாலான கயிறும்வேலைப்பாடுகளுடன்கூடிய இரண்டு பித்தளைக் கொலுசும் அணிந்திருந்தாள். இடது மணிக்கட்டில்

[4] பார்க்க: *சென்னை அருங்காட்சியக மடல்,* ***1896***, (See: *Madras Museum Bull.*, IV, 1896, Pl.XII).

வேலைப்பாடுகளுடன் கூடிய பித்தளை வளையலும் கண்ணாடிப் பாசிமணி களாலான வளையலும் அணிந்திருந்தாள். இடக்கைச் சிறு விரலில் ஒரு பித்தளை மோதிரமும் இடக்கை மோதிர விரலில் இரண்டு உருக்கு மோதிரங்களும் அணிந்திருந்தாள். கழுத்தில் சோழிகள் பிணைக்கப்பட்ட பாசிமணிச் சங்கலி அணிந்திருந்தாள்.

3. ***35 வயதினள்:*** முன்னவளைப் போலவே பச்சை குத்திக் கொண்டிருந்த இவள் அத்துடன் முதுகிலும் நிறையப் புள்ளி களையும் வளையங்களையும் பச்சை குத்திக்கொண்டிருந்தாள்.

4. ***35 வயதினள்:*** கையில் அணிந்துள்ள கனமான பித்தளை வளையல் உரசி தழும்பு ஏற்படுத்தாதிருக்க மணிக்கட்டுகளில் துணிகளைச் சுற்றிக்கொண்டிருந்தாள்.

5. ***23 வயதினள்:*** ஒரு குழந்தைக்குத் தாய். கெண்டைக் கால்களுக்குக் கீழும் முழங்கால்களுக்கு மேலும் பச்சை குத்திக் கொண்டுள்ளாள்.

நான் நேரில் ஆய்ந்து அளவெடுத்த தோடர் இன ஆண்களின் முக்கிய மான உடல் அளவுகள் வருமாறு:

உடலளவு	சராசரி (செ.மீ.)	மேல்அளவு (செ.மீ.)	கீழ்அளவு (செ.மீ.)
உயரம்	169.8	186.8	157.6
தலையின் நீளம்	19.4	20.4	18.2
தலையின் அகலம்	14.2	15.2	13.2
தலையின் நீள அகல விகித எண்	73.3	81.3	68.7
மூக்கின் உயரம்	4.7	4.7	4.6
அகலம்	3.6	3.8	3.4
உயர அகல விகித எண்	74.9	79.9	70.0

தலையின் நீள அகல விகித எண் ஓரின மக்களின் கலப்பில்லாத தனித் தன்மையைக் காட்டுவன என்பது உண்மையாயினும் தோடரின் தலையின் நீள அகல விகித எண் குறிப்பிடத்தக்க வகையில் கருத்தை ஈர்ப்பதாக உள்ளது.

69 ◆◆
70 ◆◆◆◆◆◆◆
71 ◆◆◆◆◆◆◆◆◆◆◆◆

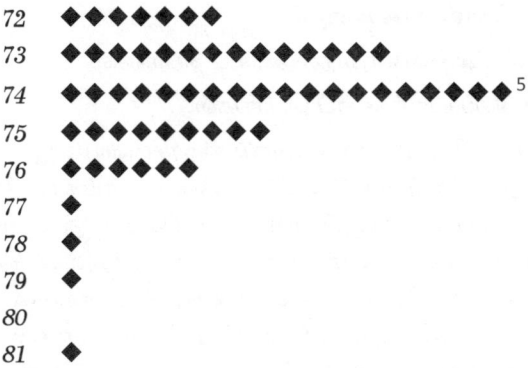

72 ◆◆◆◆◆◆◆
73 ◆◆◆◆◆◆◆◆◆◆◆◆◆◆
74 ◆◆◆◆◆◆◆◆◆◆◆◆◆◆◆◆◆◆◆[5]
75 ◆◆◆◆◆◆◆◆◆
76 ◆◆◆◆◆◆
77 ◆
78 ◆
79 ◆
80
81 ◆

என்னுடைய சால்டெரின் கையால் இழுத்து உடல் ஆற்றல் அறியும் திறனறிமானி தோடரிடையே பெருமகிழ்ச்சியையும் பெரும் பரபரப்பையும் ஏற்படுத்திய ஒரு கருவியாகும். மந்தை தோறும் அதனைப் பற்றிய செய்தி காலப்போக்கில் பரவியதோடு சாவுக்காகத் தோடர் கூடும் இடங்களில்கூட அவர்கள் அதனைக் கொண்டு தங்கள் இழுதிறன் காண முற்பட்டனர். ஒரு நாள் காலையில் கூடியிருந்தவர் களிடையே நன்கு பருத்து வளர்ந்திருந்த ஒருத்தி தனது இழுதிறன் 73 பவுண்டு எனத் திறன்மானியை இழுத்துக் காட்டியபோது அது அங்கு கூடியிருந்த ஆண்களிடையே சஞ்சலத்திற்குக் காரணமானதோடு அவள் அப்பொழுது வெறுப்புக்குரிய வீராங்கனையாக அவர்களால் பாவிக்கப்பட்டாள். என்னுடைய ஆய்வகக் குறிப்பேட்டில் உள்ள விவரப்படி மிகுதியான இழுதிறனாற்றல் வாய்க்கப்பெற்ற ஆங்கில மாது ஒருத்தியால் 66 பவுண்டு அளவே திறன்மானியை இழுக்க முடிந்துள்ளதாகத் தெரிகிறது.

நல்ல உடற்கட்டு வாய்க்கப் பெற்ற தோடன் ஒருவன் 98 பவுண்டு அளவு இழு திறனாற்றல் பெற்றிருந்தும் அதில் திருப்தியுறாதவனாகச் சில நாள்கள் தொடர்ந்து நல்ல உணவு உண்டும், பயிற்சி மேற் கொண்டும் திரும்ப வந்து 103 பவுண்டு இழுதிறனாற்றலைப் பெற்றது உடலாற்றலால் நிகழ்ந்ததன்று. அந்த மானியை எப்படி நுட்பமாக இழுத்து அதிக ஆற்றலைப் புலப்படுத்துவது என்பதை அவன் கற்றுக் கொண்டதன் பயனாக வெளிப்படுத்தப்பட்டதாகும்.

தோடர்களின் அன்றாட உணவுப் பழக்கம் பின்வருமாறு அமையும். இதனோடு கள்ளுக்கடையில் அவர்கள் குடிக்கும் போதைதரும்

[5] சராசரி 73.0

கள்ளையும் சேர்த்துக்கொள்ள வேண்டும்:

அ. உறைபால் தெளிவில் வேகவைத்த அரிசிப் பொங்கல்

ஆ. வெல்லமிட்டுச் செய்த சர்க்கரைப் பொங்கல்

இ. கடைவீதியில் வாங்கிய காய்கறிகளோடு கீரைகளையும் இட்டுக் கடைந்த கூட்டு, இயற்கையில் கிடைக்கும் காய்கறி கீரைகளையும் தோடர் பயன்படுத்துகின்றனர். கூரிய சிறு குச்சியைக் கொண்டு மலைப் பக்கங்களில் தரையில் படர்ந்துள்ள செடி கொடிகளை இவர்கள் தோண்டிக் கொண்டிருக்கக் காணலாம். தாங்கள் சிற்றின்ப விழைவைத் தூண்டும் மருந்துகளைப் பயன்படுத்துவதில்லை என எரிச்சலுடன் தோடர் கூறுவர். ஆண்களும் பெண்களும் உடலாற்றலை வளர்த்துக்கொள்ள ஒரு வகைக் கிழங்கினால் தயாரிக்கப்பட்ட சாலேப் மிசிரியைப் பாலிலிட்டுக் கொதிக்க வைத்துக் குடிப்பதாகக் கூறுகின்றனர். சாலேப் மிசிரி (Eulophia, Habenaria) இனங்களைச் சேர்ந்த செடிகளின் கிழங்குகளிலிருந்து தயாரிக்கப்படுவது.

இவர்கள் வாழும் பகுதியில் கிடைக்கும் உணவாகக் கொள்வதற்குரிய செடிகளும் கீரைகளும் வருமாறு:

1. திஸ்டில் என்ற வண்ணமலர் முட்செடியின் வேரையும் பூக்களின் காம்புகளையும் களைந்தபின் அதன் பட்டையினின்றும் சுவைச் சாறு அல்லது கறி தயாரிக்கின்றனர்

2. நீலகிரி பூனைக் காஞ்சொறிச் செடியின் விரைந்து வளரும் தளிர்களைப் பறித்து அதனை நசுக்கி அல்லது தட்டி அதில் ஒட்டியபடியிருக்கும் மயிர்போன்ற தூவிகளை அகற்றியபின் சுவைச் சாறாகவோ கறியாகவோ சமைப்பர். மந்தை அருகே வளர்க்கப்படும் இந்தச் செடியின் நாரைக்கொண்டு புட்கூலியைத் தைக்கின்றனர். பழங்காலத்தைப்போலத் தைக்க முள்ளைப் பயன்படுத்தாமல் கடைவீதியில் வாங்கும் ஊசியைப் பயன்படுத்துகின்றனர். இதன் பட்டையைக் கொண்டு நார் தயாரிக்க இப்பட்டையை கொதிக்கும் நீரில் சாம்பல் இட்டு வேகவைப்பர்.

3. முற்றாத மூங்கில் முளைகளையும் கறியாகச் சமைக்கின்றனர்.

4. முளைக்கீரை, தண்டுக்கீரை, பசலைக் கீரை முதலிய கீரைவகை களையும் சமைக்கின்றனர்.

பின்வரும் மரஞ்செடி கொடிகளில் கிடைக்கும் கனிவகைகளைத் தோடர் உண்கின்றனர் என க. ரங்காச்சாரி தொகுத்துள்ளார்:

Eugenia arnottiana	(நாகை)-இம்மரத்தின் பழத்திலிருந்து கிடைக்கும் கரிய சாற்றைத் தோடர் பெண்கள் தங்கள் முகத்தில் பூசி அழகுபடுத்திக் கொள்கின்றனர்.
Rubus ellipticus *Rubus molucanus* *Rubus lasiocarpus*	இவை மூன்றும் காட்டு ராஸ்பெர்ரி வகைச்செடிகள்.
Fragaria nilgerrensis	நீலகிரிப் பகுதிக் காட்டு ஸ்ட்ராபெர்ரி வகை.
Elaeagnus latifolia	திரு மாசன் இது பழ கேக், பழ ஜெல்லி ஆகியன செய்யப் பயன்படுவதாகக் கூறுகின்றார். தமிழில் இதனைக் கொழுங்கை வகை என்பர்.
Gaultheria fragrantissima	
Rhodomyrtus tomentosa	மலைக் கூஸ்பெர்ரி
Loranthus neelgherrensis	மரத்தில் ஏறும் புல்லுருவி
Loranthus loniceroides	மரங்களின் மேல் வளர்பவை
Elaeocarpus oblongus	பிக்கி மரம்
Elaeocarpus munronii	நரை பிக்கி மரம்
Berberis aristata	பார்பெர்ரி எனப்படும்
Berberus nepalensis	கொத்தாகச் சிவப்புப் பழங்களையுடைய புதர்ச் செடி
Solanum nigrum	எங்கும் சாலையோரத்தில் காணப்படும் கத்தரி வகைச் செடி
Vaccinium leschenaultii	களாக்காய், படகர் மொழியில்
Vaccinium nilgherrense	அந்துவன் எனப்படும்
Toddalia aculeata	முள்ளோடு கூடிய புதர்ச் செடி
Ceropegia pusilla	கிழங்கோடு கூடிய கொத்துச் செடி. இதன் கிழங்கைக் காட்டுப் பன்றிகளும் விரும்பி உண்ணும்.

மேலே கண்ட கனிவகைகளோடு உண்ணத்தக்க காளான்களையும் தோடர்கள் உணவாகப் பயன்படுத்துகின்றனர். தோடர் தங்கள் அன்றாட வாழ்க்கையிலும் சடங்குகளிலும் பயன்படுத்தும் மரங்கள், செடி கொடிகள் முதலியவற்றுக்கான தோடர்கள் வழங்கும் பெயர்களையும்

அவற்றுக்கான தாவரவியல் பெயர்களையும் ஒரு பட்டியலாக ரிவர்ஸ் தந்துள்ளார்.[6]

முன்னேற்றம் கண்ட அந்தக் காலகட்டத்தில் தோடர் குடிசைகளில் சமையல் முதலானவற்றுக்கான நெருப்புக்காக நெருப்புப் பெட்டியையே பயன்படுத்தி வந்தனர். பைகாரா பங்களாவில் என்னுடைய அளவு கருவிகளில் அளவு எடுத்துக்கொள்ள வந்தவர்கள் தயக்கம் ஏதுமின்றி நெருப்புப் பெட்டியைக் கேட்டு வாங்கி அவர்களுக்கு வழங்கப்பட்ட சுருட்டுக்களைப் பற்றவைத்த பின்பே அங்கிருந்து செல்லும் பழக்கத்தை மேற்கொண்டிருந்தனர். எனினும் பால் அறையின் எல்லையினுள் நெருப்புக் குச்சியைப் இவர்கள் பயன்படுத்துவதில்லை. அங்குக் கெயின்ஜி[7] *(Litsea wightiana)* மரக்குச்சிகள் இரண்டினைப் பயன்படுத்தியே நெருப்பு உண்டாக்குவர். இவற்றுள் ஒன்று இரண்டடி மூன்றங்குல நீளம் கொண்டதாக ஒருமுனை கூம்பு வடிவினதாக இருக்கும். மற்றொன்று இரண்டரை அங்குல நீளமுள்ளதாக ஓர் ஓரத்தில் அரைவட்ட வடிவினதான குழியோடு கூடியதாக இருக்கும். குறுகிய குச்சியில் ஓரத்தில் சிறு குழிவு உண்டாக்கி அதில் கடையும் குச்சியை வைத்துச் சுழலச் செய்வர். இந்தக் குழிவில் மரத்தூள் தோன்றிக் குவியலாக அமுங்கிக் கிடக்கும். உராய்வின் வேகத்தால் உண்டாகும் வெப்பம் உரிய அளவை எட்டும் போது இந்த மரத்தூளில் நெருப்பு பிடித்துக் கொள்கின்றது.[8] குறுகிய குச்சியில் உள்ள குழிவில் எளிதில் சுழலும் படியாக நீண்ட குச்சியைத் தரையில் வைத்துக் குழிவுள்ள பக்கத்துக்கு எதிர்ப் பக்கத்தின் மீது கால் பெருவிரலால் உறுதியாக அமுக்கிக் கொள்வர். அந்த அடிக் கட்டையின் குழிவில் சிறிது கரிப்பொடியையும் இடுவர். பின் நீண்ட குச்சியை உள்ளங்கைகளுக்கிடையே வைத்துக் கரிப் பொடியில் நெருப்புத் தோன்றும்வரை தயிர்கடைவதைப் போலச் சுழற்றியபடி இருப்பர். இவ்வாறு உண்டாக்கப்படும் நெருப்பையே தீ எனப்படும் மந்தைகளில் உள்ள பால் அறைகளிலும் ஆண்களின் பிணங்களை எரிக்கவும் பயன்படுத்துவர்.

6 *முந்து நூல், பின்னிணைப்பு* IV, 738. (*op.cit. Appendix.* IV,738).

7 படகர் வழக்கில் இம்மரத்திற்கான பெயர்.

8 R. Bache, *Royal Magazine,* August *1901.*

தோடர்களின் வழக்கமான சாவுச் சடங்குகள் பற்றிய ஒரு குறிப்பில்[9] வால்ஹவுஸ் குறிப்பிட்டிருப்பது வருமாறு: சிதையின் விறகு அடுக்கி முடிக்கப்பட்டவுடன் இரண்டு உலர்ந்த குச்சிகளைக்கொண்டு தீக்கடைந்து நெருப்பைப் பெறுகின்றனர். இதனை ஒதுக்குப்புறமான ஓரிடத்தில் மற்றவர்கள் கண்களில் படாதபடி மறைவாகவே நிகழ்த்துகின்றனர். தீக்கடைந்து நெருப்பைப் பெறுவதை மறை பொருளுடையதாகவும் புனிதமான செயலாகவும் இவர்கள் கருதுவதே இதற்குக் காரணம். ஒரு பெண்ணின் ஈமச் சடங்கின்போது சிதையில் நெருப்பு மூட்ட நான் நெருப்புக் குச்சியைக் கொடுத்து உதவியுள்ளேன்.

பால் அறையில் தீக்கடைய வழக்கமாகப் பயன்படுத்தப்படும் தீக்கடை கோலினை என் உதவியாளனான பிராமணன் தொட்டதால் அது தீட்டுப்பட்டதாகப் பயன்படாது போயிற்று. தோடர்களின் பால் மடத்தில் பிராமணர்களை அனுமதிப்பதில்லை என ஹார்க்னெஸ் பதிந்துள்ளார்.[10] அவ்வாறு ஒருவன் பால் மடத்தில் நுழைய நெருங்கு வதைப் பற்றிக் கேள்விப்பட்ட உடனே அங்கிருந்த சிறுவர்கள் விரைந்து வந்து அவனைத் தூர விரட்டினர். 'பலவகை மரங்களைத் தோடர் தீக்கடை கோலுக்காகப் பயன்படுத்துகின்றனர். தோடர் மொழியில் கெய்ஸ் அல்லது கெடஜ் *(Litsea wightiana)*, மோர்ஸ் *(Michelia nilagirica)* பர்சுகுடி *(Eloeagnus latifolia)*, மைன் *(Cinnamomum wightii)* என்பன குறிப்பிடத்தக்கவை' என ரிவர்ஸ் குறித்துள்ளார்.

'புனிதச் செயல்களுக்காக நெருப்பைக் கடைந்து தீயுண்டாக்கத் தோடர் மொழியில் கெய்ஸ் அல்லது கெடஜ் எனப்படும் மரக் குச்சியையே தீக்கடை கோலாகப் பயன்படுத்துகின்றனர். ஒரு சிறுவனைப் பாலாளாகப் பால் கறக்கத் தகுதியுடையவனாக ஆக்கி வைக்கும் தெசுகெராட் சடங்கிற்கு மட்டும் முளி மரக்கட்டைகளைப் பயன்படுத்துகின்றனர். ஒருவனைப் பால் மடத்திற்கு உரியவனாக்க நடத்தப்படும் நிரொதிடி சடங்கிற்குச் சடங்கை நடத்தும் உதவியாளன் முள்ளி மரக்கட்டையைக்கொண்டு நெருப்பு உண்டாக்கியபின் சடங்கைச் செய்துகொள்பவன் அதில் குளிர்காய்ந்து கொள்வான். தோடர் மந்தைகள் சிலவற்றுள் துட்மூக்கல எனப்படும் கல் வைக்கப்

[9] *இந்தியத் தொல்லியல்,* III, *1874* (*Ind. Ant.III,* 1874)

[10] *நீலகிரி மலைமுகட்டில் வாழும் தொல்குடியினம் ஒன்று பற்றிய விளக்கம், 1832*. (*Description of a Singular Aboriginal Race Inhabiting the Summit of the Neilgherry Hills.* 1832.)

பட்டுள்ளது. ஒரு காலத்தில் அதனை இரும்புத்துண்டால் கொட்டி நெருப்பு உண்டாக்கி வந்தனர் என ரிவர்ஸ் மேலும் தொடர்ந்து இது பற்றிக் கூறியுள்ளார்.

தோடர்களின் குடியிருப்பு மந்து எனப்படும். அதில் குடிசைகள், பால் மடம், கால்நடைகளுக்கான பட்டி ஆகியன இடம் பெற்றிருக்கும். 'மந்துவின் அமைப்பைப் பற்றி முனைவர் ஸோர்ட்[11] நன்கு விளக்கியுள்ளார். ஆகையினால் நான் அதனை இங்கு எடுத்துத் தருவதே ஏற்புடையதாக இருக்கும் எனக்கருதுகின்றேன். 'ஒவ்வொரு மந்துவிலும் வழக்கமாக ஐந்து குடிசைகள் இருக்கும். அவற்றுள் மூன்றினைக் குடியிருக்கவும் ஒன்றினைப்பால்மடமாகவும் ஒன்றினை இரவில் கன்றுக் குட்டிகளைக் கட்டிப் போடவும் பயன்படுத்துவர்.

இந்தக் குடிசைகள் குறுக்கே வெட்டப்பட்ட அரைப் பீப்பாய்களின் அமைப்புடையனவாக 10 அடி உயரமும் 18 அடி நீளமும் 9 அடி அகலமும் கொண்டனவாக இருக்கும். நுழைவதற்கான வாயில் 32 அங்குல உயரமும் 18 அங்குல அகலமும் கொண்டது. வாயிலை அடைக்கக் கதவு ஏதும் இல்லை. 4 முதல் 6 அங்குல கனமுடைய வாயிலைக் குறுக்கே முழுதும் அடைக்கப் போதுமான நீளமுள்ள கட்டையைக் குறுக்கே இடுவர். சரிந்து வாயிலை அடைக்கும் இக்கதவு குடிசையினுள்ளே தரையில் நடப்பட்டுள்ள இரண்டு பெரிய கட்டைகளில் பொருத்தப்பட்டிருக்கும். 30 அங்குலம் முதல் 36 அங்குல உயரமுடைய இந்தப் பலகைக் கதவை எளிதாக இப்படியும் அப்படியுமாகத் தள்ளி வைக்கலாம்.

குடிசையினுள் நுழைய வேறு வழிகள் எவையும் இல்லை. புகை வெளியேறவும் காற்று உட்புகவும் புகைபோக்கி, ஜன்னல் போன்ற அமைப்புகளும் இல்லை. குடிசையினுள் நுழையும் வாயில் மிகக் குறுகியதாக இருப்பதால் ஒருவன் கூனிக் குறுகித் தவழ்ந்தவனாகத் தான் உள்நுழைய முடியும். குடிசைகள் மூங்கிலை நெருக்கமாக அமைத்துப் பிரம்பங்கொடியினால் பிணைக்கப்பட்டு மழைநீர் உட்புகாதபடி கூரை வேயப்பட்டு ஒழுங்குற அமைத்திருக்கக் காணலாம். குடிசையின் பின்பக்கமும் முன் பக்கமும் மரக்கட்டைகள் வைத்துத் தடுக்கப்பட்ட சுவர்கள் இருக்கும்.

கூரை இருபக்கமும் வளைந்து பக்கவாட்டில் தரையோடு ஒட்டியதான அமைப்புடையது. முன்னால் உள்ள கட்டைச் சுவரிலேயே

[11] *முந்து நூல்* (op.cit).

நுழைவாயில் அமைந்திருக்கும். குடிசையின் உட்புறம் எட்டு முதல் பதினைந்து அடிச் சதுர அமைப்பு உடையதாகவும் நன்கு வளர்ந்த ஒருவன் நிமிர்ந்து நடமாடக்கூடிய உயரமான அமைப்பை உடைய தாகவும் இருக்கும். அதன் ஒரு புறம் சுமார் இரண்டடி உயரமுள்ள களிமண் மேடை அமைப்புக் காணப்படும். அம்மேடை மீது மான் அல்லது எருமையின் தோல் விரிக்கப்பட்டிருக்கும். இந்த மேடையையே தூங்கும் இடமாகப் பயன்படுத்துகின்றனர். இந்த மேடைக்கு எதிரில் அடுப்பு இருக்கும். அதனருகே உள்ள சற்றே உயர்ந்த மேடையில் சமையலுக்கான பாத்திரங்கள் இடம்பெறும். அதனருகே கூரையை எட்டும் அளவுக்கு விறகுக் கட்டுகள் பிரம்பங் கொடியால் கட்டப்பட்டு அடுக்கப்பட்டிருக்கும். அடுப்பருகிலேயே உலக்கை இடம் பெற்றிருக்கக் காணலாம். தரையில் உள்ள 7 முதல் 9 அங்குல ஆழமுள்ள குழியே உரலாகப் பயன்டுத்தப்படுகிறது. அடிக்கடி இடிக்கப் பயன்படுத்தப்படுவதால் தரையில் அமைந்துள்ள இக்குழி நன்கு கெட்டிப்பட்டுப் போயிருக்கும். மூன்று அல்லது நான்கு பித்தளைத் தட்டுகள், மூங்கிலாலான அளக்கும் படிகள், ஒரு கைக்கோடரி ஆகியனவே குடிசையில் இடம்பெற்றிருக்கும் பிற தட்டுமுட்டுச் சாமான்கள்.

ஒவ்வொரு குடிசையைச் சுற்றியும் கற்களை இரண்டு முதல் மூன்றடி உயர முள்ளனவாக அடுக்கிச் சுற்றுச் சுவர் எழுப்பி இருப்பர். (இதில் ஓர் எருமை நுழைந்து வரும் அளவுக்கு கடவு விடப் பட்டிருக்கும்). பால்மடம் மற்ற குடிசைகளைவிடச் சற்றே பெரியதாக இடையே மரக்கட்டைகளாலான தடுப்புச் சுவரைக் கொண்டிருக்கும். பால் மடத்தில் உட்பகுதி நெய், பால், தயிர் முதலியனவற்றைப் பாது காப்பாகத் தனித்தனியே பாத்திரங்களில் வைக்கும் பொருள்கள் வைக்கும் பகுதியாகப் பயன்படுத்தப்படுகிறது. பால்மடத்தின் முன் அறை பால்மடப் பூசாரி தங்கும் இடமாகப் பயன்படுத்தப்படும். பால்மடத்தின் தரை சமதளமாக அமைந்திருக்கும். அதன் ஒரு கோடியில் அடுப்பு இடம் பெற்றிருக்கும். அது இரண்டு அல்லது மூன்று பால் கலங்களை வைக்க ஏற்ற அமைப்பு உடையதாக இருக்கும். பால்மடம் குடியிருப்புக் குடிசைகளைவிட்டுச் சற்று விலகி இருக்கும்படியாகவே அமைக்கப்பட்டிருக்கும்.

கன்றுகளைக் கட்டிப் போட்டிருக்கும் குடிசைகள் எளிய அமைப்பு உடையனவாக குடியிருப்புக்கான குடிசைகளை ஒத்திருக்கும். மந்தையை அடுத்துக் கால்நடைகளை அடைக்கும் பட்டி இடம்

பெற்றிருக்கும். வட்டவடிவமாகக் கற்களைச் சுவராக அடுக்கி அமைக்கப்பட்டுள்ள இந்தப் பட்டிகளின் வாயில்களில் உறுதியான மரக்கழிகளைக் கொண்டு கால்நடைகள் வெளியேற முடியாதபடி தடுப்பு அமைப்பர். ஒவ்வொரு மந்துக்கும் எனத் தனியே கால்நடைகள் இருக்கும். தோடர் மந்துகளைப் பற்றி ரிவர்ஸ் குறித்திருப்பது வருமாறு:

> கிராமங்களை அடுத்து அவற்றை அடைவதற்கான ஒற்றையடிப் பாதைகளிருக்கும். இவற்றின் வழியாகவே மந்துகளை அடைய முடியும். கால்வொல் எனப்படும் இந்தக் கால்நடைத் தடங்களுக்குச் சில பகுதிகளில் தனித்த பெயரும் உண்டு. சிலவற்றில் பெண்கள் நடக்கக்கூடாது என்ற விதியும் உள்ளது. மந்துக்குள்ளும் குறிப்பிட்ட கால்தடங்கள் இருக்கும். அவற்றுள் இரண்டு குறிப்பிடத் தக்கவை. இவற்றுள் ஒன்று புனெட் கால்வொல் எனப்படும் பால்மடக்காரன் பால் மடத்திலிருந்து எருமைகளைப் பால்கறக்கச் செல்லும் வழியாகும். மற்றொன்று பெண்கள் பால்மடக் காரனிடமிருந்து மோர் பெற்றுக்கொள்ளச் செல்லும் மாஜ்வடித் கால்வொல் (மோர் வாங்கச் செல்லும் தடம்). பெண்கள் பால்மடத் திற்கும் அதனோடு தொடர்புடைய இடங்களுக்கும் மோர் முதலிய வாங்கிக்கொள்ள ஒரு குறிப்பிட்ட நேரத்திலேயே செல்ல அனுமதிக்கின்றனர்.

குடியிருக்கும் குடிசைகளின் அமைப்பை ஒத்தனவான பால் மடங்களோடுகூடத் தனியே பால்மடக் கோயில்கள் எனப்படும் கூர்ங் கோபுர அமைப்புடைய தனித்த கட்டமைப்புக்களையும் தோடர் பெற்றுள்ளனர். நீலகிரிப் பகுதியில் முட்டநாடு மந்து, கோத்தகிரி, சோலூர், முடிமந்து ஆகிய நான்கிடங்களில் இத்தகைய பால்மடக் கோயில்கள் உள்ளன. முடிமந்துவில் உள்ள கோயில் சிதைந்து அழிந்த நிலையில் உள்ளது. அதனை விரைவில் மீண்டும் கட்டிப் புதுப்பிக்கப் போவதாக எனக்குத் தெரிவித்தனர்.

முன்பு கூர்ங்கோபுர அமைப்பில் இருந்த பல பால்மடங்கள் மீண்டும் புதுப்பிக்கப்படும்போது அவற்றைத் திரும்பக் கூர்ங் கோபுர அமைப்புடையனவாக அமைப்பதில் உள்ள தொல்லைகள் காரணமாகவும் வேலைப்பளு காரணமாகவும் பழைய அமைப்பை உடையனவாகப் புதுப்பிக்கப்படாது குடிசையமைப்பு உடையன வாகப் புதுப்பிக்கப்பட்டிருக்க வேண்டும் என ரிவர்ஸ் என்னிடம் தெரிவித்தார்.

முட்டநாடு மந்துவைச் சேர்ந்ததாகச் சீகூர் கணவாயின் உச்சியில் அமைந்திருக்கும் கூர்ங்கோபுர அமைப்புடைய பெரிய கட்டிடத்தை உதக மண்டலத்தைச் சேர்ந்த வேட்டைக்காரர் தோடரின் தலைமைத் திருக்கோயில் (Toda Cathedral) எனக் குறிப்பிடுவது வழக்கம். இதன் அடிப்பகுதி கற்களால் வட்ட வடிவமாக அமைந்துள்ளது. அதன் மேலிடப்பட்டுள்ள உயர்ந்த கூர்ங்கோபுர அமைப்பிலான கூரையின் மீது ஒரு தட்டையான கல்லைப் பொருத்தியுள்ளனர். அதனைச் சுற்றிலும் கற்களை வைத்து வட்டமாகச் சுற்றுச் சுவரும் எழுப்பப் பட்டுள்ளது.

இந்தப் புனித பால்மடக் கோயிலினுள் மற்றவர்கள் செல்ல அனுமதிக்கப்படுவதில்லை. அதனுள் பால்கறக்கும் கலங்களும் பால்மடத்திற்குரிய பொருள்களும் செம்பாலான மணியின் உருவில் ஒரு சாமியும் இருப்பதாக எங்களிடம் தெரிவித்தனர். பால்மடக்காரன் பாலாள் அல்லது வொர்சொல் எனப்படுவான். அதன் அருகே அமைந்துள்ள கால்நடைப் பட்டியின் முன்னே நான் புல்வெளியால் மூடப்பட்ட திடல் ஒன்றினைக் கண்டேன். அது புனிதமான இடம் என என்னிடம் கூறினார். அந்தத் திடல் இறந்தவர்களைப் புதைப்பதற்கு உரியதன்று. எனினும் இறந்தவர்களின் உடலை அதனருகே வைத்து அதிலிருந்து கொஞ்சம் மண்ணை எடுத்துப் பிணத்தின் மீது இட்டபின் பிணத்தைச் சுடுகாட்டுக்கு எடுத்துச் செல்லும் வழக்கம் உள்ளது. சிறப்புக்கு உரியதல்லாத சாவுச் சடங்குகளின்போது இந்தத் திடல் அருகிலே எருமையைப் பலியிடுதல் வழக்கம்.

கர்னல் மார்ஷல் இந்தக் கூர்ங்கோபுர அமைப்புக்களைப் பற்றி தெரிவிப்பதாவது:[12] ‘இந்த மடங்கள் உண்மையில் தோடரால் அமைக்கப்பட்டவையல்ல. இவை தோடரைப்போலவே இந்த மலையில் தோடரோடு கூட வந்து அடைக்கலம் புகுந்த இவர்களோடு உறவுடைய வேறொரு பழங்குடி இனத்தவர்களது ஆகலாம். அவர்கள் தோடர் கண்முன் அழிந்து போன ஒரு பழங்குடி இனத்தவர்களாதல் வேண்டும்.’

தோடர் மலபாரைச் சேர்ந்த ஒன்று அல்லது அதற்கு மேற்பட்ட பழங்குடி இனத்தவர்களின் வழித்தோன்றல்களாகலாம் என்ற கருதுகோளினை ரிவர்ஸ் முன்வைத்துள்ளார். எனினும் இவர்களுடைய

[12] *தோடரிடையே ஒரு மண்டையோட்டு ஆய்வாளர்* .1873 (*A Phrenologist among the Todas*, 1873).

தோற்றம் பற்றிய உண்மை இன்னமும் அறிஞர்களால் தெளிவுபடுத்த முடியாத ஒன்றாகவே உள்ளது. நீலகிரி மாவட்டத்தின் ஆணையராக இருந்த காலத்தில் பிரீக் கண்டாய்ந்த[13] நீலகிரி மேட்டுநிலம் சார்ந்த கல்மாடங்களைக் கட்டியவர்கள் யாரென்பதும் இதனைப் போலவே கண்டு தெளிய இயலாத புதிராகவே இருந்து வருகின்றது.

பிரீக்ஸ் சேகரித்த தொல்பொருள்களுள் பலவும் இன்று சென்னை அருங்காட்சியகத்தில் பாதுகாப்பாக வைக்கப்பட்டுள்ளன. இந்தத் தொகுப்பைச் சேர்ந்த மண்பாண்டங்கள் தென்னிந்தியாவில் வேறெங்கும் காணப்படாத தனித்த அமைப்புடையவை. இந்தத் தொகுப்புப் பற்றி ஆர். புரூஸ் புட் பின்வருமாறு எழுதுகின்றார்:[14] ‘இவற்றுள் குறிப்பிடத்தக்கவை உயரமான அமைப்புடைய குடுவைகளாகும். பல அளவுகள் கொண்ட குறுக்களவு உடையன வான இவற்றின் அடிப்பக்கம் வட்டமாகவோ உருளை வடிவின வாகவோ மண்ணாலான திரிகையின் மீதும் கொழி மண்ணில் குத்தியும் பொருந்தும்படியாக வைக்க ஏற்ற அமைப்புடையவை. இந்தக் குடுவைகள் குவிந்த அமைப்புடைய மூடிகளைக்கொண்டவை. இந்த மூடிகளின் மீது பல்வேறு உருவங்களில் மனிதர்களும் விலங்குகளும் அமர்ந்திருப்பது போலவும் நின்றிருப்பது போலவும் அமைக்கப் பட்டிருக்கக் காணலாம்.

சிலவற்றின் மீது உயிரற்ற பொருள்களின் உருவங்கள் அமைக்கப் பட்டுள்ளன. எனினும் இந்த உருவங்கள் அனைத்தும் பரும் போக்காக அமைந்தனவே. அழுக்கற்றனவாகவும் முரடாகவும் இவற்றில் உள்ள ஆண்-பெண் உருவங்கள் தோற்றம் தந்தாலும் இவற்றைப் படைத்த காலத்தில் வாழ்ந்த மக்களின் நாகரிக நிலையை இவை புலப் படுத்துவதோடு அந்நாளில் வழக்கிலிருந்த ஆடை அணிகள் மக்கள் கையில் எடுத்துச் சென்ற படைக்கருவிகள், தொழில் கருவிகள் ஆகியன பற்றியும் அறிந்துகொள்ளத் துணைசெய்கின்றன. விலங்குகளுள் சில அக்காலத்தில் அவர்கள் வீட்டில் வளர்த்தவை; சில அவர்களால் வேட்டையாடப்பட்டவை; மற்றும் சில அவர்கள் வணங்கி வழிபட்டவை எனத் தெரியவருகின்றது. அவர்களுடைய வீட்டு

[13] நீலகிரி தொல்குடிகளும் நினைவுச் சின்னங்களும், 1873 (J. W.Breeks, *Account of the Primitive Tribes and Monuments of the Nilgiris,* 1873)

[14] *வரலாற்றுக்கு முந்தைய தொல் பொருள்களின் வகைப்படுத்தப்பட்ட பட்டியல்,* அரசு அருங்காட்சியகம், சென்னை, 1901. (*Catalogue of the Prehistoric Antiquities,* Government Museum, Madras, 1901)

விலங்குகள் பலவற்றுள்ளும் குறிப்பிடத்தக்கனவாக உள்ளவை எருமைகளும் ஆடுகளுமே.

இந்த விலங்குகளின் கழுத்தில் மணியும் மாலைகளையும் அணியப்பட்டிருப்பதோடு அவற்றின்மீது பூசப்பட்டுள்ள வண்ணங்கள் அவை வேறு பல அணிகளையும் அணிந்தனவாக இருந்திருக்க வேண்டும் என்பதை உணர்த்துகின்றன. இன்றும் இப்பகுதியில் வீட்டு விலங்குகளை இதுபோல அலங்கரிக்கும் வழக்கம் நிலவிவருகின்றது. இந்த உருவங்களுள் குறிப்பிடத்தக்கவை குதிரைமீது சவாரி செய்யும் தாடியோடுகூடிய மனிதர்களுடையவை. தோடர்களின் இன்றைய எருமைகளை உருவில் ஒத்த பெரிய கொம்புகளோடுகூடிய எருமை உருவங்களும் இந்த உருவங்களுள் உள்ளன. சாவுச் சடங்குகளின் போது பலியிடப்படும் தோடர் எருமைகள், கழுத்தில் மணியோடு காட்சி தருவதைப் போலவே இவையும் மணியோடு காட்சி தருகின்றன.

தோடரிடையே இருவகையான பால்மடங்கள் வழக்கில் உள்ளதாகத் தெரியவந்துள்ளது. இவற்றோடு மூன்றாவதாகத் தீ மந்து என்ற ஒருவகைப் பால்மடமும் இருப்பதாகத் தெரிகிறது. அது பற்றி அவர் பின்வருமாறு எழுதுகின்றார்: 'தீ (ti) என்பது ஒரு அமைப்பின் பெயராகும். அது குறிப்பிட்ட எண்ணிக்கையிலான எருமைகளோடுகூடிய பல பால்மடங்களையும் மேய்ச்சல் வட்டாரங் களையும்கொண்டது. இந்த அமைப்புக்கு பாலோள் என்பவன் தலைமை பூண்டு நடத்துவான். அவனுக்குக் கல்த்பேர்க் என்ற உதவியாளன் உள்ளான்.

ஒவ்வொரு பால்மடமும் அதனோடு இணைந்த கட்டிடங்களையும் மேய்ச்சல் நிலங்களையும் சேர்த்து தீ மந்து (தீ கிராமம் - ti village) எனப்படும். ஒரு தீயைச் சேர்ந்த எருமைகள் 'பெர்சினர்' எனவும் 'புனிர்' எனவும் இருவகையாகப் பாகுபடுத்தப்பட்டிருக்கும். புதீர் பிரிவினைச் சேர்ந்த எருமைகள் சாதாரண வகையாகும். தீயினைச் சேர்ந்த பால்மடச் சடங்குகள் இவற்றினுடைய பாலைக்கொண்டே நிகழ்த்தப்படும். புனிர் எருமைகள் கிராமத்துப் பால்மடத்தைச் சேர்ந்த எருமைகளை ஒத்தவை. இவற்றின் பாலும் பால்பொருள்களும் பாலோளின் சொந்த உபயோகத்திற்கும் விற்பனைக்கும் உரியவை. இவற்றுக்குத் தனித்த சடங்குகளோடு எத்தகைய தொடர்பும் இல்லை. பாலோள் ஆகப் பொறுப்பு வகிப்பவன் அச்சமயம் தன் வீட்டிற்கோ வேறு மந்து களுக்கோ செல்லுதல்கூடாது. வேறொரு தீ மந்துக்கு

அவன் செல்லலாம். வெளியுலகத்தோடு அவன் தன் உதவியாளன்ன கல்த் போக் வாயிலாகவே தொடர்புகொள்ள வேண்டும். தீயிற்கு அவனைக் காண வருபவர்களும் அவனுடைய உதவியாளர் வாயிலாகவே அவனோடு தொடர்புகொள்ள வேண்டும். பாலோள் ஒரு ஆற்றினைக் கடக்க வேண்டியிருந்தால் அவன் பாலத்தின் வழியாகச் சென்று கடத்தல்கூடாது. ஆறில் பாலோளுக்கு என உரியதான குறிப்பிட்ட துறைகளில் இறங்கி நடந்தே ஆற்றைக் கடக்க வேண்டும். பாலோள் பிரமச்சரியம் மேற்கொண்டவனாக இருத்தல் வேண்டும். திருமணம் ஆனவனாயின் அவன் தோடர் வழக்கப்படி அவனுக்கும் அவன் உடன்பிறந்தவர்களுக்கும் உரியவளான மனைவியை அவர்களுக்கே உரியவளாக விட்டுப் பிரிந்துசெல்ல வேண்டும்.

பைகாரா அருகிலே உள்ள தீயிற்கு முன்பே தகவல் தந்த பிறகு நான் நேரில் சென்றேன். அதன் அருகே சுமார் முப்பதும் ஐம்பதும் வயதுடையவர்களான நல்ல உடல்வாகோடு கூடிய இரண்டு பாலோள் களைக் கண்டேன். அவர்கள் கறுப்பு வண்ண உடை உடுத்தியிருந்தனர். எட்டும் பத்தும் வயதான கோவணம் மட்டும் அணிந்த அவர்களுடைய கல்த் போக் எனப்படும் உதவியாளர்கள் தரையில் குந்தியபடி எங்களுக்காகக் காத்திருந்தனர். பாலோள்களுக்கு மரியாதை தெரிவிக்கும் எங்களுக்குத் துணையாக வந்த தோடர் மூவரும் தங்கள் வலது கையைப் போர்த்திருந்த புத்குளிப்பை விலக்கிவிட்டுக் கொண்டதோடு தலைப்பாகை அணிந்திருந்த ஒருவன் தன் தலைப் பாகையையும் எடுத்துவிட்டான். நான் அந்த மந்துவை ஒளிப்படம் எடுத்தால் அதனால் ஏற்படும் தீட்டைப் போக்கிப் புனிதப்படுத்த ஆகும் செலவைச் சரிக்கட்டப் பாலோள்கள் பத்து ரூபாய் வேண்டு மெனக் கேட்டதால் நீண்டதொரு பேரம் நிகழ்ந்தது. இறுதியாக ஒரு சிறுதொகை தருவதாக வாக்குறுதி தந்தபின் அவர்கள் ஒளிப்படம் எடுக்கத் தங்கள் உடன்பாட்டைத் தெரிவித்தனர். அவர்கள் தங்கியுள்ள குடிசை பாலோள்கள், கல்த் போக்குகள், அந்தக் குடிசையில் வளரும் பூனை ஆகியோர் அடங்கிய குழுவின் ஒளிப்படம் எடுக்கப்பட்டது.

பாலோள் பாலம் வழியாக ஆற்றைத் தாண்டிச் செல்லக்கூடாது என்பதுதொடர்பாகச் சில வழக்கங்கள் மேற்கொள்ளப்படுகின்றன. பைகாரா பங்களாவை அடுத்து ஓடும் ஆற்றினைத் தோடர் புனிதமானதாகக் கருதுகின்றனர். ஆற்றுத் தெய்வத்தின் கோபத்திற்கு உள்ளாக வேண்டிவரும் என்ற காரணத்தால் கருவுற்றுள்ள தோடர்

இனப்பெண்கள் அந்த ஆற்றைக் கடப்பதில்லை. தோடர்கள் அந்த ஆற்றின் நீரைப் பயன்படுத்தாத தோடுகூட வேறு வழியில்லாத போதே அதனைத் தொடவோ அதில் இறங்கவோ செய்வர். அவ்வாறு இறங்கி அதனைக் கடந்து அக்கரை சேர்ந்தவுடன் அதற்குத் தலை தாழ்த்தி வணக்கம் செய்வர். பைகாரா பாலத்தின்மீது நடந்து அதனைக் கடக்கும்போது தங்கள் புத்குளிக்கு உள்ளிருக்கும் கையைத் தங்கள் பணிவைத் தெரிவிக்கும் வகையில் வெளியே எடுத்துவிட்டுக் கொண்டு செல்வர்.

பைகார ஆற்றின் தோற்றம் பற்றி விசித்திரமான வழக்கு வரலாற்றை எங்களுக்கு எடுத்தோதினர். பல ஆண்டுகளுக்கு முன் ஒரு தோடனும் அவனோடு உடன்பிறந்தவன் மகனும் தேனெடுக்கப் புறப்பட்டுச் சென்றனர். சில மைல் தூரம் நடந்து சென்றபின் அவர்கள் இருவரும் வேறு வேறு வழிகளில் பிரிந்து சென்றனர். சிறுவனின் பெரியப்பாவிற்குத் தேன் கட்டு ஏதும் அகப்படவில்லை. அந்தச் சிறுவன் இரண்டு கண்டிகள் (மூங்கிலாலான படிகள்) தேன் சேகரித்தான். இதனை முழுவதுமாகத் தனக்கே உரியதாக வைத்துக் கொள்ள ஒரு சிறிதளவு தேன் போக எஞ்சிய அனைத்தையும் ஒரு பாறையிடுக்கில் மறைத்து வைத்துவிட்டுத் தனக்குக் கிடைத்தது தன்னிடமுள்ள கொஞ்சம் தேனே எனத் தன் பெரியப்பாவிடம் பொய் கூறினான்.

மறுநாள் அச்சிறுவன் தான் தேனை மறைத்து வைத்திருந்த இடத்திற்குத் தனியே சென்றான். அங்குத் தேனோடு கூடிய மூங்கில் கண்டிகள் இரண்டும் பாம்புகளாக ஆகிவிட அவற்றின் அடியே இருந்து தேன் ஒழுகி வழிந்தபடி இருக்கக் கண்டான். இதனைக் கண்டு அச்சமுற்ற அவன் அங்கிருந்து ஓட்டம் எடுத்தான். அந்தப் பாம்புகள் அஞ்சியோடும் அவனை துரத்தியபடி பின் சென்றன. (அவை மனிதர் களைத் துரத்தும் மரத்தில் வாழும் நச்சுப் பாம்புகளாகலாம்). சில நிமிடம் ஓடியபின் அவன் தன் வழியில் ஒரு முயல் குறுக்கே வரக் கண்டான். புத்தி கூர்மையுடையவனான அவன் தன் உடலில் உடுத்தி யிருந்த துணியை அந்த முயல் மீது அவிழ்த்துப் போட்டபடி ஓடினான். அந்த முயலை ஒரு மனிதன் எனத் தவறாகக் கருதியனவாக அவனைத் துரத்தி வந்த பாம்புகள் அந்த முயலைத் துரத்தத் தொடங்கின. முயல் வேகமாக ஓடி ச் சென்று சூரியனையே அடைந்துவிட அதைத் துரத்திச் சென்ற பாம்புகள் தங்கள் படத்தால் சூரியனை மறைக்கத் தொடங்கின. இதன் காரணமாகவே சூரியகிரகணம் தோன்றலாயிற்று. மூங்கில்

கண்டிகளிலிருந்து வழிந்த தேனே பைகாரா ஆறாகப் பெருக்கெடுக்க லாயிற்று.

எருமைகள் கூட்டமாக இடம்பெயர்ந்து செல்லுதல் தொடர்பாக ரிவர்ஸ் பின்வருமாறு கூறுகின்றார்: 'ஆண்டில் குறிப்பிட்ட சில பருவங்களில் ஓர் ஊரையும் தீயனையும் சேர்ந்த எருமைகள் ஓரிடத்தைவிட்டு மற்றோர் இடத்திற்குப் புலம் பெயர்ந்து செல்லுதல் வழக்கம். சில சமயங்களில் ஓர் ஊரைச் சேர்ந்த எருமைகள் புலம்பெயர்ந்து செல்லும்போது அந்த ஊரார் அனை வரும் அவற்றின் பின்னால் செல்வதும் உண்டு. சில சமயங்களில் பால்மடங்களின் பொறுப்பாளர்களும் ஓரிரு ஆண்களும் மட்டுமே எருமைகளைப் பின்தொடர்ந்து செல்வர். இவ்வாறு எருமைகள் இடம்பெயர்ந்து செல்வதற்கு இரண்டு முக்கிய காரணங்கள் உள்ளன. புதிய மேய்ச்சல் நிலங்களின் உடனடித் தேவையே இதற்கான தலையாய உடனடிக் காரணமாகும். மற்றொரு குறிப்பிடத்தக்க காரணம் சில ஊர்களும் பால் மடங்களும் தொன்று தொட்டு இன்றுவரை மிகப் புனித மானவையாகக் கருதப்பட்டு வருவதால் அவற்றிடம் மரியாதை காட்டும் பொருட்டு எருமைகளை அங்கு ஓட்டிச் செல்வது பழங் காலத்திலிருந்து மேற்கொள்ளப்படுகின்ற வழக்கமாக உள்ளது.'

எச்.சி.வில்சன் தான் நேரில் பார்த்து விவரித்துள்ள பின்வரும் எருமைகளின் புலம்பெயர் நிகழ்ச்சி பற்றிய விவரங்களுக்கு நான் அவருக்குக் கடப்பாடுடையேன்: 'ஆண்டு தோறும் எருமைகள் குந்தாவிற்கு இடம் பெயர்ந்து செல்லும்போது அவலாஞ்சியிலிருந்து சிஸ்பாறாவிற்குச் செல்லும் ஒற்றையடிப் பாதையை அவை நெருங்கும்போது குறிப்பிடத்தக்கதொரு வழக்கத்தை நான் பார்ப்பதுண்டு. அந்தப் பாதைக்கு மறுபக்கம் தோடர் குடும்பம் வந்து காத்திருப்பது வழக்கம். பெண்கள் புல்லின் மீது அமர்ந்தவர்களாகப் புனிதம் வாய்ந்த எருமைக் கூட்டத்திற்காகக் காத்திருப்பர். ஒரு குறிப்பிட்ட பாதையில் நாட்டுப்புறத்தைக் கடந்து வந்த எருமைக் கூட்டம் அவலாஞ்சி சிஸ்பாறாவிற்கு மேலே உள்ள மலைப் பகுதியில் இருநூறு அல்லது முந்நூறு கெஜம் தூரத்தை ஒற்றையடிப் பாதையில் கடந்து செல்ல வேண்டும். சாதாரண எருமைகளும் புனிதத்திற்குரிய எருமைகளும் ஒன்றாகக் கலந்தே செல்லும். சாதாரண எருமைகள் சிஸ்பாறா பாதையின் மேலாகச் செல்ல புனிதத்திற்குரிய எருமைகள் ஒன்றன்பின் ஒன்றாக சிஸ்பாறாவிற்குக் கீழே உள்ள பாதையில் சென்று இறுதியாக ஓடையைக் கடந்து சோலையினுள்

புகுந்து பள்ளத்தாக்கின் மறுபக்கத்தைச் சென்று சேரும். புனிதத் தன்மைவாய்ந்த எருமைகள் ஒற்றையடிப் பாதையைக் கடந்து சென்றதும் தோடர் இன ஆண்கள் தங்கள் வீட்டுக்குரிய தட்டுமுட்டுச் சாமான்களைக் கீழே வைத்துவிட்டுப் பெண்களும் சிறுமியரும் உட்கார்ந்திருக்கும் இடத்தை அடைந்து அவர்களை ஒவ்வொருவராகத் தூக்கிச் சென்று எருமைகள் கடந்துபோன பாதைக்கு மேலாக உள்ள மலைப்பகுதியில் விடுவர்.

தோடர்களுள் ஒருவன் என்னிடம் புனித எருமைகள் நடந்த தடத்தில் பெண்கள் காலடி வைத்து நடக்க அனுமதிக்கப்படாததே இவ்வாறு அவர்கள் தூக்கிச் செல்லப்படுவதற்குக் காரணம் என விளக்கினான். இந்த எருமை மந்தை இடம்பெயர்ந்து செல்லும்போது குறிப்பிட்ட ஒரு பாதை வழியாகச் செல்வதையே வழக்கமாகக் கொண்டுள்ளது. மந்தையைச் சேர்ந்த வயதான எருமைகளுக்கு எந்தப் பாதை வழியாகச் செல்ல வேண்டும் என்ற விவரம் தெரிந்திருப்பதால் அவை மற்ற எருமைகளைச் சரியான வழியில் நடத்திச் செல்கின்றன.

1885ஆம் ஆண்டில் நீலகிரியில் வருவாய்த்துறையினரின் நில உடைமை பற்றிய இறுதி ஏற்பாட்டின் மீதான தனது அறிக்கையில் ஆர்.எஸ். பென்சன் தோடர் எந்தவகையான குத்தகை உரிமை அடிப்படையில் நிலத்திற்கு உரிமை உடையவர்களாக உள்ளனர் என்பது பற்றித் தொகுத்துக் கூறியுள்ளது வருமாறு: 'நீலகிரியில் தொடக்கத்தில் வந்து குடியேறிய ஐரோப்பியர்கள் அவர்களுள்ளும் குறிப்பாகச் சல்லிவன் நீலகிரி மேட்டுநிலத்தின் மீதான தோடர்களின் உடைமை உரிமையைத் தீவிரமாக ஆதரித்தனர். எனினும் லூயிங்டன் தலைமையிலான பிறிதொரு கூட்டம் மேற்கூறிய கருத்தை எதிர்த்ததோடு மாநிலத்தில் பொதுவாக வழக்கில் உள்ள உழவர் குடியுரிமை அடிப்படையிலேயே தோடரும் இப்பகுதியை அனுபவித்து வருகின்றனர் என வாதிட்டது.

பன்னெடுங்காலமாக நிலத்தைப் பயிரிட்டு வரும் படகரிடமிருந்து தோடர், கூட எனப்படும் கூடையில் தானியத்தைப் பெறும் உரிமையைப் பெற்றவர்களாக இருந்து வருகின்றனர். இது படகர் தோடரின் மேய்ச்சலுக்கு உரிய நிலத்தைப் பயிரிடுவதற்காக எடுத்துக் கொண்டு அதனை மேய்ச்சலுக்குத் தகுதியற்றதாகிவிட்டதற்கான இழப்பீடாகும். எனினும் படகர் இவ்வாறு தானியம் செலுத்துவது தோடரின் மன எரிச்சலால் ஏற்படும் தீங்கினுக்குத் தாங்களும் தங்கள் கால்நடைகளும் ஆளாகாமல் காத்துக்கொள்வதையே முக்கிய

நோக்கமாகக் கொண்டது எனவும் கூறுவர். குறும்பரைப்போலவே (பார்க்க: தனிக்கட்டுரை) தோடரும் மாந்திரீகத்தில் கைதேர்ந்தவர்கள் எனப் படகர் கருதுவதே இத்தகைய அச்ச மனப்பான்மைக்குக் காரணமாகும்.

நீலகிரியில் வந்து குடியேறிய ஐரோப்பியர்களுங்கூடத் தோடரிட மிருந்து நிலத்தை விலைக்கு வாங்கியுள்ளனர். உதகமண்டலத்தைச் சுற்றியுள்ள பகுதியில் தோடரின் வழக்கமான மேய்ச்சல் உரிமையில் குறுக்கீடு செய்தமைக்கு இழப்பீடாக அரசு ஆண்டுதோறும் ரூ.50 இன்றுவரை செலுத்திவருகின்றது. 21-1-1843 நாளிட்ட ஆணையில் கிழக்கிந்தியக் கம்பெனியின் முகவர்கள் இறுதியானதொரு முடிவை வெளியிடும்வரை இவர்கள் உரிமை இரண்டுங் கெட்டான் நிலையிலேயே இருந்தது.

அரசுக்கு உரிமையுடையதான நிலத்தில் ஒரு சிறு தொகையை வரியாகச் செலுத்தி அதில் தங்கள் கால்நடைகளை மேய்க்கும் உரிமையைத் தவிர வேறெந்த உரிமையும் தோடருக்கு இல்லை யென அந்த ஆணையில் கூறப்பட்டுள்ளது. அவர்கள் மந்துகளில் தங்கி வாழும் உரிமைக்கும் வழிபாடு நடத்தும் இடங்களுக்கும் புதிதாக வந்து குடியேறுபவர்களால் எத்தகைய இடையூறும் ஏற்படாத படி பார்த்துக்கொள்ள வேண்டும் எனவும் அந்த ஆணையில் கூறப் பட்டுள்ளது. இதன் அடிப்படையில் ஒவ்வொரு மந்துக்கும் மூன்று புல்லாஸ் (11.46 ஏக்கர்) என்ற அளவில் நிலவுரிமைப் பட்டா வழங்கப்பட்டது.

1863இல் கிராண்ட் ஒவ்வொரு மந்துக்கும் மேலும் ஒன்பது புல்லாஸ் (34.28 ஏக்கர்) வழங்க அரசிடம் அனுமதி பெற்றார். இவ்வாறு வழங்கப்பட்ட நிலத்தை அவர்கள் மேய்ச்சலுக்காக மட்டும் பயன்படுத்திக் கொள்ளலாம். அதனை மற்றவர்களுக்கு விற்கவோ அதில் நிற்கும் மரங்களின் மீது உரிமை கொண்டாடவோ தோடர் களுக்கு உரிமையில்லை எனவும் அந்த ஆணையில் கூறப்பட்டுள்ளது. இவ்வாறு தோடர்களுக்கு உரிமையாக்கப்பட்ட நிலங்கள் இன்று மற்றவர்களுக்கு உரிமையாக்க முடியாது தோடர் சமூகத்திற்குரிய பொதுவுடைமையாகப் பாவிக்கப்பட்டு வருகின்றது. உரிய அனுமதி யின்றி தோடருக்குரிய நிலத்தைத் தங்கள் உரிமையாக்கிக் கொள்பவர் களுக்குத் தண்டத் தீர்வை விதிக்கப்படும் என்ற 18-4-1882 நாளிட்ட அரசு ஆணை பிறப்பிக்கப்பட்ட பிறகு அவ்வாறு தோடருக்குரிய நிலத்தை மற்றவர்கள் தங்கள் உரிமையாக்கிக் கொள்ளும் போக்கு

தடுக்கப்பட்டுள்ளது. இந்த ஆணை பிறப்பிக்கப்படும்வரை விலைக்கோ குத்தகைக்கோ தோடருக்குரிய நிலத்தைப் பிறர் உரிமையாக்கிக்கொள்வது அடிக்கடி நிகழும் நிகழ்ச்சியாக இருந்தது. இந்த ஆணையும் இதனை நடைமுறைப்படுத்த அமர்த்தப்பட்டுள்ள அரசுப் பணியாளர்களும் மேற்கூறிய நடைமுறையைக் கட்டுப்படுத்தப் போதுமானதா என்பதைப் பொறுத்திருந்தே பார்க்கவேண்டும்.

தோடர்களுடைய நிலத்தைப் பாதுகாக்கும் நடவடிக்கையாக 1893இல் அரசு அவர்களுடைய நிலத்தை மேற்பார்க்கும் பணியைத் தன் பொறுப்பில் எடுத்துக் கொண்டது. இதற்கான சட்ட வரைவுகள் வனத்துறையினரால் இயற்றப்பட்டன. இதனால் நிலத்தின் மீதான தோடரின் உரிமைக்கு எவ்வகையிலும் கேடு நிகழாதபடி பார்த்துக் கொள்ளப்பட்டுள்ளது. இந்தச் சட்ட வரைவுகளின் சுருக்கம் வருமாறு:

1. தோடருக்குரிய நிலத்திலிருக்கும் மரங்களை வெட்டவோ பட்டை நீக்கி வளையம் இடவோ, பட்டைகளையும் இலைகளையும் நீக்கவோ தீங்குண்டாக்கவோ கூடாது. அந்த நிலத்திலிருந்து மரங்களை அகற்றல் மரங்கள் தரும் பொருள்களைச் சேகரித்தல் ஆகியனவும் தடைசெய்யப்படுகிறது. தோடருக்குரிய நிலத்தில் குழிகள் தோண்டிக் கல்லெடுத்தல், பாறைகளை உடைத்தல், பயிர் செய்ய உழுதல், கட்டிடம் கட்டுதல், கால்நடைகளுக்கான கொட்டகையிடுதல் ஆகியனவும் தடைசெய்யப்படுகின்றது. பட்டாவில் பெயர் குறிக்கப்பட்டுள்ள தோடரைத் தவிர வேறு எவரும் அந்நிலத்தில் கால்நடைகள், மறி, ஆடு, ஆகியனவற்றை நீலகிரி மாவட்ட ஆளுநரின் அல்லது அவரிடமிருந்து அதிகாரம் பெற்ற அலுவலரின் அனுமதியின்றி மேய்த்தல் கூடாது.

2. தோடருக்குரிய எந்த நிலப்பகுதியையும் மாவட்ட ஆட்சியர் காட்டுத்தீ தடுப்பு நடைமுறைக்கு உட்பட்டதாகத் தேர்ந்தெடுக்கலாம்.

3. தோடருக்குரிய நிலத்தில் மாவட்ட ஆட்சியரிடமிருந்து உரிமம் பெறும்வரை வேட்டையாடுதல், வேட்டை விலங்குகளை வெளிப்படுத்த கொட்டி முழக்குதல், துப்பாக்கியால் சுடுதல் ஆகியனவற்றிலும் யாரும் ஈடுபடுதல் கூடாது.

4. அந்நிலத்தில் விலங்குகளை வீழ்த்த வலைவிரித்தல், கண்ணி வைத்தல், பொறிகள் அமைத்தல் ஆகியனவும் தடைசெய்யப் படுகிறது.

5. நீலகிரியைச் சேர்ந்த சொந்த நிலப் பட்டாப் பெற்றுள்ள

தோடர்களுக்குத் தங்கள் பட்டா நிலத்தைப் பொறுத்தவரை மேற்கண்ட விதிகளிலிருந்து விலக்கு அளிக்கப்படுகிறது. அவர்கள் தங்கள் நிலங்களில் எருமைகளை மேய்த்துக் கொள்ளலாம். குடும்ப உபயோகத்திற்காக விறகு, புல் ஆகியனவற்றை அந்த நிலங்களிலிருந்து எடுத்துக்கொள்ளலாம். தேன், மெழுகு ஆகியனவற்றைச் சேகரிக்கலாம். அந்த நிலத்தில் கட்டிடங்கள் கட்டிக் கொள்ளவும் மந்துகள், கோயில்கள் ஆகியனவற்றைப் புதுப்பித்துக்கொள்ளவும் அவர்களுக்கு உரிமம் வழங்கப்படும்.

6. தோடர் தங்கள் மேய்ச்சல் நிலத்தில் பயிரிட ஆண்டுதோறும் மாவட்ட ஆட்சியர் உரிமம் தர அதிகாரம் கொண்டவர். இதற்காக இவர்கள் கட்டணம் ஏதும் செலுத்த வேண்டியதில்லை. அரசு அதற்காகக் கட்டணம் செலுத்தும்படி கூறினாலும் இவர்கள் செலுத்தக் கடமைப்பட்டவர்கள். எனினும் இவ்வாறு பயிரிட ஆட்சியரிடமிருந்து உரிமம் பெற்ற தோடர் தங்கள் நிலத்தில் பயிரிடுவதற்குத் தோடரைத் தவிர வேறு யாரையும் அமர்த்திக் கொள்ளக்கூடாது.

உள்ளூர் வனத்துறை அலுவலர்கள் பள்ளத்தாக்கில் உள்ள காய்ந்த புல்வெளியை நெருப்பிட்டு அழிப்பது மரங்கள் நிறைந்த மலை யிடுக்குகளுக்கும் சோலைகளுக்கும் கேடு சூழ்வதாகும் என அதற்குத் தடைவிதித்ததை எதிர்த்து 1905ஆம் ஆண்டில் தோடர் அரசுக்கு விண்ணப்பித்துக் கொண்டனர். இவ்வாறு ஆண்டுதோறும் புல்வெளிக்குத் தீயிடுவது அந்தப் புல்வெளியில் புல் செழித்து வளர உதவுகின்றது எனத் தோடர் கூறுவதோடு நல்ல தீவனம் இல்லாத காரணத்தால் தங்கள் கால்நடைகள் வளம் குன்றிவருகின்றன என்றும் அவர்கள் முறையிட்டுக்கொண்டனர்.

நீலகிரி மேட்டு நிலத்தில் வாழ்பவர்கள் பல ஆண்டுகளாகத் தொடர்ந்து தங்கள் விருப்பம்போல் புல்லுக்கு நெருப்பிட்டுக் கொண்டு வருகின்றனர். இதனால் வனவளத்திற்கு எத்தகைய தீங்கும் நிகழ்ந்ததாகத் தெரியவில்லை. எனவே இந்த வழக்கத்தில் குறுக்கிட்டுத் தடைசெய்ய வேண்டியதில்லை என அரசு அவர் களுடைய வேண்டுகோளை ஏற்றுக்கொண்டது.

தோடரின் சமூக அமைப்பைப் பற்றி பிரீக்ஸ் கூறியுள்ளதாவது: 'தோடரிடையே தேர்த்தாள், தார்த்தாள் என்ற இரு பிரிவுகள் உள்ளன. இப்பிரிவினர் தங்களுக்கிடையே மணஉறவு கொள்வதில்லை. முதல் பிரிவினருள், சிலவகைகளில் பிராமணரை ஒத்த பைசி உட்பிரிவினர்

அடங்குவர். பெக்கன், குட்டன், கென்ன, தொடி என்பன இரண்டாம் பிரிவினருக்குரிய உட்பிரிவினராவர். பைகி உட்பிரிவைச் சேர்ந்த ஒருத்தி தர்செர்ழால் பிரிவினரின் மந்துக்குச் செல்லமாட்டாள். எனினும் தர்செர்ழால் பிரிவைச் சேர்ந்த பெண்கள் பைகி உட்பிரிவினரின் மந்துக்கு வந்து போகலாம். பிரிக்ஸ் தந்துள்ள பிரிவுகளுக்கான பெயர்களை நான் நேரில் பேட்டி கண்ட தோடர் உடனே புரிந்துகொண்டனர். எனினும் தேர்த்தாள், தார்த்தாள் என்பனவே பெரும் பிரிவுகளுக்கு உரிய பெயர்கள் என அவர்கள் கூறினர்.

தேர்த்தாள் பிரிவைச் சேர்ந்த ஒருத்தி தார்த்தாள் மந்துவில் வாழும் தன் தோழியைக் காணச் சென்றால் அவள் அந்த மந்துவினுள் நுழைய அனுமதிக்கப்படமாட்டாள் எனவும் மந்துவுக்குச் சற்றுத் தொலைவிலேயே அவள் நின்றுவிட வேண்டி வரும் எனவும் அவர்கள் என்னிடம் கூறினர். தோடர் தங்கள் சோற்றுக்கான அரிசியை மோரிலிட்டே சமைக்கின்றனர். தார்த்தாள் பிரிவைச் சேர்ந்த ஒருத்தி தார்த்தாள் மந்துக்கு வருகைதரின் அவளுக்காகத் தண்ணீரில் அரிசியை இட்டுச் சமைப்பர்.

தார்த்தாள் பிரிவைச் சேர்ந்த ஒருத்தி தார்த்தாள் மந்துவிற்கு வருவாளாயின் அவளை மந்துவினுள் நுழைய அனுமதிப்பதோடு அவளுக்கான சோற்றை மோரில் சமைப்பர். தேர்த்தாள் பிரிவைச் சேர்ந்த பெண்களுக்கு விதிக்கப்பட்டுள்ள கட்டுப்பாடுகளுக்குக் காரணமாக ஒரு நிகழ்ச்சியைக் கூறுவர். ஒருமுறை தேர்த்தாள் மந்துவுக்கு வருகை புரிந்த தார்த்தாள் பெண் ஒரு துணியை மடித்து அதனை அவளுடைய புத்துக்குளிக்குள் ஒரு குழந்தையைப்போல மறைத்துக் கொண்டாள். அவளுக்குச் சோறிடும்போது அவள் தன் குழந்தைக் கும் சோறிடுமாறு வேண்டினாள். அவ்வாறு சோற்றைப் பெற்றவுடன் தன் கக்கத்திலிருந்த துணியை எடுத்துக்காட்டினாள். இந்தச் சிறு வேடிக்கையைத் தேர்த்தாள் பிரிவுப் பெண்களால் ரசிக்க முடியவில்லை. எனவே அவர்கள் தார்த்தாள் பிரிவுப் பெண்களை விலக்கி வைப்பது என முடிவு செய்தனர். ‘இவர்கள் சமூக அமைப்பின் அடிப்படை தேர்த்தாள், தார்த்தாள் (பிரீக்ஸ் குறிப்பிடும் தேய்வல்யாய்) என்ற இரண்டு தெளிவான பிரிவுகளைக் கொண்டனவாக உள்ளன. இந்த இரு பிரிவினருக்குமெனத் தனித்த சிறப்புப் பணிகள் உள்ளன. தகுதியில் உயர்ந்ததான பூசாரிப் பொறுப்புக்களைத் தெய்வலியொல் பிரிவினரே மேற்கொள்கின்றனர். தேர்த்தாள்,

தார்த்தாள் என்ற இரு பிரிவுகளும் தோடர்களின் அகமணக் கட்டுப்பாடு உடைய பிரிவுகள்.

இந்தப் பெரும் பிரிவுகள் இரண்டும் பல குலங்களாக — உட்பிரிவு களாக — மேலும் பிரிவுபடுகின்றன. அவை புறமணக் கட்டுப்பாடு உடைய குலங்கள். ஒவ்வொரு குலப் பிரிவுக்குமெனத் தனியே சில கிராமங்கள் (மந்துகள்) உள்ளன. அவை அந்தப் பிரிவின் தலைவனின் (எடுத்து) பெயரைப் பெறுகின்றன. தார்த்தாள் பிரிவு பன்னிரண்டு குலங்களாகவும் தார்த்தாள் பிரிவு ஆறு குலங்களாகவும் பிரிவு பட்டுள்ளன' என ரிவர்ஸ் கூறுகின்றார்.

ஒரு சிறுமி பூப்படையும் பருவத்தை நெருங்கும்போது அவளுக்கு முதற்கட்டமாக ஒரு சடங்கு நிகழ்த்தப்படுகிறது. இதில் நல்ல உடல் வாய்ந்த தோடன் ஒருவன் பங்கு பெறுவான். பைகாரா பங்களாவில் இசைத்தட்டுக்களை ஒலிபரப்பும் நிகழ்ச்சியின்போது அத்தகைய உடற்கட்டு வாய்க்கப்பெற்ற ஒருவனை எனக்கு அறிமுகம் செய்து வைத்தனர்.

தோடரிடையே ஒருத்தி பல கணவர்களை உடையவளாயிருக்கும் வழக்கம் பற்றி ரிவர்ஸ் பின்வருமாறு எழுதுகின்றார்:

> நெடுங்காலமாகவே தோடரிடையே ஒருத்தி பலரை மணக்கும் வழக்கம் இருந்து வருகின்றது. இத்தகைய சமூக அமைப்புமுறை இவர்களிடையே இன்றும் பெருவழக்காகவே இருந்துவருகின்றது. சிறுமி ஒருத்தி சிறுவன் ஒருவனுக்கு மனைவியாகும் போது அதனை அவனுடைய உடன்பிறந்தவர்களுக்கும் ஒருங்கே அவள் மனைவி யாவதாகவே வழக்கமாகக் கொள்கின்றனர். ஒருத்தியினுடைய கணவன்மார் உடன்பிறந்தவர்களாக இருப்பதே இன்றும் இதற்கு முந்தைய தலைமுறைகளிலும் பெருவழக்காக இருந்துவந்துள்ளது. சில சமயங்களில் அவர்கள் உடன்பிறந்தவர்களாக இல்லை. அப்படியிருப்பின் அவர்கள் அனைவரும் ஒரே குலத்தவர்களாக வாவது இருப்பர். மிக அரிதாகவே அவர்கள் வேறு வேறு குலங் களைச் சேர்ந்தவர்களாக அமைவர்.
>
> தோடரிடையேயான பல கணவரை உடையதாயிருக்கும் வழக்கத்தில் குழந்தையின் தந்தை யாரென முடிவு செய்வதில் தனித்ததொரு முறை பின்பற்றப்படுகிறது. கருவுற்றிருக்கும் ஒருத்திக்கு ஏழாம் மாதத்தில் நிகழ்த்தப்படும் சடங்கின்போது முக்கிய பொறுப்பு ஏற்பவனே அவளுக்குப் பிறக்க உள்ள

குழந்தைக்கு சட்டப்படியும் சமூக வழக்கின்படியும் உரிய தந்தையாகக் கருதப்படுகின்றான். அச்சடங்கில் வில், அம்பின் மாதிரி உருவங்கள் கருவுற்றவளிடம் தரப்படுகின்றன. ஒருத்தியின் கணவன்மார் அனைவரும் உடன்பிறந்தவர்களாக இருப்பின் அவர்களுள் மூத்தவனே அவளிடம் இந்த வில், அம்பினைத் தருவான். அவனே குழந்தையின் தந்தையாகக் கருதப்படுவான். அவனோடு உடன்பிறந்த அனைவரும் கூட்டுக் குடும்பமாக ஒன்றாக வாழும் வரை அவனுடைய உடன்பிறந்தவர்களும் அந்தக் குழந்தைக்குத் தந்தையாகக் கருதப்படுவர். ஒருத்தியின் கணவன்மார் உடன்பிறந்தவர்களாக இல்லாதிருக்கும்போதே ஏழாம் மாதத்தில் நடத்தப்படும் வில், அம்பு தரும் சடங்கு சமூக முக்கியத்துவம் வாய்ந்ததாகக் கருதப்படுகின்றது. அப்போது அவர்களுள் ஒருவன் அவளுக்குப் பிறக்க உள்ள குழந்தைக்குத் தந்தையாகக் கருதப் படுவதோடு மற்றொருவன் இந்தச் சடங்கை நிகழ்த்தும்வரை அடுத்துப் பிறக்கவிருக்கும் குழந்தைகளுக்கும் தந்தையாகக் கருதப்படுகின்றான்.

ஒருத்திக்கு வில், அம்பு தரும் சடங்கை நிகழ்த்திய ஒருவன் இறந்து பல ஆண்டுகள் கழிந்த பின்பும் இடையில் அவளுக்கு வேறொருவன் அச்சடங்கை நிகழ்த்த ஏற்பாடு செய்யப்படா திருப்பின் அவளுக்கு அடுத்தடுத்துப் பிறக்கும் குழந்தைகளுக்கும் வில், அம்பு சடங்கு நிகழ்த்திய இறந்துபோன கணவனே தந்தையாகக் கருதப்படுகின்றான். தோடரிடையே பல கணவரை மணக்கும் வழக்கத்திற்கு அடிப்படைக் காரணமாக அமைந்தது முன்பு இவர்களிடையே இருந்ததான பெண்ணாகப் பிறக்கும் குழந்தைகளைப் பிறந்தவுடன் கொன்றுவிடும் வழக்காகும். இன்று தங்களிடையே பெண்குழந்தைகளைக் கொல்லும் வழக்கம் இல்லையென இவர்கள் உறுதியாக மறுப்பினும் ஓரளவிற்கு அது இன்றும் வழக்கில் இருந்து வருவதாகவே தெரிகின்றது. முன்பு இருந்ததைக் காட்டிலும் இன்று பெண்கள் எண்ணிக்கையில் மிகுதியாகக் காணப்படினும் ஆண்களின் எண்ணிக்கையோடு ஒப்பிட்டுப் பார்க்கையில் இவர்கள் குறைந்த எண்ணிக்கை யினராகவே உள்ளனர்.

பெண்கள் எண்ணிக்கையில் மிக வாய்ப்பு ஏற்படும்போது பல கணவர்களை மணக்கும் இந்தப் பழக்கம் குறைந்துவிடலாம் எனக் கூறுவதற்கில்லை. பல கணவரை மணக்கும் வழக்கோடு பல

மனைவியரை உடையவனாயிருக்கும் வழக்கமும் இவர்களிடையே ஒருங்கே காணப்படுகிறது. அச்சமயங்களில் உடன்பிறந்தவர்களுள் ஒருவன் பல மனைவியருள் ஒருத்திக்கு வில், அம்பு தரும் சடங்கை நிகழ்த்தினால் மற்றொருவன் அடுத்தவளுக்கு அந்தச் சடங்கை நடத்தும் முன்னுரிமை பெறுகின்றான்.

மேலே கூறிய கருவுற்ற ஏழாம் மாதம் நடத்தப்படும் சடங்கு புர்சுத்பிமி எனப்படுகிறது. நாம் வில், அம்பு தொடுதல் என்பது இதன் பொருள். இதுபற்றி நான் பலரிடம் நேரில் விவரம் கேட்டறிந்தேன். கருவுற்றவள், கருவுற்ற ஐந்தாம் அல்லது ஏழாம் மாதம் மற்றத் தோடரினப் பெண்களுடன் ஒரு சோலைக்குச் சென்று அங்கு அவளுக்கு வில், அம்பு தந்து குழந்தையின் தந்தையாவதற்கு உரியவனோடுகூட ஒரு கையல் (*Eugenia arnottiana*) மரத்தின் அருகே அமர்வாள். அவன் கருவுற்றிருப்பவளின் தந்தையிடம் தான் வில்லைக்கொண்டு வரலாமா என அனுமதி கேட்பான். அவன் அனுமதி வழங்கியவுடன் வில் செய்வதற்கான குச்சியைத் தரும் (*Sophora glauca*) புதர் செடியைத் தேடிச் சென்று ஒரு குச்சியை ஒடித்து ஒரு வில்லின் மாதிரியினைச் செய்வான். நார்க் (*Andropogon schoenanthus*) எனப்படும் புல்லின் இதழே அம்பாகக் கொள்ளப்படும். இதற்கிடையே கையஸ் (Kiaz) மரத்தில் முக்கோண வடிவமாக ஒரு குடைவை ஏற்படுத்தி அதனுள் ஒரு விளக்கை ஏற்றிவைப்பர்.

சடங்கிற்கு உள்ளாகின்றவள் அந்த விளக்கின் முன் அமர்வாள். அப்பொழுது வில்லோடு திரும்பி வந்து சேருபவனிடம் அவள், ‘இது யாருடைய வில்?’ என்றோ ‘இது என்ன?’ என்றோ கேட்பாள். எனக்குப் பிறக்கப்போகும் குழந்தை எந்த மந்துக்குரியது எனப் பொருள்படுவது இக்கேள்வி. அவன் அந்த வில்லையும் அம்பையும் அவளிடம் தருவான். அவள் அவற்றைத் தன் தலைக்கு உயர்த்தி அவற்றால் தன் நெற்றியைத் தொட்டபின் அவற்றை அந்த மரத் தருகே வைப்பாள். அப்போதிருந்து அவளுக்குப் பிறக்கவுள்ள குழந்தைக்கு வில், அம்பு தந்தவனே முறைப்படியான தந்தையாகக் கருதப்படுவான். அவன் அந்த மரத்தின் பக்கத்தில் தரையில் கொஞ்சம் அரிசி, பிற தானியங்கள், மிளகாய், வெல்லம், உப்பு முடியப்பட்ட ஒரு துணி ஆகியவற்றை வைப்பான். அந்தப் பெண்ணையும் ஆணையும் தவிர மற்ற அனைவரும் அவ்விடத்தைவிட்டு அகல்வர். அவ்விருவரும் அன்று மாலை ஆறு மணிவரை அந்த மரத்தருகிலேயே தங்கி இருந்தபின் மந்துக்குத் திரும்புவர்.

உதகமண்டலத்தைச் சுற்றியுள்ள பகுதிகளில் அந்திமல்லி (*Onothera tetraptera*) என்ற மலரின் அரும்புகள் மலர்வதை வைத்தே நேரத்தைக் கணக்கிடுகின்றனர். தோடர் குடியிருப்புகளில் இதனை ஆறு மணிப் பூவு என்பர். மாலையில் மலரும் இதனை நான் பைகாரா பங்களாவின் முன் உள்ள புல்வெளியில் பார்த்துள்ளேன். ஒருவனுக்கு நடத்தப்படும் இரண்டாம் சாவுச் சடங்கின்போது ஒரு வில்லின் மாதிரியும் மூன்று அம்புகளும் கல்வளைவுக்குள் பிற பொருள்களோடு எரிக்கப் படுவதையும் இங்கே நினைவுபடுத்துகிறேன்.

சில ஆண்டுகளுக்கு முன் (1902இல்) மலபார் திருமணச் சட்ட வரைவினை ஒத்த ஒரு சட்ட வரைவின் வழித் தங்கள் திருமணங் களையும் சட்டப்படி செல்லத்தக்கதாக ஆக்கச் சட்டம் இயற்ற வேண்டும் எனத் தோடர் அரசிடம் விண்ணப்பித்துக்கொண்டனர். அரசு இதற்கெனத் தனியே சட்டம் வேண்டியதில்லை எனக் கருதியதோடு தங்கள் திருமணத்தைச் சட்டப்படி செல்லுபடியாக்க விரும்பும் தோடர் 1872ஆம் ஆண்டு மூன்றாம் திருமணச் சட்டத்தின் 10ஆம் பிரிவின் படியான ஒப்புதல் ஒன்றில் கையொப்பமிட்டுத் தங்கள் திருமணத்தைச் சட்டப்படி செல்லுபடியாக்கிக் கொள்ளலாம் என அறிவித்ததோடு நீலகிரி கருவூலத்தின் உதவி ஆட்சியரைத் தோடர் திருமணங்களுக்கான பதிவாளராகவும் நியமித்தது. இன்றுவரை தோடர் எவரும் தங்கள் மணத்தைப் பதிவு செய்து கொள்ளவில்லை.

கர்னல் மார்ஷலுக்கு[15] வயதான தோடன் ஒருவன் தந்த தகவல் களின்படி தோடரிடையேயான பிறந்த குழந்தைகளைக் கொல்லும் வழக்கம் பற்றித் தெரிய வருவதாவது: 'நீலகிரிக்கு முதன்முதல் வந்த ஆங்கிலேயரான சலிவனின் வருகையின்போது நான் சிறுவனாக இருந்தேன். அப்போது குழந்தை பிறந்தவுடன் கொன்றுவிடும் வழக்கம் இருந்தது. அந்த வழக்கம் மறைந்து நெடுங்காலமாகி விட்டது. இன்று அது பற்றி கேள்விப்படக்கூட முடியாது. இவ்வாறு குழந்தை களைக் கொல்வது தவறா இல்லையா என்பது எனக்குத் தெரியாது. இன்று குடும்பத்தில் ஒவ்வொருவருக்கும் ஒரே புத்குளிதான் உண்டு.

நாங்கள் தெய்வம் எதனையும் திருப்திப்படுத்தக் குழந்தைகளைக் கொல்லவில்லை. தாய் குழந்தைக்குப் பால் கொடுக்கும் வழக்க மில்லை. பெற்றோரே குழந்தைகளைக் கொல்லும் வழக்கம் இல்லை. நாங்கள் எங்கள் கைப்பட அத்தகைய கொலையைச் செய்வோம் என

[15] முந்து நூல் (*Op.cit*)

நீங்கள் நினைக்கிறீர்களா? எருமைப் பட்டியின் திறப்பின் முன்னால் எருமைகள் மிதித்துச் செல்லும்படியாக நாங்கள் குழந்தைகளை வைத்துக் கொன்றுவிடுவோம் எனச் சொல்பவர்கள் பொய் சொல்கின்றார்கள். நாங்கள் அதுபோல எந்தக் காரியத்தையும் செய்வதில்லை. குழந்தைகளை நாங்கள் எருமைப்பாலில் அமுக்கிக் கொன்று விடுகின்றோம் என்பதும் முட்டாள்தனமாகக் கூறுவதாகும்.

ஆண் குழந்தைகள் ஒருபோதும் கொல்லப்படுவதில்லை. பெண் குழந்தைகளே கொல்லப்படுகின்றனர். நோயுற்றவர்களாகவும் உடற்குறையுள்ளவர்களாகவும் பிறக்கும் பெண் குழந்தைகளைக் கொல்வதில்லை. அவ்வாறு கொல்வது பாவச் செயலாகும். ஒரு குடும்பத்தில் ஒரு பெண் குழந்தை இருக்குமானால் அல்லது சில குடும்பங்களில் இரண்டு பெண் குழந்தைகள் இருக்கும்போது அடுத்தும் பெண்ணாகவே பிறந்தால் அதனையே கொல்கின்றனர். அக்குழந்தை பிறந்தவுடன் ஒரு முதியவள் (கெலச்சி) உடனே அக்குழந்தையை எடுத்துச் சென்று அதன் மூக்கு, காது, வாய் ஆகியனவற்றை ஒரு துணியால்—அவன் சைகை மூலம் அவள் செய்யும் செயலைச் செய்து காட்டினான். உடனே அது தலையைத் தொங்கவிட்டுக்கொண்டு கண்களை மூடிவிடும். உடனே நாங்கள் அதனைப் புதைப்போம். இதனைச் செய்யும் கெலச்சி அதற்கான கட்டணமாக நான்கணாப் பெறுவாள்.' மிக வயதானவனான இவன் குறிப்பிட்ட எருமைப் பட்டியின் முகப்பில் அக்குழந்தையைக் கிடத்திக் கொல்வது மலகாசியரிடையேயான வழக்காகும். அவர்கள் பிறந்த குழந்தையைக் கால்நடைகளை வெளியே ஓட்டும் பட்டியின் முகப்பில் கிடத்தி அக்குழந்தை மிதிபட்டுச் சாகின்றதா எனப் பார்ப்பர்.[16] கிறித்தவ சமயப் பணியாளரான மேட்ஜ் தோடர் சமூகத்தவர் குழந்தைகளை மூச்சுத் திணறச் செய்து கொல்கின்றனர் என்பதை உறுதிசெய்கின்றார்.[17]

1901ஆம் ஆண்டுக் கணக்கெடுப்பின்போது 453 ஆண்களும் 354 பெண்களும் தோடர் இனத்தவர் எனப் பதியப்பட்டுள்ளனர். தோடரிடையேயான ஆண், பெண் விகிதம் பற்றி ஆர்.சி. புன்னெட் கூறியுள்ளதாவது:[18] 'தோடர்கள் பற்றி ஆய்வு மேற்கொண்ட

---

[16] எல்லிஸ்-மடகாஸ்கர் வரலாறு (Ellis, *History of Madagascar*).

[17] நீலகிரி வாழ் பழங்குடிகள் — ஒரு செர்மன் கிறித்தவ சமயப் பணியாளர். (*Tribes Inhabiting the Neilgherry Hills*. By German Missionary, 1856).

[18] கேம்பிரிட்ஜ் தத்துவக் கழக நடவடிக்கைகள், X1, 1904, (*Proc. Cambridge. Soc. XII.* 1904.)

அனைவரும் முன்பு அவர்களிடையே குழந்தைகளைக் கொல்லும் வழக்கம் இருந்தது பற்றிக் குறிப்பிட்டுள்ளனர்.

1872-இல் மார்ஷல் அதற்கு முந்தைய ஆண்டுகளில் பெண் குழந்தைகள் பெரும் எண்ணிக்கையில் கொல்லப்பட்டது பற்றிக் குறிப்பிட்டுள்ளார். அவரே காலப்போக்கில் இந்த வழக்கம் மறைந்து வந்து இப்போது முழுவதும் இல்லாததாக ஆகிவிட்டது எனக் குறிப்பிட்டுள்ளார். தோடர் சிலர் கூறியதன் அடிப்படையிலேயே மார்ஷல் தன்னுடைய முடிவுகளை மேற்கொண்டுள்ளார். மார்ஷல் போன்றே தோடர் வாய்மொழியாகச் செய்திகளைக் கேட்டறிந்த ரிவர்ஸ் குழந்தைகள் கொலை பற்றி அவர்கள் சொல்வதை அப்படியே நம்பவில்லை. குழந்தைகளின் கொலையைத் தடுக்கும் முயற்சிக்கு இந்திய அரசின் ஒத்துழைப்பு இல்லாத நிலையில் அவர் குழந்தைகளின் கொலை அடியோடு ஒழிந்துவிட்டது எனக் கொள்ள முடியாது எனக் கருதுவது சரியானதேயாம். தோடரிடையே ஆண் பெண்களுக்கு இடையேயான எண்ணிக்கையில் உள்ள மிகுதியான வேறுபாடு பெண் குழந்தைகள் கொலைக்கு உள்ளாக்கப்படுகின்றனர் என்பதைக் கருத்தில்கொள்ளும்போதுதான் பிற இனத்தவர்களோடு இவர்களும் ஒருங்கு இயைந்த வகையில் எண்ணிக்கை உடையவர்களாக உள்ளனர் என்ற முடிவை உறுதிப்படுத்துவதாகின்றது. புன்னெட் தன்னுடைய முடிவுகளாகக் கண்டு கூறுவன வருமாறு:

1. தோடரிடையே ஆண்கள் பெண்களைவிட எண்ணிக்கையில் மிகுதியானவர்களாக உள்ளனர்.

2. இந்த வேறுபாட்டுக்குக் காரணம் பெண் குழந்தைகள் கொலைக்கு உள்ளாக்கப்படுவதுதான் என்பதில் ஐயமில்லை. இப்பழக்கம் இவர்களிடையே இன்னமும் ஓரளவு இருந்துவருகின்றது.

3. ஆண்களின் மிகுதியான எண்ணிக்கையிலான இந்த வேறுபாடு சென்ற சில ஆண்டுகளாகக் குறைந்துள்ளது. பெண் குழந்தை களைக் கொல்லும் வழக்கத்திற்கு எதிராக வெளியார் இவர் களிடையே மேற்கொண்ட சமூகப் பணியே இதற்குக் காரண மாகலாம்.

தோடரின் சாவுச் சடங்குகள் தொடர்பாக ரிவர்ஸ் குறிப்பிடுவதாவது: ஒருவன் இறந்தவுடன் அவன் உடல் எரிக்கப்பட்டுவிடுகின்றது. இந்தச் சடங்கு எட்வைனோள் கெதர் எனப்படும். முதல்நாள் சடங்கு என்பது இதன் பொருள். சில நாள்கள் இடைவெளிக்குப் பின் இது மிக நீண்ட இடைவெளியாகக்கூட இருக்கலாம்-இரண்டாவதாக

ஒரு சடங்கு நிகழ்த்துகின்றனர். இறந்து போனவனை முதல் சடங்கின் போது எரித்தபின் அவனுடைய எஞ்சியுள்ள பொருள்கள் சிலவற்றைப் பாதுகாக் கின்றனர். இந்தச் சடங்கு மர்வைனோள்கெதர் எனப்படும். மறுபடியும் செய்யப்படும் சடங்கு என்பது இதன் பொருள். இத்தகைய சாவுச் சடங்குகளில் தோடர் அனைவரும் கலந்துகொள்ளலாம் என்பதோடு வெளியாரையும் கலந்துகொள்ளும்படி அழைக்கின்றனர். இதனால் இவர்களுடைய சாவுச் சடங்குகள் தொடர்பான நிகழ்ச்சிகள் அனைத்தும் அறியப்பட்டிருப்பதோடு வெளியார் பலர் இவற்றைப் பற்றி விரிவாகவும் எழுதியுள்ளனர்.

தோடரின் பிற சமூகப் பழக்கவழக்கங்கள் படகர் மொழிச் சொற்களால் வழங்கப்படுவதைப் போலச் சாவுச் சடங்குகள் தொடர்பான பெயர்களும் படகர் மொழிவழக்கின் வழிப்பட்டன வாகவே உள்ளன. முதல் சடங்கைப் படகர் 'ஹெசெ கெது' (பச்சைச் சடங்கு) என்கின்றனர். இதன் அடிப்படையில் ஐரோப்பியர் இதனை green funeral எனக் கூறத் தலைப்பட்டுள்ளனர். மனித இனஇயல் கட்டுரைகளிலும் இச்சொல்லே இடம்பெற்றுள்ளது. இரண்டாவது சடங்கைப் படகர் 'பரகெது' என்பர். இது வறண்ட சடங்கு எனப்பொருள்படும். இதனையும் dry funeral என ஆய்வாளர்கள் அப்படியே மொழிபெயர்த்துப் பயன்படுத்திவருகின்றனர். பலவகைச் சாவுச் சடங்குகள் பற்றியும் ரிவர்ஸ் மிக விரிவாக விளக்கியுள்ளார். ஆகையால் நான் நேரில் பங்குகொண்டு கண்ட சடங்குகளைப் பற்றி மட்டும் இங்குக் கூறலாம் எனக் கருதுகின்றேன்.

இரண்டு திங்கள்களுக்கு முன்பு பெரியம்மை வந்து இறந்துபோன ஒருத்தியின் இரண்டாம் சாவுச் சடங்கை நேரில் காணும் வாய்ப்பு எனக்குக் கிடைத்தது. உதகமண்டலத்திலிருந்து ஐந்து மைல் தொலை விலுள்ள வெட்ட வெளியான பள்ளத்தாக்கை அடுத்திருந்த ஓர் அடர்ந்த சோலையின் விளிம்பிற்கு எங்களைத் தோடர் வழிகாட்டி அழைத்துச் சென்றான். அங்கு இரண்டு குழுவினராகத் தோடர் அமர்ந்திருப்பதைக் கண்டேன். ஒரு குழுவில் பெண்கள், சிறுமியர், செம்பட்டைத் தலைமுடியோடு கூடிய பெண் குழந்தைகள் ஆகியோர் நெருப்பைச் சுற்றி அமர்ந்து தீக் காய்ந்துகொண்டி ருந்தனர். மற்றொரு குழுவில் ஆண்கள், சிறுவர்கள், தந்தையர் மடியில் ஆண் குழந்தைகள் ஆகியோர் இருந்தனர். சில நொடி நேரத்தில் பெண்கள் குழுவிலிருந்து ஒரு முணுமுணுப்பு ஓசை கிளம்பியது. பின் சில பெண்கள் வாய்விட்டு உரக்கவே அழத் தொடங்கினர். பின் அக்குழுவிலிருந்த

அனைவருமே அவர்களோடுகூடச் சேர்ந்து அழுது அரற்றத் தொடங்கினர். மிகச் சிறுமியராக இருந்தவர்களும் குழந்தைகளும் தவிர மற்றவர்கள் துக்கத்தால் பாதிக்கப்பட்டவர்களாகவே இருந்தனர். பெண்களுள் சிலர் உண்மையில் துக்கப்பட்டவர்களாக அழுதனர். சிலர் கடனுக்கு அழுதனர். வழக்கப்படி துக்கங்கொண்டாடப் பெண்கள் முதலில் அழுது அரற்றவேண்டும் என்பது விதி. பிறகு துக்கம் மேலிட்டு அவர்கள் இருவர் இருவராக இணையாகச் சேர்ந்து ஒருவர் தலை யோடு மற்றவர் தலையை இணைத்துக்கொண்டே இணைந்த குரலில் ஓலமிட்டு அழுதனர். இவ்வாறு இணைந்தவர்கள் பிரிந்து வேறொருத்தியோடு மீண்டும் இணைந்து அழச் செல்லுமுன் தலை தாழ்த்தி வணங்கியும் புத்குளியால் மூடப்பட்டிருக்கும் மற்றவர் காலினை மேலே தூக்கியும் மரியாதை தெரிவித்தபின் பிரிந்தனர். (இவ்வாறு துக்கம் மேலிட்டு அழும் பெண்கள் சடுதியில் தங்கள் துக்கத்திலிருந்து விடுபட்டவர்களாகக் காசுகேட்டு கெஞ்சுவதையும் நான் கண்டேன்). அவ்வப்போது தூரத்திலுள்ள மந்துகளிலிருந்து வருபவர்கள் துக்கங்கொண்டாடுபவர்களோடு புதியதாக இணை சேர்ந்தபடி இருந்தனர்.

ஆண்களும் பெண்களும் குழுக் குழுவாக மலைச் சரிவில் தூர வருவதைப் பார்க்கும்போது ஸ்காட்லாந்து தேசத்து மேட்டு நிலத்து மூர்களைப் பற்றிய நினைவு அனைவருக்கும் தோன்றவே செய்யும். நான்கு கோத்தர்கள் சேர்ந்த குழுவினர் குழலிசைத்தும் முழவடித்தும் செய்யும் ஆரவாரம் அந்த ஒற்றுமையை மேலும் இணையுடையதாகத் தோன்றச் செய்தது. இசைக் குழுவினர் அங்கு வந்து சேர்ந்தவுடன் அழுதரற்றும் பெண்களுக்கு அருகே சென்று கூடிநின்று இசை இசைத்தனர். துக்கம் விசாரிக்க ஒவ்வொரு குழுவினர் வந்து சேரும்போதும் பெண்கள் அக்குழுவில் இடம்பெற்றிருக்கும் தங்கள் உறவினர்களை அடையாளங்கண்டு கொண்டவர்களாக முன்னே சென்று தோடருக்கு உரிய வழக்கப்படி அவர்கள் காலடியில் தாழ்ந்து பணிந்து முதலில் அவர்களின் வலது காலையும் பின் இடதுகாலையும் எடுத்துத் தங்கள் தலையில் வைத்துக்கொண்டனர்.

இசைக் குழுவினர் வந்த சிறிது நேரத்திற்கெல்லாம் கூடி யுள்ளவர்களும் தூரத்தே சற்று தொலைவில் நின்றுகொண்டிருக்கும் சில ஆண்களும் தங்கள் புத்குளியை ஆட்டி சைகைகளைத் தெரிவித்துக் கொண்டனர். பிறகு அனைவரும் ஊர்வலமாகச் செல்ல வரிசையாக நிற்க ஏற்பாடு செய்யப்பட்டது. வரிசையில் ஆண்கள் முன்னும் இசைக்

குழுவினர் நடுவிலும் பெண்கள் இறுதியிலுமாக இருக்கும்படியாக ஒழுங்குப்படுத்தப்பட்டனர். சோலைக்குள் நுழையும் குறுகலான பாதைக்கு எதிரே ஊர்வலத்தினர் சற்றே காலம் தாழ்த்தினர். அங்கு ஆண்களும் பெண்களும் முன்பு போலவே தனித்தனிக் குழுக்களாகப் பிரிந்து அமர்ந்தனர்.

இசைக் குழுவினர் துக்க இசையை இசைத்தபடி அவர்களைச் சுற்றி வந்தனர். சிறுமியர் சிலர் முன்பு அனைவரும் குழுமி உட்கார்ந்திருந்த இடத்திலிருந்து சடங்கிற்கான நெருப்பினை எடுத்துவர மீண்டும் அங்குச் சென்றனர். அந்த முயற்சி வெற்றி தராததால் அவர்கள் எங்களுள் ஒருவர் தந்த நெருப்புப் பெட்டியையே இறுதியில் நெருப்பு மூட்டப் பயன்படுத்தினர். இச்சமயம் பெண் ஒருத்தி பிற ஆண்களிலிருந்து தனியே பிரிந்து அமர்ந்திருந்த இறந்து போனவளுடைய மகனை நெருங்கினாள். அவனுக்கு அவள் எவ்வளவு ஆறுதல் கூறியபோதிலும் அவன் ஆறுதலடையாது அழுதபடி இருந்தான்.

சோலைக்குளிலிருந்து அழைப்பு வந்ததும் கூடியுள்ள தோடர் ஆண்களும் நாங்களும் ஒரு குறுகலான தடத்தில் நடந்து சென்று ஒரு பெரிய மரத்தைச் சுற்றியிருந்த வெட்டவெளியில் கூடினோம். அந்த மரத்தின் அடிமரத்தில் குடையப்பட்ட துளையிலிருந்து இறந்து போனவளுடைய தலைமுடியால் சுற்றப்பட்ட அவள் மண்டை யோட்டின் ஒரு பகுதியை எடுத்துக்காட்டினான். இப்பொழுது அழுது அரற்ற வேண்டியது ஆண்களுடைய முறை. அவர்கள் அனைவரும் ஒரு சேர அழுது தங்கள் துக்கத்தை வெளிப்படுத்தினர். அழுகுரலுக் கிடையே மண்டையோட்டைச் சுற்றியுள்ள மயிரை மெல்லப் பிரித்து ஒரு இரும்பு அகப்பையிலிட்டு எரித்தனர். அதிலிருந்து ஒருவகையான நறுமணம் பரவியது. ஒரு மூங்கில் குழாயில் நெய் கொண்டு வரப்பட்டு அந்த நெய்யைப் பயபக்தியுடன் அந்த மண்டையோட்டில் தடவினர். பின் அதனைத் தரையில் விரித் திருந்த ஒரு துணி மீது வைத்தனர். இறந்தவரின் நினைவுச் சின்னமாக உள்ள இதன் முன் அங்குக் கூடியிருந்த ஆண்கள் மிகுந்த பரபரப்புடன் தரையில் தங்கள் தலைபடும்படியாகக் குனிந்து வணங்கினர். இந்தச் சமயத்தில் நிகழ்த்தப்படும் சடங்குகளைக் காண நெருங்கிய உறவினரான ஓரிரு பெண்கள் தவிரப் பிற பெண்கள் அனுமதிக்கப்படவில்லை.

சடங்குகள் முடிந்தவுடன் அந்த மண்டையோட்டைத் துணியில் சுற்றி வெட்டவெளியான இடத்தில் கொண்டுவந்து வைத்தனர். ஆண்களும்

சிறுவர்களும் முதலில் அதற்கு வணக்கம் செலுத்தினர். மீண்டும் அனைவரும் ஊர்வலமாகச் செல்ல ஒருங்கு திரண்டனர். அந்த ஊர்வலம் பெரியதும் சிறியதுமான சுல் வைத்துச் சுவரெழுப்பப்பட்ட எருமைகள் அடைக்கும் இரண்டு பட்டிகள் உள்ள இடத்தை அடைந்தது.

பெரிய பட்டியைப் பெண்கள் சுற்றிச் சூழ்ந்து நின்றனர். ஆண்கள் ஒருவரோடு ஒருவர் கதை பேசியபடியிருக்கப் பெண்கள் துக்கம் மேலிட்டவர்களாக அழுதனர். சிறிது நேரத்திற்குப் பின் அவர்களும் அழுகை ஓய்ந்தவர்களாக ஒருவரோடு ஒருவர் பேசத் தொடங்கினர். துணியால் சுற்றப்பட்டிருக்கும் மண்டையோட்டை எடுத்தபடி சில ஆண்கள் இறந்துபோன பல தோடர்களுக்கு கெது கொண்டாடியபடி உள்ள சோலையை அடைந்தனர். அதன்பின் சிறிது நேரம் அமைதி நிலவியது. அந்தச் சோலையில் சாவுச் சடங்கை மேற்கொண்ட தோடர் குழுவினர் பல வரிசைகளில் தங்கள் கைகளைக் கோத்தபடி 'ஐயையோ' என ஒரே சீராக அரற்றியபடி வந்தனர். அக்குழுவினர் ஒரு பெண், இரண்டு ஆண்கள் ஆகியோருடைய மண்டையோடு களைத் துணியில் சுற்றி எடுத்து வந்தனர். அவை தரையில் வைக்கப் பட்டன.

கூடியுள்ள அனைவரும் வழக்கப்படி அவற்றுக்கு வணக்கம் செலுத்தினர். இச்சமயத்தில் கோத்தர்களின் சிறு குழு ஒன்று அருகே இருந்த குன்றின் மீது அங்குப் பலியிடப்பட இருக்கும் எருமையின் இறைச்சியைப் பெறுவதற்காகக் கழுகுபோல மூக்கில் வியர்த்தவர் களாக வந்து நிற்கலாயினர். சில இளைஞர்கள் அங்கிருந்து பக்கத் திலிருந்த குன்றை நோக்கி எருமைகளை ஓட்டிவரச் சென்றனர். பின் அவர்கள் கோல்களால் ஐந்து எருமைகளை விரட்டி ஓட்டியவர்களாக அங்கு வந்து அந்த குன்றின்மேல் ஆண்கள் கூடியிருக்கும் குன்றின் அடிவாரத்தில் சேறும் சகதியுமாக உள்ள இடத்தை அந்த எருமைகள் வந்து அடைந்தவுடன் நல்ல உடல்வாகு வாய்க்கப்பெற்ற இரண்டு இளைஞர்கள் தங்கள் அணிந்திருக்கும் புத்குளியைக் களைந்து எறிந்துவிட்டுக் குன்றின் உச்சியிலிருந்து பாய்ந்தோடி வந்து அந்த எருமைகளைக் கொம்புகளைப் பற்றி வீழ்த்தப் பார்த்தனர். அவர்களுள் ஒருவன் இம் முயற்சியில் கீழே விழவேண்டியதாயிற்று. அவன் பற்ற முயன்ற எருமை தப்பி ஓடியது.

எஞ்சியுள்ள நான்கு எருமைகளுள் ஒன்றினைத் தங்கள் கைகளை இணைத்துக் கோத்தபடி கொம்பைப் பற்றிப் போராடியவர்களாக

முன்னங் கால்களை ஊன்றி மண்டியிடச் செய்தனர். அந்தக் கடாய் கன்று மிகுந்த எதிர்ப்பைக் காட்டிய போதிலும் அவர்கள் அதனைக் கழிகளால் தாக்கிக் குன்றின்மீது இழுத்துச் சென்றனர்.

கோத்தர் இசைக் குழு அதன் முன்னே செல்ல ஒருவன் அதன் வாலை முறுக்கியபடி பின்னால் சென்றான். இரண்டு பட்டிமங்களுக்கும் இடையில் உள்ள வெற்றிடத்தை அடையும்போது முழுவதும் வலிமை குன்றி விட்ட அந்த எருமையின் மூக்கிலிருந்து குருதி கொட்டியது. அதன் முதுகில் ஒரு துணியை இட்டனர். நல்ல இளமையும் உடற்கட்டும் வாய்க்கப்பெற்ற ஓர் இளைஞன் கோடரியால், அதன் தலையில் ஓங்கி வெட்ட அது இறந்து வீழ்ந்தது. இச்சமயம் எருமைப் பலியின் போது யாருக்கும் பெரிதாகக் காயம் ஏதும்படவில்லை. ஒருவன் மட்டும் தொடக்கத்தில் நிகழ்த்திய போராட்டத்திற்குப் பிறகு தேங்கியிருந்த குட்டை நீரில் தன் கால்களைக் கழுவியபடி இருக்கக் கண்டேன். கர்னல் ராஸ் கிங் எருமை தன் கொம்பினால் கழுத்தில் குத்தியபோது ஒருவன் தோள்பட்டை எலும்பிலிருந்து காதுவரை கிழிபட்டுப் பெருங்காயம் அடைந்ததைத் தான் கண்டதாகக் குறித்துள்ளார்.

எருமைப் பலியோடு இந்த விசித்திரமான சாவுச் சடங்கு ஒரு முடிவுக்கு வந்தது. குழந்தைகள் உட்பட ஆண்களும் பெண்களும் முண்டியடித்துக்கொண்டு அந்த எருமையை நெருங்கி அதன் கொம்புகளுக்கிடையே தங்கள் கரங்களை வைத்துத் தங்கள் வணக்கத்தை அதற்குத் தெரிவித்தனர். அப்போது அவர்கள் இணை இணையாக அழுது அரற்றியபடி வந்தனர். முகத்தில் சோகத்தை வரவழைத்துக் கொண்டவர்களாகக் காட்சிதரினும் அவர்கள் கண்களில் கண்ணீர் இயல்பாகப் பெருகி வழியவில்லை.

இறந்தவன் எச்சமாக எஞ்சியுள்ளவற்றை இறுதியாக எரித்து அந்தச் சாம்பலை அசரம் எனப்படும் வட்டக் கற்களிடையே புதைக்கும் சடங்கினை முனைவர் ரிவர்ஸ் மிக விரிவாக விளக்கியுள்ளார்.

மேலே நான் விளக்கியுள்ள சடங்கில் பங்கு பெற்றதற்குச் சில நாள்கள் சென்றபின் பெரியம்மை வந்து ஐந்து நாள்களுக்கு முன் இறந்த ஒரு சிறுமியின் சாவுச் சடங்கில் பங்குபெற வரும்படி என்னை அழைத்தனர். அதனை ஏற்று முந்தைய சடங்கு நடைபெற்ற இடத்திற்குச் சென்று சேர்ந்த நான் பக்கத்து மந்துகளிலிருந்தும் வந்துள்ள சில தோடருடன் பாடையில் பிணத்தை எடுத்து வருவதை

எதிர்பார்த்துக் காத்திருந்தேன். கோத்தரின் பேரிரைச்சலோடு கூடிய இசை அதன் வருகையை அறிவித்தது. ஊர்வலம் மெல்லக் குன்றின் விளிம்பை வந்தடைந்தது. ஏணியை ஒத்த பரும்போக்கான பாடையில் வைக்கப்பட்டிருந்த பிணத்தை ஒரு துணியால் போர்த்தியிருந்தனர். பாடையை நால்வர் தோளில் சுமந்துவர அதன்பின் இரண்டு கோத்தர்கள் இசை இசைத்தபடி வந்தனர். அந்தச் சிறுமி யின் அன்னையை ஒரு கோணியில் மறைத்துத் தூக்கி வந்தனர். அரிசி, வெல்லம் ஆகியவற்றை உறவினர்கள் மூட்டைகளில் உடன் சுமந்து சென்றனர். கியஸ் மரவிறகின் கட்டுகளைச் சிலர் சிதைக்காக உடன் எடுத்து வந்தனர். இச்சடங்கிற்காக அமைக்கப்பட்டிருந்த ஒரு சிறு குடிசையின் எதிரே வந்து சேர்ந்ததும் பிணத்தைப் பாடையிலிருந்து எடுத்துக் குடிசைக்கு வெளியே தரையில் மல்லாக்காகக் கிடத்தினர். ஆண்கள், பெண்கள், குழந்தைகள் உட்பட அனைவரும் முந்தைய சடங்கு நிகழ்ச்சியின்போதுபோலவே துக்கம்மிக்கவர்களாகப் பிணத்திற்கு வணக்கம் செலுத்தினர். அதன்பின் ஆண்கள் சற்றுத் தொலைவில் சென்று ஒருவரோடு ஒருவர் உரையாடலில் ஈடுபட்டனர்.

பெண்கள் தொடர்ந்து பிணத்தைச் சற்றி நின்று அழுதவர்களாக இருந்தனர். இடையிடையே தூரத்து மந்துகளிலிருந்து வந்தவர்கள் நேரே பிணத்தை நெருங்கி மரியாதை செலுத்தக் கண்டேன். இதற்கிடையே இறந்த குழந்தையின் நெருங்கிய உறவினளான ஒருத்தி குடிசைக்குள் ஒரு கூடையில் கொஞ்சம் அரிசி, வெல்லம், கூந்தல் பனை, தேன்கூடு, இறந்த குழந்தையின் விளையாட்டுப் பொம்மைகள் ஆகியனவற்றைப் பிணத்தை எரிக்கும்போது உடன் எரிப்பதற்காகச் சேகரித்தபடி இருந்தாள். சற்றுநேரம் சென்றபின் அழுகை ஓய்ந்தது. பிணத்தைப் பின்னர் குடிசைக்குள்கொண்டு சேர்த்தனர். நெருங்கிய உறவினர்களும் பிணத்தோடுகூடக் குடிசைக்குள் சென்று தொடர்ந்து அழுதனர்.

பலியிடுவதற்கான எருமைகளைத் தேடிச் சென்றிருந்த ஆண்களும் சிறுவர்களும் அடங்கிய ஒரு குழு இப்போது மூன்று எருமைகளைத் தங்கள் முன் ஓட்டியபடி திரும்ப வந்துகொண்டிருந்தது. அந்த எருமைகள் தப்பியோடி மந்தையோடு சேர்ந்துகொண்டமையால் மீண்டும் அவற்றைத் தேடிப் பிடித்துவர வேண்டியதாயிற்று. அடுத்து நெடுநேரம் அமைதி நிலவியது. மேலும் மூன்று எருமைகளைச் சேற்றுப் பள்ளத்தில்கொண்டு சேர்த்தனர். அவற்றுள் ஒன்றினைக்

கொம்புகளைப் பற்றி வலுக்கட்டாயமாகப் பிடித்து இழுத்துக்கொண்டு வந்து அந்தக் குடிசையின் முன் நிறுத்தினர். கோத்தர் அதனுடன் முழவும் குழலும் இசைத்தபடி வந்தனர். அதன் தலையில் ஓங்கி ஒரு போடு போட்டதில் அது இறந்தது. பின்னர் பிணத்தைக் குடிசையிலிருந்து வெளியே கொண்டு வந்து அதன் பாதங்கள் அந்த எருமையின் நெற்றியின் மீது இருக்கும்படியாக மல்லாக்காகக் கிடத்தினர். அந்த எருமையின் கழுத்தில் ஒரு வெள்ளிச் சங்கிலியை அணிவித்தனர். அதன் கொம்புகளுக்கு வெண்ணெய் பூசப்பட்டது. அடுத்து அனைவரும் துக்கம் பீறிட்டவர்களாக அழுது புலம்ப அந்தச் சந்தடியில் இறந்த குழந்தையின் அன்னை மயக்கமுற்று வீழ்ந்தாள். இவ்வாறு அழுது முடித்தபின் ஒருத்தி முதன்முதல் கருவுறும்போது நடத்தப்படுவதை ஒத்த ஒரு சடங்கைப் பிணத்திற்கு நிகழ்த்தினர்.

இறந்துபோன சிறுமியின் உறவினர்களிடையே இருந்து மூன்று வயதுச் சிறுவன் ஒருவனைத் தேர்ந்தெடுத்தனர். அச்சிறுவனை அவன் தந்தை அழைத்துச் சென்று கண்ணம்புல்லையும் (*Andropogon schaenanthus*), சொபொர கிளாயுசா (*Sophora glauca*) செடியின் இலைக் கொத்தையும் பிணம் உள்ள இடத்திற்குக் கொண்டுவந்தான். இறந்துபோன குழந்தையின் தாயார் அக்குழந்தையின் கை ஒன்றினைப் புத்குளியிக்கு வெளியே எடுத்துவிட்டாள். அந்தச் சிறுவன் தான் கொண்டுவந்த புல்லையும் இலைக் கொத்தியும் அக்கையில் வைத்தான். எலுமிச்சை, வாழைப்பழம், அரிசி, வெல்லம், தேனடை, வெண்ணெய் ஆகியன புத்குளியில் உள்ள பையில் வைக்கப்பட்டபின் அந்தப் பையை ஊசிநூல்கொண்டு வட்டவடிவில் தையல் அமையுமாறு தைத்தனர்.

அந்தச் சிறுவனின் தந்தை பின் அவனுடைய புத்துக்குளியினைக் கழற்றி அதனை அவன் தலை முதல் பாதம் வரை மூடும்படியாக மாற்றி மீண்டும் அவனுக்கே அணிவித்தான். இவ்வாறு புத்குளியால் போர்த்தப்பட்ட அவன் மறுநாள் காலைவரை அந்தக் குடிசையின் வாயிலேயே காத்திருக்க வேண்டும். அவனுடைய நெருங்கிய உறவினர்களும் அவனுக்கு மணமகளாக ஆன இறந்துபோன சிறுமியினுடைய உறவினர்களும் அவனுக்குத் துணையாக விடிய விடிய அங்கே காத்திருப்பர். (மணம் முடிக்கப்படாத ஒரு சிறுவனுடைய சாவுச் சடங்கில் இதேபோன்று ஒரு சிறுமியைத் தேர்ந்தெடுத்து அவனைத் தலைமுதல் பாதம்வரை புத்குளியால் போத்தி வைப்பர். மறுநாள் சிதையில் வைத்து எரிக்கப்படுவதற்குரியதான பித்தளைப்

பாத்திரம் ஒன்றில் போட்டு வைக்கப்பட்டுள்ள வெல்லம், அரிசி முதலியனவும் அவளுடைய புத்குளி மடிப்பில் வைக்கப்பட்டிருக்கும். இவ்வாறு தன்னைப் போர்த்தியவளாக அச்சிறுமி உறவினர்களின் காவலோடுகூட இறந்துபோன சிறுவன் பிணம் கிடக்கும் குடிசை வாசலில் காத்து நிற்பாள். இதுபோன்ற சடங்கு திருமணமானபின் பிள்ளைப் பெறாமல் இறந்துபோகும் ஒருத்திக்காகவும் நிகழ்த்தப் படும். அச்சடங்கில் அவளுடைய கணவன் மேற்கூறிய சிறுவனையும் சிறுமியையும் போலச் சடங்கில் பங்குபெற்றவனாகத் தன் மனைவி அவள் சென்று சேரும் சொர்க்கத்தில் பிள்ளையைப் பெறுவாள் என்ற நம்பிக்கையோடு காத்திருப்பான்). அந்தப் பிணத்தைச் சோலையினுள் உள்ள சுடுகாட்டுக்கு எடுத்துச் சென்றனர். அந்தச் சிறுமிக்கு மணம் செய்விக்கப்பட்ட சிறுவனின் அன்னை அந்தப் பிணத்தின் தலை யிலிருந்து கொஞ்சம் முடியைக் கத்திரித்துக் கொண்டபின் அதற்கு நெருப்பு மூட்டினர்.

கோத்தர் இசை முழக்கத்திற்கிடையே கூடியுள்ள நெருங்கிய உறவினர்கள் தரையில் மண்டியிட்டு அமர்ந்தவர்களாக அழுது புலம்பினர். பிணம் எரிந்த பின் சாம்பலிலிருந்து மண்டையோட்டின் ஒரு பகுதி எடுக்கப்பட்டது. அதனை இறந்த சிறுமிக்கு அன்று மாமியாராக ஆனவளிடம் ஒப்படைத்தனர். அவளுடைய தலை முடியால் சுற்றித் தூத் (*Meliosa pungens*) மரப்பட்டையில் பொதிந்திருந்தனர். பிணத்திற்கு நெருப்பிடும் முன் இரண்டாவது ஒரு எருமையைப் பலியிடுவதோடு கூடியுள்ளவர்கள் மனைவியை இழந்த சிறுவனையும் அவன் உறவினர்களையும் விட்டுப் பிரிந்து செல்லும் முன் அவர்களுக்கு வெல்லமும் அரிசியும் வழங்கப்படவும் வேண்டும்.

இரவு முழுதும் அங்குக் காத்திருந்தோர் காலையில் உணவு உண்டபின் தங்கள் மந்துக்குத் திரும்புவர். மணம் செய்விக்கப்பட்ட சிறுவனின் அன்னை முடி சுற்றப்பட்ட மண்டையோட்டைத் தன்னோடு கூடத் தன் மந்துவிற்கு எடுத்துச் சென்று இரண்டாம் சாவுச் சடங்கு நிகழும்வரை அதனைத் தன் பொறுப்பில் வைத்திருப்பாள். பிணத்தை எரித்த சாம்பலைப் பற்றி இவர்கள் கவலைப்படுவதில்லை. அதனைக் காற்று வாரித் தூற்ற விட்டுவிடுவர்.

பைகாராவிற்கு அருகே அமைந்த பள்ளத்தாக்கில் இறந்துபோன முதியவள் ஒருத்தியின் சாவுச் சடங்குகளில் பங்குபெற்றுத் திரட்டிய வேறு சில தகவல்களும் குறிப்பிடத்தக்கன. நாங்கள் சாவு வீட்டிற்குச்

சென்று சேர்ந்தபோது பரும்போக்கான ஒரு பாடையில் பிணம் கிடத்தப்பட்டிருந்தது. பாடை இலைதழைகளால் பரும்படியாக அமைக்கப்பட்டிருந்த பந்தலின் கீழ் வைக்கப்பட்டிருந்தது. பந்தலின் இருபுறமும் திறப்பு விட்டிருந்தனர். பிணத்தைச் சுற்றிலும் பெண் உறவினர்கள் குழுமியிருந்தனர். சற்றுத் தொலைவில் வட்டமாகக் குழுமி உட்கார்ந்திருந்த தோடர் அனைவரும் எங்களுக்கு மரியாதை தெரிவிக்க ஒருசேர எழுந்தனர். அவர்களுள், வெள்ளைத் தலைப்பாகை அணிந்து வெயிலின் தாக்குதலிலிருந்து தங்களைக் காத்துக்கொள்ள ஓலைக்குடை பிடித்துக்கொண்டிருந்த தோடர் சமூகத்தைச் சேர்ந்த பெரியவர்களும் சிலர் இருந்தனர். அவர்கள் வேடிக்கையாகக்கூடிப் பேசியதிலிருந்து இறந்துபோன மூதாட்டியின் மூத்தமகன் அவள் மருமகளை விதவையாக்கிவிட்டு முன்பே இறந்துபோய்விட்டதால் அவளுடைய இரண்டாவது பிள்ளையோடு அந்த மருமகளைச் சேர்த்து வைத்து அவர்களைக் கணவன் மனைவி யாக வாழ வைக்கவேண்டுமென அவர்கள் பேசி முடிவெடுத்தனர் என்பது தெரிய வந்தது. இந்த முடிவை அவர்கள் தெரிவித்தவுடன் மணமகனாதற் குரியவன் தன் தலையை அங்கே கூடியிருந்த வயதான தோடர்களின் பாதங்கள்மீது வைத்து அவர்களுக்குத் தன் மரியாதையைத் தெரிவித்துக்கொண்டான். அவர்களுள் சிலருடைய பாதங்கள் புத்துக்குளியின் மடிப்பிடையே மறைந்திருந்தன.

மணமான ஒருத்திக்கான ஈமச்சடங்கு தொடர்பாக அவளுடைய மகள் அல்லது மருமகள் மூன்று சடங்குகளை நிகழ்த்த வேண்டுமென எனக்குத் தெரிவிக்கப்பட்டது. அவையாவன:

1. பிணத்தின் புத்துக்குளியோடு சேர்த்துத் திவிரி (*Atylosia candolleana*) இலைக் கொத்து ஒன்றினைக் கட்டுவது.
2. பிணத்தின் முழங்கைக்கு மேலே நூல் கண்டினையும் சோழி களையும் கட்டுவது.
3. சிதைக்கு நெருப்பிடுவது. நான் நேரில் கண்ட சடங்கில் ஒரு கந்தல் துணியை நெய்யினில் தோய்த்து நெருப்புக்குச்சியால் அதனைக் கொளுத்திச் சிதைக்குத் தீ மூட்டினர்.

எருமையைப் பிடித்து வந்து பலியிடும் சடங்கு வழக்கமான பரபரப் போடு எத்தகைய விபத்துமின்றி நிகழ்த்தப்பட்டது. அன்று சாவுச் சடங்கு முடிந்தபின் எருமையைப் பிடித்து வீழ்த்திய இளைஞர் களான வீரர்கள் எங்களை மகிழ்விக்கும் வகையில் எருமையோடு போரிட்டதற்கான அன்பளிப்பைப் பெற வந்தனர்.

இந்தச் சடங்கில் பலியிடுவதற்காக நன்கு வளர்ந்த ஓர் எருமையையும் ஒரு கன்றுக் குட்டியையும்கொண்டு வந்திருந்தனர். பூப்பந்தலிலிருந்து வெளியே கொண்டு வரப்பட்ட பிணத்தருகே அந்த எருமையையும் கன்றையும் இழுத்து ஓட்டிச் சென்றபோது அவற்றின் கொம்புகளில் வெண்ணெய்யைத் தடவுவதோடு கழுத்திலும் மணி ஒன்றைக் கட்டினர். அந்த மணியைப் பின்னர் கோத்தர் அவிழ்த்துக்கொண்டனர். அடுத்து ஒரு சாவு நிகழும்வரை அது அவர்கள் பொறுப்பில் இருக்கும். எருமையை வீழ்த்துவதற்கான அடியை அல்லது தேவைப்படும் அடிகளைக் கோடரியின் பருமுனையினால் போடுவர். பிணத்தின் பாதங்கள் எருமையின் வாயில் சேர்த்து வைக்கப்படும். இறந்தது ஆணாயின் பிணத்தின் வலது கையைக் கொண்டு எருமையின் கொம்புகளைப் பற்றிக்கொள்ளும்படி செய்வர். (ஓர் ஆணின் சாவுச் சடங்கில் எருமையைப் பலியிட்ட பின்னர் ஆண்கள் நடனம் ஆடினர் என ரிவர்ஸ் குறித்துள்ளார். நடனம் ஆடும் போது சோழிகள் கட்டி அலங்கரிக்கப்பட்ட தத்ரிசி அல்லது தட்ரி எனப்படும் நீண்ட கழிகளைப் பயன்படுத்துவர்). இணை இணையாகப் பிணத்தைச் சுற்றித் துக்கம் கொண்டாடி ஆடியபின் பிணத்திற்கு நான்கு துணிகளை அணிவித்து ஒரு பாடையில் அதனைக் கிடத்திச் சோலைக்கு அருகேயுள்ள வெட்ட வெளிக்குத் தூக்கிச் சென்று விரைந்து அடுக்கி முடிக்கப்பட்டிருக்கும் சிதையருகே கிடத்துவர்.

பிணத்திற்கு அணிவிக்கப்பட்டுள்ள துணிகளுள், உள்ளே உள்ள துணி பாலோள் அணிவும் உடையை ஒத்த கறுப்புத் துணியாக இருக்கும். அதன் மேல் சிவப்பு, நீல வண்ணங்களிலான பூவேலை செய்யப்பட்ட புத்துக்குளியை அணிவித்திருப்பர். அதற்கு மேலே ஒரு வெள்ளைத் துணி போர்த்தப்பட்டிருக்கும். அதற்கு மேல் ஐரோப்பா விலிருந்து இறக்குமதி செய்யப்பட்ட ஒரு துணியைப் போர்த்துவர். சிதைக்கு அருகே இறந்து போனவனின் நெருங்கிய உறவினளான ஒரு முதியவள் அமர்ந்திருப்பாள். என்னையும் சிதைக்கு அருகே ஒரு மரக்கட்டையில் வந்து அமர்ந்துகொள்ளும்படி அன்புடன் அழைத்து அமர்த்தினர். அந்த முதியவள் சிதையருகே அமர்ந்து சடங்குகளைப் பார்த்தவளாக கண்ணாடிகளைத் துடைக்கும் குச்சியைக்கொண்டு ஒரு கைத்தடியைத் தயாரித்தவளாக இருந்தாள்.

இச்சடங்கின் நடைமுறையில் அரசின் சார்பில் ஒரு வன அலுவலர் கலந்து கொண்டார். காவல்துறை காவலர் ஒருவர் சடங்கு முடியும்

வரை தன் அனுதாபத்தை வெளிப்படுத்தியவராகத் தன் கைக்குட்டையினை மூக்கருகே வைத்து அழுந்தியவராக நின்றிருந்தார். பிணத்திற்குப் பித்தளை மோதிரங்கள் அணிவிக்கப்பட்டன. புத்குளியில் வெல்லம், சோழிகளை வைத்து மடித்த காகிதம், பலவகைத் தானியங்கள், நெய், தேன், தகரச்சட்டம் போடப்பட்ட முகம் பார்க்கும் கண்ணாடி, மூக்குப்பொடி, புகையிலை, தேங்காய், பிஸ்கோத்து ஆகியன திணிக்கப்பட்டன.

புத்குளியில் காலருகே வெள்ளியாலான சப்பான் யென் நாணயம் ஒன்றும், கிழக்கிந்திய கம்பெனியாரின் ஆர்க்காட்டு ரூபாய் ஒன்றும் வைக்கப்பட்ட நீண்ட பணப்பை சொருகப்பட்டது. இவற்றையெல்லாம் நிறை வேற்றிய பின் பிணத்தைத் தூக்கி எரியும் சிதையின் மீது மும்முறை ஆட்டினர். சிதையின் மீது குச்சிகளைக்கொண்டு போலியாக ஒரு சிதை அமைக்கப்பட்டிருந்தது. பிறகு பிணத்தின் உடலிலிருந்த அணிகள் அகற்றப்பட்டன. இறந்தவளின் மருமகள் மண்டையோட்டின்மீது சுற்றி வைக்க ஒரு கொத்து தலைமுடியைக் கத்திரித்துக் கொண்டாள்.

பிணத்தைச் சிதையின் மீது வீசி ஆட்டும் போது இறந்தவள் செத்தவர்கள் உலகத்தைச் சென்று சேர்கின்றாள் என என்னிடம் தெரிவித்தனர். இது தொடர்பாக ரிவர்ஸ் எழுதுவதாவது: சிதையின்மீது பிணத்தை வீசி ஆட்டும் சடங்கானது பிணத்திற்கு அணிவிக்கப்பட்டுள்ள அணிகளைக் களைவதை முக்கிய நோக்கமாகக் கொண்டது எனலாம். நெருப்பின் மீது பிணத்தை ஆட்டுவது அது எரிக்கப்படுவதைக் குறியீடாகத் தெரிவிப்பதாகும். இவ்வாறு குறியீடாகப் பிணம் எரிக்கப்படுவதால் அதற்கு அணிவிக்கப்பட்டுள்ள பொருள்கள் எரிக்கப்படாமல் மற்றுமொரு சமயம் பயன்படுத்த உதவுவதாகின்றது. இதனையே இந்தச் சடங்கிற்குரிய விளக்கமாக நாம்கொள்ள வேண்டும். எனினும் இவ்விளக்கம் தோடரால் தரப்பட்டது அன்று. முன்பு ஒரு காலத்தில் நானூறு ஆண்டுகளுக்கு முன்னர் இறந்து போனதாகக் கருதப்பட்ட ஒருவனைச் சிதையிலிட்டு நெருப்பிட்டனர். அச்சூட்டினால் அவன் மீண்டும் உயிர்பெற்று சிதையிலிருந்து எழுந்து நடக்கலானான். இதன் காரணமாகப் பிணத்தைச் சிதையில் வைக்குமுன் மும்முறை அதனைச் சிதை நெருப்பின்மீது வீசி ஆட்டவேண்டும் என்ற புதிய விதி வகுக்கப்பட்டது. (செத்து விட்டவனாகக் கருதிச் சிதையில் வைக்கப்பட்ட தோடன் ஒருவன் எழுந்து அவன் சாவுச் சடங்கிற்காக அணிவிக்கப்பட்ட அணிகளோடு

கூடப் புதுப்பொலிவோடு அப்படியும் இப்படியுமாக நடக்கத் தொடங்கினான் எனவும் அவனுக்கு அணிவிக்கப்பட்ட அணிகளை அவன் மறுபடியும் உண்மையிலேயே இறக்கும்வரை தொடர்ந்து அணிந்தவனாக இருக்க அனுமதித்தனர் எனவும் கர்னல் மார்சல் தெரிவித்துள்ளார்).

சிதையில் நன்றாக நெருப்புப் பற்றி எரியத் தொடங்கியவுடன் உறவினர்களான சில பெண்களைத் தவிர மற்றவர்கள் சோலையை விட்டு வெளியேறினர். ஆண்கள் அருகிலிருந்த குன்றின் உச்சியில் ஏறி தங்கள் தெய்வத்தை வழிபட்டனர். நான்கு ஆண்கள் கோத்தர் தேவாடிகளைப்போலவே தாங்களும் தெய்வம் ஏறப்பட்டவர்கள் எனத் தங்களைப் பாவித்தவர்களாக உடல் நடுங்கியவர்களாகக் கைகால்களை அப்படியும் இப்படியுமாக ஆட்டியபடி கண்களை மூடிக்கொண்டு உள்ளங்கைகளைக் குவித்து ஆட்டியபடி அப்படியும் இப்படியுமாக ஓடலாயினர். அதன்பின் மலையாளத்தில் பேசத் தொடங்கிய அவர்கள் அங்கு நிகழ்ந்த ஒரு வியத்தகு நிகழ்ச்சியை விவரித்தனர் அவர்கள் முன் மிகப் பெரிய ஓர் உருவம் தோன்றியதாகவும் அது எதிர்பாராது தோன்றியது போலவே எதிர்பாராது மறைந்துவிட்டது என்றும் கூறினர். அந்த ஆண்டு தீமிதிச் சடங்கில் தோடரிடையே ஏற்பட்ட பூசல் காரணமாக அவர்கள் இரு கட்சிகளாகப் பிரிந்து இரண்டு இடங்களில் தீக்குழி அமைத்தனர். இச்செயல் தெய்வங்களைக் கோபமுறச் செய்தது போலும். இதற்குக் காரணமானவர்கள் விரைவில் நாசமாவார்கள் என அச்சுறுத்தப்பட்டனர்.

இந்தக் கதை முழுதும் குழப்பமானதாகவே வழங்கி வருகின்றது. தெய்வம் ஏறப் பெற்ற தோடர் சிலர் மலையாளத்தில் சில வார்த்தை களைப் பேசினர். நீலகிரி மலையின் வடக்கு, மேற்கு சரிவுகளில் எருமை களை மேய்க்கும்போது பக்கத்தே உள்ள மலபார் மாவட்டத்து மலையாளம் பேசும் மக்களோடுகொண்ட தொடர்பின் காரணமாக இவர்கள் சில மலையாள வார்த்தைகளைக் கற்றுக் கொண்டனர் என விளக்கம் தருகின்றனர்.

தொழுநோய் வந்த ஒருவனுடைய சாவுச் சடங்கில் வட்டமாகக் கற்களை அடுக்கி ஒன்றரைக் கெசக் குறுக்களவு உள்ளதாக அச்சடங்கிற்காக என்றே அமைக்கப்பட்ட அமைப்பின் வாயிலின் முன் பிணத்தைக்கொண்டு வந்து வைத்தனர். எருமைப் பலி இடப் படுவதற்குச் சற்றுமுன் பைகி குலப்பிரிவைச் சேர்ந்த ஒருவன் பிணத்தின் தலைமாட்டில் நின்றபடி ஒரு பிரம்பால் தரையில் ஒரு

குழி தோண்டியவனான எதிர்பக்கத்தில் நின்றிருக்கும் கென்னனிடம் 'புழுட் கென்ன' என மும்முறை கேட்பான். மண்ணை நான் இடலாமா என்பது இதன் பொருளாகும். இதற்குக் கென்னன் 'புழுட்' என் மும்முறை விடையிறுப்பான். அதன்பின் பைகி மும்முறை பிணத்தின் மீதும், வட்டக்கல் அமைப்பின் மீதும் மண்ணை இடுவான்.

கற்களால் அமைக்கப்பட்ட வட்ட அமைப்பு எருமைப்பட்டியாகக் கருதப்படும் வகையில் அங்கு அமைக்கப்படுகிறது என ரிவர்ஸ் தெரிவிக்கின்றார். எருமைப்பட்டி ஒன்றின் நுழைவாயிலிருந்துதான் மண்ணை எடுத்துப் பிணத்தின் மீது இடவேண்டும் என்பது விதி. எனவே பட்டி இல்லாது சடங்கு நடத்தப்படும் இடத்தில் இதற்காகவே பட்டி அமைக்கப்படுகின்றது என்கிறார் அவர்.

இறந்துபோனவனுடைய பல நல்ல குணங்களைக் கூறி அழுகின்ற பல ஒப்பாரிப் பாடல்களின் மொழிபெயர்ப்புகளை ரிவர்ஸ் தந்துள்ளார். என்னுடைய இசைத்தட்டில் பதிவு செய்யப்பட்ட ஒப்பாரிப் பாடலைத் திரும்ப ஒலிக்கச் செய்தபோது இரண்டு இளம்பெண்கள் வாய்விட்டுக் கதறி அழக் கண்டேன். அந்த ஒப்பாரி அந்தப் பெண்களினுடைய தந்தை இறந்தபோது பாடப்பட்ட ஒப்பாரி பாடல்களின் ஒலிப்பதிவு என்பது எனக்குப் பின்னரே தெரிந்தது. அடுத்துப் படகர் சாவுச் சடங்குகளின்போது இறந்தவனின் பாவங்களைத் தொகுத்துக் கூறும் இசைத்தட்டை நான் ஒலிபரப்பியபோது அந்த பெண்கள் தங்கள் துக்கத்தை மறந்து மிண்டும் மகிழ்ந்தவர்களாயினர்.

நீலகிரி மாவட்ட ஆட்சியருக்கு எருமைப் பலிச் சடங்கு தொடர்பாக விண்ணப்பம் எழுதுவோரைக்கொண்டு எழுதித் தோடர் தந்த பின்வரும் விண்ணப்பம் அக்காலத்தில் அவர்கள் மனநிலை எப்படியிருந்தது என்பதைத் தெளிவுபடுத்துவதாகும்:

'நெடுங்காலமாக நாங்கள் பின்பற்றிவரும் சமய நெறிப்பட்ட வழக்கப்படி நாங்கள் பலிக்குரிய எங்கள் எருமைகளை முறை யாகவே வளர்த்து வருகின்றோம். சென்ற ஆண்டு பலிக்கு உரிய எருமைகளைப் பார்வையிட வந்த மாவட்ட ஆட்சியர் கால்நடைப் பட்டியில் எருமைகளைத் தீனி ஏதும் போடாது அடைத்து வைக்கக் கூடாது என்று ஆணையிட்டதோடு ஒவ்வொரு நாளும் ஓர் எருமையை மட்டுமே பலியிடவேண்டும் எனவும் பட்டியில் இருக்கும் எருமை களைத் தீனியின்றி அடைத்து வைக்காது மேய்ச்சலுக்கு ஓட்டிவிட

வேண்டும் எனவும் ஆணையிட்டார். அவர் கட்டளைப்படியே நாங்கள் செயல்பட்டோம்.

இந்த நல்ல ஆணையின் நன்மையை நாங்கள் புரிந்து கொண்டோம். அண்மையில் இறந்துபோன ...தோடனின் மகனான... ஊர்த் தலைவனான தோடன்... ஊரைச் சேர்ந்த மணியக்காரரோடு சேர்ந்து அவ்வப்போது லஞ்சம் வாங்குவதோடு எங்களுக்கு எதிரான நடவடிக்கைகளிலும் ஈடுபட்டு வருவதோடு மிகப் பெருந்தொல்லைகளையும் தந்து வருகின்றான். அதோடு வேறொரு பெருந் தொல்லையையும் தருகின்றான். திரு.... ஒருநாள் உள்ளான் குருவிகளைச் சுட அந்தப் பக்கமாக வந்தான். அப்போது அங்கே மேய்ந்து கொண்டிருந்த ஓர் எருமைக்கடா தன் கொம்புகளால் வேகமாக அவனை முட்டித் தள்ளி அவன் கால்களில் காயம் ஏற்படுத்தியது. அவனோடுகூட வந்த ஒருவனின் உதவியினால் அவன் ஆபத்திலிருந்து தப்பினான். இல்லையாயின் அவன் உயிரிழந்திருக்க வேண்டும்.

இப்பொழுது மேலே கூறிய மணியக்காரரும்... ....னும் ஒன்றாகச் சேர்ந்து கொண்டு அந்தத் தோடனுடைய இறந்துவிட்ட தந்தைக்கான சாவுச் சடங்கை இம்மாதம் 18ஆம் தேதி நடத்தி முடிக்கவேண்டும் என முடிவு செய்து உள்ளனர். இதற்காக அவர்கள் 18ஆம் தேதியன்று காலை 10 மணிக்கு எருமைகளைத் தீனி ஏதும் தின்ன மேயச் செல்லவிடாது பட்டினியாகப் பட்டியில் அடைத்துப் போடப் போகின்றார்கள். 19ஆம் தேதியன்று பிற்பகல் 4 மணிக்குதான் அவர்கள் சடங்கில் எருமையைக் கொண்டு பலியிடப் போகின்றார்கள். இவ்வாறு செய்வது கடவுளுக்கு எதிராகச் செய்யப்படும் பாவமாகும். எனவே நாங்கள் உங்களை எங்களுக்குப் பின்வருமாறு உதவும்படி வேண்டுகின்றோம். எருமைகளை அவர்கள் வழக்கம் போல் மேய்ச்சல் நிலத்தில் ஓட்டிவிடட்டும். பலியிட வேண்டிய நேரத்தில் அவற்றைப் பிடித்துப் பலியிடச் சொல்லுங்கள். நீங்கள் எருமைகளைப் தனியாகப் பட்டியில் அடைத்துப் போடும்படி அவர்களுக்கு ஆணையிட மாட்டீர்கள் என்பது எங்களுக்குத் தெரியும். இவ்வாறு பட்டினிப் போட்டு அவர்கள் எருமைகளைக் கொல்ல நினைப்பார்களாயின் அந்த எருமைகள் எங்கள் மீதும் மற்றும் அங்கு வேடிக்கை பார்க்கக் கூடியுள்ளவர்கள் மீதும் வெறி கொண்டனவாகப் பாய்ந்து கொன்றுவிட வரலாம். எனவே தோடராகிய நாங்கள் மதிப்புக்குரிய உங்களிடம் 18ஆம் தேதி அந்தச் சாவுச் சடங்குத் தொடங்கும் முன்னதாக அவர்களை விசாரித்து அவர்களுக்கு மேற்கண்டபடி நடந்து

கொள்ளாதிருக்க ஆணை பிறப்பிக்க வேண்டுமாய்க் கேட்டுக் கொள்கின்றோம்.'

பைகாராவில் ஒரு 'விட்' திங்கட்கிழமை போட்டிப் பந்தயங்கள், விளையாட்டுக்கள் ஆகியவற்றுக்காக ஒதுக்கப்பட்டது. அதில் சிறுவர், சிறுமியர் கேலி விளையாட்டாக நடத்தும் தோடர் சாவுச் சடங்கு சுவையானதாகவும் பரபரப்பு மிகுந்ததாகவும் இருந்தது. தான் செய்யும் சிறுகேலியில் மிக விருப்பம் உடையவனான ஒரு தோடன் பச்சை கெது என்ற சாவுச் சடங்கை எனது பங்களாவில் மேஜை மீது வந்து அமரும் ஈக்களை உயிரோடுபிடித்து அவற்றுக்குத்தான் அதனை நடத்துவதாகக் கூறுவான். சிறுவர் சிறுமியர் நடத்திய கேலிச் சாவுச் சடங்கிற்குச் சில இளைஞர்கள் குழுவாக 'யோ, ஹா! யோ, ஹா' என பெரியவர்களைப்போல நடித்து அழுது அரற்றியபடி வந்து சேர்ந்தனர்.

பலியாக உள்ள எருமையாக நடிக்கும் சிறுவன் தன் புத்குளியினை அவிழ்த்துப் போட்டவனாகச் சிறு குன்றுக்கு அப்பால் மற்றவர்கள் பார்வையில்படாமல் மறைந்துவிட்டான். அந்தக் குன்றின் உச்சியில் மேலே உயர்த்திய அவன் கைகளும் தோள்களும் காட்சி தந்தன. அவை எருமையின் கொம்புகளாக மற்றவர்களால் கருதப்பட வேண்டும். அவை கண்ணுக்குத் தெரிந்த அளவில் சில சிறுவர்கள் அவனைப் பிடித்துவரப் பாய்ந்து ஓடினர். அவர்களிடையே போலியாக ஒரு சிறு சண்டை நிகழ்ந்தது.

எருமையாக நடித்தவனைச் சிறுவர் பிடித்து இழுத்துவரும் போது அவன் திமிறியபடியும் கால்களை உதைத்துக்கொண்டும், கூக் குரலிட்டும், ஆர்ப்பாட்டம் செய்தபடி பிணம் கிடத்தப் பட்டுள்ளதாகக் கருதப்படும் இடத்திற்கு வந்து சேர்ந்தான். போலியான ஒரு பிணமோ அதற்குப் பதிலாக ஒரு பொம்மையோ இல்லாத காரணத்தால் அந்த இடத்தில் சில சிறுமியர் அமர்த்தப்பட்டி ருந்தனர். எருமையாக நடித்த பையனை அங்கே கொண்டுவரும்வரை அவர்கள் தங்களுக்குள் அரட்டை அடித்தவர்களாக அமர்ந்திருந்தனர். அதன்பின் அவர்கள் ஒருவரோடு ஒருவர் நெற்றியைத் தொட்டுக் கொண்டபடி இணை இணையாக வழக்கமாகச் சாவிற்கு அழுது அரற்றுவது போல அழுது அரற்றினர்.

எருமையாக நடித்தவன் பின்மண்டையில் ஒரு துணியைக் கோடரியாகக் கருதி, அதனால் ஒரு மொத்து மொத்தியவுடன் அவன்

இறந்துபோனதாகப் பாவனை செய்தான். கைகால்களை இழுத்துக் கொண்டபடி உயிர்போகும் துடிதுடிப்பைத் தன் நடிப்பில் அவன் காட்டி முடித்ததும் எருமையாக நடித்தவன் மீண்டும் குன்றுக்கு அப்பால் ஓடினான். அவனைப் பிடித்து இழுத்துவரும் முரட்டுத் தனமான விளையாட்டின் வேடிக்கையை மீண்டும் அனுபவிக்கவே அவன் அவ்வாறு ஓடிச் சென்றிருக்க வேண்டும். பின்னர் நடைபெற்ற தடகளப் போட்டிகளில், ஓட்டப் பந்தயத்தில் எருமையாக நடித்த சிறுவன் இரண்டாவதாக வந்து பரிசையும் பெற்றான். ஒரு சமயம் நெடுஞ்சாலையில் மேய்ந்துகொண்டிருந்த அவன் இனத்து (அவன் நடித்த) விலங்குகள் (எருமைகள்) எங்களைத் துரத்தியபோது குறுக்கிட்டு அவற்றை விரட்டி எங்களை எருமைகளிடமிருந்து அவன் காப்பாற்றினான். இதுவே நான் அவனைக் கடைசியாகச் சந்தித்த சமயம் ஆகும். உதகமண்டலத்தைச் சேர்ந்த வேட்டைக்காரருக்கு எப்பொழுதும் தோடரின் எருமைகளிடம் ஒரு பயம் உண்டு. அவற்றின் கொம்புகளால் தாக்குண்டு குதிரைகளும் குதிரைகளில் சென்ற வேட்டைக்காரர்களும் அடிக்கடி காயம்பட்டதே இந்த அச்சத் திற்குக் காரணம்.

இந்தச் சாவுச் சடங்கின் வேடிக்கை நிகழ்ந்துகொண்டிருக்கும் போதே ஆண்கள் எல்ன்[19] விளையாட்டிலான தங்கள் திறமையைக் காட்டினர். இந்த விளையாட்டு ஆங்கிலேயரின் கிட்டிப்புள் விளையாட்டை ஒத்தது. இலண்டன் நகரத்துச் சந்துகளில் சில பருவங்களில் கண்ட இடங்களிலெல்லாம் இந்த விளையாட்டு நிகழ்ந்துகொண்டிருக்கக் காணலாம். இரு முனைகளும் கூர்மையாகச் சீவப்பட்ட ஒரு சிறு குச்சியையும் விளக்குமாற்றின் கைப்பிடி மட்டையை ஒத்த கழியினையும் பயன்படுத்தி விளையாடப்படுவது. இந்த இரண்டினுள் சிறு குச்சியைத் தரையில் ஒரு கல்லோடு சார்த்தி வைத்து அதனைக் கழியினைக் கொண்டு தட்டுவர். அது கல்லிலிருந்து எம்பி எழும்போது அதனைக் கழியினைக் கொண்டு வேகமாக அடிப்பர். அப்பொழுது தூர நிற்கும் எதிரணியினர் அதனைப் பிடிக்கப் பார்ப்பர்.

முட்ட நாட்டு மந்துவில் எங்களுக்கு இன்னும் சில விளையாட்டுக் களை நிகழ்த்திக் காட்டினர். இந்த விளையாட்டுகளுள் ஒன்று நர்த்பிமி. தட்டையான ஒரு கல்லைச் செங்குத்தாக நிற்கும் வேறு

[19] எல்ன் என்பதனைப் பிரிக்ஸ் இலடா என்பார். ரிவர்ஸ் இலடா என்பது இந்த விளையாட்டிற்குப் படகர் தந்துள்ள பெயர் என்பார்.

இரு கட்டைக் கற்களின் மீது படுகிடையாக இட்டு ஒரு குறுகிய சுருங்கையை உண்டாக்குவர். ஒருவன் அதன் வழியே மிகத் தொல்லைப் பட்டவனாகப் புகுந்து இப்பால் வரலாம். இருவர் இந்த விளையாட்டில் இடம்பெறுவர். ஒருவன் அந்தச் சுருங்கையிலிருந்து முப்பது கெச தூரத்திலும் மற்றொருவன் ஆறு கெச தூரத்திலுமாக நின்றுகொள்வர். இவர்களுள் சுருங்கை அருகே நிற்பவன் தன் ஆடையை அகற்றியவனாக ஓடிச் சென்று அச் சுருங்கையில் புகுந்து இப்பால் வர முயல்வான். முப்பது கெச தூரத்தில் நிற்பவன் ஓடிவந்து முதலாமவன் தன் கால்களைச் சுருங்கையினுள் இழுத்துக் கொள்ளுமுன் அதனைத் தொட முயல்வான்.

நாங்கள் நேரில் கண்ட மற்றொரு விளையாட்டில் கனமான உருண்டைக் கல் ஒன்றினைக் கொண்டு ஒருவன் தன் ஆற்றலின் அளவை வெளிப்படுத்துவதாகும். இதில் பங்கு பெறுபவர் கள் அந்தக் கல்லைத் தங்கள் தோள் உயரத்திற்குத் தூக்க வேண்டும். சாவுச் சடங்கின்போது எருமையின் தலையில் கோடரியினால் வெட்டி அதனை வீழ்த்தும் நல்ல உடல்வாகு வாய்க்கப் பெற்றவ னாலேயே அவன் மிக வருந்தி முயன்றும் அந்தக் கல்லை அவன் வயிற்று உயரத்திற்கு மேல் தூக்க இயலவில்லை. நல்ல உடற்கட்டு வாய்க்கப் பெற்ற ஒரு பெரியவர் என்னிடம் தான் இளைஞனாயிருந்த அந்தக் காலத்தில் தன்னால் அந்தக் கல்லைத் தூக்கிச் சாதனை புரிய முடிந்தது என்றும் தோடர் இன இளைஞர்கள் வருந்தத்தக்க நிலையில் கட்டுடல் குலைந்தவர்களாக ஆகி வருகின்றனர் என்றும் தன் வருத்தத்தைத் தெரிவித்துக்கொண்டார்.

'மூலையில் பூனை' (Puss in the Corner) என்ற ஆங்கிலேயர் விளையாட்டை ஒத்த காரியாலபிமி என்ற விளையாட்டைத் தோடர் விளையாடுவதாகப் பிரீக்ஸ் குறிப்பிடுகின்றார். எங்களை மகிழ்விக்க ஏற்பாடு செய்யப்பட்ட விளையாட்டுகளில் அந்த விளையாட்டு இடம்பெறவில்லை. அன்றாட வாழ்க்கையைப் பிரதிபலிக்கும் போலியான விளையாட்டுக்களில் தோடர் இனக் குழந்தைகள் ஈடுபடுகின்றன.

கிராமங்களின் அருகே சிறுவர்கள் விளையாட்டுக்காகச் சிறிய அளவில் அமைத்த எருமைப் பட்டிகளையும் அடுப்புக்களையும் நான் நேரில் கண்டுள்ளேன் என ரிவர்ஸ் குறித்துள்ளார். பெரிய இலைக் கொத்துக்களை எருமைகளாகவும் சிறிய இலைக் கொத்துகளை எருமைக் கன்றுகளாகவும் பாவித்துக் குழந்தைகள் விளையாடும்

விளையாட்டை நானே பலமுறை நேரில் கண்டுள்ளேன். எருமைகளின் அன்றாட வாழ்வில் நிகழும் அனைத்து நிகழ்ச்சிகளையும் அவர்கள் இந்தப் பாவனை இலைக் கொத்துக்களுக்கு நிகழ்த்துவிப்பர். தோடர் இனப்பெரியவர்களும் சிறுவர்களும் கையில் வளையும் ஒரு மரக்கிளையை வைத்துக் கொண்டு அதனை எருமையின் தலையாகவும் கொம்பாகவும் பாவித்துத் திருகியபடி இருப்பதை எங்கும் காணலாம்.

தோடர் பாடும் பாடல்களுள் பின்வருவன திரட்டப்பட்டுள்ளன:

வெயில் ஏறுகின்றது; மூடுபனி படர்கின்றது;
மழை வரலாம். இடிமுழக்கம் கேட்கின்றது;
மேகம் திரள்கின்றது. மழை கொட்டுகின்றது.
காற்றும் மழையும் வீசி அடிக்கின்றது.
எல்லாம் வல்ல தேவனே!
எங்கும் வளம் பெருகட்டும் அறம் தழைக்கட்டும்!
எருமைகள் சினையாகட்டும்!
அவை கன்று ஈனட்டும்.
குழந்தையற்றவர்களும் குழந்தை பெறட்டும்.
இதனை நம் நாட்டுக் கடவுளிடம் சென்றுரைப்பாய்,
கெய்கமொர், எய்கமொர்களே! (எருமைகளின்பெயர்கள்)
மாலை நேரம் நெருங்குகின்றது
எருமைகள் மேய்ந்து திரும்புகின்றன
கன்றுகளும் உடன்வருகின்றன
எருமைகளுக்கு வணக்கம் தெரிவிக்கப்படுகின்றது
பால்மடக்காரன் கன்றுகளைக் குச்சியால் அடிக்கின்றான்.
மணிக்குப் பால் படைக்கப்படுகின்றது
எங்கும் இருள் மிகுகின்றது
அழகிய கொம்புகளோடுகூடிய எருமை இது
படகன் அறிவுகெட்டுக் கொடுத்துவிட்ட எருமை.
காண்டல் மந்துவிற்கு வந்து சேர்ந்த எருமை
இது இன்னரொவ்ய (எருமையின் பெயர்)
இதுபோன்ற எருமை வேறு எங்கும் இல்லை
பர்கூர் (தோடன் ஒருவன் பெயர்) அவனைப்போல வேறு எவனும் இல்லை.
கதிரவன் ஒளி வீசுகின்றான். காற்றும் கடுகி வீசுகின்றது
மழை வர உள்ளது. மரங்கள் பூத்துக் குலுங்கியபடி நிற்கின்றன

கண்ணீர் வடிகின்றது. மூக்கிலோ எரிச்சல்
தன் குடையை விரித்துப் பிடித்தபடி அவன் வருகின்றான்
நல்ல உள்ளாடை அணிந்தபடி அவன் வருகின்றான்.
கறுப்பு வண்ண ஆடைகட்டி அவன் (பாலோள்) வருகின்றான்
பால மரக் கட்டையாலான
தடியினைத் தாங்கியபடி அவன் வருகின்றான்.
எனக்கு ஒரு தெய்வம் உள்ளது
நான் என்னவானேன்?
நெஞ்சில் துக்கம் மிக்கதால் நான் அழப் பார்க்கின்றேன்
ஓ! என் குழந்தையே அழாதே.
இது இன்னும் அழுகின்றது. துர்ரே துர்ரே
இங்கே பார் வாயை மூடு
கொழுத்ததொரு எருமைக் கடா ஆச்! ஆச்!
இந்தக் கடா எருமை
எருமையை அழைத்துச் செல்கிறது ஆ! ஆ!
இரண்டு மூன்றுபேர் அதனை ஓட்டிச் செல்கின்றனர் ஆ! ஆ!

மைசூர் மாநிலத்துப் பட்டத்து அரசியான மகாராணி உதகமண்டலம் வந்தபோது அவளைச் சிறப்பித்துப் பாடிய பாடல்:

தோடர்கள் எல்லாம் அவள் அரண்மனைக்குச் சென்று
அவள்முன் ஆடினோம்.
அவள் எங்களுக்குப் பதினைந்து ரூபாய் தந்தாள்.
எங்கள் பெண்களை நெருங்கி அவர்களோடு அவள் பேசினாள்
எங்களுக்கு அவள் துணிகள் வழங்கினாள்
மறுநாள் நாங்கள் அவளுக்குப் பால் கொண்டுபோய்க்
கொடுத்தோம்
காலையில் எட்டுப்பாட்டிலும் மாலையில் நான்கு பாட்டிலும்
பால் தந்தோம்
மாதா மாதம் எங்கள் பாலுக்கு அவள் பணம் தந்துவிட்டாள்.
அவள் மைசூர் புறப்படும்போது நாங்கள் அவள்முன் வரிசையாக
நின்றோம்
அவள் எங்களுக்கு துணியும் மூன்று ரூபாயும் தந்து சென்றாள்
பெண்கள் தலைமுடியினை வெட்டியபடி அவள்முன் நின்றனர்

திருமணப் பாட்டு

சிறுவரும் சிறுமியரும் பாடுகின்றனர்.

அவர்கள் நிறைய பணத்தைச் செலவழிக்கின்றனர்.
மணமகளுக்கு அவள் தந்தை ஐந்து எருமைகள் தருகின்றான்.
கணவனாக வருபவன் தன் மனைவியிடம் அவள் தன் கூந்தலைச்
சுருளாக்கிக்கொள்ள வேண்டுமென்று கூறுகின்றான்
அவள் கூந்தல் சுருட்டை முடியானால் அனைவரும் மிக மகிழ்வர்
எருமையைக் கொன்றாயிற்று.
நாம் அனைவரும் இப்பொழுது நடனமாடவேண்டும்
இங்கு ஏன் எல்லோரும் பெருங்கூட்டமாகத் திரளவில்லை
இன்னும் பலரும் வந்து கூடவேண்டும்.
என் எருமை பெரியது, மிகப் பெரியது
விரைந்து போய் அதனைப் பிடி
தோடர் அனைவரும் அங்குள்ளனர், அவர்கள் வரிசையாக
நிற்கின்றனர்
யார் ஓடிச் சென்று முதலில் எருமையைப் பிடிக்கப்
போகின்றீர்கள்?
அவ்வாறு பிடிப்பவனுக்கு ஐந்து ரூபாய் பரிசு வழங்கப்படும்
நான் போய் அதனை முதலில் பிடிப்பேன்
தோடர் அனைவரும் சண்டையிடுகின்றனர்
மக்கள் அவர்களுக்கு அரிசி தருகின்றனர்
அந்த எருமை வந்து கொண்டுள்ளது
அதன் கழுத்தைக் கட்டிப்பிடிக்க இருவர் ஓடிச் செல்கின்றனர்
பத்துபேர் கூடி அந்த எருமையினைக் கட்டிப் பட்டியில்
கொண்டுபோய் அடைக்கின்றனர்.

16

பணியன்

கறுத்த தோலும் குள்ள உருவமும் அகன்ற மூக்கும் சுருண்ட மயிரும் கொண்ட பழங்குடியினர் பணியன்கள் (Paniyan). மேற்கு மலைத் தொடரின் அடிவாரத்தைச் சார்ந்த மலபாரில் உள்ள எறநாடு, கள்ளிக்கோட்டை, குறும்பறநாடு, கோட்டயம் வட்டங்களின் பகுதிகளிலும் வடநாட்டிலும் நீலகிரியைச் சேர்ந்த முத்தநாடு, சேரங் கோடு, நம்பாலக்கோட்டை அம்சங்களிலும் (ஜமீன்) இவர்கள் காணப்படுகின்றனர்.

மலைத்தோட்ட முதலாளிகளான ஐரோப்பியர்கள் பலரும் இவர்களுடைய தோற்றத்தைக்கொண்டு இவர்களை ஆப்பிரிக்காவைச் சேர்ந்தவர்கள் எனவும் இவர்களுடைய முன்னோர் கடலில் கலம் ஒடிந்து மலபார் கடற்கரையில் வந்து கரையேறியவர்களாதலால் வேண்டும் என்றும் நம்புகின்றனர்.

நன்கு ஆராயும்போது இக்கோட்பாடு தவறானதென ஆகும். எனினும் இவர்களுடைய தோற்றம் பற்றி உறுதிப்படுத்தும்படியான சான்றுகள் எவையும் இல்லை. எதிர்பாராத வகையில் ஆபத்தையோ வேறு தொல்லை களையோ எதிர்ப்படும்போது இவர்கள் 'இப்பி! இப்பி!' எனக் கூக்குரலிட்டபடி அவ்விடத்தைவிட்டு ஓடுவதாக நாயர் ஜன்மிகள் (இவர்களுடைய பண்ணை முதலாளிகள்) கூறுகின்றனர். நாயர் ஜன்மிகள் 'இப்பி'யே இவர்களுக்குரிய நாடாதல் வேண்டும் எனக் கருதுகின்றனர். எனினும் இப்பிமல என இவர்கள் கூறும் மலை எங்குள்ளது என்பது இவர்களுக்கே தெரியாது.

கப்பிரி (ஆப்பிரிக்கா அல்லது கேப்?) என்பதே இவர்கள் முதலில் வாழ்ந்து வந்த நாடாதல் வேண்டும் எனக் கூறப்படுகிறது. ஐரோப்பியர்கள் கருத்தான மேற்கூறிய கருத்தைக் கேட்டறிந்தவர்கள் மட்டுமே இதுபோன்ற கருத்துடையவர்களாகின்றனர். அவ்வப்போது ஏதேனும் ஓரிடத்தைத் தங்கள் மூதாதையர்களுக்குரிய நாடாகப்

பணியன்கள் கூறிவந்தாலும் மலபாருக்கு வந்து சேர்ந்ததைப் பற்றியதான வழக்கு வரலாறு ஏதும் இவர்களிடையே வழக்கில் இல்லை. ஒரு அரசர் தங்கள் இருப்பிடத்தைக் கண்டுபிடித்துத் தங்களைக் கைப்பற்றினார் எனவும், அஞ்சி ஓடி ஒளிந்த இவர்களை அவன் வேட்டைக்குப் பயன்படுத்தும் வலைகளை வீசியே பிடித்தான் எனவும், அவனால் இங்குக்கொண்டு வந்து சேர்க்கப்பட்ட சமயத்தில் கணவனும் மனைவியும் பொதுவில் ஒரே ஆடையைத் தரித்து மானத்தைக் காக்க வேண்டிய தொல்லையும் துன்பமும் அடைந்தவர்களாகத் தாங்கள் இருந்ததாகவும் இவர்கள் கூறுகின்றனர்.

1891 கணக்கெடுப்பு அறிக்கையில் பதியப்பட்டுள்ள பணியன்களின் எண்ணிக்கை 33,282 ஆகும். இவர்களிடையே ஒன்பது உட்பிரிவுகள் இருப்பதாகப் பதியப்பட்டுள்ளது. ‘இந்த உட்பிரிவுகளுள் பெரும்பாலானவை உண்மையானவையல்ல. இவற்றுக்கு உரியனவாகப் பதிந்துகொண்டுள்ளவர்களும் மிகமிகச் சிலரே’ என எச்.எ. ஸ்டுவர்ட் குறிப்பிடுகின்றார். ஒவ்வொரு பணியனும் யாரேனும் ஒரு பண்ணையாரின் ஆள்காரனாகக் கிட்டத்தட்ட அடிமை என்ற நிலையிலேயே உள்ளான். தன் பண்ணை முதலாளியை விட்டு வேறொருவனிடம் பணி செய்ய இவன் உரிமைபெற்றவன். எனினும் இவன் போய்ச் சேர்ந்த இடத்தை உடனே கண்டுபிடித்து அவன் அங்கு வேலையில் தொடர இயலாதபடி ஏற்பாடு செய்து விடுவதால் இவர்கள் ஒரு பண்ணையாரிடமே தொடர்ந்து இருக்க வேண்டிய கட்டாயத்திற்கு உள்ளாகின்றனர்.

சென்ற நூற்றாண்டின் (19ஆம் நூற்றாண்டின்) இடைப்பகுதியில் வயநாட்டில் தோட்ட முதலாளிகள் வந்து தங்கத் தொடங்கிய காலத்தில் நிலப் பண்ணையாரிடமிருந்து நிலத்தோடு பிணைக்கப்பட்ட பணியன்களோடேயே நிலத்தை விலைக்குப் பெற்றனர். முன்பு பணியன்கள், பணக்காரர்களான திருட்டுப் பொருள்களைப் பெறுவோர்களுக்குக் காப்பித் தோட்டங்களிலிருந்து காப்பிக்கொட்டை திருடுவோராக அமர்த்தப்பட்டிருந்தனர். இவர்கள் காப்பித் தோட்டங்களில் நுழைந்து இரவோடு இரவாகக் காப்பிக் கொட்டையை உருவிச் சென்று பொழுது புலருமுன் திருட்டுப் பொருள்களைப் பெறுவோருக்குக் கொடுப்பர். இருட்டிய பிறகு வெளியே செல்ல அஞ்சும் நீலகிரியைச் சேர்ந்த காப்பிக் கொட்டைத் திருடர்களான படகரைப் போலன்றி பணியன்கள் பேய்களுக்கு அஞ்சாதவர்களாக இரவில் திருட்டுத் தொழிலை மேற்கொண்டவர்களாக வெளியே

புறப்பட்டுச் செல்வர். பணியன்களைப் பற்றிய என் ஆய்வை நான் மேற்கொண்ட மலைத்தோட்ட உரிமையாளரான நண்பர் ஜி. ரொம்மில்லெ சமூகத்தில் பழகிய பணியன்களுக்கு நல்ல கூலி தந்தால் அவர்களை அமர்த்தலாம் எனவும் தன் அனுபவத்தில் கண்டுள்ளதாகக் கூறினார்.

தங்கள் நிலத்தின் பெரும்பகுதியை ஜன்மிகள் விற்றுவிட்ட சில இடங்களில் பணியன்களுக்கு வேறு நிலையான வேலை கிடைக்கப் பெறாமையால் காப்பித் தோட்டங்களில் தோட்டத் தொழிலாளராக அமர்ந்துள்ளனர். இவ்வாறு வேலையில் சேர்ந்துள்ளவர்கள் ஒரு சிலரே. பணியன் என்ற சொல் கூலியாள் எனப் பொருள்படும். தொடக்கத்தில் இன்று உள்ளது போலவே பெரும்பாலானவர்கள் பயிர்த்தொழிலாளராக இருந்ததாகவே இவர்கள் நம்புகின்றனர். பண்ணையில் வேலை பார்ப்போர் தங்களுக்காக மட்டும் நெல்லும் ராகியும் பயிரிடுகின்றனர்.

பெண்களும் குழந்தைகளும் காடுகளில் கிழங்குகளையும் கீரைகளையும் உணவுக்காகத் தேடிக்கொண்டிருக்கக் காணலாம். நரி, பாம்பு, கழுகு, பல்லி, எலி, பயிரை மேயும் புழுபூச்சிகள் ஆகியவற்றின் இறைச்சியை இவர்கள் உண்பதில்லை. (தலை வழுக்கையையும் நரையையும் தடுக்கும் என்பதற்காக விலையுயர்ந்த எண்ணெய் களுக்குப் பதிலாக இவர்கள் தரைநண்டுகளை உண்கின்றனர்) இவர்கள் மதுவகைகளில் தனி மோகம் கொண்டவர்கள்.

உடல் அளவுகளைக் கணித்தறிய என்னிடம் நேரில் வந்தவர்கள் இரண்டணா, ஒரு சுருட்டு, அவர்கள் விரும்பிய அளவு மேற்படி கடைத்தெருவில் வாங்கப்பட்ட கலப்படமில்லாத பிராந்தி ஆகியன வற்றைப் பெற்று மிகுந்த திருப்தியுற்றவர்களாகச் சென்றனர். இயல்பாகவே மருளும் இயல்புடைய பணியர் சாதிப் பெண்கள் ஐரோப்பியர்களைக் கண்ட அளவில் ஓடி ஒளிவர். முதலில் என்னை வந்து காண அஞ்சிய பெண்கள் ஓரளவு மெல்ல அச்சம் நீங்கி நம்பிக்கை கொண்டவர்களாக என்னைக் காண வந்ததோடு சிலர் என்னிடம் அளவு எடுத்துக் கொள்ளும் தொல்லைக்கும் தங்களை உட்படுத்திக் கொண்டனர். அவ்வாறு அளவு எடுத்துக் கொண்டவர்களைப் பார்த்து மற்றவர்கள் சிரித்து ஏளனமாகவும் பேசினர்.

வயநாட்டில் பெரிய நாயர் பண்ணையார்களுக்கு உரியதான எடொம்களிலும் (வீடு) கோயில்களுக்கு உரியதான தேவோம்சம்களிலும்

நெருப்பு மூட்டும் பணியன்.

நெல் பயிரிடுவதோடு தொடர்புடைய அனைத்துப் பணிகளையும் அந்த நிலங்களோடு இணைக்கப்பட்ட பணியன்களே செய்கின்றனர். ஜன்மிகளிடமிருந்து ஆண்டொன்றுக்கு நான்கு முதல் எட்டு ரூபாய் கொடுத்துச் செட்டிகளும் மாப்பிள்ளாக்களும் சில பணியன் களை அவ்வப்போது விலைக்கோ வாடகைக்கோ எடுக்கின்றனர். நெல் நாற்று நடும்போதும் கால்நடைகளை மேய்க்கும்போதும் பணியன்கள் தங்களை மழையிலிருந்து பாதுகாத்துக்கொள்ளக் கொண்டை என்ற கூடையமைப்பைத் தலையில் அணிந்தவர்களாகவே காட்சி தருவர். குடைக்குப் பதிலாக மழையிலிருந்து காத்துக்கொள்ளப் பயன்படுத்தப்படும் விசித்திரமான இந்தக் கொண்டை அமைப்பு பிளந்த நாணல் தட்டைகளிடையே கூவைக் கிழங்குச் செடியின் இலைகளை வைத்துப் பின்னி அமைக்கப்படுவதாகும். பார்ப்பதற்கு இது பெரிய நிலக்கரி வாரும் அகண்ட வாளியைத் தலைகீழாகத் தொங்கவிட்டதுபோலக் காட்சி தரும். அதனை அணிந்திருப்பவன் தோற்றம் இராட்சசக் காளான் போன்றதாக இருக்கும்.

வழக்கமான பணியில் ஈடுபட்டிருக்கும் தீரமிக்கவனாக இவன், ஒரு புலியை வலையில் அகப்படுத்துவது போன்ற பரபரப்பான சமயங்களில், ஆபத்தைக்கூடப் பொருட்படுத்தாதவனாகச் செயல் படுவான். புலிபோன்ற வேட்டை விலங்குகள் பதுங்கியிருக்கும் புதரை வெட்டி, வெட்டவெளிப்படுத்தும் ஆபத்தான பணியில் வேட்டையில் ஈடுபட்டுள்ள ஊரைச் சேர்ந்த இளைஞர்கள் ஒருவரோடு

ஒருவர் போட்டியிட்டவர்களாகப் பதுங்கி இருக்கும் விலங்கிற்குச் சில கெச தூரம் வரைகூட அச்சமின்றிப் பணியில் ஈடுபடுவர். அப்போது அடிக்கடி திரும்பிப் பார்த்தவர்களாகப் பதுங்கியிருக்கும் விலங்கைப் பொருட்படுத்தாதவர்களைப்போல வலைக்கு வெளியே இருக்கும் தங்கள் நண்பர்களோடுகூடப் பேச்சில் ஈடுபடுவர்.

சில ஆண்டுகளுக்கு முன்புவரை மிகக் கொடிய கொலைச் செயல்கள் பெருங்கொள்ளைகள் ஆகியவற்றில் தங்களுக்கு உதவுவதற்காக வயநாட்டுப் பணியன்களை அழைத்துச் செல்ல நெடுந் தொலைவிலிருந்துகூட மக்கள் வருகின்ற பழக்கம் இருந்தது. இதுபோன்ற கொலைச் செயல்களில் இவர்களை ஈடுபடுத்தும் போது இவர்கள் செயல்படும்விதம் இரண்டு நிகழ்ச்சிகளில் இவர்கள் மேற்கொண்ட கொடூரச் செயல்களின் வாயிலாகப் புலனாகின்றது. இரண்டு நிகழ்ச்சிகளிலும் கூரைவேயப்பட்ட வீடுகளை நள்ளிரவில் சூழ்ந்துகொண்டவர்களாகப் பெரிய வைக்கோல் கத்தைகளை அந்த வீடுகளைச் சுற்றி நாற்புறமும் பரப்பி ஒரே சமயத்தில் அதில் நெருப்பு மூட்டியுள்ளனர். அதில் அகப்பட்ட அப்பாவிகள் தப்பி வெளியே ஓட முற்படும்போது கழிகளால் அவர்கள் தலையில் தாக்கி எரியும் நெருப்பில் எடுத்து எறிந்துள்ளனர்.

பண்ணையில் வரிசையாகவோ தனித்தோ அமைந்த மூங்கில்களால் அமைக்கப்பட்ட ஒற்றை அல்லது இரட்டை மாடி அமைப்புடைய கூரைவேயப்பட்ட குடியிருப்புகளில் பணியர்கள் கவலையற்றவர் களாகத் தங்கி வாழ்கின்றனர். மழைப் பருவத்திற்கு முன்னதாகக் கடுங்கோடையின்போது காட்டருவிகளின் கூரைகளிலும் குளிர்ச்சியான சோலைகளிலும் சென்று தங்கிக் கோடையைக் கழித்தபின் பருவமழை தொடங்கியவுடன் தங்கள் குடியிருப்புகளுக்குத் திரும்புவர்.

பெரிதான அமைப்புடைய மூங்கில் பாயினைக்கொண்டோ நீர் நிலைகளில் மூலிகைகள், பட்டை, பழங்கள் ஆகியவற்றின் நஞ்சினைக் கலக்கும் முறையற்ற வழியை மேற்கொண்டோ இவர்கள் மீன்களைப் பிடிக்கின்றனர். பிந்திய முறையில் மீன்கள் மயக்கமுற்று நீரில் மிதப்பதால் எளிதில் இவர்களுக்கு இரையாகக் கிடைக்கின்றன.

பணியன்கள் மோயாறு ஆற்றின் ஒரு பகுதியில் மீன்பிடிப்பது பற்றி எச்.சி. வில்சன் பதிந்துள்ள விவரம் வருமாறு:

பைகாரா நீர்வீழ்ச்சியில் அடிப்பக்கம் தொடங்கித் தெப்பக் காட்டுக்குக் கீழே உள்ள பள்ளத்தாக்கில் மைசூர் வரை ஆற்றில்

ஆற்றை ஒட்டிய பள்ளங்களில் சிறு பொறிகள் வைக்கப்பட்டிருக்கக் கண்டேன். அச்சமயம் அப்பள்ளங்களில் தண்ணீர் இல்லை. இவை சென்ற பெருக்கின்போது பயன்படுத்தப்பட்டுப் பின் அப்படியே இருக்க விட்டுவிடப்பட்டவையாதல் வேண்டும். கூரிய பற்களைக் கொண்ட பெரிய அளவிலான வைக்கோல் வாரியின் அமைப்பு உடையனவாக மரத்தால் செய்யப்பட்ட அவை பள்ளங்களின் குறுக்கே பற்களின் முனை கீழ்நோக்கியபடியிருக்க நீரின் போக்கோடு சற்றே சாய்ந்த கோணத்தில் உறுதியாகப் பொருத்தப் பட்டிருந்தன. வெள்ளப் பெருக்கின்போது பாதுகாப்பைத் தேடி நீரோடைகளின் பக்கங்களில் அமைந்த இப்பள்ளத்தாக்குகளுக்கு வரும் சிறுமீன்களைப் பிடிக்கவே இவை அமைக்கப்பட்டனவாதல் வேண்டும். பெரும்போக்காகத் தொடக்க காலத்திய பொறியினை ஒத்ததான அமைப்புடைய இவை மீன்களைப் பிடிப்பதற்கு ஏற்றனவாக அமையாததோடு ஓரளவு சேதத்தையும் விளை விக்கின்றன. இந்த இடத்திற்கு அருகே உள்ள சிற்றூர் தொரப்பள்ளி. அங்கே மீன்பிடிப்பவர்களான பணியன்கள் சிலர் தங்கி வாழ்கின்றனர். இவர்கள் தான் அந்தப் பொறிகளை அமைத்தவர்கள் என்பதில் ஐயமில்லை. இவர்கள் மேலும் நல்ல பொறிகளையும் சிறு மீன் குஞ்சுகளையும் வைத்திருப்பதாகக் கேள்விப்பட்டேன்.[1]

1897ஆம் ஆண்டின் இந்திய மீன்துறை நான்காம் பிரிவுச் சட்டத்தின் கீழ் 1907ஆம் ஆண்டு பாவனி, மோயாறு ஆறுகளில் மீன்களைப் பாதுகாக்க விதிகள் வெளியிடப்பட்டன. இந்தச் சட்டங்களின்படி குறிப்பிட்ட நிலையான பொறிகளை அமைக்கவும் பயன்படுத்தவும், வாரணைகளைக் கட்டவும், மீன்களைப் பிடிக்கவோ அழிக்கவோ, ஒன்றரை அங்குல சதுரத்திற்கு குறைவான அளவுடைய கண்ணிகளைக் கொண்ட வலைகளைப் பயன்படுத்தவும், ஆண்டுதோறும் மார்ச் 15ஆம் தேதி முதல் செப்டம்பர் 15ஆம் தேதி வரை மீன்பிடித்தலைத் தடுக்கவும் வழிவகைகள் காணப்பட்டன. இந்த விதிகள் பொருந்து கின்ற ஆற்றின் இருமருங்கும் உள்ள ஊர்களில் தமுக்கு அடித்து இந்த விதிகள் மக்களுக்குத் தெரிவிக்கப்பட்டன.

பணியன்கள் கொச்சை மலையாளத்தை விசித்திரமான வகையில் பாட்டொலியினை ஒப்ப மூக்கால் பேசுகின்றனர். அதனைப்போல

---

[1] நீலகிரி மாவட்ட ஆறுகளில் மீன்களைப் பிடிக்கும் முறைகளும் அவற்றை வளர்க்கும் முறைகளும் பற்றியதான அறிக்கை - 1907 (Report on the Methods of Capture and Supply of Fish in the Rivers of the Nilgiri District, 1907.)

மற்றவர்கள் பேசுதல் இயலாது. மலைக்குக் கிழக்குப் பக்கத்தில் வேலையில் அமர்ந்துள்ள பணியன்களில் பெரும்பாலோர் கன்னடத்திலும் உரையாடும் திறன் பெற்றவர்கள்.

கல்வியறிவு சிறிதும் அற்றவர்களாகவும் வேறு இனத்தவர்களோடு எத்தகைய உறவும் அற்றவர்களாகவும் உள்ள பணியன்களின் சமய நம்பிக்கைகள் தொடக்க காலத்தனவாகவே உள்ளன. எல்லா வகையினவும் உருவினவுமான பேய்களை நம்பும் இவர்கள் தங்களை இந்து சமயத்தை மேற்கொண்டவர்கள் எனக் கூறிக்கொள்ளினும் காடுகளுக்குரிய காட்டுப் பகவதி என்னும் தெய்வத்தையே வழி படுகின்றனர். அஞ்சத்தக்கதும் தீங்குகள் விளைவிப்பதுமான பெண்பால் தெய்வமான கூலியினையும் தாங்கள் வழிபடுவதாக இவர்கள் கூறுகின்றனர். இத்தெய்வத்திற்கான கோயில் மரத்தில் வைக்கப்பட்ட ஒற்றைக் கல்லாகவோ சிலசமயம் கற்களைக் கொண்டமைக்கப்பட்ட கல் மாடங்களாகவோ இருக்கும். இத்தகைய திருத்தமற்ற கோயில்களில் இவர்கள் சாமிக்கு உமியோடு வேக வைக்கப்பட்ட அரிசியை வறுத்துக் குற்றி அரைமூடி தேங்காயோடும் சிறுகாணிக்கையோடும் படைப்பர். ஆலமரமும் அத்திமர வகையைச் சேர்ந்த பெரியதொரு மரமும் தீய ஆவிகள் தங்குமிடம் என்ற நம்பிக்கையின் அடிப்படையில் போற்றி வழிபடுகின்றனர். இவ்வாறு தீய ஆவிகள் குடியிருக்கும் மரங்களைத் தொடுவதுகூடாது என்பதோடு அவற்றைப் பணியன்கள் வெட்ட முற்பட்டால் அவர்கள் நோயில் விழுவர் எனவும் நம்புகின்றனர்.

பணியன்கள் சிலர் தங்களை விலங்குகளாக மாற்றிக்கொள்ளக் கூடிய ஆற்றல் வாய்க்கப் பெற்றவர்களாக உள்ளனர். சமவெளியில் வாழும் பணியன்களிடையே இத்தகைய ஆற்றல் வாய்க்கப் பெற்றவன் ஒருவன் ஒரு பெண்ணின் மீது இச்சை கொண்டவனாக அவளை அடைய விரும்பினால் ஒரு துளையுடைய மூங்கிலோடு இரவில் அவள் வீட்டை அடைந்து அதனை மும்முறை சுற்றி வருவான். அதன் பின் அவனால் விரும்பப்பட்டவள் வீட்டைவிட்டு வெளியே வருவாள். அவன் ஒரு காளையாகவோ நாயாகவோ மாறித் தன் தீய எண்ணத்தை நிறைவேற்றிக்கொள்வான். இத்தகைய தீங்கிற்கு உள்ளானவள் இரண்டு மூன்று நாள்களில் இறப்பாள் என நம்பப்படுகிறது.

1904இல் மாப்பிள்ளா ஒருவன் தன் கள்ளக் காதலியைக் கொலை செய்யச் சில பணியன்களை அமர்த்தினான். கருவுற்றிருந்த அவள்

தான் அவ்வாறு கருவுற்றமைக்குக் காரணமானவன் இந்த மாப்பிள்ளாதான் என்பதை மற்றவர்களுக்குத் தெரிவிக்கப் போவதாக அவனை அச்சுறுத்தி வந்தாள். இதனால் ஏற்படப் போகும் விளைவுகளை எண்ணிப் பார்த்த அவன் ஒருநாள் ஒரு பணியனைச் சந்தித்து அவளை அவன் கொன்றுவிட்டால் பத்து ரூபாய் பணம் தருவதாகக் கூற அப்பணியனும் அதற்கு உடன்பட்டவனாகத் தன் உடன்பிறந்தவர்களோடு அந்த மாப்பிள்ளாவும் அவன் கள்ளக் காதலியும் மலைமேல் இரகசியமாகச் சந்தித்துக் கொள்ளும் இடத்திற்குச் சென்று சேர்ந்தனர். அந்த மாப்பிள்ளாவும் அவன் காதலியும் அங்கு வந்து சேர்ந்தவுடன் பணியன்களில் ஒருவன் அவளைத் தன் கைக்கோடரியால் தலையில் அடித்துப் போட்டான். பின் அவள் வாயில் துணியைத் திணித்துச் சற்றுத் தொலைவிற்குத் தூக்கிச் சென்று அவளைக் கொலை செய்தனர். இரண்டு பணியன் களும் மாப்பிள்ளாவும் இந்தக் குற்றத்திற்காகத் தூக்கிலிடப்பட்டனர்.

ஒருவனுக்கு ஒருத்தி என்பதே இவர்களிடையே வழக்கமாயினும் பல மனைவியரை வைத்துக் காப்பாற்றக்கூடியவன் ஒன்றுக்கு மேற்பட்ட மனைவியரை மணக்கத் தடையேதுமில்லை.

இளைஞர்களுக்கான மனைவியரை அவர்களுடைய பெற்றோரே தேர்ந்தெடுப்பதாகத் தெரிகின்றது. தனக்கென முடிவு செய்யப்பட்ட ஒருத்திக்குச் செல்வனான ஐரோப்பியன் ஒருவன் நாள்தோறும் மலர்ச்செண்டை அன்பளிப்பாக அனுப்பி வருவதைப் போல ஏழையான பணியனும் தனக்கென தேர்ந்தெடுக்கப்பட்டுள்ள பெண்ணின் வீட்டிற்கு ஆறு மாதங்கள் வரை நாள்தோறும் ஒரு கட்டு விறகைக்கொண்டு சேர்க்க வேண்டும். இவர்கள் மணச்சடங்கு மிக எளியதொரு நிகழ்ச்சியே. (அப்போது கட்டப்படும் தாலிக் கயிற்றின் முடிச்சு ஒருத்தியை முழுதும் கணவனுக்கு கட்டுப் படுத்துவதாகத் தெரியவில்லை.) பணியன் இனத்தவரான செம்மி (ஜன்மி என்பதின் சிதைந்த வடிவம்) ஒருவனே மணச் சடங்கை நடத்தி வைக்கின்றான்.

பதினாறு பணமும் சில புதிய உடைகளையும் மணமகன் செம்மியிடம் தர அவன் அதனை மணமகளின் பெற்றோரிடம் வழங்குவான். இது தொடர்பாக ஏற்பாடு செய்யப்படும் விருந்தில் பணிச்சிகள் (பணியர் சமூகப் பெண்கள்) முழவுக்கும் குழலுக்கும் இயைந்து நடனம் ஆடுவர். மணமகனுடைய பெண் உறவினர்களே மணமகள் கழுத்தில் தாலியைக் கட்டுவர். அவர்கள் தங்கள் வசதிக் கேற்ப சில நயமற்ற அணிகளையும் மணமகளுக்கு அணிவிப்பர்.

செம்மி மணமக்கள் தலைமீதும் பாதங்களிலும் தண்ணீரைத் தெளித்து மணச்சடங்கை முடித்து வைப்பான். தங்கள் மனைவியின் பெற்றோருக்குக் கணவன்மார்கள் அன்பளிப்புக்களை ஆண்டுதோறும் வழங்கிவர வேண்டும். அவ்வாறு வழங்கத் தவறினால் அவர்கள் தங்கள் பெண்களைத் திரும்ப அழைத்துக்கொள்ள உரிமை உடையவர்கள். தங்கள் பெண்கள் இருவரையும் ஒருவனே மணத்தலையோ இறந்துபோன தன் மனைவியின் உடன்பிறந்தவளை மணத்தலையோ இவர்கள் அனுமதிப்பதில்லை என எனக்குத் தகவல் தந்தனர்.

கைம்பெண்கள் மறுமணம் அனுமதிக்கப்படுகிறது. தவறான நடத்தையில் ஈடுபடும் ஆண் பெண்களையும் பிற குற்றங்களையும் பஞ்சாயத்துச் சபையார் கூடி, விசாரித்து வழக்கில் சம்பந்தப் பட்டவர்களுக்கு அபராதம் விதிக்கவோ தண்டனை கொடுக்கவோ செய்வதோடு வழக்குகளையும் தீர்த்துவைப்பர். பணியன்கள் குடியிருப்புக்கள் ஒவ்வொன்றிலும் கூட்டன் என்ற சாதித் தலைவன் உள்ளான். நாயர் சாதியைச் சேர்ந்த ஜன்மியே தன்னுடைய காரியங்களை மேற்பார்க்கக் கூட்டனைப் பதவியில் அமர்த்துகின்றான்.

ஊராருக்கான எல்லாப் பொறுப்புக்களையும் கூட்டனே ஏற்று ஜன்மிக்குப் பதில் அளிக்க வேண்டும். கூட்டனைப் பதவியில் அமர்த்தும் நாளன்று விருந்தும் நடனமும் நடைபெறும். அப்பொழுது கூட்டனுக்கு அவன் அதிகாரத்திற்குரிய சின்னமாக ஒரு கடகம் அணிவிக்கப்படும். கூட்டனுக்கு அடுத்த நிலையில் உள்ளவன் முதலி எனப்படும் குடும்பத் தலைவனே. முதலிகளின் கூட்டமே பஞ்சாயத் தாகச் செயல்படுகிறது. கூட்டனையும் முதலியையும் மூப்பன்மார் என வழங்குவர். சமூகத்தைச் சேர்ந்த அனைவரையுமே எத்தகைய வரையறையுமின்றி மூப்பன் என அழைப்பதும் உண்டு. மாற்றான் மனைவியோடு கள்ளக்காதலில் ஈடுபடுபவர்களுக்குப் பதினாறு பணம் (மணச்சடங்கிற்காக செலுத்தப்பட்ட தொகை) அபராதமும் மணமகள் பெற்றோருக்கு அன்பளிப்பாகத் தரப்பட்ட தொகையோடு கூடக் கலியாணச் செலவுக்கான தொகை முழுவதையும் தரவேண்டும் எனவும் தண்டனை விதிக்கப்படுகிறது.

செம்மி அல்லது ஷெம்மி எனப்படுபவன் ஒரு பூசாரியை ஒத்தவன். முன்னாளில் அவனைப் பணியன்கள் எந்தப் பண்ணையாரின் கீழ் பணிபுரிகின்றார்களோ அந்தப் பண்ணையாரே பதவியில் அமர்த்துவார். ஒவ்வொரு செம்மியும் சில கிராமங்களின் மேல்

அதிகாரம் படைத்தவன். இந்தப் பதவி பரம்பரை உரிமையுடையது. ஒருவன் குடும்பத்தில சந்ததியினர் இல்லாது போனால் அந்தப் பதவிக்கு உரியவன் தேர்ந்தெடுக்கப்படுவான்.

மகப்பேறு தொடர்பாக எந்தச் சடங்கையும் இவர்கள் மேற் கொள்வதில்லை. ஊரைச் சேர்ந்த முதியவள் ஒருத்தியே மருத்துவச்சி யாகப் பணியாற்றுவாள். அவள் பணிக்காக அவளுக்குச் சிறியதொரு அன்பளிப்பு வழங்கப் பெறும். ஒரு குழந்தை வேலை செய்யும் அளவுக்குப் பெரியவனாக வளர்ந்தவுடன் அவன் தன் பெற்றோருடன் வேட்டைக்கும் மீன்பிடிக்கவும் உடன் செல்வான். அவர்கள் அவனுக்குக் குடும்பத்திற்கானவற்றைத் தேடிக்கொண்டு வருவது எப்படி என்பதைக் கற்றுத் தருவர்.

இறந்தவர்களை இவர்கள் புதைக்கும் முறை வருமாறு: நான்கைந்து அடி ஆழமுள்ள உடலைக் கிடத்தக்கூடிய அளவு குழியை ஊரருகே உள்ள மலையில் தென் வடலாகத் தோண்டுவர். இக்குழியின் அடியில் மேற்குப் பக்கத்தில் அடிபாகத்தை ஒட்டி பிணத்தைக்கொள்ளும் அளவுக்கு மண்ணைக் குடைந்தெடுப்பர். அந்தக் குடைவினுள் ஒரு பாயில் பிணத்தைக் கிடத்தி, இடப் பக்கமாக ஒருக்களித்தபடி தலை தெற்குப் பக்கமாகவும் கால் வடக்குப் பக்கமாகவும் இருக்குமாறு வைப்பர். கொஞ்சம் சோற்றைப் புதைகுழியினுள் இறந்து போனவன் ஆவிக்காக வைத்தபின் பிணம் வைக்கப்பட்டுள்ள பாய் மூடப்படும். இவ்வாறு புதைப்பதால் பிணம், நரி, நாய்களிடமிருந்து காக்கப் படுகின்றது என்பதை இவர்கள் அனுபவத்தால் அறிந்தவர் களாதல் வேண்டும். சாவுக்குப் பின் ஏழாம் நாள் புதைகுழியிலிருந்து ஐம்பது அல்லது நூறடி தூரத்தில் செம்மி அரிசிக் கஞ்சியை வைப்பான். அவ்வாறு வைத்தபின் அவன் கைகளைத் தட்டி, அந்த வட்டாரத்தில் உள்ள தீய ஆவிகளை அழைப்பான். சில காகங்களின் உருவில் அவை அதனை வந்து உண்ணும் என்று நம்புவதால் இதனைக் காக்காக் கஞ்சி என்று அழைக்கின்றனர்.

நோம்பு எனப்படும் துக்கம் கொண்டாடுதல் தொடர்பான சடங்குகள் சாவு நிகழ்ந்த ஏழாம் நாள் நிகழ்த்தப்படும். இது தீ பொலி எனப்படும். காக்காப் பொலி எனப்படும் குரவெல்லி தொடர்ந்து மூன்று ஆண்டுகள் தை மாதத்தில் நிகழ்த்தப்படும். தம்பொலி மூன்று நான்கு ஆண்டுகளுக்கு ஒருமுறை உயிர் நீத்த முக்கிய மானவர்கள் நினைவாக நிகழ்த்தப்படும். இச்சமயங்களில் தலைமை ஏற்கும் செம்மி, சடங்குகளை நடத்தி வைக்கும் பூசாரிபோலச் செயல்படுவான்.

இச்சடங்குகளின் தரத்தில் மட்டுமே வேறுபாடுகள் உள்ளதால் காக்கா பொலி பற்றிய விவரங்கள் மட்டும் தரப்படுகிறது.

தை மாதத்தில் நோம்புக்காரன்கள் எனப்படும் துக்கம் கொண்டாடுபவர்கள் ஊருக்குப் புறத்தே தங்கள் அன்றாடப் பணிகளை வழக்கம்போல பார்த்து வருவர். குளித்தபின் ஒரு நாளைக்கு இருவேளை மட்டுமே உண்ணும் இவர்கள் இறைச்சியையும் மீனையும் விலக்குவர். மாதத்தின் இறுதி நாளன்று செம்மியின் மேற்பார்வையில் துக்கங்கொண்டாடுதலை முடிவுக்குக் கொண்டு வரும் சடங்கிற்கான ஏற்பாடுகளைச் செய்வர். அதிகாலை முதல் விரதம் இருக்கும் துக்கம் கொண்டாடுபவர்கள் பந்தலில் உரிய இடங்களில் அமர்ந்த பின் செம்மி குறுக்காக நீட்டப்பட்ட தன் இரு கைகளிலும் இரண்டு சலிக்கும் முறங்களில் ஓரிரு சேர் அரிசியை ஏந்தியவனாகப் பந்தலை மும்முறை சுற்றிவந்தபின், அந்த முறங்களைப் பந்தலின் நடுவில் இடுவான்.

இறந்து போனவனின் உறவினர்களுள் ஒருவன் ஆவேசம் ஏறப் பெறுபவனாகவோ அவ்வாறு ஆவேசம் ஏற்பட்டவன்போல நடிக்கக் கூடியவனாகவோ இருந்தால் அவனையே சடங்கில் பங்குபெறப் பயன்படுத்திக் கொள்வர். அவர்களுள் அனைவரும் அத்தகைய மனநிலையை மேற்கொள்ள இயலாதவர்களாகத் திண்மை உடைய உள்ளத்தவர் களாக இருக்கக்கூடும் என்ற எண்ணத்தால் தெய்வம் ஏறப்பெற்று நல்வாக்குச் சொல்வதையே தொழிலாகக் கொண்ட கொமரென் அல்லது வெளிச்சப்பாடினையும் சமயத்தில் உதவ வேண்டி வரவழைத்து வைத்துக்கொள்வர். இவ்வாறு ஆவேசம் வந்து ஆடுபவன் படலைக்காரன் எனப்படுவான். தலையில் புதிய வேட்டி ஒன்றைக் கட்டியவனாக உடம்பெல்லாம் அரிசிமாவும் நெய்யும் இட்டுப் பிசைந்த கலவையைப் பூசியவனாகக் கால்களில் கட்டப் பட்டுள்ள சலங்கைகளின் ஓசை அங்குள்ள தீய ஆவிகளை விரட்டும் என நம்பப்படுகிறது. மெல்லக் காலடி எடுத்து வைத்தவனாகக் கண்களை உருட்டியபடி அவன் அப்படியும் இப்படியுமாகக் கைகளில் பிடித்துள்ள குச்சிகளை அசைத்தவனாக நடப்பான். இப்படி மெல்ல ஆடியவனாக அவன் ஆவேசங்கொண்டவனாவான். அப்பொழுது துக்கங் கொண்டாடுபவர்கள், இறந்தவன் ஏன் தங்களிடமிருந்து அழைத்துக்கொள்ளப்பட்டான் என அவனைக் கேட்பர். அப்போது திடீரென உடல் நடுக்கமுற்றவனாக அசைந்து ஆடியபடி அவன் தரையில் நெடுங்கிடையாக விழுவான் அல்லது பந்தலில் உள்ள

கம்பங்களில் ஒன்றினைத் தனக்கு ஆதரவாகப் பிடித்துக்கொள்ளப் பார்ப்பான். அப்பொழுது அவன் ஒன்றுக்கு ஒன்று தொடர்பற் றனவாகக் கூறும் வார்த்தைகள் தெய்வ வாக்காகக் கருதப்படும். அப்பொழுது துக்கங் கொண்டாடுபவர்கள் அங்குத் தங்கள் வணக்கத்தைத் தெரிவிப்பர். அவர்கள் நெற்றியில் அரிசியும் நெய்யும் கலந்த கலவை பூசப்படும். அதன்பின் சாதித் தலைவனுக்கும் செம்மிக்கும் ஒரு பாய் விரிக்கப்படும். படலைக்காரன் காலில் உள்ள சலங்கைகள் அவிழ்க்கப்படும். அவற்றினுள் சல்லடையில் உள்ள அரிசி இடப்படும். அவற்றைத் தன் கையில் எடுத்து ஆட்டியபடி அவன் பேசத் தொடங்குவான். பின் அவன் ஒப்புவிக்கும் சாவுப் பாட்டு பொழுது விடியும்வரை நீளும். இதற்கிடையே துக்கங் கொண்டாடுபவர்கள் தவிர கூடியுள்ள மற்றவர்களுக்காக உணவு தயாரிக்கப்படும். அதனை உண்டபின் அவர்கள் பந்தலின் நடுவே குழுவாக விடியும்வரை ஆடுவர். பின் பந்தல் பிரிக்கப்படுவதோடு காக்கா பொலிச் சடங்கு முடிவுறும். அங்கு உணவு உண்பதிலிருந்து விலக்கப்பட்ட துக்கம் கொண்டாடுபவர்கள் மற்றவர்கள் உண்ணும் போது நீண்ட காலமாக வளர்த்திருந்த முக மயிரைக் களைவர்.

சாதாரணமானவர்களான பணியன்கள் தாங்கள் இச்சடங்கின் போது ஒப்புவிக்கும் சாவுப்பாட்டுக்கான பொருள் தங்களுக்குத் தெரியாதென கூறுகின்றனர். இந்தத் துறையில் பயிற்றுவிக்கப்பட்டவர்களுக்கு இதன் பொருள் தெரியும் என நம்புகின்றனர். இச் சடங்கில் பெண்கள் பங்கு பெறுகின்றனர் எனினும் அவர்கள் நடனத்தில் கலந்து கொள்வதில்லை. நடனம்போன்ற ஒன்றை இந்தப் பெண்கள் எப்போதேனும் மேற்கொள்கின்றார்கள் எனக் கூறவேண்டுமாயின் அது நெல் நாற்று நடுவதைப்போல மௌனமாக முரசுகளின் இசைக்கு ஏற்ப அவர்கள் அசைந்து ஆடுவதுதான் எனக் கூறலாம். அப்போது ஆடுபவர்கள் இசைக்கு ஏற்ப முன்னோக்கிக் குதிப்பர். அப்பொழுது அவர்கள் கரங்கள் நெல் நாற்று நடுவதுபோல அப்படியும் இப்படியுமாகப் பாவனைச் செய்யும்.

பெரிய வரிசையில் நிற்கும் பணியன் சாதிப் பெண்கள் கணுக்கால் அளவு சேற்றில் அப்படியும் இப்படியும் இசைக்கேற்பத் தாவியவர் களாக 'ஹொயு ஹொயு' எனப் பசிகொண்ட நாய்களைப்போல ஒரு சேரத் தங்கள் வாயால் கூக்குரலிட்டபடி பச்சை நாற்றுகளை அப்படியும் இப்படியும் மாறிமாறி நடுவது காண மிகுந்த மகிழ்வைத் தரும் காட்சியாகும்.

பணியன்கள் சாவுச் சடங்குகள் தொடர்பான மேற்கூறிய செய்திகளைத் தந்துதவிய காலின் மெக்கன்சி அவர்களுக்கும் பணியன்கள் தொடர்பான இக்கட்டுரையில் இடம் பெற்றுள்ள பல செய்திகளைத் தந்துதவிய எப். பாவ்செட், ஜி. ரொமில்ல, மார்டெல்லி ஆகியோருக்கும் நான் கடப்பாடுடையேன். பணியன்களின் மற்றொரு சடங்கு தொடர்பான பின்வரும் செய்தி பாவ்செட் அவர்களிடமிருந்து பெறப் பட்டதாகும்.

காப்பித் தோட்டத்தில் உள்ள பணியன்களின் கிராமத்தில் செங்குத்தாக நிற்கும் ஒரு கம்பத்தைச் சுற்றித் தங்கள் இடுப்பின் இடப்புறம் தொங்கும் சிறிய முழவினை முழக்கியபடி ஆண்களும் சிறுவர்களும் நடனம் ஆடுவர். இவர்களுள் சிலர் கணுக்காலுக்குக் கீழ் சலங்கை கட்டியிருப்பர். கம்பத்தின் அருகே ஒருவன் குழல் இசைத்தவனாக அமர்ந்திருப்பான். அது பைக்குழல் (Bag Pipe) போன்ற ஒலியை வெளிப்படுத்தியபடி இருக்கும். நடனத்தின்போது ஆட்டக் காரர்கள் சூரியனுக்கு எதிராகச் சென்றபடி ஆடுவர். இதற்குச் சற்றுத் தள்ளிப் பெண்கள் தனிக் குழுவினராக ஆடியபடி இருப்பர்.

பெண்களின் ஆட்டத்தில் முன்னே எகிறிக் குதித்தலும் கைகளை மேலும் கீழும் அசைத்தலும் குறிப்பிடத்தக்க செயலாகும். வியர்த்துக் கொட்டினாலும் நடனமாடுபவர்கள் தொடர்ந்து நெடுநேரம் அவ்வப்போது மாறி ஒலிக்கும் இசைக்கு ஏற்ப ஆடியபடி இருப்பர். நடனமாடுபவர்களுள் மூவர் குறிப்பிடத்தக்கவர்கள். அவர்களுள் ஒருவன் தேவியையும் மற்ற இருவரும் பூசாரிகளையும் குறிப்பர். மார்பு, வயிறு, கால்கள், கரங்கள் ஆகியவற்றில் பட்டை தீட்டியவர் களாகக் கால்களில் சலங்கை கட்டிக்கொண்டு கைகளில் இரண்டடி நீளமுள்ள குறுந்தடியைத் தாங்கியவர்களாக இருப்பர். ஆடும் அவர்கள் ஆவேசம் உற்றவர்களாக நடுங்கும்போது அந்தக் குச்சிகளைத் தலைக்குமேல் உயர்த்திக்கொள்வர். இடையிடையே அவற்றை வீசி ஆட்டவோ ஒன்றுடன் ஒன்றை மோதவோ செய்வர்.

தேவி முதன்முதல் தங்கள் முன் தோன்றியபோது அவள் கையில் இரண்டு குச்சிகளைத் தாங்கியிருந்தாள் எனப் பணியன்கள் நம்புகின்றனர். தேவி வேடமிட்டவனும் அவனுக்கு அணுக்கர்களான இருவரும் தலைக்கு மேல் குச்சியைத் தாங்கியவர்களாக ஆவேச முற்றவர்களாக ஆடியபடி, கூடியுள்ளவர்களுள் வயதில் மூத்த பெரியவர்களிடம் நெருங்கி, அவர்களுடைய வாழ்த்தைப் பெறுவர். அந்தப் பெரியவர்கள் அவர்களை வணங்குவதுபோலத் தங்கள்

கையை அவர்கள் முகத்தின் மீது வைத்துப் பின் அந்தக் கையைத் தங்கள் முகத்தில் ஒற்றிக்கொள்வர். அதிகாலையில் ஊரார் எளிய முறையில் உணவு கொண்ட பிறகு இந்தச் சடங்கு முடியும்வரை உண்ணும் வழக்கம் இல்லை. தேவியாக நடிப்பவன் நிற்கும் அந்தக் கம்பத்தின் மீது ஏறி அமர்ந்து கூட்டத்தினரைப் பார்த்துத் தேவியாகத் தன்னைப் பாவித்துக்கொண்டு அவர்களுடைய நடத்தையையும் ஒழுக்கத்தையும் பற்றி விமர்சிப்பதோடு இந்தச் சடங்கு முடிவுறும்.

'பணியன்கள் ஆவிகளையே தெய்வங்களாக வைத்து வழிபடு கின்றனர். அத்தெய்வங்களுக்கு இவர்கள் உயர்ந்த மேடைகளில் தேங்காய் உடைத்து வழிபாடு செய்கின்றனரேயன்றிக் குருதிப்பரி தருவதில்லை' என மலபார் மாவட்ட விவரக் குறிப்புத் தெரிவிக் கின்றது. காட்டுப் பகவதி என்ற தேவதையையும் இவர்கள் வழிபடு கின்றனர். 'இத்தேவதைக்கான கோயில்கள் பணியன்கள் வாழும் குடியிருப்புகளுள் பெரும்பாலானவற்றில் இடம்பெற்றிருக்கக் காணலாம். அக்கோயில்களில் உருவங்கள் இடம் பெற்றிரா. தேவதைக்கு எனப் பக்தர்கள் காணிக்கையாகச் செலுத்திய உடைகளும் நகைகளுமே ஒரு பெட்டியில் வைக்கப்பட்டிருக்கும். இந்தத் தேவதையைச் சிறப்பிக்க ஆண்டுதோறும் ஒருவாரம் அளவுக்கு நீட்டிக்கும் திருவிழாக் கொண்டாடுகின்றனர். அதில் கொமாரனும் நுளம்புக்காரன் எனப்படும் பூசாரியும் முக்கியமானவர்களாகப் பங்கு வகிப்பர். இவர்களுள் முன்னவன் தேவியின் உடைகளை அணிந்து கொண்ட வுடன் அவன் தெய்வம் ஏறப்பட்டவனாக, வர வுள்ள நலந் தீங்குகளைப் பற்றி வாக்குக் கொடுப்பான்.'

விளையாட்டுகள்: மரக்கிளை ஒன்றிலிருந்து நீண்ட பிரம்பு ஒன்று தொங்கவிடப்படும். அதன் கீழ்முனையில் குறுக்குச் சட்டம் ஒன்றினைப் பொருத்தி சிறுவன் ஒருவன் அதில் அமர்ந்தவனாக எல்லாத் திசைகளிலும் அதனை அசைத்து ஊஞ்சலாடுவான். மற்றொரு விளையாட்டில் பன்னிரண்டு அல்லது பதினான்கு அடி நீளமுள்ள கட்டையைத் தரையிலிருந்து நான்கரை அடி உயரமுள்ள ஒரு கம்பத்தில் பொருத்தி அதன் ஒரு முனையில் அமர்ந்து காலால் தரையினில் உந்திச் சுழன்று சிறுவர்கள் ஆடுவர்.

பணியன்களில் சிலர் மணிக்கட்டு, முழங்கை, கழுத்து ஆகிய வற்றில் காய்ச்சல் முதலிய நோய் நொடிகளிலிருந்தும் தங்களைப் பாதுகாத்துக்கொள்ளத் தாயத்து அணிகின்றனர். சிலர் வேண்டுதல் செய்துகொண்டவர்களாகத் தங்கள் தலைமுடியைச் சடையாக

விட்டுள்ளனர். ஆண்கள் பித்தளை, எஃகு, செம்பு ஆகியவற்றாலான மோதிரங்களைக் கைவிரல்களில் அணிவதோடு காதுகளில் பித்தளைக் கடுக்கன்களையும் அணிகின்றனர்.

அதேபோன்று பெண்களும் மோதிரங்கள் அணிவதோடு கைகளில் வளையல்கள் அணிகின்றனர். காதுமடல்களைத் தொங்கும்படியாகச் செய்து துளையிட்டுப் பனையோலையாலான சுருள்களை அவற்றில் அணிவர். சிலர் மூக்குக் குத்திக்கொண்டு அதில் மரக்குச்சிகளை அணிந்திருப்பர்.

மலையடிவாரங்களில் உள்ள குடியிருப்புக்களில் தங்கியுள்ள பணியன்கள் மலைமுறை எனப்படும் அறுவை முறையில் நெருப்பு உண்டாக்குகின்றனர். சுமார் ஒரு அடி நீளமுள்ள இரண்டு கணுக் களைக் கொண்டுள்ள மூங்கில் துண்டினைக் குறுக்கே இரு சம பாகங்களாகப் பிளப்பர். அதில் ஒன்றினைக் கத்தியால் கூரிய விளிம்பு உள்ளதாகச் சீவுவர். மற்றொன்றில் மூன்றில் இரண்டு பங்கு நீளத்திற்கு ஒரு குழியை உண்டாக்கி அதில் ஒரு பருத்தித் துணியைத் திணிப்பர். பின்புறத்தே குவிந்த பக்கம் மேல்நோக்கி இருக்கும்படியாக அதனைத் தலையோடு இறுகச் சேர்த்துப் பிடித்தபடி இருவர் கூராக்கப்பட்ட முனையை அதன் குறுக்கே அதன் இடைவெளியில் உள்ள மரத்தூள்கள் நெருப்புப் பொறிகளில் பற்றிக்கொள்ளும்படியாக ஒரே சீராக வேகமாக இழுப்பர். அந்தத் தீப்பொறிகளைப் பின்னர் வாயால் ஊதித் துணியில் தீப்பிடித்துக்கொள்ளுமாறு செய்து அதனைக்கொண்டு அடுப்பு அல்லது சுருட்டு ஆகியனவற்றைப் பற்ற வைத்துக்கொள்வர்.

புதுப்பாடி என்ற இடத்தில் யானைப்பாகன் ஒருவன் விளிம்பில் வெட்டப்பட்ட மூங்கில் குச்சி ஒன்றினைப் பத்திரமாகப் பாதுகாத்து வருகின்றான். அதில் உள்ள காடி ஒவ்வொன்றும் அவனுக்கு ஒரு நாள் கூலி பாக்கி என்பதைத் தெரிவிக்க ஆறு காடிகள் காணப்பட்டன.

பணியன்களின் சராசரி உயரம் 157.4 செ.மீ. மூக்கின் நீள அகலத் தகவின் சராசரி விகித எண் 95, மேலளவு 108.6 கைகளின் நடுவிரலில் இருந்து முழங்கால் முட்டியின் உச்சி வரையான தூரம் 4.6 செ.மீ. இந்த அளவீடு உயரம் நூறு எனக்கொள்ளப்படும் விகிதத்திற்கு ஆனதாகும். இந்த அளவு நீண்ட கைகளை உடைய ஆப்பிரிக்க நீக்ரோக்களின் கை அளவுகளோடு கிட்டத்தட்ட ஒப்புமையுடையதாகும்.

17
பளியர்

பளியர் (Paliyar) மதுரை, திருநெல்வேலி மாவட்டங்களைச் சேர்ந்தவர்கள். மதுரை மாவட்டத்தைச் சேர்ந்த மலைப்பளியர் பற்றி மறைத்திரு ஜெ. இ. டிராசி எழுதுவதாவது: 'பெரியாலு மலைகளின் அடிவாரத்தில் இருக்கும் பளியருடைய ஊருக்கு நான் சென்றிருந்தேன். நான் பார்த்த மக்களுள் இவர்களே மிகவும் தாழ்ந்த இழிநிலை யினராகக் கடைத்தேற இயலாதவராக, வருங்காலம் பற்றிய நம்பிக்கையற்றவராகக் காணப்படுபவர்கள். அழகியதொரு சூழலில் அமைந்த சிறியதொரு குடியிருப்பில் சுமார் நாற்பது பேர் இருந்தனர். இவர்கள் குடிசைக்குச் சில அடி தூரத்திற்குள்ளாகவே நல்ல நீரோடை ஒன்று ஓடியபடி இருந்தது. எனினும் இவர்கள் தங்கள் உடல்தூய்மை பேணுவதில் கருத்தற்றவர்களாக விலங்குகளையொப்ப அழுக்குடையவர் களாகவே இருந்தனர்.

நல்ல வளமான பயிர் விளைவிக்கக்கூடிய நிலம் இவர்களுடைய குடி யிருப்பைச் சுற்றிப் பரந்து கிடந்தது. சற்றே முயற்சி மேற்கொண்டு நிலத்தைப் பண்படுத்தி நீர் பாய்ச்சினால் தொடர்ந்து நல்ல பயிர் அறுவடை செய்யலாம். எனினும் இவர்கள் கொட்டைகளையும் வேர்களையும் மலைச்சரிவுகளின் மேலே திரட்டும் பிசினையுமே நம்பி வாழ்ந்து வந்தனர்.

இவர்கள் குடியிருப்புக்களுள் இரண்டு மட்டுமே சமவெளி யிலிருந்து ஏழு மைல் தொலை தூரம் உள்ளதாயிருந்தன. முழுதும் புல்லாலான இவர்களுடைய குடிசைகள் ஒரே அறையை உடையனவாக முன்னும் பின்னும் திறப்பு உடையனவாக இருந்தன. இவர்கள் தலைவன் வயதானவனாகத் தலை மயிர் வெளுத்துப்போய்க் காணப்பட்டான்.

இரவில் தூங்கும்போது இவனுக்கு மட்டுமே இருபுறமும் நெருப்புப் போட்டுக் கொண்டு அதற்கிடையே படுத்துறங்கும் உரிமை உண்டு. மற்றவர்கள் தங்களுக்கு ஒரு பக்கம் மட்டுமே நெருப்புப் போட்டுக் கொள்ளலாம். இந்த உரிமையைப் பெற்றுள்ள இவன் குடியிருப்பில் நெருப்பு அணைந்து போகாதவாறு பார்த்துக்கொள்ளும் பொறுப்புக்கும் ஆளாக வேண்டியவனாக உள்ளான். இவர்களிடையே இவன் ஒருவனுக்கே இரண்டு மனைவியரை உடையவனாக இருக்கும் உரிமையும் உள்ளது. இவன் தன் மனைவியருக்கு அந்த நெருப்புக் களை அணையாது காக்கும் பொறுப்பைக் கொடுத்திருக்கின்றான் என நினைக்கின்றேன். இவன் நிம்மதியாகத் தூங்க இவன் மனைவியர் ஒருவர் மாற்றி ஒருவர் நெருப்பை எரித்தபடி காப்பர். மற்றக் குடும்பங்களில் இரவில் கணவனும் மனைவியும் முறைவைத்துக் கொண்டு தூங்காது நெருப்பைக் காத்துவர வேண்டும்.

அழுக்கால் நிரம்பியவர்களாக இருப்பதைப் போலவே இவர்கள் அறியாமையிலும் நிரம்பியவர்களாக உள்ளனர். வழிபாட்டுக்கு உரியனவாகத் தனித்த இடங்கள் எவையும் இவர்களுக்கு இல்லை. இவர்கள் தங்களைச் சுற்றியுள்ள காடுகளில் வாழும் பேய்களுக்கும் வனத்துறை அலுவலர்களுக்கும் மட்டுமே அஞ்சுவதாகக் கூறினர். கிட்டத்தட்டப் பிறந்த மேனியராகவே திரியும் இவர்கள் உடலில் உள்ள கந்தல்களைப் புல்லாலான கயிறுகளைக்கொண்டு உடலோடு பிணைத்திருந்தனர்.

1877இல் வந்த பஞ்சத்தில் அடிபட்ட வர்களைப் போல் காட்சிதரும் இவர்கள் அந்தப் பஞ்சநிலையிலிருந்தும் மீள இயலாதவர்களாக, அதுவே தங்கள் தலைவிதியாக அமைந்துவிட்டதென ஏற்றுக் கொண்டவர்களைப்போலக் காட்சி தந்தனர். நினைவுக்கு எட்டாத காலந்தொட்டு இவர்கள் காடுகளையே தங்கள் உறைவிடமாகக் கொண்டுள்ளனர். எனினும் இவர்களைச் சூழ உள்ள காடுகள் இவர்களுக்கு அங்குச் சுற்றித் திரியும் ஓநாய்களுக்கும் சிரிப்பது போலக் குரலெழுப்பும் கழுதைப் புலிகளுக்கும் கற்றுத் தந்ததைவிட அதிகமாக இவர்களுக்கு ஏதும் கற்றுத் தரவில்லை.

இவர்கள் வீட்டு விலங்குகளாக எவற்றையும் வளர்ப்பதாகத் தெரியவில்லை. ஒரு தெரு நாய்கூட இங்குக் காணப்படவில்லை என்பதுதான் வியப்பாக உள்ளது. பயிர்த்தொழிலைப் பற்றி அறியாததுபோலவே வேட்டையைப் பற்றியும் இவர்கள் ஏதும் அறியாதவர்களாக உள்ளனர். அழகான சுற்றுச் சூழலில் இவர்கள்

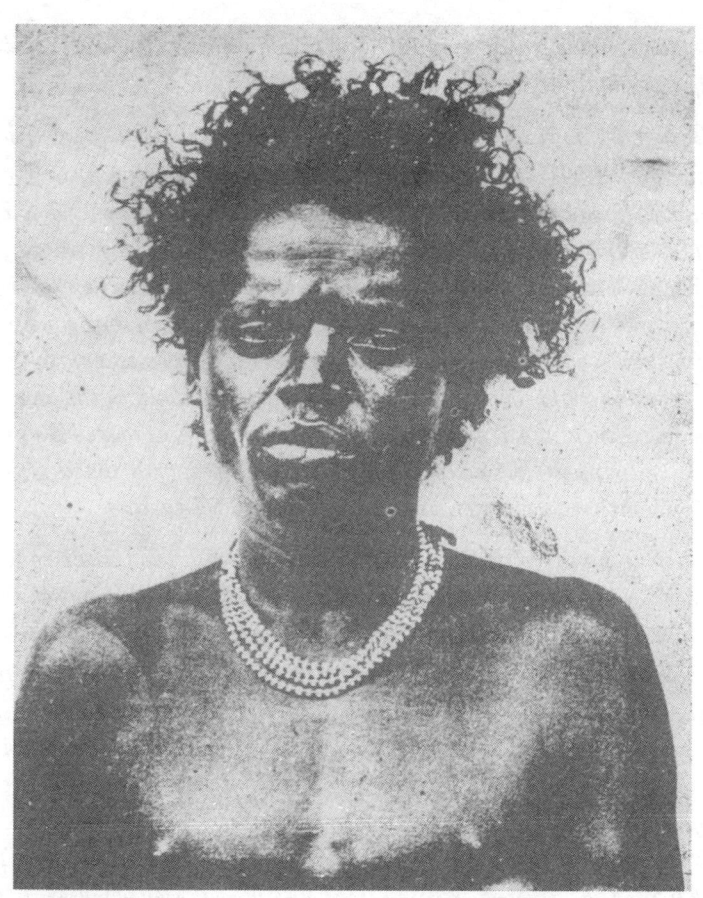

கழுத்தில் மணிகளுடன் பளியர்

தங்கள் குடியிருப்பை அமைத்துக் கொண்டி ருந்தாலும் ராபர்ட் பிரெளனிங் தன் கவிதையில் கூறியுள்ள அழகு பற்றிய உணர்வு களுக்கும் இவர்களுக்கும் எந்த உறவும் இருப்ப தாகத் தெரியவில்லை.'

.'மதுரையைச் சேர்ந்த புளியர் (பளியர்)களை அவர்கள் தங்கள் குடியிருப்பிலிருந்து பயணிகளிடம் கொஞ்சம் புகையிலையையும் கந்தல்களையும் இரந்து பெற வெளிப்பட்டு வரும்போதே காண முடியும். இவற்றிடம் இவர்கள் மிகுந்த ஆர்வம் உடையவர்களாக உள்ளனர். குழந்தையைப் பெற்றவுடன் பெண்கள் தங்கள் குழந்தைகளை வெதுவெதுப்பான சாம்பலில் படுக்க வைப்பர் எனக் கூறப்படுகிறது. இது வெப்பம் தரும் உடைகளுக்கும் படுக்கைக்கும்

பதிலான ஏற்பாடாகும்' என 1817இல் இவர்களைப் பற்றி டி. டர்ன்புல் குறித்துள்ளார்.

ஜெனரல் பர்டன் பளியர்களான புளியர் பற்றிக் கூறியுள்ளது வருமாறு:[1] 'வேட்டை விலங்குகளைத் தேடிக் காண்பதில் திறமை வாய்ந்த இவர்கள் வில்லும் அம்பும் வைத்துள்ளனர். சிலரிடம் துப்பாக்கியும் உள்ளது. வேட்டைக்காகப் போகும் ஒருவனை நான் எதிர்ப்பட்டேன். அவன் தன் தலையில் ஒரு சட்டி நிறையத் தண்ணீரையும் பித்தளைக் கட்டமைப்புடைய துப்பாக்கியையும் சுமந்தவனாக இருந்தான். அச்சமயம் நல்ல கோடையாக இருந்தமையால் இவன் அத் தண்ணீரைப் பாறையில் உள்ள ஒரு குழியில் கொட்டிவிட்டு அருகே உள்ள புதர் ஒன்றின் மறைவில் இந்தியர்களுக்கே உரிய பொறுமையுடன் அந்தத் தண்ணீரைக் குடிக்க வரும் மான் அல்லது காட்டுப் பன்றி அல்லது மயிலுக்காகக் காத்திருந்தான்.'

'பளியன்கள் குன்னுவன்களின் பரம்பரை அடிமைகளாகவே தொடர்ந்து இருந்து வருகின்றனர். நில அளவீட்டுக் குறிப்புகளின் படி பழனிமலைகளுக்குரிய[2] பழங்குடிகளான நிலமக்கள் இவர்களே எனத் தெரிகின்றது. உறவினர்கள் அனைவரையும் விருந்துக்கு அழைத்து அவர்கள் முன்னிலையில் மணமகனும் மணமகளும் தாங்கள் வாழ்க்கைத் துணைகளாக இணையப் போவதை அறிவிப்பதே இவர்கள் மணம் தொடர்பான சடங்காக உள்ளது. இவர்கள் குடி யிருப்பு ஒன்றில் பெரியம்மை காணப்பட்டால் இவர்கள் உடனே அந்தக் குடியிருப்பைச் சுற்றிவளைத்துத் தடையெழுப்பித் தொற்றுநோய் உள்ள ஊரைச் சேர்ந்தவர்கள் வெளியேறி மற்றப் பகுதிகளுக்குச் செல்ல இயலாதபடி செய்கின்றனர். அந்தக் குடியிருப்பைச் சேர்ந்தவர்களும் உடனே தங்கள் குடிசைகளைவிட்டு வெளியேறிக் குறிப்பிட்ட காலம் வெட்ட வெளியில் தங்கி வாழ்வதை மேற்கொள்கின்றனர். நோயால் தாக்கப்பட்டவர்கள் தங்கள் தலைவிதியைத் தாங்களே முடிவு செய்துகொள்ளும்படியாகத் தனித்து விடப்படுகின்றனர். இந்தத் தீங்கு, தெய்வங்களின் கோபத்தால் வருகின்றது என இவர்கள் நம்புகின்றனர். இவர்கள் இறந்தவர்களைப் புதைக்கின்றனர்' என மதுரை மாவட்டக் கையேட்டில் கூறப் பட்டுள்ளது.

1 An Indian Olio.

2 ஆங்கிலேயர் கொடைக்கானலைப் பழனிமலை என்றே குறித்து வந்துள்ளனர்.

மதுரை மாவட்ட விவரக் குறிப்பில் பளியர்களைப் பற்றிக் கூறப்பட்டுள்ளவை வருமாறு: 'பழனிமலையின் மேற்பள்ளத் தாக்கிலும் வருஷ நாட்டுப் பள்ளத்தாக்கிலும் காடுகளிடையே வாழும் மிகப் பிற்பட்ட வகுப்பார் பளியர்கள். தனிப்பட்ட உச்சரிப்புடன் இவர்கள் பேசும் தமிழை மற்றவர்கள் புரிந்துகொள்வது கடினமாகும்.

புலையன்களைப் போல நாகரிகத்தில் இவர்கள் முன்னேற்றம் பெறாதவர்களாயினும் மாட்டிறைச்சியை உண்ணும் பழக்கம் இல்லாத காரணத்தால் இவர்கள் தீட்டு உண்டாக்கும் சமூகத்தாராகக் கருதப்படுவதில்லை. சிலபோது புல்லால் குடிசைகளை அமைத்துக் கொள்ளும் இவர்கள் மரங்களின் மேலிடப்பட்ட மேடைகளிலும் குகைகளிலும் பாறைகளின் அடியிலும் பெரும்பாலும் தங்கி வாழ்ந்து கொண்டிருக்கக் காணலாம். மிகக் குறைவான அழுக்கான கந்தல் களையே இவர்கள் உடுக்கின்றனர். சிலபோது இலை களையும் புல்லையுங்கூட ஆடையாகத் தரிக்கின்றனர். காட்டு வள்ளிக்கிழங்கு, இலைகள், தேன் ஆகியவற்றையே இவர்கள் உண்டு வாழ்கின்றனர். தரையில் ஒரு குழியில் கிழங்கையிட்டு அதன் மீது குச்சிகளைக் கவித்து நெருப்பிட்டு வேகவைத்து உண்கின்றனர்.

இரவில் காட்டுவிலங்குகளிடமிருந்து பாதுகாத்துக்கொள்ள நெருப்பைத் தொடர்ந்து எரிய விட்டபடியிருப்பர். ஒரு வட்டாரத்தில் பளியர் உள்ளனர் என்பதை இவ்வாறு எரியும் நெருப்பைக்கொண்டு தெரிந்துகொள்ளலாம். மற்றவர்களோடு கலந்துபழக விரும்பாது ஒதுங்கி வாழ விரும்புபவர்கள் இவர்கள் என்பதே இவர்கள் குடியிருப்பை எளிதில் அறிந்துகொள்வது இயலாததாவதற்குக் காரணமாகின்றது. கருங்கல்லையும் எஃகுத் துண்டையும்கொண்டு இலவம் பஞ்சின் சுளைகளை அவற்றிடையே வைத்து நெருப்பு உண்டாக்குவர். சடங்குகள் எவையும் இன்றி, ஆணின் பொறுப்பு உணவைத் தேடிவருதல், பெண்ணின் பொறுப்பு அதனைச் சமைத்தல் என்ற உடன்பாட்டின் அடிப்படையில் இவர்கள் கணவன் மனைவியராகக்கூடி வாழ்கின்றனர். இவர்களுள் ஒருவன் இறந்து போனால் மற்றவர்கள் அந்த உடலை அங்கேயே கிடத்தியவர்களாகச் சில மாதங்கள் வேறிடங்களில் சென்று தங்கி வாழ்வர்.'

பழனிமலையைச் சேர்ந்த பளியர்களைப் பற்றிய விரிவான விவரங்களை மறைத்திரு எப். டாஹ்மென் அண்மையில் வெளியிட்டு உள்ளார்.[3] பின்வரும் குறிப்புகளுக்கு நான் அவருக்கு கடப்பாடு

[3] *Anthropos*, III, 1908.

உடையவனாவேன்: பளியன்கள் நாடோடிகளாகத் திரியும் பழங்குடிகள். இவர்கள் சிறு குழுக்களாகக் காடுகள் அடர்ந்துள்ள பழனிமலையின் மேற்பகுதியில் அமைந்த பீடபூமியை அடுத்துள்ள பள்ளத்தாக்குகளில் திரிந்தவர்களாக இருப்பர். அப்பகுதிகளில் இவர்கள் வேட்டையில் கிடைப்பனவற்றோடு காட்டு வள்ளி முதலிய கிழங்குகள், இலைகள், காட்டுப் பழங்கள் (காட்டு ஈச்சம் முதலியன) முதலியன வற்றை உண்டு வாழ்கின்றனர். சிலபோது இவர்கள் குன்னுவன்கள் எனப்படும் மண்ணாடி கிராமத்தவர்களின் கீழும் பணிபுரிகின்றனர்.

மரப்பொந்து ஒன்றில் தேன்கூட்டைக் காணநேர்ந்தால் அது இவர்களுக்குச் சிறந்த சுவை விருந்தாகும். புகையூட்டித் தேனீக்களை ஓட்டிய உடனே அவர்கள் வெறி கொண்டவர்களாகத் தேன்கூட்டைப் பறித்து அவ்விடத்திலேயே மெழுகு முதலியவற்றோடுகூட விழுங்கத் தொடங்குவர். நோய் நொடிகளுக்கு இவர்கள் தங்களுடைய மருந்துகளையே பயன்படுத்துகின்றனர். சில புளியர்கள் மருந்தாகப் பயன்படும் வேர்கள், மூலிகைகள் ஆகியவற்றைப் பற்றி மற்றவர்கள் அவர்களிடமிருந்து உதவிபெறும் அளவுக்குத் தெரிந்து வைத்துள்ளனர். பெரிய உறிகட்டி வேர் எனப்படும் வேரிலிருந்து பேதிமருந்தாகப் பயன்படும் ஒரு வெள்ளைப் பொடியை இவர்கள் தயாரிக்கின்றனர். பாம்புக்கடிக்காக நறுவல்லி வேர் என்ற செடியின் இலைகளை இவர்கள் எப்பொழுதும் உடன் எடுத்துச் செல்வதோடு அது பாம்புக் கடிக்குச் சிறந்த முறிவு எனவும் கூறுகின்றனர். ஒருவனைப் பாம்பு கடித்தவுடனே அவன் இந்த இலைகளை மென்று தின்பதோடு பாம்புக் கடிவாயிலும் கசக்கி வைப்பான்.

இவர்கள் பொறுமையாகக் காத்திருக்கும் தந்திரத்தைக் கடைப் பிடித்தும் வேட்டையில் வெற்றி பெறுகின்றனர். மான், பன்றி ஆகியவற்றைக் குழிகள் தோண்டி அவற்றை இலைதழைகளால் மூடிவைத்து அவற்றுள் வீழச் செய்து அகப்படுத்துவது இவர்கள் பெரிய விலங்குகளை வேட்டையாடும் முறைகளில் ஒன்றாகும். அந்தக் குழிகளில் விலங்குகள் விழுந்தபின் தடியால் அடித்தோ அரிவாளால் வெட்டியோ அவற்றைக் கொல்வர். பெரிய கற்களை மேடை போல அவற்றின் ஒருமுனை பாறைகளில் படிந்திருக்கு மாறும் மற்றொருமுனை கவையாக உள்ள குச்சிகளில் தாங்கப் பட்டிருக்கும் படியும் அமைப்பர். அவற்றைத் தாங்கும் குச்சிகளில் உறுதியான கயிற்றை அது சிறிது அசைந்தாலும் குச்சிகள் சாய்ந்து மேடை அமைப்புடைய கற்கள் சரிந்து விழும்படியாக வைத்திருப்பர்.

அந்தக் கயிற்றில் கட்டிப் போட்டிருக்கும் உணவைத் தின்ன வரும் விலங்குகள் கயிற்றை அசைக்காமல் உணவைத் தொடமுடியாது. அவ்வாறு தொட்டவுடன் குச்சிகள் சரிய மேலே உள்ள கற்கள் சரிந்து அந்த விலங்குகளை அகப்படுத்தும்.

சிறிய விலங்குகளான முயல், காட்டுக்கோழி முதலியனவற்றை அகப்படுத்த இதே அமைப்பிலான சிறிய பொறிகளை அமைப்பர். புகைபோட்டு மரப்பொந்துகளிலிருந்து பறக்கும் அணில்களை வெளியேறச் செய்வர். முள்ளம் பன்றிகளை வங்கிகளிலிருந்து வெளியேற்றிப் பிடிக்கவோ தடிகளால் அடித்துக் கொல்லவோ செய்வர். பளியன்கள் கொல்லும் விலங்குகளிலிருந்து முதலில் வழியும் குருதித் துளிகளை அவர்கள் தங்கள் தெய்வத்திற்கு உரியதாக்குவர். நல்ல வேட்டை விலங்கு கிடைப்பதைப் பசியால் வாடும் பளியன்கள் பெரிய அதிர்ஷ்டமாகக் கருதுவர். இவ்வாறு வேட்டையில் கிடைக்கும் இறைச்சியைக் குடியிருப்பில் உள்ள அனைவரும் தங்களுள் பங்கிட்டுக்கொள்வர்.

விலங்கின் தோல் மதிப்பு வாய்ந்ததாக இருப்பின் அதனைத் தேவையான பண்டங்களைப் பெற பண்டமாற்றுச் செய்யவோ தங்கள் தலைவனுக்குப் பரிசாக அளிக்கவோ பாதுகாத்து வைப்பர். தமிழில் கருகங்கொடி என அழைக்கப்படும் கொடியின் இலைகளைக் கசக்கி நீரில் வீசுவர். சிறிது நேரத்தில் மீன்கள் தண்ணீரில் மேலே வந்து மிதக்கும். நயமற்றனவாக அமைக்கப்பட்ட தூண்டில்களையும் மீன்களைப் பிடிக்கப் பயன்படுத்துகின்றனர்.

வேட்டைக்கோ கூலிவேலைக்கோ போகாத ஓய்வு நேரங்களில் சிறிய பறவைக் கூடுகளை இவர்கள் செய் கின்றனர். ஓய்வுநேரத்தில் நயமில்லாத பாய்களையோ கூடைகளையோ கூடப் பின்னுவர். இவ்வாறு இவர்கள் படைக்கும் சின்னஞ்சிறு பொருள்கள் இந்திய வடிவமைப்பிலானவை. அவற்றுக்குச் சிவப்பு, பச்சை வண்ணத்தில் தாவரச் சாயங்களைப் பூசுவர். இவற்றையும் வேட்டையாடிய விலங்குகளின் தோலையும் தம்மெர் மரத்திலிருந்து சேகரித்த பிசினையும் சமவெளியில் உள்ளவர்களுக்கோ மண்ணாடிகளுக்கோ விற்றுத் தேவையான இன்றியமையாத பொருள்களைப் பெறுவர்.'

பளியன்களின் சமயமும் நம்பிக்கைகளும் தொடர்பாகத் மறைத்திரு. எப். டஹ்மென் பின்வருமாறு எழுதுகின்றார்: 'இவர்களுடைய முக்கியமான சமயச் சடங்கு மார்ச் மாதத்தில்

தொடங்குகின்றது. மயாண்டி என்ற தெய்வத்தை ஏதேனும் தனித்த வடிவ அமைப்பு உடையதாகக் கிடைக்கும் கல்லை வைத்து வழிபடுவர். அது பெரும்பாலும் பாம்பு வடிவம் உடையதாக இருக்கும். அக்கல்லைத் தெய்வமாகக் கருதி வழிபடுகிறார்கள் என நான் கூறியதற்குக் காரணம் பளியர் கல்லினையே தெய்வமாகப் போற்றுவ தில்லை என்பதாலாகும். அத்தெய்வம் எங்கோ தங்களுக்குத் தெரியாத இடத்தில் வாழ்வதாக இவர்கள் கருதுகின்றனர். அந்தத் தெய்வத்தின் பிரதிநிதியாக இருக்கும் கல்லை ஒரு மரத்தின் அடியிலோ கூரைக் கொட்டகையிலோ வைத்து வழிபடுவர். அத்தெய்வம் உள்ள இடத்தில் குறிப்பிட்ட நாளில் பளியன்கள் அனைவரும் பொழுது புலருமுன் கூடுவர். அந்தக் கல்லின் முன் நெருப்பு மூட்டப்படும். நல்லதொரு சேவலைக் கொம்பு, முழவு முதலியவற்றின் இசைக்கிடையில் கழுத்தை வெட்டிப் பலியிட்டு அதனுடைய குருதியை நெருப்பில் சில துளிகள் விடுவர். சேவலின் தலை ஒரே வீச்சில் வெட்டப்பட வேண்டும். அவ்வாறு வெட்டப்பட்டால் தெய்வம் இது வரை நிகழ்ந்தவற்றில் திருப்தியுறும் எனவும் வருங்காலத்தில் பாதுகாப்பைத் தரும் எனவும் நம்புவர். அவ்வாறு ஒரு வீச்சு வீசிய பிறகு சேவலின் தலை உடலோடு ஒட்டித் தொங்குமானால் அது வரவுள்ள ஆண்டில் நிகழவுள்ள ஆபத்துக் களுக்கு அறிகுறியாகக் கருதப்படும். இந்தப் புனிதப் பலிக்கு ஓர் அரிவாளையே பயன்படுத்துகின்றனர். அதனை இந்த ஒரு பலிக்கு அன்றி வேறு பணிக்குப் பயன்படுத்தமாட்டார்கள். மற்றச் சாதியார் பில்லிசூனியம், மாந்திரீகம் ஆகியவற்றைச் செய்யும் சக்தி பளியன் களுக்கு உள்ளது எனக் கருதுகின்றனர். பளியன்களும் அத்தகைய நம்பிக்கை உடையவர்களாக உள்ளனர்.

கொடிய காட்டு விலங்குகளிடமிருந்து குறிப்பாகச் சிறுத்தை யிடமிருந்து தங்களைக் காத்துக் கொள்ளப் பளியன்கள் கையாளுகின்ற பின்வரும் வழியை இதற்குச் சான்றாகக் கூறலாம். காட்டு விலங்கான சிறுத்தையின் பிடியிலிருந்து தப்பிப் பாதுகாப்பாகத் தங்கியிருக்க விரும்பும் இடத்தின் நான்கு மூலைகளிலும் நான்கு நரிகளின் வால்களைப் புதைத்து வைப்பர். இதனை அவர்கள் போதுமான பாதுகாப்பாகக் கருதுகின்றனர். இவ்வாறு எல்லை வகுக்கப்பட்ட இடத்தில் சிறுத்தைகள் நுழைந்தாலும் அவற்றின் வாய் கட்டப்பட்டு விட்டதால் அவை பளியன்களுக்கு எத்தகைய தீங்கும் இழைக்கா என இவர்கள் நம்புகின்றனர்.' மறைத்திரு எப். டஹ்மென் பளியன்கள்

சில சமயங்களில் பழனிமலையில் உள்ள இந்துக்களின் கோயிலான சுப்பிரமணியர் கோயிலுக்குச் செல்வதாகக் குறித்துள்ளார்.

செங்கோட்டைக்கு அருகே திருவாங்கூர் எல்லையில் வாழும் பளியன்கள் பற்றி ஜி.எப். டிபென்ஹ கூறுவதாவது:[4] 'நினைவுக்கு எட்டாத காலத்தில் இலைவன் ஒருவன் பஞ்சம் வந்தபோது மலைப்பகுதிகளில் வந்து தங்கினான். அங்கு அவன் பளியர் சமூகப் பெண் ஒருத்தியை மனைவியாக்கிக்கொள்ள அந்த இருவரின் சந்ததியினராகத் தோன்றியவர்களே பளியன்கள் என இவர்கள் கூறுகின்றனர். பளியர் இலைவரைவிடச் சிறிதே சாதியில் தாழ்ந்தவர்கள். இலைவர், இலைவாணியர் (வெற்றிலை பயிரிடு வோர்) ஆகியோருடைய இல்லங்களில் பளியர் நுழைய அனுமதிக் கப்படுகின்றனர். சிலசமயங்களில் மறவர்கள் இல்லங்களிலும் நுழைய அனுமதிக்கின்றனர். சூழலுக்கு ஏற்பச் சமூகக் கட்டுப்பாடுகள் நெகிழ்ந்ததாக இருக்கும் மலைப்பகுதிகளில் மேலே சுட்டப்பட்ட உயர்சாதியார் பளியர் தரும் தண்ணீரைப் பெற்றுக் குடிப்பதோடு பளியர் சுட்டுத் தரும் கிழங்குகளைக்கூட உண்பர்.

பளியர் முல்லை நிலஞ்சார்ந்த தெய்வங்களை மிக மதித்துப் போற்றி வழிபடுகின்றனர். கறுப்பு சாமியே இவர்கள் குலதெய்வம். காட்டில் தேனெடுக்கும்போது நிறைய தேன் கிடைக்குமானால் சில கோயில்களில் அதனைப் படைப்பர். தங்களைச் சைவர்கள் எனக் கூறிக்கொள்ளும் இவர்கள் குற்றாலத்தில் நடக்கும் ஆடி அமாவாசை விழாச்சடங்குகளில் கலந்துகொள்வர். பளியர் எதனையும் சர்க்கரை வள்ளிக்கிழங்கு உட்பட பயிரிடுவது இல்லை. ஓரிரு தெரு நாய் களைத் தவிர வேறு விலங்குகள் எவற்றையும் இவர்கள் வளர்ப்பது இல்லை.

கோடரி, கத்தி, சட்டி ஆகியனவே இவர்கள் தங்களுடன் எடுத்துச் செல்லும் பொருள்கள். தேனெடுப்பதில் திறமைசாலிகளான இவர்கள் உயர்ந்தோங்கிய மரங்களிலும் செங்குத்தான பாறைகளிலும் உடலுக்கு ஏற்படும் ஆபத்தைப் பற்றிக் கவலைப்படாது உயர ஏறித் தேனெடுப்பர். காட்டுப் பனையிலிருந்து கீழே விழுந்து கிடக்கும் பசைத் தன்மை வாய்ந்த மாவுப் பொருள் இவர்களுக்கு நல்லுணவாக அமைகின்றது. உடும்பு, ஆமை, தேன்கூடு ஆகியன இவர்கள் சுவை யானவை என மதித்துப் போற்றும் உணவு வகைகளாம்.'

[4] *இந்தியத் தொல்லியல்*, XXX, 1902. (Ind. Ant., XXX, 1902).

வட திருவாங்கூரில் நான் நேரில் கண்டு ஆய்ந்த பளியன்கள் மலையடிவாரங்களில் காடுகளில் வாழ்ந்து வந்தனர். இவர்களுடைய தனித்த குடியிருப்புகள் ஒன்றுக்கொன்று பல மைல்கள் தொலைவில் அமைந்திருந்தன. தமிழை இழுத்தபடி தனித்ததொரு வகையில் பேசும் இவர்கள் பேச்சு இருளரை நினைவூட்டுவதாக அமைந்தது. கல்வியற்ற இவர்களுள் ஒரு சிலரே பத்துவரை எண்ணத் தெரிந்தவர்கள். ஒருத்தி தன்னுடைய பெயரையே மறந்தவளாக இருந்தாள்.

திருமணத்தின்போது மணமகளின் தந்தை அவள் கையைப் பற்றி மணமகன் கையில் தந்து, 'நான் இவளை உனக்குத் தருகின்றேன். கிழங்கு, இலை முதலியனவற்றை இவளுக்குத் தந்து காப்பாற்று' எனக் கூறுவான். மணமகள் அல்லது மணமகனுடைய தகுதியை அவளோ அவனோ திரட்டும் கிழங்கின் அளவைக் கொண்டு மதிப்பிடுவர். கணவனை இழந்த ஒருத்தி மறுமணம் செய்து கொள்ளவில்லையாயின் குடியிருப்பைச் சேர்ந்தவர்கள் அவளுக்குத் தேவையான கிழங்கு முதலிய காட்டில் கிடைக்கும் பொருள்களைக் கொடுத்து உதவுவர். திருமண உறவுகள் குடியிருப்புக்கு உள்ளாகவே மேற்கொள்ளப் படுவதே வழக்கம். இளைஞர்களுக்கு ஏற்ற வயதுடைய மணமகள் குடியிருப்பில் இல்லாது போவதால் சில சமயங்களில் குழப்பங்கள் ஏற்படுகின்றன. ஒரு குடியிருப்பில் உடன்பிறந்தோர் இருவர் தக்க மணமகள்கள் கிடைக்காத காரணத்தால் இருவரும் ஒருத்திக்கே கணவர்களாக இருந்து வருகின்றனர். எதிர்பாராது மேற்கொள்ளப் பட்டதான இந்தப் பழக்கம் இனி இந்தப் பழங்குடியினரிடையே ஏற்றுக் கொள்ளப்பட்ட வழக்கமாக அமைந்துவிட வாய்ப்பு உள்ளதா என்பதைத் தொடர்ந்து கண்காணித்து வருதல் ஆய்வாளர்களுக்கு ஆர்வமூட்டுவதாக அமையலாம்.

குடியிருப்புக்கு உள்ளாகவே மணஉறவுகொள்ள வேண்டும் என்ற விதிக்கு விலக்காகப் பளியர் குழுவினர் கண்டமநாய்க்கனூரில் உள்ள காடுகளிலிருந்து அய்யனார் கோவில் காடுகளுக்கு வந்து சேர்ந்து அப்பகுதியைச் சேர்ந்த இனத்தவர்களோடு மணஉறவுகொண்டு அவர்களோடு இணைந்தவர்களாகிவிட்டனர். பளியன்கள் மற்றச் சாதியாரைத் தங்கள் சமூகத்தில் சேர்த்துக்கொள்கின்றனர். ஒரு பளியப் பெண்ணோடு உடல்உறவு கொண்டவனாக மறவன் ஒருவன் வாழ்ந்து வந்தான். அவன்வழி அவள் குழந்தைகளைப் பெற்றுக் கொண்டாள். இத்தகைய நாகரிக உலகோடான உறவுகளால் காடுவாழ் பழங்குடி களின் இனத்தூய்மை கலப்புடையதாக மாற அவர்களுடைய மூக்கின்

நீள அகல விகித அளவு குறைந்ததாகி அது அகன்ற மூக்கு அமைப்பி
லிருந்து குறுகிய நீண்ட மூக்கு அமைப்பு உடையதாகிவிடுகின்றது.

திருநெல்வேலிப் பளியன்கள் சுப்பிரமணியரின் மனைவியாகிய
வள்ளி பளிய சமூகத்தைச் சேர்ந்தவள் எனக் கூறுகின்றனர். இவர்கள்
தீட்டுப்படுத்தாத சமூகத்தாராகையால் அழகர்கோயிலில் உள்ள
வைணவக் கோயிலில் இரவுக் காவலர்களாக அமர்த்தப்பட்டுள்ளனர்.
இதற்கு ஊதியமாகச் சோறு மட்டுமே போடப்படுகிறது.
வனத்துறையினருக்காக இவர்கள் கர்ப்பூரவல்லி, கடுக்காய், தேன்,
மெழுகு முதலியவற்றைச் சேகரித்துத் தருகின்றனர். இவற்றை ஒரு
ஒப்பந்தக்காரர் பெற்றுக்கொண்டு இவர்களுக்குத் தேவையான
அரிசி, புகையிலை, வெற்றிலை, பாக்கு, மிளகாய், புளி, உப்பு
ஆகியவற்றை வழங்குவார். இவர்கள் அத்தகைய ஒப்பந்தக்காரரின்
கட்டளைக்கு மறுப்பேதும் கூறாது உடனே கீழ்ப்படிவர். அத்தகைய
ஒப்பந்தக்காரர் ஒருவரின் உதவியாலேயே நான் இவர்களைப் பேட்டி
காணவும் உடல் அளவுகளை எடுத்துக்கொள்ளவும் வாய்ப்பு
ஏற்பட்டது. அதற்காக நான் இவர்களுக்கு ஒரு விருந்து தந்தேன்.
நானிட்ட சோற்றையும் காய்கறிகளையும் மூக்குமுட்டத் தின்ற
இவர்கள் அந்த விருந்தில் இறைச்சியில்லை என்பதாலும், நான்
இவர்களுக்குப் புதிய கோவணம் வழங்கவில்லை என்பதாலும்
திருப்தியற்றவர்களாகவே இருந்தனர்.

அவர்களிடம் நான் அழுக்குக் கோவணத்தையும் சிவப்புத் துணித்
தலைப்பாகையையும் ஒதுக்கிவிட்டு அவர்கள் மூதாதையரைப் போல
ஏன் இலைதழைகளை அணியக் கூடாது எனக் கேட்டபோது அதற்கு
அவர்கள் சிரித்து மழுப்பிவிட்டனர். அடுத்து ஒளிப்படத்திற்காக
நிற்கும் அவர்கள் உயர்ந்த சாதியாரைப் போலச் சந்தனம் பூசிக்
கொண்டவர்களாகக் காட்சித்தர ஒருவரோடு ஒருவர் சந்தனக்
குழம்பிற்காக அடித்து மோதிக் கொண்டனர். ஒரு கிறித்தவச் சபையார்
ஒருமுறை பளியருக்குத் தந்த விருந்தில் வெற்றிலையையும் புகை
யிலையையும் சாப்பாட்டுக்கு அருகே வைத்தமையால் அச்செயல் அந்த
விருந்தின் சிறப்பைச் சீர்குலைத்துவிட்டது. இவ்வாறு சாப்பாட்டருகே
வெற்றிலைப் பாக்கைப் புதைகுழியில் இறந்தவர்களுக்கு வைப்பதே
இவர்களிடையே வழக்கம். ஆகையால் இதனை இவர்கள் தீங்கு
நிகழ்வதற்கான அறிகுறியாகக் கருதினர். மாட்டிறைச்சியைத் தின்னும்
வழக்கம் உண்டா என்ற என் கேள்வி அவர்களுக்கு எரிச்சலையூட்டியது.
வயதான மூதாட்டி ஒருத்திகூட இக்கேள்வியால் கலவரமுற்றவளாக

'நீங்கள் கேட்ட மற்ற கேள்விகள் நியாயமானவை. இந்தக் கேள்வியைக் கேட்டிருக்கக் கூடாது' எனக் கூறினாள். பளியன் பசு அல்லது எருமையின் பிணத்தை ஓடையின் அருகே காண்பானாயின் அந்த இடத்தை நெடுங்காலம் நெருங்காதவனாக ஒதுங்கிவிடுவான். தோலைத் தொட இவர்கள் உடன்படுவதில்லை. எனது ஒளிப்படக் கருவியில் தோலாலான வார் இணைக்கப்பட்டிருந்தது என்ற காரணத்தால் இவர்களுள் ஒருவன் அதனைத் தூக்கிவர மறுத்து விட்டான்.

படிக்கல்லுக்கும் எஃகுத்துண்டுக்கும் இடையே இலவம் பஞ்சின் சுளையை வைத்துக் கொட்டி இவர்கள் நெருப்பு உண்டாக்குகின்றனர். வலையையோ பொறிகளையோ கருவிகளையோ பயன்படுத்தி விலங்குகள், பறவைகள், மீன்கள் ஆகியவற்றைப் பிடிக்க இவர் களுக்கு வழியோ வாய்ப்போ இல்லை. காட்டில் இறந்து கிடக்கும் மானையோ ஆட்டையோ எதிர்ப்படுவார்களாயின் அதனை நெருப்பில் வாட்டி உண்பர். வயல் எலிகளின் வங்கில் புகையிட்டு வெளிப்படுத்தியோ தங்கள் குச்சிகளால் வங்கினைத் தோண்டிப் பிடித்தோ அவற்றை உண்பர்.

குழந்தைகள் தின்ன நண்டுகளைப் பிடித்துத் தருவர். ஒரு குச்சியின் முனையில் துண்டுதுணி ஒன்றினைக் கட்டி அதனை வங்கில் நுழைக்க நண்டு தன் நகங்களால் துணியைப் பற்றிக்கொள்ளும். பிறகு குச்சியோடு வரும்படியாக அதனை வெளிப்படுத்துவர். காட்டு விலங்குகளிடம் அச்சம் அற்றவர்களாக இவர்கள் உரக்கக் கத்தியும் கைகளைக் கொட்டியும் கற்களைப் பள்ளத்தாக்கில் உருட்டியும் அவற்றை விரட்டுவர். ஒரு குகையில் தன் மனைவியோடும் குழந்தை களோடும் தூங்கிக்கொண்டிருந்த ஒருவனைப் புலி பிட்டத்திலும் தொடையிலும் கடித்துக் குதறியிருப்பதை நான் கண்டேன்.

கோடைக் காலத்தில் இயற்கையாக அமைந்துள்ள குகைகளிலும் பாறைகளிடையேயான இடைவெளியிலும் வாழ்க்கை நடத்தும் இவர்கள் மழைக்காலத்தில் தரையில் கழிகளை நட்டுப் புல்லால் கூரைக் கொட்டகை அமைத்துத் தங்கி வாழ்வர். அதனடியில் வெப்பம் தருவதற்காகவும் காட்டுவிலங்குகள் நெருங்காதிருப்பதற்காகவும் நெருப்பு மூட்டி எரித்தபடியிருப்பர். குடங்காக உள்ள அடிமரங்களை ஒருபக்கம் அரிவாளால் குடைந்து வெட்டித் தங்குவதற்கான தற்காலிகமான இடவசதி செய்துகொள்வதில் இவர்கள் கைதேர்ந்தவர்கள். பெருமழை பெய்யும் போது இத்தகைய

மரப்பொந்துகளில் இவர்கள் நனையாதபடி பாதுகாவலுடன் நிற்க ஒழுகும் குடையின் அடியிலோ மாமரத்தின் அடியிலோ நாம் நனைந்து சீரழிந்தவர்களாக நிற்போம்.

தமிழர்களிடையே காணப்படுவதைப்போலவே திருநெல்வேலி பளியன்களிடையேயும் சவரி என்ற பெயர் பெருவழக்காக உள்ளது. இதனைச் சேவியர் என்ற பெயரின் சிதைந்த வடிவம் என்பர். சவரி அல்லது சபரி என்பது சிவனுக்கும் பார்வதிக்கும் உரிய பெயராக ஏற்றுக்கொள்ளப்பட்டுள்ளது. திருவாங்கூர் எல்லையில் சவரி மலையன் என்ற கோயில் உள்ளது. ரோமன் கத்தோலிக்கர்கள் புனிதர் சேவியருக்குத் திருவிழா எடுக்கும் சமயத்தில்தான் அந்தக் கோயிலிலும் திருவிழாக் கொண்டாடப்படுகின்றது.

பளியர் பெண்கள் ஐரோப்பியர் முன்னிலையில் மருண்டு ஒதுங்கியவர்களாக நிற்பர். குதிரைகளைக் கண்டால் இவர்கள் அஞ்சும் இயல்பினர். ஒரு குதிரையைக் கண்டால் மலையளவு உயரமுள்ள யானையைப் போன்று அது காட்டையே புகுந்து அதம் பண்ணிவிடக்கூடியதாக உள்ளது என இவர்கள் அதனை வருணிப்பர். குழந்தைகளைத் துணித்தூளியில் இடுக்கிச் செல்லும் பழக்கம் இவர்களிடையே இல்லை. மகப்பேற்றின்போது பாறை ஒன்றின் மீது கால்களை ஊன்றி அமர்வது இவர்கள் வழக்கம்.

பளியர்கள் பலர் காட்டில் நிலவும் காய்ச்சலுக்கு ஆட்பட்டவர்களாக உள்ளனர். இதற்குப் பாதுகாப்பாக இவர்கள் மஞ்சள் ஒன்றைக் கழுத்தில் கட்டியிருப்பர். இறந்தவர்களைப் புதைக்கும் இவர்கள் புதைகுழியின் மீது ஒரு கல்லை வைக்கின்றனர். அந்த இடத்திற்கு மீண்டும் செல்வதில்லை. மற்ற ஆதிகாலப் பழங்குடிகளைப்போலவே பளியர்களும் குள்ளமானவர்களாகவும் நீண்ட தலையையுடையவர் களாகவும் உள்ளனர். பழங்குடியினத்தவருக்குரிய தொன்மையான மூக்கின் அமைப்பு இன்றும் சிலரிடம் தெளிவாகப் புலனாகக் காணலாம்.

இவர்களின் சராசரி உயரம்: 150.9 செ.மீ.

மூக்கின் நீள அகல விகிதத் தகவு எண் : 83 (மேலளவு 100).

18

மண்ணான்

மண்ணான் (Mannan) திருவாங்கூரைச் சேர்ந்த மலைவாழ் பழங்குடிகள். மதுரையை ஆண்ட மன்னர்களைச் சார்ந்து வாழ்ந்து வந்த இவர்கள் ஊராளியரையும் முதுவன்களையும்போலவே அந்த மன்னர்களோடு கூட நேரியமங்கலத்திற்கு வந்து சேர்ந்தவர்கள். அதன்பின் இவர்கள் மகர அலும் எனப்படும் ஏல மலைப் பகுதிகளில் தங்கினர்.

பொன்னயத் பகுதித் தலைவர்களுள் ஒருவன் இந்த மண்ணான்களுள் மூவரைத் தன்னுடைய மூன்று நாட்டுப் பகுதிகளுக்கு முகவர்களாக அமர்த்தினான். இந்த மூவருள் ஒருவன் வெள்ளி வாளினைத் தன்னுடைய பதவிக்குரிய அடையாளச் சின்னமாகப் பெற்றவனாக வரையின் கீழ் மண்ணான் என்ற பட்டப்பெயர் தாங்கித் தொள்ளாயிர மலையில் வாழ்தல் வேண்டும். இரண் டாமவன் கடகம் பூண்டவனாகக் கோபுர மண்ணான் என்ற பட்டப்பெயருடன் மண்ணான் கண்டத்தில் வாழவேண்டும். மூன்றாமவன் வெள்ளிப் பிரம்பைப் பெற்றவனாகத் தலைமலை மண்ணான் என்ற பட்டப் பெயருடன் உடும்பஞ்சோலையில் வாழ வேண்டும். இந்த மூன்று தலைவர்களுக்கு மற்ற மண்ணான்கள் குற்றேவல் பணிகளைச் செய்யக் கடமைப்பட்டவர்கள். இச்சாதித் தலைவர்களின் உடன்பாட்டைப் பெற்ற பின்னரே அவர்கள் திருமண உறவுகளை உறுதி செய்கின்றனர்.

ஆண்களும் பெண்களும் மறவர்களைப்போலவே உடை உடுக்கின்றனர். வெள்ளி, பித்தளை ஆகியவற்றாலான கடுக்கன்களை ஆண்கள் அணிகின்றனர். வெள்ளை, சிவப்பு நிறத்திலான பாசிமணி மாலைகளைக் கழுத்தில் அணிவதோடு பித்தளையாலான வளையல்களைக் கரங்களில் அணிகின்றனர். மலைவாழ் மக்களுள் மண்ணான்கள் அமைக்கும் குடிசைகளே சிறந்தனவாக உள்ளன.

மாதவிலக்குத் தீட்டு, பூப்படையும் தீட்டு ஆகியனவற்றை இவர்கள் ஊராளிகளைப் போலத் தீவிரமாகப் பின்பற்றுவதில்லை. குழந்தை பிறந்து ஓராண்டு நிரம்பியவுடன், குடும்பத்தில் உள்ள வயதில் மூத்தவர், அக்குழந்தையின் கழுத்தில் ஒரு பாசிமணி மாலையை அணிவிப்பதோடு அதற்குப் பெயரும் வைப்பர்.

மண்ணான்கள், இறந்தவர்களைப் புதைக்கின்றனர். மூங்கில், நாணல் ஆகியவற்றைக்கொண்டு சவப்பெட்டி செய்து பிணத்தை இசைக் கருவிகளும் முழவுகளும் முழங்கப் புதைகுழிக்கு எடுத்துச் செல்வர். இறந்தவருக்கு உரிய அணிமணிகளைப் பிணத்திலிருந்து அப்புறப்படுத்தும் பழக்கம் இவர்களிடையே இல்லை. புதைகுழியை மூடும் முன் இறந்தவர் வாயில் கொஞ்சம் அரிசியை இடுவர். புதைத்த இடத்திற்கு மேலே ஒரு கொட்டகை அமைப்பர். சாவுக்குப் பிறகு ஓராண்டு சென்ற பின் இறந்தவருக்கு உணவும் சாராயமும் படைப்பர்.

மண்ணான்கள் தமிழையே பேசுகின்றனர். இவர்களுக்கெனத் தனியே நாவிதரோ வண்ணாரோ இல்லை. ஆகையால் இவர்களே ஒருவருக்கு ஒருவர் மழித்தும் துவைத்தும் உதவிக்கொள்கின்றனர். பிற மலைவாழ் பழங்குடிகளைவிட மண்ணான்கள் மருந்துகள் பற்றி மிகுதியாக அறிந்திருப்பினும் இவர்கள் பச்சிலைகளைப் பயன் படுத்தும் தொழிலைவிட்டுச் சாட்டு எனும் பேயோட்டுதலையே மிகுதியும் நாடிச் செல்கின்றனர். குடிப்பழக்கத்தின் தீமைக்கு இவர்கள் பெரிதும் அடிமைகளாய் உள்ளனர்.

மருமக்கள் தாய உடைமை உரிமை முறையினைப் பேணும் இவர்கள், மகன்களுக்கும் உடைமையில் ஒரு பகுதியைத் தரும் பழக்கத்தை மேற்கொண்டுள்ளனர். தாலி கட்டும் மணமுறையை மேற்கொள்ளும் இவர்கள் சாதிப் பெண்கள் கணவன் இறந்தவுடன் தாலியைக் களைவர். கணவன் இறந்தபின் இரண்டாண்டுகள் காத்திருந்த பின்னரே கைம்பெண்கள் மறுமணம் புரியலாம். மண்ணான்கள் தாய்மாமன் மகளை மணக்க உரிமை கொண்டாடலாம். சபரி மலையிலும் பெரியாற்றிலும் உள்ள சாஸ்தாவை இவர்கள் பக்தியொடு போற்றி வழிபடுகின்றனர்.

மண்ணான்கள் தேன் சேகரிப்பதில் திறமை மிக்கவர்கள். குரங்கின் இறைச்சியை உண்ணும் இவர்கள் முதலை, பாம்பு, எருமை, பசு ஆகியவற்றின் இறைச்சியை உண்பதில்லை. மலைகளுக்குரிய தொன்மையான பிற பழங்குடிகளைப் போலவே இவர்கள்

எண்ணிக்கையும் வேகமாகக் குறைந்தபடியுள்ளது' என 1901 திருவாங்கூர் மாநிலக் கணக்கெடுப்பு அறிக்கை கூறுகின்றது.

மண்ணான்கள் பற்றி ஓ. எச். பென்ஸ்லி (O.H. Bensley) பின்வருமாறு எழுதுகின்றார்:[1] 'மண்ணான்களுடன் நான் கலந்து பழகிய உறவைப் பற்றிய பல இனிமையான நினைவுகளால் மகிழ்வுறுகின்றேன். அவர்களுடைய கலகலப்பான இயல்பும் கலந்து உறவாடும் பண்பும் காட்டிடைத் தங்க நேரும்போது அதனை அவர்கள் ரசித்து அனுபவிக்கும் விதமும் அவர்களோடு உறவுகொள்ள நேரும்போது நம்மை மகிழ்ச்சியில் ஆழ்த்துகின்றன. குள்ள உருவமும் உறுதியான உடற்கட்டும் உடலில் முடிகளில்லாததும் மண்னான்களை முழுக்க முழுக்கப் பழங்குடி இனத்தவர்களாகத் தோன்றும்படிச் செய்கின்றன.

மண்ணான்களின் வாழ்விடம் ஏல மலைகளில் முதுவன்கள் தங்கி வாழும் பகுதிக்குத் தெற்கே உள்ள பகுதி தொடங்கித் தெற்கு நோக்கி நீண்டு கிடக்கின்றது. இது பெரியாறு அணக்கட்டுப் பணியால் நீரில் மூழ்கியுள்ள பகுதிக்குத் தென்பால் உள்ள பகுதியாகும்.[2] மேலும் இவர்கள் பெரியாற்றின் கிழக்கே உள்ள பகுதிகளில் மட்டுமே தங்கி வாழ வேண்டியவர்களாக உள்ளனர். இவர்கள் வாழும் சிற்றூர்கள் பெரியம்மையின் கொள்ளைக்கு ஆளாவதாக உள்ளது. இந்தத் தலைமுறையின் போதே இவர்கள் குடியிருப்புகளுள் மூன்று முற்றும் அழிந்து குடியற்றுப்போகும் நிலையை எட்டின. நோயின் தாக்குதலுக்கு உள்ளாகாது தப்பிய குழுவினரிடையே இருந்து இந்தப் பகுதிகளுக்கு ஒரு சிலர் வரவழைக்கப்பட்டனர். இவர்களுள் மிகச் சிலரே முதுமையை எட்டுகின்றனர்.

அண்மைக் காலம்வரை இவர்கள் பழங்குடிக்குரிய குலப் பிரிவுகளுள் மூன்று முக்கியமான பிரிவினுக்குரிய மூன்று முதிய குல முதல்வர்கள் வாழ்ந்து வந்துள்ளனர். முதுவன்களும் மண்ணான்களும் காட்டினுக்குத் தீங்கு விளைவிக்கும் பயிரிடும் முறையையே மேற்கொள்கின்றனர். எனினும் மண்ணான்கள் எண்ணிக்கையில் குறைந்தவர்களாக இருப்பதால் இவர்களால் காடு பெரும் அளவில் பாழ்படுதலில்லை. பெரியாற்றுக்குக் கிழக்கே உள்ள பகுதிகளில் வாழும் பழங்குடியினர் யாரும் அரசுக்கு வரி செலுத்துவதில்லை.

1 திருவனந்தபுரத்தில் ஆற்றிய சொற்பொழிவு (Lecture delivered at Trivandrum).

2 பார்க்க: எ. டி. மெக்கன்சி-பெரியாறு திட்ட வரலாறு, சென்னை, 1899. (See: A. T. Mackenzie. *History of the Periyar Project,* Madras. 1899).

இவர்கள் உடைமை பூண்டிருக்கும் நிலத்திற்கு ஈடாக இவர்கள் பயணிகளாக வரும் அலுவலர்களுக்குக் குடிசை அமைத்தல், காட்டிடையே தடம் உண்டாக்குதல் போன்ற பணிகளைச் செய்ய வேண்டும் என எதிர்பார்க்கப்படுகிறது. அப்பணிகளுக்காக இவர் களுக்குக் குறிப்பிட்ட ஒரு தொகையும் கூலியாகத் தரப்படுகின்றது. காடுபடு பொருள்களையும் இவர்கள் சேகரிக்கவேண்டும். இதற்காகவும் இவர்கள் குறிப்பிட்ட தொகையைப் பெறுகின்றனர். இவ்வகையில் அரசு இவர்களுக்குத் தாராளமாகவே சலுகைகள் பல வழங்கி நடத்திவருகின்றது எனலாம். மண்ணான்கள் உலக நடப்பை ஒட்டியவர்களாக நாம் எதிர்பார்ப்பதைப்போல உலக நடப்பைப் பின்பற்றி நடந்துகொள்வதில்லை என்பதைப் பின்வரும் நிகழ்ச்சி விளக்கும்.

ஆங்கிலேயரான கோமான் குடியுரிமைக்கு உரிய ஒருவர் திருவாங்கூரில் மனமகிழ்ந்தவராக வேட்டையாடிக் களித்தபின் அந்த வேட்டையில் தன்னோடுகூட இருந்து உதவிய மண்ணா னுக்கு அதன் நினைவாக ஓர் அழகிய கத்தியை அன்பளிப்பாகத் தந்தார். மறுநாள் காப்பித் தோட்டத்தில் வேலை செய்யும் கூலி ஒருவனிடம் அக்கத்தி இருந்தது. தன் குடும்ப உடைமையாக அதனை வைத்துப் பேணிக் காப்பாற்றாது அவன், அதனை அந்தக் கூலிக்கு மூன்று ரூபாய்க்கு விற்றுவிட்டான் என்பது தெரிய வந்தது. மண்ணான்கள் ஐரோப்பியர் களோடு மிகுந்த ஆர்வத்துடன் கலந்துபழக முன்வரும் இயல்பு உடையவர்கள். மற்றப் பழங்குடி இனத்தவர்கள் தயங்கியவர்களாக ஒதுங்கியே இருக்க விரும்புவர். ஆகையால் அவர்களை வழிக்குக் கொண்டு வரப் பெருமுயற்சி மேற்கொண்டாக வேண்டியிருக்கும். மண்ணான்கள் இதற்கு விதிவிலக்காகப் புதிதாக வரும் ஒருவனுக்கு வேட்டையைப் பற்றிய நுட்பங்களை விருப்பத்தோடு எடுத்துக்கூறி ஆற்றுப்படுத்துவர்.

தமிழைப் பேசும் இவர்கள் மதுரைப் பக்கத்துச் சமவெளிப் பகுதியில் வாழும் மக்களோடேயே தொடர்புகொண்டவர்களாக இருப்பினும் மலையாளிகள் வழக்கத்தைப் பின்பற்றியவர்களாகத் தங்கள் கிராமங்களில் தலைமையைத் தங்களுக்குப் பிறகு தங்கள் உடன்பிறந்தவள் பிள்ளைகளுக்கே உரிமையுடையதாக்கி வைக் கின்றனர். அது இவர்கள் பிள்ளைகளுக்கு உரியதாகச் செல்வதில்லை. இத்தகைய எளிய வாழ்வை மேற்கொண்டிருக்கும் இவர்களிடமிருந்து தீரச் செயல்கள் எவற்றையும் நாம் எதிர்பார்க்க முடியாது. எனினும்

பின்வரும் நிகழ்ச்சியை நாம் வேறு எந்தப் பெயரிட்டு அழைத்தல் இயலும்? தனது பன்னிரண்டு வயது மகனுடன் காட்டுவழியே சென்று கொண்டிருந்த ஒரு மண்ணான், எதிர்பாராது வஞ்சக வழியை மேற்கொண்டு குழுவை விட்டுப் பிரிந்து திரியும் யானை ஒன்றை எதிர்ப்பட்டான். தன்னுடைய மகனை மேலே உயரத் தூக்கிவிட்டுப் பக்கத்தில் உள்ள மரத்தில் ஏறித் தப்பும்படியாக உதவி செய்ததே உடனடியாக அவன் மேற்கொண்ட செயலாகும். அதன் பிறகே அவன் தான் தப்பும் வழிபற்றிச் சிந்தித்தான். அதற்கான காலங் கடந்துவிடவே அந்த யானை அவனைத் தாக்கிச் சில வினாடிகளில் உருவற்றவனாகும்படி மிதித்துக் கொன்று தீர்த்துவிட்டது.

19

மலசர்

மலசர் (Malasar), மல்சர் எனவும்படுவர். இவர்கள் கோயமுத்தூர் மாவட்டத்திலும், கொச்சி மாநிலத்திலும் காணப்படுகின்றனர். ஒரு நூற்றாண்டுக்கு முன் இவர்களைப் பற்றிப் புச்சனன் தந்துள்ள விவரங்கள் வருமாறு:[1] 'இங்குக் காடுகள் பொதிகளாகப் பிரிக்கப் பட்டு எல்லை வகுக்கப்பட்டுள்ளன. ஒவ்வொரு பிரிவிலும் காட்டுப் பழங்குடிகளான மலசர் குடும்பங்கள் சில வாழ்கின்றன. பொதியும், அதில் வாழும் குடிகளும் சில நிலக்கிழார்களின் உடைமைகளாவர். இவர்கள் இந்த ஏழைகளின் உழைப்பை யாருக்கேனும் வாடகைக்கு விடுகின்றனர்.

காட்டில் மலசர்கள் சேகரிப்பது அனைத்தையும் ஒரு செட்டிக்கோ, மண்ணாடிக்கோ கொடுத்துவிட வேண்டும். நான் இந்த ஏழை மலசர் சிலரை நேரில் கூப்பிட்டு அனுப்பி விவரம் கேட்டேன். ஐந்தாறு குடிசைகள் அடங்கிய சிறிய கிராமங்களில் தாங்கள் வாழ்ந்து வருவதாக அவர்கள் என்னிடம் கூறினர். இந்தக் கிராமங்கள் தாராபுரம், ஆனை மலை, பாலக்காடு மலைகளில் அமைந்துள்ளன. இவர்கள் தமிழும் மலையாளமும் கலந்த ஒரு கலப்பட மொழியைப் பேசுகின்றனர்.

இவர்கள் தோற்றம் அடிமைகளின் தோற்றத்தைவிட மேம்பட்டதாக உள்ளது. அழுக்கு உடையோடும் வெறுக்கத்தக்க தோற்றத்தோடும் காட்சி தரும் இவர்கள் போதுமான உணவு பெறாதவர்களாக இருக்கின்றார்கள் போலும். வணிகர்களுக்காக இவர்கள் மருந்துச் சரக்குகளைச் சேகரிக்கின்றனர்; இவர்களை நிலக்கிழார்கள் அந்த வணிகர்களுக்கு வாடகைக்கு விட்டுள்ளனர். (வணிகர்களுக்கு ஏதேனும் மதிப்புடைய பொருள்களைச் சேகரித்துத் தந்து அதற்கு

---

[1] சென்னையிலிருந்து மைசூர், கன்னடம், மலபார் வழியாகப் பயணம், 1807, (Journey from Madras through the Countries of Mysore, Canada and Malabar, 1807.)

ஈடாக வாழ்க்கை நடத்தத் தேவையானவற்றை அவர்களிடமிருந்து பெறுவர். இவர்கள் விற்பனைக்கு எனச் சேகரிக்கும் அனைத்தையும் வாங்கும் உரிமை இவர்களை வாடகைக்குப் பெற்றுள்ள வணிகருக்கே உரியது. உப்பும் மற்றப் பொருள்களும் அவர்களால் இவர்களுக்குத் தரப்படும்.

இவர்கள் காட்டுவள்ளிக் கிழங்கையே (*Dioscorea*) முக்கிய உணவாகக் கொள்கின்றனர். அரிசிக்கு ஈடாக வணிகருக்குத் தர இவர்களிடம் எதுவும் இல்லையாயின் இக்கிழங்கைத் தோண்டி உண்ணத் தொடங்குவர். கொத்துக்காடு முறையில் காட்டினிடையே கொஞ்சம் நிலத்தையும் இவர்கள் பயிரிடுகின்றனர். தங்களுக்காகவும் பக்கத்து நிலத்திற்கு உரிய பண்ணையாருக்காகவும் இதனைச் செய்வர். அவர்கள் அதில் விளைந்து வருவதைப் பெற்றுக்கொண்டு அதனை விளைவித்ததற்கான கூலியை மலசருக்குத் தருவர். ராகி, அவரை, ஆமணக்கு ஆகியன இவர்களால் இவ்வாறு பயிரிடப்படுகின்றன. மரம் வெட்டவும், விறகு வெட்டவும்கூட இவர்களை வாடகைக்கு அமர்த்துகின்றனர். இவர்களுக்கு உரிய தெய்வம் முல்லுங் என அழைக்கப்படுகிறது. இத்தெய்வத்தின் கல் உருவத்தை வட்டவடிவ மானக் கற்களைக் கோயிலாக அமைத்து அதன் நடுவே அமைப்பர். ஆண்டுக்கு ஒருமுறை ஏப்ரல் மாதத்தில் இத்தெய்வ உருவத்திற்கு ஆடு ஒன்றைப் பலியிடுவதோடு பொங்கல், தேன் போன்றவற்றையும் படைத்து வழிபடுவர். இந்த வழிபாட்டைப் புறக்கணித்தால் இக்கடவுள் யானைகளையும் புலிகளையும் ஏவி இவர்களையும் இவர்கள் வாழும் குடிசைகளையும் அழிப்பார்.'

1901 சென்னை மாநிலக் கணக்கெடுப்பு அறிக்கையில் மலசர் பற்றிக் கூறப்பட்டுள்ளதாவது: 'மலசர் மலைகளில் பயிர் செய்தும், பகலில் கூலி வேலை செய்தும் வாழ்க்கை நடத்தும் காடுவாழ் பழங்குடிகள். வேட்டை விலங்குகளின் தடம் கண்டு தொடர்வதிலும் கோடரியின் துணைகொண்டு தொழில் புரிவதிலும் இவர்கள் கைதேர்ந்தவர்கள். காட்டில் திரியும் வேட்டைக்காரர்களுக்குத் தங்கள் கோடரியின் உதவியால் மூங்கிலை வெட்டிச் சில மணிநேரங்களில் தங்குமிடம் அமைத்துவிடுவர்.

பதிகள் என அழைக்கப்படும் சிற்றூர்களில் இவர்கள் வாழ்கின்றனர். ஒவ்வொரு ஊருக்கும் வெந்தாரி எனப்படும் ஒரு தலைவன் உள்ளான். பஞ்சாயத்துச் சபையின் உதவியுடன் அவன் வழக்கமான அலுவல் களை மேற்பார்த்து வருவான், குற்றம் புரிந்தவனைக் கனமான

மணல் மூட்டையைச் சுமந்தபடி கொஞ்ச தூரம் நடக்கச் செய்து மன்னிப்பு வேண்டுமாறு பஞ்சாயத்தார் தண்டனை வழங்குவர்.

பெரியம்மைக்கு உரியவளான காளியையும் மாரியம்மனையும் இவர்கள் வழிபடுகின்றனர். இவர்கள் சிறப்பாகப் போற்றும் தெய்வம் மணக்காட்டாத்தா. இத் தெய்வத்திற்கு மாசி மாதத்தில் ஆடும் கோழியும் பலியிடுவர். அப்போது இவர்களுள் ஒருவனே பூசாரியாகச் செயல்படுவான். அவனுக்குப் பலியிடப்படுபவற்றின் தலைகள் உரிமையுடையன. இவர்கள் மணச் சடங்கில் மணமகன் மணிக்கட்டில் இரும்பாலான ஒரு வளையத்தை அணிவிக்கும் புதுமையைக் காணலாம். புழுக்களையும் நாகப் பாம்புகளையும் தவிர அனைத்தையும் இவர்கள் உண்பர். காடர் தங்களை மலசரைவிட உயர்ந்தவர்களாகக் கருதுகின்றனர்.

கோயமுத்தூர் மாவட்டக் கையேட்டில் இவர்களைப் பற்றிக் குறிப்பிடப்பட்டுள்ளதாவது: 'மலசர் காடர்களைவிடத் தாழ்வான மலைப்பகுதிகளிலேயே வாழ்கின்றனர். சமவெளிகளிலும் மலையடிவாரங்களிலும்கூட இவர்கள் வாழக் காணலாம். தோற்றத்தில் சற்றுப் பருத்தவர்களாகக் காணப்படும் இவர்கள் எவ்வகையிலும் நம்பிக்கைக்கு உரியவர்களாக இல்லாததோடு மிகச் சாதாரணமான காரணத்துக்காகக்கூட அனைவரும் ஒரு சேர நம்பியவர்களைக் கைவிட்டு விடுவர். வாய்ப்புக் கிடைக்கும் போதெல்லாம் வழிப் பறியில் ஈடுபடும் இவர்களைப் பற்றிய அச்சம் காரணமாக மலை அடிவாரத்தை அடுத்துள்ள சாலைகளில் சமவெளிகளில் வாழும் மக்கள் சிறு குழுவினராகவே பயணம் மேற்கொள்வர். எனினும் கோடரியால் மரங்களை வெட்டவும், கனமான சுமைகளைத் தூக்கிச் செல்லவும் இவர்கள் மிகவும் உதவியாக உள்ளனர். சமவெளியைச் சேர்ந்த கூலிகளைப்போல சுமையைப் பெரும்பாலும் தலையில் வைத்துச் சுமக்கும் பழக்கத்தையே இவர்கள் மேற்கொண்டுள்ளனர். காடர்களும், புலியர்களும் சுமைதூக்க உடன்படார்கள். ஒருவாறு உடன்பட்டாலும் முதுகில் வைத்தே சுமப்பர்.'

மலை மலசர் (இவர்கள் மலைகளில் வாழ்வர், ஆனைமலையில் உள்ள ஸ்டுவர்ட் சிகரத்தில் வாழ்கின்றனர்), மலைச் சரிவுகளில் வாழும் மலசர், சமவெளியில் வாழும் மலசர் என மலசர் மூன்று பிரிவினராக உள்ளனர். காடர்களும் எரவாளர்களும் மலசர் குடியில் சேர்த்துக்கொள்ளப்படுகின்றனர் எனக் கூறப்படுகின்றது. காடர் காட்டெருமை, பசு ஆகியவற்றின் இறைச்சியை உண்பதில்லை.

மலசர் இறந்த இந்த விலங்குகளைத் தூக்கிச் சென்று அவற்றின் இறைச்சியை உண்பர். மலசர் குடியிருப்புகள் பதிகள் எனவும், தெருக்கள் சாலைகள் எனவும் அழைக்கப்படுகின்றன. ஊர் எனவும் வரிசை எனவும் பொருள்படும் தமிழ்ச் சொற்கள் இவை.

பதிகள் அவை அமைக்கப்பட்டுள்ள நிலத்திற்கான உரிமையாளர் களின் பெயரால் சர்க்கார் (அரசு) பதி, கறுப்ப கவுண்டர் பதி என்பன போலப் பெயர் பெறுகின்றன. மலைகளில் உள்ள குடிசைகள் மூங்கில் படல்களால் அமைக்கப்பட்டுப் புல், தேக்கிலை ஆகியவற்றால் வேயப்பட்டிருக்கும். சமவெளிகளில் உள்ள குடிசைகள் மண்ணால் அமைக்கப்பட்டுப் புல், மூங்கில் ஆகியவற்றால் வேயப்பட்டிருக்கும். ஏனாதியர், செஞ்சுக்கள் ஆகியோரைப்போலவே மலசர்களும் நன்கு அமைக்கப்பட்ட வீடுகளில் வாழ்வதை விரும்புவதில்லை. மலசர் சாதியைச் சேர்ந்த வனக் காப்பாளர் ஒருவர் அரசின் குடியிருப்பை விரும்பாதவராகத் தன்னுடைய பரும்போக்கான குடிசையிலேயே தொடர்ந்து வாழ்வதை மேற்கொண்டுள்ளார்.

மலசருள் சிலர் கூலிகளாகத் தொழில் புரிகின்றனர். மற்றவர்கள் பயிர்த் தொழிலாளராகவும், தேன் சேகரிப்பவர்களாகவும் தொழில் செய்கின்றனர். நிலக்கிழார்கள் தங்களுக்குக் கீழ் மலசர் பலரைப் பணிக்கு அமர்த்திக்கொண்டிருப்பார். அவர் இவர்களுக்குக் குத்தகை ஏதும் பெற்றுக்கொள்ளாமல் சிறு துண்டு நிலத்தைக் கொடுத்திருப்பார். இவர்கள் அந்த நிலத்தில் தங்களுக்குத் தேவையான உணவு தானியங்களைப் பயிரிட்டுக்கொள்வர். இதற்கு ஈடாக அவர்கள் நிலக்கிழார்களின் வயல்களில் வேலை செய்வதோடு தங்கள் மண்ணாடியான அவருக்குப் பிற வகைகளிலும் உதவுதல் வேண்டும். மலசரை மண்ணாடிகள் முழுக்கட்டுப்பாட்டினுள் வைத்திருப்பர். மற்றொரு நிலக்கிழார்மீது இவர் பகைகொள்ள நேரின் மலசரைத் தூண்டிவிட்டுத் தன் எதிரியான அவர் நிலத்தில் விளைந்துள்ளன வற்றை அழிக்கச் செய்வார்.

காட்டு யானைகளைப் பிடித்துப் பழக்கும் பணியையும் மலசர் மேற்கொள்கின்றனர். சோம்பலுக்குப் பெயர்போன இவர்கள் ஒரு வாரத்திற்கான கூலி முழுவதையும் முன்பணமாகப் பெற்று அதனைப் பெற்ற அன்றே அதில் பெரும்பகுதியைக் குடிக்காகச் செலவழித்து விடுவர். எஞ்சிய தொகையில் வேண்டிய பொருள்களை வாங்கும் அவர்கள் அந்த வாரத்தில் மூன்று அல்லது நான்கு நாள்கள் மட்டுமே பணி செய்வர். உணவுப் பஞ்சமான காலங்களில் பிற பழங்குடி

இனத்தவர்களைப் போல இவர்களும் காட்டு வள்ளிக் கிழங்கைத் தோண்டி உண்பர்.

வயதுவந்த பின்னர் மணம் செய்வித்தலே இவர்களிடையே வழக்காயினும், குழந்தை மணம் நிகழ்த்தத் தடையேதும் இல்லை. சமவெளியில் வாழும் மலசர் மணச்சடங்குகளை மணமகள் வீட்டில் நிகழ்த்துகின்றனர். திங்கட்கிழமையே மணச்சடங்கிற்கு ஏற்ற நாளாகக் கருதப்படுகிறது. மணநாளுக்கு முந்தின நாளன்று மணமக்களை ஓர் உலக்கைமீது நிற்கச்செய்து எண்ணெய் பூசிப் பிறகு குளிக்கச் செய்வர். ஒன்று கறுப்பும், மற்றொன்று சிவப்புமான இரண்டு சோற்று உருண்டைகளை ஒரு தட்டில் வைத்து அவற்றில் எரியும் திரியைச் சொருகுவர். இரண்டு திரிகளிலும் தீக்கொழுந்து சம உயரம் உடையனவாக எரிய வேண்டும். இதற்கு மாறாக எரியுமானால் அதனைத் தீய சகுனமாகக் கருதுவர். இவ்வாறு ஏற்றப்பட்ட தீபங்களை மணமக்கள் முன் ஆரத்தியாகச் சுற்றுவர். இது கண்ணேறுபட்டிருப்பின் அதனைப் போக்கச் செய்யப்படும் சடங்கு ஆகும். குளித்த பின் மணமக்களைப் பந்தலில் அமைக்கப்பட்டுள்ள மேடையில் அமரும்படி செய்வர். மணமகன் மணமகள் கழுத்தில் தாலியைக் கட்டுவான். அவர்கள் கைகளை மூப்பன் இணைத்து வைப்பான். தாலி ஒரு பித்தளை வட்டாகும். அதனை மஞ்சள் தோய்த்த நூலில் கோத்திருப்பர். மணமக்கள் ஒரே இலை அல்லது தட்டிலிருந்து ஒன்றாக உண்பர். அத்துடன் மணச் சடங்குகள் முடிவுறும்.

மலை மலசர் மணமகளை மணமகன் வீட்டிற்கு அழைத்து வந்து மணச்சடங்குகளை நடத்துவர். மணமகன் ஒரு புதன் கிழமையில் மணமகள் இல்லம் சென்று மறுநாள் அவளைத் தன் வீட்டிற்கு அழைத்து வருவான். மூங்கிலையும் சோளத்தட்டையும் பயன் படுத்திப் பந்தலிடுவர். மாலை நேரம் நெருங்கும்போது தாலி கட்டப்படும். மணமக்கள் விரல்கள் இணைத்து வைக்கப்படும். இதனைக் கைதாரம் என்பர். மணமக்கள் ஒரே தட்டிலிருந்து ஒன்றாக உணவுகொள்வர். மணமகன் தன் உறவினர்களுக்கும் நண்பர்களுக்கும் தன் வீட்டிலும் மணமகள் வீட்டிலும் விருந்து அளிக்கவேண்டும். அவன் தன் மாமியாருக்கு ஒரு சேலையை அதன் தலைப்பில் எட்டணாவை முடிந்து அன்பளிப்பாகத் தருவது வழக்கம்.

மலசர்கள் மூதாதையர்கள் வழிபாட்டை முக்கியமானதாகக் கருதுகின்றனர். தங்கள் சடங்குகளைத் தொடங்கும்முன் மூதாதையருக்கு ஏழு இலைகளில் சோறும் கோழிக்கறியும் படைப்பர்.

திருமணத்தின்போது இந்தப் படையல் சோற்றில் ஒரு சிறு பகுதியை ஒரு புதன்கிழமையில் மணமகன் மணமகள் வீட்டுக்குப் புறப்படும் முன் உண்பான்.

பூப்படையும் சிறுமியை ஏழு நாள்கள் தனித்ததொரு குடிசையில் இருத்துவர். ஏழாம் நாள் குளித்து முடித்த பிறகு தான் வாழும் குடிசைக்குச் செல்வாள். அப்பொழுது ஒரு படியும், ஒரு விளக்கும் குடிசையின் வாசலில் வைக்கப்பட்டிருக்கும். அவள் தன் வலக் காலை முதலில் எடுத்து வைத்து அவற்றைத் தாண்டிக் குடிசையினுள் நுழைய வேண்டும். அவள் மீண்டும் கால்களைப் பின்னால் எடுத்து வைத்துப் பின்னோக்கி நடந்து மறுபடியும் அந்தப் படியையும் விளக்கையும் தாண்டிக் குடிசையினுள் நுழைய வேண்டும்.

இறந்தவர்களை மல்லாந்த நிலையில் படுக்கவைத்துப் புதைப்பதே இவர்கள் வழக்கம். இறந்தவர் வயது முதியவராயின் அவருடைய தலையணை, கைத்தடி, உடைகள் ஆகியவற்றையும் உடன் வைத்துப் புதைப்பர். சில சமயம் இறந்தவர்களைப் புதை குழியின் பக்கம் ஒன்றில் தோண்டப்பட்ட குடைவில் உட்கார்ந்த நிலையிலும் புதைக்கின்றனர். சமவெளியைச் சேர்ந்த மலசருள் கணவனை இழந்த ஒருத்தி வெற்றிலை பாக்குப் போட்டுத் தான் மென்று தின்ற வெற்றிலையைப் பிணத்தின் கண்ணின் மீதும், கழுத்தின் மீதும் துப்பும் பழக்கம் உள்ளது. சாவு நிகழ்ந்த மூன்றாம் நாள் ஏழு எருக்கம் *(Calotropis gigantea)* இலைகளில் சோறும் இறைச்சியும் இறந்தவர் ஆவிக்காகப் படைக்கப்படும். குடும்பத்தைச் சேர்ந்த ஆண் உறுப்பினர்கள் ஒரே இலையில் உணவு கொள்வர்.

சமவெளியில் வாழும் மலசர் அத்தி *(Ficus glomerata)* மரங்களைப் புனிதமானவையாகக் கருதுவதோடு, ஆண்டுக்கு ஒருமுறை அவற்றை வழிபடுகின்றனர். திருமணப் பந்தலில் இதன் கிளையில் ஒன்றேனும் இடம்பெற வேண்டும் என்பது விதி. பூப்படையும் சிறுமியர் தங்கி வாழும் குடிசையும் இதன் கிளைகளாலேயே அமைக்கப்பட வேண்டும். சமவெளியில் வாழும் மலசர் புங்க *(Pongamia glabra)* மரத்தை எதற்கும் பயன்படுத்துவதில்லை. மலைவாழ் மலசர் பிற தெய்வங்களோடு பொன்னாலம்மா (மாரியம்மா), புள்ளாரப்பட்சி (கணேசர்), காளியம்மன் ஆகிய தெய்வங்களையும் வழிபடுகின்றனர். பொன்னாலம்மாவிற்கு ஆண்டுக்கு ஒருமுறை பன்றிகளையும், எருமைகளையும் பலியிடு கின்றனர். சமவெளியில் வாழும் மலசர் மாரியாயை (மாரியம்மன்)

வழிபடுகின்றனர். அவள் திருவிழாவிற்காக நடப்படும் ஒரு கம்பத்தை மலசர் பிடித்து அசைத்து ஆட்டுவர். இறுதியில் பறையரால் அது பிடுங்கப்படும். மலசர் பெண்கள் தங்கள் இடது கையில் மட்டுமே கண்ணாடி வளையல்களை அணிகின்றனர். ஒருத்தி தன் இரு கைகளிலும் அந்த வளையல்களை அணிவாளாயின் பறையர்கள் அவற்றை உடைப்பதோடு மூப்பனிடமும் அதுபற்றி முறையிடுவர். அவளுக்கு மூப்பன் அபராதம் விதிப்பான். பறையர் சாதிப் பெண் களும் ஒரு கையில் மட்டுமே வளையல் அணிகின்றனர். தங்களுக்குச் சமமானவர்களான மலசர் சாதிப் பெண்கள் இரண்டு கைகளிலும் வளையல் அணிவதைப் பறையர் சாதிப் பெண்கள் தங்களை இழிவு படுத்தும் செயலாகக் கருதுகின்றனர்.

மலசர்கள் இடம்பெறுகின்ற காமனின் விளங்காத் தொன்மக் கருத்தினைக் கருவாகக்கொண்ட நாடகத்தைப் பற்றிய பின்வரும் விளக்கச் சித்திரம் எஸ்.ஜி. ராபர்ட்ஸ்[2] அவர்களால் தரப்பட்டுள்ளது: ‘அமராவதி நதிக்கரைப் பக்கமாக அமைந்துள்ள ஒரு கிராமத்தில் நான் காண நேரிட்ட இந்த நாடகம் விளங்காத தொன்மைக் கருத்தைக் கருவாகக்கொண்ட அபிநயக் கூத்தாகவும், துன்பியல் நாடகமாகவும், குதிரைக் காதும் வாலும் உடையவனத் தெய்வக் குழுவினரின் இசைநாடகத்தை நினைவூட்டுவதாகவும் அமைந்திருந்தது இந்தக் காமன் கதை நாடகம். இதனுடைய பல்வேறு கூறுகள் இதற்கு ஒரு தெளிவற்ற தன்மையைத் தருகின்றன எனினும் இது இப்பொழுது ஒரு வெறும் நாடகமாக உருக்கொண்டிருப்பதோடு மீண்டும் வெறும் சமயச் சடங்கு என்றதொரு சாதாரண நிலையை அடைந்துவிட்டது.

கிரேக்கத் துன்பியலின் உட்பொருளைப் புரிந்துகொள்ளக் கிரேக்கப் புராணங்களைப் பற்றிப் புரிந்துகொள்ளுதல் எவ்வாறு இன்றி யமையாததோ அவ்வாறே இந்த நாடகத்தின் அடிப்படையான இந்து சமயக் கடவுளர்களைப் பாத்திரமாகக்கொண்ட பழங்கதையைத் தெரிந்து கொள்வதும் இன்றியமையாததாகும். காமனே இக்கதையின் முக்கியப் பாத்திரம். ரோமர்களின் காதல் தெய்வமான வேள் மதனைப்போல இவன் சிறு குழந்தை அல்லன். எர்ரொசினை ஒத்தவனாக இவனைக் கொள்ளலாம். இவனுக்குத் துணையாகப் பல அழகிய கருவிகள் உள்ளன. கரும்பு அவனது வில், அம்புகளின் முனைகள் மலர் அரும்புகள். வண்டுகளின் தொகுதி வில்லின் நாண். இது ஹோமர் படைப்பான ஸ்வாலோ பாடலின் வில் நாணினை

2 *கல்கத்தா ரெவியூ*, 1902 (*Calcutta Review*, 1902.)

நினைவூட்டுவதாக உள்ளது. நெடுங்காலத்திற்கு முன்பே அவன் தன் ஆன்மாவைக் கண்டுகொண்டான். இந்துக்களின் மதன வேளான இவன் மணமானவன். இவன் மனைவியான ரதி இந்த நாடகத்தில் பங்குகொண்டு பேசும் பாத்திரமாக உள்ளாள். தன் தகுதிக்குப் பொருத்தமான சொல்லாற்றல் வாய்ந்தவளாக இவள் விளங்கு கின்றாள். மணமான எல்லோருக்கும் இருப்பதுபோலவே காமனுக்கும் ஒரு மாமனார் இருக்கின்றான். காதல் தெய்வமான இவன் எந்த நாட்டைச் சேர்ந்தவனானால் என்ன? இத்துன்பியல் நாடகம் முதலில் ஒரு வேடிக்கையான சூழலில் தொடங்கிப் பின்னர் வளர்ந்து செல்கின்றது.

அழித்தல் கடவுளான நீலகண்டத்தையுடைய, காமன் பழித் துரைப்பது போலச் சுடுகாட்டுச் சாம்பலினிடையே தன் வாழ்விடத்தை அமைத்துக் கொண்டிருப்பவனான, தவத்தில் மிக்கோனான சிவனே ரதியின் தந்தை. இந்த நாடகத்தில் அவன் எந்த இடத்திலும் நேரில் தோன்றுவதோ பேசுவதோ இல்லை. அவன் செயலை மற்றப் பாத்திரங்களின் நடிப்பும் பேச்சுமே நாடகம் பார்ப்போருக்குப் புலப் படுத்துகின்றன. இக்கதையானது தவத்தைப் பற்றி இந்துக்கள் கொண்டுள்ள கருத்தைத் தெளிவாக விளக்குவதாக உள்ளது. தவச் செயலை நெடுங்காலம் தொடர்ந்து மேற்கொண்டவர்கள் மிகச் சக்தி வாய்ந்த வல்லமையும் மேன்மையும் உடையவர்களாக விளங்குவர் எனவும், தெய்வங்களும் அவர்களின் ஆற்றலின் வல்லமையின் முன் எதிர் நிற்க ஆற்றாதவர்கள் எனவும், அக்கருத்தைச் சுருங்கச் சொல்லலாம்.

இந்த நம்பிக்கையை அடிப்படையாகக்கொண்ட இந்து சமயப் புராணங்கள் பலவாக உள்ளன. பல்லாண்டு தவம் செய்து அத் தவத்தின் ஆற்றலைத் தன் மாட்டு ஒரு மின்கலம்போலப் பொதிந்து வைத்திருந்ததோடு தெய்வமாகவே மாறிவிட்ட ஒருவனிடமிருந்து சிவனே தன்னுடைய அவதாரத்தில் இந்த உலகம் அனைத்தையும் காப்பாற்ற வேண்டியதாயிற்று. பழங்காலத்தைச் சேர்ந்த முனிவர் களுக்கும், வீரர்களுக்கும் இந்தத் தவ வலிமையைத் தேடிக்கொள்ள வாய்ப்பாக நீண்ட பல நூற்றாண்டுகள் அல்லது பல்லாயிரம் ஆண்டுகள் வாழ்நாள் வாய்த்திருந்தது. முந்நூறு ஆண்டு தவம் அவ்வாறு தவம் மேற்கொள்பவரின் ஆற்றலை இன்றைய எண் முறையில் கணக்கிட்டுக் கூற இயலாத அளவுக்குப் பேரளவினதாக இருக்கும்படி செய்யும்.

இந்த நாடகத்தில் சிவன் மேற்கொண்ட தவத்தால் அவனே படைப்புக்கள் அனைத்திற்கும் முழு முதல்வனாகி விடுவானோ என்ற அச்சத்தால் பிற தெய்வங்கள் அஞ்சி நடுங்கின. சில முரண்பட்ட கற்பனைகளைக்கொண்டதாக இருப்பினும் சிவனைப் பற்றிய புராணங்கள் கூறுவன கேட்போர் மனத்தில் அச்சமும் வியப்பார்வமும் ஊட்டுவனவாகவே உள்ளன. அவன் ஒருமுறை தன் மூன்றாவது கண்ணை மூடிக்கொண்ட போது அண்டங்கள் அனைத்தும் இருளில் ஆழ்ந்தன. நாம் கூற எடுத்துக் கொண்ட இப்புராணக் கதையில் தவக் கோலத்தில் முரட்டுத் துணி உடுத்தியவராக விபூதி பூசி முடிவில்லாத தவத்தில் மூழ்கியிருப்பவராகச் சிவன் படைக்கப்பட்டுள்ளார். அத்தவத்தைக் கலைக்க காமன் அனுப்பப்பட்டான். தன் துணைவர்களான அர மகளிரை உடன் அழைத்தவனாக அவன் அந்தத் துறவுக் கோலம் கொண்டவன் முன் அவனுடைய தவத்தின் புனிதத்தைக் கெடுக்கக் கூடிய பல கோலங்களையும்கொண்டான். இறுதியில் கீழை நாட்டுப் புனித அந்தோணியாரான அவர் காமன் செயல்களில் மன உறுதி தளர்ந்தவராக ஆற்றல்வாய்ந்த தன் நெற்றிக் கண்ணைத் திறந்து அதனின்றும் கோபக் கனல் ஒன்றினை ஏவித் தன் தனிமையில் குறுக்கிட்டு அமைதியைக் குலைத்த காமனை எரித்தார்.

காமன் வாழ்வின் இறுதியை இத்தகையதொரு காட்சியே சித்திரித்துக் காட்டுகின்றது. இதனையே தென்னிந்தியக் கிராமங்களிலும் நகரங்களிலும் மார்ச் மாதம் தொடங்கியவுடன் பல நாள்கள் மகிழ்ச்சியுடன் பாடி நடிக்கின்றனர். காமன் தூணினைத் தாங்கும் செங்கற் குவியல்களை இக்கட்டுரை ஆசிரியரான நான் இந்தியாவிற்கு வந்து இறங்கிய சில மாதங்களுக்குள்ளாகவே நான் சென்ற கிராமங்களில் எல்லாம் காண நேர்ந்தது. மார்ச் மாதம் நெருங்கும் போது பணி தொடர்பாக நான் எந்த ஊருக்குச் சென்றாலும் அச்செங்கல் குவியல்களைக் காண நேரிட்டது. வழக்கு மன்றத்தில் நிகழ்ந்த ஒரு வழக்குத் தொடர்பாக இக்கதை என்றும் பசுமையாக என் நினைவில் நிற்கும்படி பதிந்துவிட்டது. அந்த வழக்கில் 'காமதகன சிவலிங்க மேடை' என்ற சொற்றொடரைப் பல சாட்சிகள் வாயிலிருந்தும் திரும்பத் திரும்பக் கேட்கும்படியாயிற்று. எனினும் 1900ஆம் ஆண்டு இளவேனில் பருவத்தின்போதே காமன் கதையைப் பாடி நடிப்பதைப் பார்த்து மகிழக்கூடிய ஒரு வாய்ப்பு கிட்டியது.

இந்தியாவில் முதியோரும், இளையோரும் விளையாட்டில் ஈடுபட உரிய நேரமான இரவு நேரமே நாடகம் நடந்த நேரம். நாடக அமைப்பு

நோக்கில் பார்க்கும்போது இந்த நேரம் பல சிறப்பான நல்ல அனுகூலங்களைக் கொண்டதாக உள்ளது. கிராமத்துத் தெருக்களில் காணப்படும் அனைத்தும் பிற நிகழ்வுகளில் கூடுதலான அழகைப் பெறுகின்றன. குவிக்கப்பட்டிருக்கும் குப்பைகளும், பழுதுபட்ட குடிசைகளும் கட்புலனிலிருந்து மறைந்துவிடுகின்றன. தென்னை மரங்கள் தனி அழகு பெறுவதோடு கோயில் கோபுரங்கள் கம்பீரமான தோற்றம்கொள்கின்றன. அழகற்றவையும் தம்முள் முரண்பட்டவையும் முற்றும் மறைந்துவிடுவதோடு செல்வரான ஓர் இந்துவின் வீடு கிரேக்க நாடக அரங்கின் முகப்பினை ஒத்ததான தோற்றத்தைப் பெறுகின்றது. கந்தல் துணிகளைச் சுற்றி எண்ணெய் வார்த்து ஏற்றப்பட்ட தீப்பந்தங்கள் இனிய போதுமான வெளிச்சத்தைத் தருகின்றன.

இந்த வெளிச்சம் ஜிகினா வேலை செய்யப்பட்ட சரிகையோடுகூடிய நடிகர்களின் ஆடையை மேலும் பளபளப்புள்ளனவாகத் தோன்றச் செய்கின்றன. அரை இருட்டின் வேக்னெரியன் (Wagnerian) நாடக மேடை மரபினைச் சார்ந்ததனை ஒப்பக் குரல் அமைப்பு சிறப்புடைய தாகின்றது. காமன், உடல் முழுதும் மறையும்படியாக உடைகள் உடுத்துத் தலையில் மிக உயர்ந்த குட அமைப்புடைய பளபளப்பான தென்னிந்தியத் தெய்வங்கள் அணிந்துள்ளவைபோன்ற கிரீடத்தைத் தரித்திருப்பான். அவன் எத்தகைய அலங்காரமும் அற்ற கிரேக்க எரோசினை ஒத்தவனாக இரான். அவன் தன் இந்தியப் பண்பைப் புலனாக்கும் வகையில் முகத்தின் மேற்பகுதியில் பச்சை வண்ணம் தீட்டிக் கொண்டிருப்பான். காமனுக்கு உரிய கரும்பு வில்லைக் கையில் தாங்கியவனாக இருப்பான். ரதி தன்னைச் செல்வர் குடும்பத்தைச் சேர்ந்த மணப்பெண்ணினை ஒப்ப அலங்காரம் செய்து கொண்டு இருப்பாள். அவளும் சிறியதொரு கரும்பாலான வில்லைக் கையில் தாங்கியிருப்பாள். இந்த நாடகத்தில் கோமாளியினுடைய பங்கினையும் சொல்லியே ஆகவேண்டும். கோமாளி இந்திய நாடகங்கள் அனைத்திலும் பங்குபெறும் ஒரு பாத்திரம்.

இந்த நாடகத்தில் அவன் பசுவின் கழுத்தில் கட்டப்படும் மணிகள் பல இணைக்கப்பட்ட கச்சையைத் தன் தொப்பை வயிற்றில் கட்டி அலங்கரித்துக்கொண்டவனாகத் தோன்றினான். இந்தக் காதல் நாடகத்தோடு அவன் தனக்குரிய தொடர்பை ஒரு சிறிய கரும்பு வில்லைத் தலைகீழாக அதன் ஒரு முனையைத் தலையில் உயரமான தாக அணிந்திருக்கும் குல்லாவோடு சேர்த்துக் கட்டியவனாக வெளிப்

படுத்துவான். நாடகத்தின் தொடக்கத்தில் காமன் மிக விரிவாகத் தான் சிவனுடைய தவத்தைக் கலைக்கச் செய்திருக்கும் முடிவைத் தற்பெருமை தோன்றக் கூறுவான். ரதி தன்னால் இயன்றவரை அவனைத் தடுத்து நிறுத்த மேற்கொள்ளும் முயற்சி அவன் தற்பெருமையை மேலும் தூண்டிவிடுவதோடு இவன் மேற்கொண்ட முடிவை மேலும் உறுதிப்படுத்துவதாக அமையும்.

நாடக மாந்தரே சிலபோது தங்கள் உரையாடல்களின் வழி கதையை நடத்திச் செல்வர். சில சமயங்களில் அவர்கள் கடுகடுப்பான குரலில் பாடும் அச்சம் ஊட்டும்படியான பாட்டின்வழி கதை தொடர்ந்து கூறப்படும். சில வேளைகளில் அவர்கள் ரோமானிய அபிநயக் கூத்தாடிகளைப்போல மேடையில் அப்படியும் இப்படியுமாக நடந்தபடி இருப்பர். அச்சமயங்களில் நாடகக் குழுவில் இனிய குரல் வாய்க்கப் பெற்றவர்கள் அவர்களுக்குப் பதிலாக அவர்கள் பாட வேண்டிய பாடல்களைப் பாடுவர். இடையிடையே அவ்வப்போது இசைக் குழுவினர் இணைந்து குழுவாகப் பாட்டுப் பாடுவர். இவை கிரேக்கத் துன்பியல் நாடகங்களில் பாடப்படும் கூட்டப் பாடல்களை நினைவூட்டுவனவாக அமையும். அங்கு மேடையில் அவர்கள் ஆடியபடி பாடுவர். இங்குக் குழுவினர் பாடல் மட்டும் இசைக் கின்றனர். இந்தக் கூட்டப் பாடல்கள் இறுதியில் நிகழ இருக்கின்ற தவிர்க்க இயலாத துன்பியல் முடிவை இந்த முயற்சியில் அவர்கள் அடையப்போவதைக் கிரேக்க கூட்டப் பாடலைப் போலவே குறிப்பாக முன் உணர்த்துவதாக அமையும். இதற்கிடையே ஓரளவு திறமையுடன் பார்ப்பவர்கள் வியக்கும்படியாக நாடக மாந்தரின் நடிப்பிற்குத் துணைபோகும்படியாகக் கோமாளி தன்னால் முடிந்ததைச் செய்து நாடகம் பார்ப்பவர்கள் சிந்தனையைச் சிரிப்பாக மாற்றுவான்.

தமிழ் நாடகங்கள் பலவற்றில் நாடகங்கள் அவ்வப்போது நிறுத்தப்பட்டு மேடையில் ஓரிரு கோமாளிகள் தோன்றிப் பார்வையாளர்களைத் தங்கள் வேடத்தால் மகிழச் செய்வர். இக்கோமாளிகள் பல்வேறு சாதியினரையும், பல்வேறு நாட்டவர் களையும் சேர்ந்த சாதாரண ஆண் பெண்களைப்போல வேடந்தாங்கி நடிப்பர். இவர்களுடைய இந்த நிகழ்ச்சி நாடகக் கதையோடு எந்த வகையிலும் தொடர்புடையதாக இராது என்பதைக் கூறவேண்டும் என்பதில்லை. எனினும் அவை அவர்கள் ஏற்று நடிக்கும் அந்தப் பாத்திரங்களின் தனித்தன்மையைப் புரிந்துகொள்ள நமக்கு

உதவுகின்றன. இன்று இங்கிலாந்தில் நாம் காண்பதுபோல தென்னிந்தியாவில் அனைவரும் ஒன்றுபோல உடை அணிந்தவர்களாக இல்லை. ஒருவனுடைய தொழில், சமயம், சாதிப் பிரிவு ஆகியவற்றை அவன் உடுத்தியிருக்கும் உடையே புலப்படுத்திவிடும் அல்லது புலப்படுத்தத் தவறிவிடும்.

இந்த நாடகத்தில் இடம் பெற்ற கோமாளிகளின் மூன்று வேடங்கள் பற்றிக் கூறுகின்றேன். மராட்டிய பச்சை குத்தும் பெண், வடநாட்டுப் பக்கிரி, மலசர் சாதியைச் சேர்ந்த ஆணும் பெண்ணும் ஆகிய இவ்வேடங்களே இந்த நாடகத்தில் கோமாளிகள் மேற்கொண்ட வேடங்கள். ஒவ்வொரு வேடத்திற்கும் மிகப் பொருத்தமாக உடையணிந்து அந்த வேடத்திற்குரிய பங்கினைப் பாராட்டும்படியாக நடித்துக் காட்டினர். மலசர் தாழ்ந்த சாதியைச் சேர்ந்தவர்கள். சில பகுதிகளில் இறந்தவரின் குடும்பத்தவரின் தொலை தூரத்தில் வாழும் உறவினர்களுக்குச் சாவுச் செய்தி எழுதப்பட்ட ஓலைகளைக் கொண்டு செல்லும் பணியை இவர்கள் மேற்கொள்கின்றனர். இவ்வேடம் புனைவோர் தங்களுடைய குட்டையான வளைந்த தடியின் மீது கூனிக் குறுகியவர்களாக, வைக்கோலாலும் மரப்பட்டைகளாலும் ஆன தலைப்பாகையுடனும், அழுக்கான குறைந்த அளவினதாகக் கோணிப்பையாலான உடைகளுடனும் பிணங்கூட வாய்விட்டுச் சிரிக்கும்படியாகத் திறமையாக நகைச் சுவையுடன் நடிப்பர்.

வழக்கத்திற்கு அதிகமாகக் குடித்துப் போதை ஏறியவர்களாகச் செருப்புத் தைக்கும் சக்கிலியருக்குரிய ஆடல் பாடலை இவர்கள் நிகழ்த்தும்போது அது வழக்கம்போல பார்ப்பவர்களைச் சிரித்து மகிழச் செய்யும். இறுதியாகக் காமன் சிவனோடு மாறுகொள்ளப் போவதாகத் தான் மாற்றிக்கொள்ள முடியாததான முடிவை அறிவிப்பான். இம்முடிவு யூரி பிரிடிசின் நீண்ட களைப்பூட்டுகின்ற முடிவுறாததுபோலத் தோன்றும் உரையாடலை ஒத்ததான நீண்ட உரையாடலுக்கு பின்னரே எட்டப்படும். இம்முடிவு மேற்கொள்ளப் பட்டவுடன் நாடக நடிகர்களும், பார்வையாளரில் ஒரு பகுதியினரும் ஊர்வலமாகப் புறப்பட்டு மெல்ல நடந்து நகரைச் சுற்றிச் சென்றவர்களாகக் கிராமக் கோயிலின் முன்னர் வந்து வழிபாடு நிகழ்த்தியவர்களாகக் காத்து நிற்பர். எஞ்சிய பார்வையாளர்கள் சோர்வுகொள்ளாதிருக்க உள்ளூரைச் சேர்ந்த சிலர் மேடையில் தோன்றி ஏதேனும் பாடவும் ஆடவும் செய்வர். துன்பியல் நாடகத்தின் உச்சக்கட்டமாக அமைவது இதுவே. பொருத்தமான ஆங்கிலப்

பெயரைத் தர வேண்டுமானால் காமன் கம்பம் எனக் கூறத்தகும். அக்கம்பம் முன்பே தயாராக நட்டு வைக்கப்பட்டிருக்கும். இது ஒரு ஆளுயரத்திற்குச் சற்றே உயரமானதரான பருமன் அதிகமில்லாத கம்பமாகும். இதனைச் சில செங்கற்களுக்கு நடுவே நட்டு வைத்து இதனோடு தென்னோலை அல்லது சோளத்தட்டினைச் சுற்றிலும் போர்த்துக் கட்டி நெருப்புப் பிடித்து எரியும்படியாக அமைத்திருப்பர். வைக்கோலாலான இந்தக் கம்பத்தின் மேற்பகுதி தனித்த துண்டாகக் கட்டப்பட்டிருக்கும். இந்த ஏற்பாடுகள் அனைத்தும் முடிந்தவுடன் இசைக்குழுவினர் காமனின் அவல முடிவைக் குறிப்பதான துன்பம் தொனிக்கும் பாடலை இசைப்பர்.

சிவனின் நெற்றிக் கண்ணிலிருந்து பாய்ந்து வரும் தீப்பொறியைக் குறிக்கும் வகையில் ஒரு வாணம் கயிற்றின் வழியே புறத்தே இருந்து செலுத்தப்பட, அது காமன் கம்பத்தில் பாய்ந்து இத்தாலியத் தேவாலய திருவிழாவின் நடைமுறையை ஒட்டியமைந்த பான்மையில் அக்கம்பத்தில் நெருப்பை மூட்டும். இச்சமயத்தில், காமனாக வேடமிட்டு நடித்தவன் இறந்தவனாகக் கருதப்படுவதால் பின்னால் சென்றவனாகக் கூட்டத்திடையே இருந்து மறைந்துவிடுவான். மற்றவர்கள் தீப்பிடித்து எரியும் காமன் கம்பத்தைச் சுற்றிக் குதித்து ஆடியவர்களாகக் காமன் தலைவிதியை நினைத்து அழுது புலம்பிய வர்களாகச் சுற்றிவருவர். பார்வையாளர்கள் காமன் கம்பம் முழுவதுமாக எரிந்துவிட வேண்டும் என்பதைக் கருத்தில் கொண்டவர் களாக எதிர்பார்த்துக் காத்திருப்பர். அவ்வாறு அது எரிந்துவிடுவது, வர இருக்கும் ஆண்டு நல்ல வளம் உடையதாக இருக்கும் என்பதற்கு உரிய நல்ல நிமித்தமாகக் கருதப்படும். காமன் கம்பத்தைச் சுற்றியான இழவு ஆட்டம் தொடர்ந்து நெடுநேரம் நீடிக்கும் பொழுது புலரும் நேரம் நெருங்கும்வரை ஊமையாட்டக்காரர்கள் புகைந்தபடி இருக்கும் சாம்பல் குவியலின் முன் மார்பில் அடித்துக்கொண்டவர் களாகச் சுற்றிவருவர்.

இந்த நாடகத்திற்கான பாடல்களுள் சில இதற்காகவென்றே சிறப்பாகப் புனையப்பட்டனவாயினும் பெரும்பாலான பாடல்கள் வழக்கமாகப் பாடப்படுபவையே. எந்தச் சமயத்தில் எந்தப் பாடல் பாடப் பெறும் என்பதைப் பார்வையாளர்கள் முன்கூட்டியே அறிந்திருப்பர். நாடகத்தின் போது ஒரு கட்டத்தில் ஓர் அரக்கன் வந்து தன் பற்களால் மறி ஒன்றினைத் தூக்குவான் எனப் பார்வையாளர் களிடையே குசுகுசுக்கப்பட்டது. சற்று நேரத்தில் அவர்கள் எதிர்பார்த்த

அரக்கன் வேடிக்கையான தோற்றம் கொண்டவனாக மேடையில் தோன்றினான். அவனுடைய கைகள், கால்கள், உடல் ஆகியன நன்றாக முறுக்கப்பட்ட வைக்கோல் கயிற்றினால் இறுக்கமாகச் சுற்றப் பட்டிருந்தன. அவன் பாதங்களும் உள்ளங்கைகளும் மட்டுமே வெளியே புலப்பட்டன. முன்னும் பின்னும் தட்டையான அமைப் புடைய பெரிய கித்தான் முகமூடியால் அவன் தலை மூடப் பட்டிருக்கும். ஓர் இராட்சத நண்டு, அதன் உடலினை ஓட்டினுள் நுழைத்துக் கொண்டிருப்பதைப்போல அவன் தலை தோற்றம் தரும். இந்த முகமூடியின் முன்பக்கம் கருத்தைக் கவரும்படியான கோரைப் பற்களோடுகூடிய ஓர் அரக்கனின் தலையுருவம் வரையப்பட்டிருக்கும்.

இத்தகைய கோலத்துடன் கூடியவனான இந்த அரக்கன் கோமாளியானவன் நடுநடுங்கும் படியாக நாடக மாந்தரிடையே ஒரு குறுந்தடியைச் சுழற்றியவனாகக் குதித்து ஆட்டமிட்டு வருவான். ஆடுகளத்தில் நுழைய மறுக்கும் மறி ஒன்றினை வலுக்கட்டாயமாக அங்குப் பிடித்துத் தள்ளுவர். அந்த அரக்கன் மிகுந்த போராட்டத் திற்குப் பின் பல்லால் கடித்து அந்த அரிய செயலை அவன் செய்தான் எனப் பார்ப்பவர்கள் நம்பும்படியாக ஒரு கைத்திறத்துடன் விரைந்து அந்த மறியைப் பற்றித் தன் தலைமீது இட்டுக் கொள்வான்.

20

மலை அரையர்

1901 திருவாங்கூர் மாநிலக் கணக்கெடுப்பு அறிக்கையானது, மலை அரையர் (Mala Arayan) மண்ணான்களைவிடச் சற்றே நாகரிகம் பெற்றுள்ள மலைவாழ் பழங்குடியினர் என்கிறது. இவர்கள் உயர்ந்த மலைகளில் நிலைத்த குடியிருப்புக்களில் தங்கி வாழ்கின்றனர். இவர்கள் வாழும் ஊர்கள் சுற்றிலும் மரங்களாலும், கமுகு, தென்னை முதலிய வற்றாலும் சூழப்பட்டனவாகப் பேரழகுடையனவாகக் காட்சி தரும்.

பிற மலைவாழ் பழங்குடியினரைவிட இவர்கள் தோற்றத்தில் அழகு மிக்கவரெனினும் உயரம் குறைந்தவர்கள். அரையர் சிலர் செல்வம் படைத்தவர்களாகப் பயிரிடப் பரந்துள்ள நிலப்பரப்பிற்கு உரிமையுடையவர்களாக உள்ளனர். சுமை தூக்கவோ, கூலி வேலை செய்யவோ இவர்கள் உடன்படுவது அரிது. ஒரு குடும்பத்தைச் சேர்ந்த ஒவ்வொருவனும் வீட்டில் தனக்கு எனத் தனித்ததொரு அறையைப் பெற்றிருத்தல் இவர்களிடையே காணப்படும் வியக்கத்தக்க பழக்கம் ஆகும். அந்த அறையினுள் அவனையும் அவன் மனைவியையும் தவிர வேறு யாரும் புகார்.

வேட்டையில் திறமைமிக்க இவர்களுக்குக் குரங்குகளின் இறைச்சியில் விருப்பம் அதிகம். சூன்யக்காரர் என்ற முறையில் மிகவும் மதிக்கப்படும் இவர்களிடம் சமவெளியில் வாழும் மக்கள் குறிப்பிடத்தக்க வகையில் அச்சங்கொண்டவர்களாக உள்ளனர். மக்கள் தாயமுறையே இவர்களிடையே பெருவழக்காக இருப்பினும் சிலர் விதிவிலக்காக மருமக்கள்தாய முறையை மேற்கொண்டவர்களாக உள்ளனர். சிதைந்த வடிவிலான மலையாள மொழியையே இவர்கள் பேசுகின்றனர்.

இவர்கள் திருமணச் சடங்கு மிக எளிமையானது. மணமகனும் மணமகளும் அமர்ந்து ஒரே இலையிலிருந்து உண்பர். அதன்பின் தாலி அணிவிக்கப்படும். மணமகள் ஏதேனும் ஒரு அணியையோ சமையல் பாத்திரத்தையோ தன்னுடைய தந்தை உடையது எனக் கூறியவளாக எடுத்துக்கொள்வாள். மணமகன் அவளிடமிருந்து அதனைப் பிடுங்குவான். இத்துடன் மணச் சடங்குகள் முடிவுறும். மகப்பேறு காலத்தீட்டினை இவர்கள் பெரிதாகப் பாராட்டுகின்றனர். குழந்தையின் தந்தை ஒரு மாதத்திற்கும், தாய் ஒரு வாரத்திற்கும் தீட்டுக்குரியவர்களாகக் கருதப்படுவர். அரையர் இறந்தவர்களின் உடலைப் புதைக்கின்றனர். மது வகைகளில் இவர்கள் மூழ்கிக் களிப்பர்' எனக் கூறப்பட்டுள்ளது.

'திருவாங்கூரைச் சேர்ந்த உயர்ந்த மலைப் பக்கங்களில் மூன்று பரசுராம கற்குவியல்கள் உள்ளன. அவற்றின் மீது இன்றும் மலை அரையர் விளக்கேற்றி வைத்தபடி உள்ளனர். சிறிய பலகைக் கற்களைக் கொண்டு இவர்கள் அளவில் சிறிய கல்லறை மாடங்களை அமைத்து அவற்றுள் இறந்தவரின் நினைவாக நீண்ட கூழாங்கற்களை அமைப்பர்.

விங்ஸ்டன் இது போன்ற பழக்கம் ஆப்பிரிக்காவிலும் வழக்கில் இருந்ததைக் கண்டு பின்வருமாறு குறித்துள்ளார்: 'பல கிராமங்களில் நாங்கள் இரண்டடி உயரமே உள்ள அளவில் சிறிய குடிசைகளைக் கண்டோம். அவை ஒழுங்காகக் கூரை வேயப்பட்டுப் பூச்சும் செய்யப்பட்டிருந்தன. இங்கு அவை பெரும் எண்ணிக்கையில் எங்கும் காணப்படுகின்றன. அவற்றைப் பற்றி நாங்கள் கேட்டபோது ஒரு குழந்தையோ, உறவினரோ இறந்தால் இத்தகைய ஒரு குடிசையை அமைப்பர் எனவும் வீட்டில் சுவையான உணவோ, மது வகையோ தயாரித்தால் அவற்றில், கொஞ்சத்தைக்கொண்டு போய் இந்தச் சிறிய குடிசையில் இறந்தவரின் ஆவிக்காக வைப்பர் எனவும் அதனை அவர்கள் விரும்பி ஏற்றுக்கொள்வதாக நம்பப்படுகின்றது எனவும் கூறினர். அதேபோன்று மலை அரையரும் சாராயத்தையும், இனிப்புப் பணியாரங்களையும் இறந்த பின்னரும் சிறிய கல்லறை மாடங்களைச் சுற்றியபடியிருக்கும் முன்னோர்களின் ஆவிகளுக்குப் படைக் கின்றனர்' என டபிள்யூ. ஜெ. வால்ஹவுஸ் பதிந்துள்ளார்.[1]

---

[1] இந்தியத் தொல்லியல், III 1874, VI 1877. (*Ind. Ant.*, III, 1874; VI, 1877.)

மலை அரையரைப் பற்றிய விரிவான குறிப்பில் மறைத்திரு எஸ். மட்டீர் பின்வருமாறு எழுதுகின்றார்:[2] 'அரையர் இறந்தவரைப் புதைக்கின்றனர். இதன் காரணமாக இம்மலைகளில் தொன்மையான பல துமுலிகள் காணப்படுகின்றன. இவை அப்பழங்குடியைச் சேர்ந்த தலைவர்களின் புதைகுழிகளாக இருத்தல் வேண்டும். இதேபோன்று பிற இடங்களில் காணப்படும் உடைந்த மண் பாண்டங்கள், பித்தளை உருவங்கள், இரும்பாலான கருவிகள் முதலியன இங்கும் காணப்படுகின்றன. இத் துமுலிகளைச் சுற்றி எட்டடி முதல் பன்னிரண்டு பதினைந்து அடி வரை நீளமுள்ள கற்சிம்புகள் பலிபீடத் தோடும், பிற பழம் பொருள்களுடனும் நிற்கக் காணலாம். இவை பல நூற்றாண்டுகள் தொன்மை வாய்ந்தனவாகத் தெரிகின்றன.

இவர்கள் வாழும் மலைப் பகுதிகளில் பாண்டிகுறி எனப்படும் கற்பெட்டகங்கள் பல காணப்படுகின்றன. தென் வடக்காக அமைக்கப்பட்டுள்ள இவற்றின் வட்டவடிவமான திறப்புத் தென்பக்கமாக அமைந்துள்ளது. அந்தத் திறப்பின் வட்டத் துளையில் பொருந்தும்படியாக ஒரு வட்டக்கல் அமைக்கப்பட்டிருக்கும். அது கீழே விழுந்துவிடாதபடி தாங்க மற்றொரு கல்லும் துளை வாயினை அடுத்துப் பொருத்தப்பட்டிருக்கும். இப்பெட்டகங்களின் பக்கங்களில் உள்ள கற்களும் மேலும் கீழும் அமைக்கப்பட்டுள்ள கற்களும் ஒரே பலகைக் கல்லால் ஆனவை.

அரையர் சிறு கற்பலகைகளைக் கொண்டு இன்றுகூட இத்தகைய பெட்டகங்களை அமைக்கின்றனர். இவை கற்களால் ஆன சில சதுர அங்குலப் பரப்புடையன. குடும்பத்தைச் சேர்ந்த ஒருவர் இறந்தவுடன் அவரது ஆவி, உடல் புதைக்கப்பட்டவுடன் அதிலிருந்து பிரிந்து ஒரு பித்தளை அல்லது வெள்ளி உருவத்தில் வந்து தங்குகின்றது என நம்புகின்றனர். அந்த உருவங்களே இதுபோன்ற சிறிய கல்லாலான பெட்டகங்களினுள் வைக்கப்படுகின்றன. இறந்தவனின் குடும்பத் தினர் ஏழைகளாக இருப்பின் உலோக உருவங்களுக்குப் பதிலாக வழவழப்பான, நீள்வட்ட வடிவமான கல்லினைப் பெட்டகத்தினுள் வைப்பர். பால், அரிசி, கள், நெய் ஆகியவற்றில் கொஞ்சம் கொஞ்சம் அதற்குப் படையலாக இடுவர். ஒரு தீப்பந்தத்தை ஏற்றிப் பின்னர் அணைப்பர். அதன்பின் விரைந்து அந்த உருவினைப் பெட்டகத்துள் வைத்து மூடும் கல்லை விரைந்து மேலே இடுவர். பிறகு அனைவரும்

---

[2] திருவாங்கூரில் பூர்வகால வாழ்க்கை, 1883, Native Life in Travancore, 1883.)

கலைந்து செல்வர். ஆண்டு நிறைவின்போது நடைபெறும் நினைவுச் சடங்கின்போது முன்புபோலப் படையலிட மேலே மூடப்பட்டுள்ள கல்லை அகற்றி வழிபாடு நிகழ்த்திய பிறகு விரைந்து மீண்டும் மேற்கல்லை மூடுவர். மற்றச் சமயங்களில் யாரும் இந்தப் பெட்டகங்களைத் தொடும் துணிவு பெறார்.

'அரையர் தங்கள் மூதாதையரின் ஆவிகளையே வழிபடுகின்றனர். பாறைகள் அல்லது மலை உச்சியில் வாழும் தீய ஆவிகளான இவை சில குடும்பங்களின் மீதும் சில ஊர்களின் மீதும் தனிப்பட்ட செல்வாக்கை உடையனவாக உள்ளன. இவற்றை வழிபடச் செய்யப்படும் சமயச் சடங்குகள் இவற்றின் சினத்தைத் தணிவிக்கச் செய்யப்படுகின்றனவேயன்றி இவற்றிடமிருந்து எந்தப் பயனையும் எதிர்பார்த்துச் செய்யப்படுவதில்லை. இந்தத் தெய்வ உருவங்களைத் திருப்தி செய்து யாரும் தங்கள் பேராசையை நிறைவேற்றிக் கொண்டதாகவோ, தங்கள் வஞ்சனையில் வெற்றி பெற்றதாகவோ தெரியவில்லை.

இவர்கள் மூதாதையருள் ஒருவன் பித்தளையாலான மூன்றங்குல உருவமுடையவனாகச் செய்து வைக்கப்பட்டுள்ளான். அந்த உருவின் தலையின் பின்புறம் குழிவுடையதாக உள்ளது. அவன் தன் கைகளில் ஒரு தடியையும், ஒரு துப்பாக்கியையும் ஏந்திக்கொண்டுள்ளான். இது சுமார் நூறாண்டுகளுக்கு முன்பு வாழ்ந்த வஞ்சகனாகிய ஒரு தீயோனின் தீய ஆவி உருவின் அடையாளமாகும். அவன் தன் மனைவியைத் தடியால் அடித்துக் கொன்றுவிட்டான். அதனால் மக்கள் ஒன்றுகூடி அவன் மண்டையை உடைத்துவிட அவன் தீயதொரு ஆவியாக உலவுகின்றான். மற்றொரு உருவம் குடையும், தடியும் தாங்கியதாக இரக்கத்தைத் தோற்றுவிக்கும் அமைப்புக் கொண்டதாக உள்ளது. இது ஒரு நல்ல ஆவியின் உருவமாகும்.

ஒவ்வொரு குடும்பத்தினரும் இத்தகைய ஆவிகள் தங்கி வாழும் ஓர் உருவத்தை வைத்துப் பேணிப் பாதுகாத்து வருகின்றனர். இவையும் மேலே கூறியன போன்ற சிறிய கல் பெட்டகங்களில் வைத்துப் பேணப்படுகின்றது. கோட்டயத்தைச் சேர்ந்த மறைத்திரு டபிள்யூ. ஜெ. ரிச்சர்டு இவர்களுடைய இந்த மூடநம்பிக்கை பற்றி மேலும் தெளிவு தரும் பின்வரும் வரலாற்றை எனக்குத் தந்து உதவியுள்ளார்.

'தாலனானி திருவாங்கூர் மலைப் பக்கத்தில் அமைந்துள்ள சபரி மலையில் கோயில் கொண்டிருக்கும் ஐயப்பனின் சாமியாடிப்

பூசாரியாவான். தாலனானி வாள், வளையல், பாசி மணிமாலைகள் ஆகியவற்றால் தன்னை அலங்கரித்துக்கொண்டவனாகக் கிளர்ச்சி உற்றவனாகத் தன்னை மறந்து மிகுந்த போதையில் அஞ்சி நடுக்குற்றவனைப் போலத் தன் தெய்வத்திற்கு முன் ஆடிப் பெருங் கூச்சலான குரலில் ஒரு செயலைப் பற்றித் தன் தெய்வத்தின் கருத்து என்ன என்பதைக் கூறுவான். இவன் மேல் காவிலிருந்து சுமார் எட்டு மைலில் உள்ள எருமைப்பாறையைச் சேர்ந்த மலை அரையர் ஊரைச் சேர்ந்தவன். தனது தெய்வத்திடம் மிகுந்த பக்தி சிரத்தை உடையவனான இவன் தன் ஆர்வத்தை விசித்திரமான வழிகளில் வெளிப்படுத்திக் கொள்வான். தன் ஊரைச் சேர்ந்த பக்தர்கள் சபரிமலைக்குப் புனித யாத்திரை-புலிகள் முதலிய பிற காட்டு விலங்குகளின் அச்சம் காரணமாக நாற்பது ஐம்பது பேர் ஒன்றாகக்கூடியே இப்புனிதப் பயணம் மேற்கொள்வர். அப்போது போது நமது தலைவன் தான் அங்கு வருவதாக இன்னமும் முடிவு செய்யவில்லை என்று கூறிவிடுவான். அந்தப் பயணிகள் தங்கள் தெய்வத் திருக்கோயிலைச் சென்று சேரும்போது அவர்களுக்கு முன்னதாக நமது மாந்திரீகன் அங்கே வந்து சேர்ந்திருக்கக் காண்பர்.

இதனால் அவன் தன்னைச் சேர்ந்த பக்தர்களிடையே புகழ் பெற்றிருந்ததோடு தெய்வங்களின் அருளுக்கும் பாத்திரமானவனாக இருந்தான். இவ்வாறு நிகழ்ச்சிகள் நடந்துகொண்டிருக்கும்போது குடிபோதையில் நிகழ்ந்த ஒரு சண்டையில் அப்பக்கத்தைச் சேர்ந்த சோகன்களால் தாலனானி கொல்லப்பட்டான். கொலையாளிகள் நடுக்காட்டில் அவன் உடலைப் புதைத்துவிட்டுத் தங்கள் குற்றச்செயல் வெளிப்படப் போவதில்லை என நம்பியவர்களாக இருந்தனர்.

ஐயப்பன் நாய்களான புலிகள் தங்கள் எசமானிடம் உண்மையான பக்திகொண்ட ஒருவன் அவன் என்பதை அறிந்து மதித்தனபோல அவன் புதை குழியைப் பிறாண்டியனவாக அவன் பிணத்தை வெளிப்படுத்தின. காட்டு யானைகள் அந்த உடலைப் பக்தி சிரத்தையுடன் அவன் நண்பர்கள் கண்டுகொள்ளும்படியான இடத்தில்கொண்டு வந்திட்டன. சோகன்கள் பெரியம்மை நோயால் அல்லல்பட்டனர்.

தெய்வவாக்கு ஒன்று, திருவாங்கூர் எல்லையில் உள்ள சாத்தன் என அழைக்கப்படும் தெய்வமான சாஸ்தாவினால், சோகன்கள் இழைத்த குற்றச் செயலுக்குத் தண்டனையாக அந்தத் தொற்றுநோய் ஏவப் பட்டிருப்பதாகக் கூறியது. குற்றம்புரிந்தவர்கள் இறந்து போன

மலை அரையர் ✦ 289

பூசாரியின் உருவம் ஒன்றைச் செய்து வைத்து வழிபட்டாலன்றி இத்தீமையினின்றும் மீள இயலாது எனவும் அந்தத் தெய்வவாக்கு அறிவித்தது. அக்கட்டளைப்படி அவர்கள் ஓர் உருவம் செய்து அதனை ஒரு புதைகுழியில் வைத்து அதன்மீது நாய்ப்பட்டியை ஒத்த சிறிய கோயில் ஒன்றை அமைத்தனர். பித்தளையால் அதில் அமைக்கப்பட்ட உருவம் நான்கு அங்குல உயரம் உடையதாயிருந்தது. தாலனானியின் உடைமைகளுக்கு உரிமையுடைய ஒருவன் அந்தப் புதிய கோயிலின் பூசாரியாகவும் அதன் வருமானத்திற்கு உரிமையுடையவனாகவும் ஆனான். சாராயம், வறுத்த அரிசி, இறைச்சி ஆகியவற்றை வேட்டைக்குப் புறப்படும்போது நேர்ந்து கொண்டபடி அக்கோயிலில் தாராளமாகப் படைப்பர். தாலனானியின் சந்ததியினர் அனைவரும் மறைத்திரு ஹென்றி பக்கெரின் முயற்சியால் கிறித்துவர்களாகி விட்டனர். கோயிலுக்குரிய சிலை, வாள், வளையல், பாசி, வாக்கு உரைக்கும் மந்திரக்கோல் ஆகியவற்றை 1881இல் மறைத்திரு டபிள்யூ. ஜெ. ரிச்சார்ட்ஸ் அவர்களிடம் அதனைத் தன் பொறுப்பில் வைத்திருந்த சந்ததியினன் ஒப்படைத்துள்ளான்.'

'சிறிய குடிசைகளிலும், மூதாதையரின் ஆவிகள் குடிகொண்டு இருப்பதாகக் கருதப்படும் கற்களின் மேலும் இவர்கள் முன்னோரின் நினைவாக விளக்குகளை ஏற்றி வைப்பர். ஆவிகள் உறைவதாகக் கருதப்படும் ஓரிடத்தில் ஒரு கருங்கற்பாறைத் துண்டு எண்ணெய் பூசப்பட்டுச் சுற்றிலும் எரிந்து அணைந்த தீப்பந்தக் கட்டைகளைக் கொண்டதாக விளங்கக் காணலாம். ஒரு மரப் பொந்தில் மிகுந்த அச்சம் விளைவிக்கின்ற ஒரு தீய ஆவி வாழ்ந்து வருவதாக நம்பி ஆயிரக் கணக்கான குடும்பத்தினர் அதற்கு வழிபாடு ஆற்றி வருகின்றனர். அந்த ஆவியின் உருவம் எந்தப் பொந்தில் வைக்கப் பட்டுள்ளது என்பதை அவர்கள் தெரியாதவர்களாகவே இருந்தனர். அதனைக் கண்டுபிடித்த போது அது பழைய வாள் ஒன்றின் கைப் பிடியை ஒத்திருக்கக் கண்டனர்.

ஒரு தெய்வம் விசித்திரமான தோற்றம் தரும் மூன்று பாறைகளை மலையுச்சிக்குத் தான் போகும் வழியில் தங்கி ஓய்வு கொள்வதற்காகப் போட்டு வைத்திருப்பதாக ஒரு பூசாரி தெரிவித்தார். மலைப் பகுதிகளில் வாழும் பெயர்போன சில ஆவிகளுக்குத் தேங்காய்களைப் படைப்பர். நோயுற்றபோது அரையன்கள் இந்து தெய்வங்களுக்குப் படையலிடுவதும் தெரியவந்துள்ளது. மேலும் அவர்கள் சமயத் தொடர்பான பெரிய விருந்துகளிலும் பங்குகொள்கின்றனர். எனினும்

இவர்கள் தாங்கள் இத்தகைய செயல்களை மேற்கொள்ள வேண்டிய கட்டாயம் ஏதும் இல்லை எனவும் தாங்கள் வழிபடும் ஆவிகள் இந்துக்களின் தெய்வத்தோடு ஒப்பானவையே எனவும் கூறுவர். ஒவ்வொரு ஊருக்கும் எனத் தனித்தனியே பூசாரி உள்ளான். தேவைப்படும்போது அவன் 'மலை'யை அழைப்பான். அதாவது மலையில் உறையும் ஆவிகளை, பிரேதங்கள் எனப்படும் ஆவிகளை அழைப்பான் என்பதே மலையை அழைத்தல் எனப்படுகிறது. அவனுக்குத் தெய்வ ஆவேசம் வருமானால் வழக்கம்போலக் கேட்கப்படும் கேள்விகளுக்கு உரத்த குரலில் பதிலை முழக்குவான். ஆவியாட்டக்காரன் குடுமி வைத்திருப்பதோடு கச்சை, வளையல்கள் முதலிய அணிகளை அணிந்து யாரேனும் நோயுறும் போது ஆவிகளைத் தன்மீது ஆவேசிக்கச் செய்வான்.

இவர்கள் சில சோலைகளைப் புனிதமானவையாகக் கருதுகின்றனர். அவற்றுள் இவர்கள் துப்பாக்கி சுடுவதோ, உரக்கப் பேசுவதோ இல்லை. பயிரிடுகைக்காக நிலத்தைத் தேர்ந்தெடுக்கும் போதும், வீடுகட்ட இடத்தை அமைத்துக்கொள்ளும்போதும், இவர்கள் தரையில் சில அடையாளங்களை இடுகின்றனரேயன்றி விரிவான சமயச் சடங்குகள் எவற்றையும் நிகழ்த்துவதில்லை. பயிரிடுவதற்காக நிலத்தைத் தேர்ந்தெடுத்து அதில் உள்ள காட்டை அழிக்கும்முன் சம நீளமுள்ள ஐந்து மரப்பட்டைகளை எடுத்து அவை அனைத்தையும் இடக்கையில் பிடித்தபடி அவற்றின் முனைகளை இணைத்து முடிச்சிடுவர். அவ்வாறு முடிச்சிட்டபின் அவை ஒழுங்கான வட்டமாக அமைந்திருக்குமானால் அதனை நல்ல சகுனமாகக் கருதுவர். அதனைத் தரையில் வீசி அது எங்கு விழுகின்றது என்பதைச் சுற்றி நிற்பவர்கள் குறிப்பர்.

21

மலைப்பண்டாரம்

மலைப்பண்டாரம் (Malai Pandaram) என்ற வகுப்பாரைப் பற்றி மறைத்திரு எஸ். மட்டீர் தந்துள்ள விவரங்கள் வருமாறு: 'ஆடைகள், கருவிகள், குடியிருப்புக்கள் ஆகிய எதுவுமற்றவர்களாகக் குகைகளிலும் பாறைகளிடையேயும் மரங்களிலும் வாழும் எளியர் இவர்கள். மெழுகு, யானைத் தந்தம் முதலிய காடுபடு பொருள்களை இவர்கள் அரையன்களிடம் தந்து உப்பைப் பெற்றுச் செல்வர்.

கிழங்குகளைத் தோண்டியெடுத்தும் மலையாடு, காட்டுக்கோழி ஆகியவற்றைச் சுருக்கு வைத்துப் பிடித்தும் உண்பதோடு பாம்பு, எலி, மலைகளில் உள்ள குட்டைகளில் காணப்படும் முதலை ஆகிய வற்றையும் தின்பர். ஆடையேதுமின்றி அழுக்கு மேனியராகத் திரியும் இவர்கள் மிகுந்த கூச்ச சுபாவம் உடையவர்கள். தனித்ததொரு முறையில் மலையாள மொழியை உச்சரித்தவர்களாகப் பேசுவர். இரண்டாண்டு காலத்திற்குள்ளாக இவர்கள் குழுவைச் சேர்ந்த இருபத்திரண்டு பேர்களைப் புலிகள் அடித்துத் தின்றதாகக் கூறுகின்றனர்.' [1]

மலையினத்தவர்களான இந்தப் பண்டாரங்களைப் பற்றி என்.சுப்ரமணிய அய்யர் பின்வருமாறு எழுதுகின்றார்: மலை யருவிகளின் கரைகளிலும் பாறையிடுக்குகளிலும் குகைகளிலும் மரப்பொந்துகளிலும் இவர்கள் வாழ்கின்றனர். சமவெளியில் வாழ்பவர்கள் இவர்களைக் காட்டு வாசிகள் என்று அழைப்பர். மரப்பட்டைகளை உடுத்துத் திரியும் இவர்கள் மழையும் குளிருமான பருவங்களில் தங்கள் உடலை வாழையிலைகளைக் கொண்டு

[1] *திருவாங்கூரில் பூர்வகால வாழ்க்கை* (*Native Life in Travancore*).

பாதுகாத்துக்கொள்வர். கொச்சையாகத் தமிழைப் பேசும் இவர்கள் மற்றவர்களைக் கண்டவுடன் அஞ்சி ஒதுங்கிப் பதுங்கும் இயல்பினர்.

ஏல மலைகளில் குற்றவியல் நடுவராய் இருந்த ஐரோப்பியர் ஒருவர் ஒரு சமயம் இவர்களுள் சிலரைத் தன் இல்லத்திற்கு அழைத்து வந்து வைத்திருந்தார். அங்குத் தங்கியிருந்த மூன்று நாள்களும் இவர்கள் எதனையும் உண்ண மறுத்துவிட்டதோடு பேசவும் மறுத்துவிட்டனர். நான்கு மலைகளைச் சேர்ந்த இந்த இனத்தவர்களுக்கு ஒரு தலைவன் உள்ளான் எனினும் அவன் பெயரளவிற்கே அதிகாரம் பெற்றவனாக உள்ளான். பெண்களைத் திருமணம் செய்து தரும்போது பூமியையும் மலைகளையும் அதற்குச் சான்றாக இருக்கும்படி கேட்டுக்கொள்வர். ராமன், கிட்டான் (கிருஷ்ணன்), கோவிந்தன் போன்று இந்துப் பெயர்களையே இவர்கள் தரிக்கின்றனர்.

சில ஆண்டுகளுக்கு முன்பு திருவனந்தபுரத்தில் நிகழ்த்திய ஒரு சொற்பொழிவில் ஓ.எச். பென்ஸ்லே மலைப் பண்டாரங்களைப் பற்றிக் கூறியிருப்பதாவது: மீன்பிடிப்பதில் திறமைசாலிகளான இவர்கள் பாறையின் மீது படர்ந்துள்ள வேர்களின் மீது மீன்களை இட்டு நெருப்பிலிட்டு அவற்றைச் சுடுவர். நாய்களை வளர்க்கும் இவர்கள் அவற்றின் உதவியோடு எலி, கீரி, காட்டுப்பல்லி போன்ற சுவையான ஊன் உணவுகளையும் பெறுகின்றனர்.

தலைமை அரையன் என்பவனைத் தங்கள் தலைவனாகக் கருதும் இவர்கள் தாங்கள் தேடிய காடுபடு பொருள்களை அவனிடம் தந்து தங்களுக்குத் தேவையான அரைகுறை ஆடைகளை அவனிடமிருந்து பெற்றுக்கொள்கின்றனர் என எனக்குத் தெரிவித்தனர். இவர்கள் பண்டமாற்றுக்காக வந்திருந்தபோது இவர்களுடைய பொருள்களை ஆராயும் ஒரு வாய்ப்பு எங்களுக்குக் கிடைத்தது. பிற மலைவாசிகள் பயன்படுத்துவது போன்ற அரிவாள், சமைப்பதற்கான மட்பாண்டங்கள், ஒரு மரத்தின் பட்டையிலிருந்து தயாரிக்கப்பட்ட மாவு (அதன் பெயரை ஆசூலம் என்பதுபோல உச்சரித்தனர்) ஆகியன இவர்கள் உடைமைகளாக இருக்கக் கண்டோம். ஒரு பெண்ணைத் தவிர மற்றவர்கள் உருவத்தில் குள்ளமானவர்களாகவே இருந்தனர். தோற்றத்திலும் அறிவாற்றலிலும் இவர்கள் ஊராளிகளை ஒத்தவர்கள் எனலாம்.

22

மலையாளி

சேலம் மாவட்டத்தில் நான் நேரில் கண்டு ஆய்ந்த மலையாளி (Malayali) பழங்குடியினர் சேரவராயன் மலைத் தொடர்களின் சிகரங்களிலும் மலைப் பக்கங்களிலும் வாழ்ந்து வருகின்றனர். தானியங்களைப் பயிரிட்டும், காப்பித் தோட்டங்களில் தொழில் செய்தும் இவர்கள் வாழ்க்கை நடத்திவருகின்றனர். ஐயமும் மூட நம்பிக்கையும் உடையவர்களான இவர்கள் என்னை நில உடைமை உரிமையைத் தீர்வு செய்யும் அதிகாரி எனவும், அவர்களுடைய நிலங்களை அரசுக்குரியதாக எடுத்துக்கொண்டு அவர்களை இந்தியா விலிருந்து குற்றவாளிகளைக் கொண்டு சென்று குடியமர்த்தும் அந்தமானுக்கு அனுப்பி வைக்க வந்திருப்பவன் எனவும் அஞ்சினர்.

நான் ஒரு சிற்றூரை ஒளிப்படமெடுக்கும் தீதற்ற செயலில் ஈடுபட்டிருந்த போது என்னுடைய ஒளிப்படக் கருவிகளை நிலம் அளக்கும் கருவி எனத் தவறாகப் புரிந்துகொண்ட இவர்கள் அதற்கு எதிர்ப்புத் தெரிவித்தனர். மட்டமான உலோகங்களாலான தங்கள் அணி களைத் தந்துவிட எந்தவிதத் தடையும் கூறாத பலர் பொன்னாலும், வெள்ளியாலுமான தங்களுடைய அணிகளை எனக்குக் காட்டவோ, விற்கவோ மறுத்தனர். அவற்றை என்னிடம் காட்டினால் நான் அவற்றை இவர்களுடைய மிக்க வளமான வாழ்வை நிரூபிக்கும் அரசு சார்பான சான்றாகப் பயன்படுத்திக் கொள்வேன் என்ற அச்சமே இவர்கள் மறுப்புக்குக் காரணமாகும்.

ஒருவன் என் முகத்திற்கு நேராகவே, என்னால் அளவெடுக்கப் பட்டுப் பின்னர் இல்லாதவனாக ஆவதற்குப் பதிலாகத் தன் கழுத்தைத் தானே அறுத்துக்கொண்டு சாகத் தயாராய் இருப்பதாகக் கூறினான். பெண்களை நான் அளவெடுப்பதற்கு இயலாதபடி இறுதிவரை

இவர்கள் விடாப்பிடியாக அதற்கு உடன்பட மறுத்துவிட்டனர். அழுக்கு மேனியரான பழுப்பு நிறமேனியோடு திரியும் தங்கள் குழந்தைகளும் என் கண்ணேறுபட்டு நோயில் விழ நேரும் என்ற காரணத்தால் என்னிடம் அக்குழந்தைகளையும் அனுப்பிவைக்க மறுத்துவிட்டனர்.

சேலம் மாவட்டக் கையேட்டில் எச். லெ பனு தந்துள்ள சுவையான விவரங்களின் அடிப்படையில் பின்வரும் மலையாளிகள் பற்றிய குறிப்புக்களைத் தருகின்றேன்:

மலையாளி என்ற சொல் மலைகளில் வாழ்பவன் எனப் பொருள் படும். நீலகிரி மலையில் வாழும் தோடரைப்போல மலையாளிகள் தங்களை இந்த மலைப்பகுதிக்கு உரிமையுடைய பழங்குடிகள் எனக் கூறிக்கொள்வதில்லை. அண்மையில் சமவெளிப் பகுதி களிலிருந்து மலைப்பகுதிகளில் குடியேறிய தமிழ் பேசும் மக்கள் இவர்கள். எதையும் கூர்ந்து நோக்கும், ஆனால் அறிவியல்நெறி சாராத கணிப்புக்களைத் துல்லியமாகக் கூறும் ஒருவர் கூறியுள்ளதைப்போல இவர்கள் கம்பளி அல்லது துப்பட்டியோடு காட்சி தரும் சமவெளியைச் சேர்ந்த தமிழ் பேசுபவர்கள் எனலாம். இந்தக் கம்பளியின் வசதி பெண்களுக்கு உரியதாக அமைந்திருக்கவில்லை. பெரியவர்களும் இளைஞர்களுமான ஆண்களே இந்தக் கம்பளியை மேற்சட்டை யாகவும், மழைக்குப் பாதுகாப்பாகவும், குளிருக்குப் போர்வை யாகவும் மூன்று வகையில் பயன்படுத்திக்கொள்கின்றனர். மலையாளிகள் முதலில் பயிர்த்தொழில் செய்யும் வேளாளர் சாதியைச் சேர்ந்தவராக இருந்தவர்கள் என்ற வழக்கு நிலவி வருகின்றது.

இவர்கள் புனித நகரமான காஞ்சிபுரத்திலிருந்து தென்னிந்தியாவில் முகமதியர் ஆட்சி மேலோங்கியபோது பத்துத் தலைமுறைகளுக்கு முன் மலைப்பகுதிகளில் குடியேறியவர்கள். காஞ்சியைவிட்டுப் புறப்பட்ட இவர்கள் முன்னோர்கள் மூன்று உடன்பிறந்தவர்களைத் தங்களுடன் அழைத்து வந்தனரென ஒரு கதை வழங்குகின்றது. அம்மூவருள் மூத்தவன் சேர்வராயன் மலையிலும், இரண்டாவமன் கொல்லி மலையிலும், இளையவன் பச்சை மலையிலும் தங்கினர். சேர்வராயன் மலையைச் சேர்ந்த மலையாளிகள் பெரிய மலையாளிகள் எனவும், கொல்லி மலையைச் சேர்ந்தவர்கள் சின்ன மலையாளிகள் எனவும் அழைக்கப்படுகின்றனர். 'மலையாளிகளின் தெய்வமான கரிராமன் காஞ்சியில் இருக்கப் பிடிக்காதவனாகப் புதியதொரு இடத்திற்குக் குடிபெயர்ந்தான். அவனைப் பின்தொடர்ந்த

பெரியண்ணன், நடுவண்ணன், சின்னண்ணன் ஆகிய மூவரும் காஞ்சியிலிருந்து தங்கள் குடும்பத்தோடு புறப்பட்டுச் சேலம் மாவட்டத்திற்கு வந்து வேறு வேறுபாதைகளில் பிரிந்து சென்றனர். பெரியண்ணன் சேர்வராயன் மலைக்கும், நடுவண்ணன் பச்சை மலைகளுக்கும், அஞ்சூர் மலைகளுக்கும், சின்னண்ணன் மஞ்ச வாடிக்கும் சென்று சேர்ந்தனர்' என மற்றொரு கதை வழக்குக் கூறுகின்றது.

திருச்சிராப்பள்ளி மாவட்டத்தைச் சேர்ந்த மலையாளிகளின் தோற்றம் பற்றிய மற்றொரு கதை வழக்குத் தொடர்பாக எப். ஆர். ஹெமிங்வே பின்வருமாறு எழுதுகின்றார்: 'இவர்களைப் பற்றிய வழக்கு வரலாறு 'நாட்டுக் கட்டு' எனப்படும் நாடோடிப் பாடல்களில் இடம்பெற்றுள்ளது. காஞ்சிபுரத்தைச் சேர்ந்த ஒரு பூசாரியின் சந்ததியினர் இவர்கள். அப்பூசாரி அந்த நாட்டு மன்னனின் உடன் பிறந்தவன். அவன் தன் உடன்பிறந்தவனான மன்னனோடு சண்டையிட்டவனாகத் தன் மூன்று பிள்ளைகளோடும் ஒரு பெண்ணோடும் இப்பகுதிக்கு வந்து சேர்ந்தான்.

இப்பகுதியை ஆண்டு வந்தவர்களான வேடர்களும் வேளாளர் களும் புதிதாக வந்த இவர்களைத் தடுக்க முற்பட்டனர். எனினும் இரு சாராருக்கும் இடையே ஏற்பட்ட சண்டையில் புதிதாக வந்தவர்கள் வெற்றி வாகை சூடிடும் மலைப்பகுதிகளில் பரவத் தொடங்கினர். வந்தவனுடைய மூன்று பிள்ளைகளுள் மூத்தவனான சடைய கவுண்டன் என்ற பெயருடைய பெரியண்ணன் சேலம் சேர்வராயன் மலைப்பகுதியைத் தனக்குரிய பகுதியாகத் தேர்ந்தெடுத்துக் கொண்டான். இரண்டாவது பிள்ளையான நடுவண்ணன் பச்சை மலையைத் தேர்ந்தெடுத்துக்கொண்டான். இளையவனான சின்னண்ணன் கொல்லிமலையில் தங்கினான். இப்பகுதியைச் சேர்ந்த பெண்களை அவர்கள் மணந்துகொண்டனர். பெரியண்ணன் கைகோளர் சாதியிலிருந்தும், நடுவண்ணன் வேடர் சாதியிலிருந்தும், சின்னண்ணன் 'தேவேந்திர' குலத்தவரான பள்ளர் சாதியிலிருந்தும் பெண்களை மணந்தனர். இவர்கள் தங்கள் உடன்பிறந்தவளை முன்பின் அறிமுகமில்லாத தொட்டியன் ஒருவனுக்கு, அவன் இவர்கள் இந்நாட்டவர்களோடு சண்டையிட்டுக் களைத்திருந்த நேரத்தில் தந்துதவிய உணவுக்கு ஈடாக மணம் செய்துகொடுத்தனர்.

இக்கதைக்கு ஆதாரமாகக் கொள்ளத்தக்க விசித்திரமான நடைமுறை வழக்குகள் சில இன்றும் இவர்களிடையே நிலவிவருகின்றன.

பச்சைமலை மலையாளிகளின் வீட்டுப் பெண்கள் தங்கள் கணவன் மாருக்குச் சோறிடுமுன் ஒவ்வொரு முறையும் தங்கள் முன்னோரான வேடரின் நினைவாகக் கொஞ்சம் சோற்றை எடுத்து வைக்கும் பழக்கத்தை மேற்கொண்டுள்ளனர். இவர்கள் தங்கள் மணத்தின்போது வேடருக்குரிய பழக்கமாகக் கருதப்படும் சீப்பினைத் தலையில் செருகிக்கொள்ளும் பழக்கத்தை மேற்கொள்ளுகின்றனர். மண மகன்கள் மணப்பந்தலில் வேட்டுவத் தொழிலுக்குரிய கருவிகளான ஒரு வாளையும் ஓர் அம்பையும் மணப்பந்தலில் வைத்துத் தாங்கள் அந்த நாட்டை வெற்றி கொண்டதை அறிவிக்கின்றனர். கொல்லி மலையைச் சேர்ந்த மலையாளிகளைப் பள்ளர் சாதிப் பெண்கள்-மலையாளிகள் அதனை வரவேற்பதில்லையாயினும்-மச்சான் என உறவுகொண்டாடி அழைக்கும் பழக்கம் உடையவர்களாக உள்ளனர். தொட்டியர் சாதி ஆண்கள் மலையாளிகளைத் தங்கள் மைத்துனர்களாகக் கருதிப் பரிவோடு நடத்தும் வழக்கம் காணப்படுகின்றது. இதற்கு மாறாகத் தொட்டியர் சாதிப் பெண்கள் இவர்களிடம் எத்தகைய பரிவும் காட்டுவதில்லை. ஒரு கலயம் கஞ்சிக்காக உடன்பிறந்தவளை விற்றவர்கள் இவர்கள் என்பதை அவர்கள் இன்னமும் மறவாதவர்களாகவே உள்ளனர்.

வட ஆர்க்காடு மாவட்டத்தில் உள்ள சவ்வாது மலையில் வாழும் மலையாளிகள் தங்கள் தோற்றம் பற்றியதாகத் தெரிவிக்கும் விவரங்களாக வட ஆர்க்காடு மாவட்டக் கையேட்டில் கூறப்பட்டுள்ள விவரங்கள் வருமாறு: 'சக 1055 இல் (கி.பி. 1132) கங்குண்டியினைச் சேர்ந்த வேடர்கள் காஞ்சிவரத்தைச் சேர்ந்த கார்காத்த வேளாளரிடம் தங்களுக்குப் பெண் தரும்படி வேண்டினர். அதற்கு அவர்கள் இந்த வேடர்களை ஏளனம் செய்தவர்களாக மறுப்புத் தெரிவிக்கவே கோபங்கொண்ட வேடர்கள் ஏழு வேளாளர் சாதிக் கன்னியரைக் கங்குண்டிக்குத் தூக்கிச் சென்று விட்டனர். அவர்களை மீட்டுவர வேளாளர் எழுவர் ஏழு நாய்களுடன் புறப்பட்டனர். புறப்படுமுன் அவர்கள் தங்கள் மனைவியரிடம் நாய்கள் மட்டும் தனியே திரும்பி வருமானால் தாங்கள் இறந்துவிட்டதாகக் கருதித் தங்களுக்குச் சாவுச் சடங்குகள் நடத்தும் படி கூறிச் சென்றனர்.

பாலாற்றை அடைந்த அவர்கள் அது பெருக்கெடுத்து ஓடக் கண்டனர். மிகுந்த தொல்லைக்கு உள்ளானவர்களாக அவர்கள் அதனைக் கடந்தனர். அவர்களுடன் சென்ற நாய்கள் ஆற்றில் பாதி வழி நீந்திய பின் காஞ்சிவரத்திற்கே திரும்பி வந்துவிட்டன. எனினும்

அந்த ஆண்கள் தொடர்ந்து தங்கள் பயணத்தை மேற்கொண்டனர். தங்கள் பெண்களைக் கவர்ந்து சென்ற வேடரைக் கொன்று, தங்கள் இல்லங்களுக்குத் திரும்பிய இவர்கள், தாங்கள் இறந்துவிட்டதாகக் கருதி இவர்களின் மனைவியர் விதவைக் கோலம் பூண்டவர்களாகச் சாவுச் சடங்குகளையும் நிகழ்த்திவிட்டிருந்த காரணத்தால் தாங்கள் சாதியிலிருந்து விலக்கப்பட்டவர்களாக ஆகிவிட்டதை உணர்ந்தனர். இச்சூழ்நிலையில் இவர்கள் வேடர் சாதிப் பெண்களை மணந்தவர் களாகச் சவ்வாது மலையில் குடியேறிப் பயிர்த்தொழிலில் ஈடுபட்டவர்களாக மலையாளிகளின் மூதாதையர்களாகிவிட்டனர்.

இந்த விவரங்கள் மலையாளிகளிடம் உள்ள ஒரு பனையோலை ஏட்டில் கூறப்பட்டுள்ளது. அதனை அந்த மலையாளிகள் பேணிக் காத்து வருகின்றனர். தென் ஆர்க்காடு மாவட்ட விவரக்குறிப்பில் பிரான்சிஸ் பின்வருமாறு எழுதுகின்றார்: தென்ஆர்க்காடு மாவட்டத்தில் வழங்கும் வழக்கு வரலாறு இம்மலைகளில் வேடர்கள் வாழ்ந்து வந்தனர். அவர்களை மலையாளிகள் கொன்று அவர்கள் சாதிப் பெண்களை மணந்துகொண்டனர். இவர்கள் திருமணங்களில் வேடர் சமூகக் கணவன் இறந்தபின் மணம் நிகழ்த்தப்படுகின்றது என்பதைக் குறிக்க இன்றும் துப்பாக்கியைச் சுடுகின்றனர்' எனக் கூறுகின்றனர். சென்ற கணக்கெடுப்பின்போது மலையாளிகள் தங்களைக் கார்காத்த வேளாளர் எனப் பதிந்துள்ளனர். தென் ஆர்க்காடு மாவட்டத்தைச் சேர்ந்த மலையாளிகள் தங்களைக் கொங்கு வேளாளர் எனப் பதிந்து கொண்டுள்ளனர்.

இச்சாதியைச் சேர்ந்த எல்லாப் பிரிவினரும் தங்களை வேளாளர் எனக் கூறிக்கொள்வதோடு தாங்கள் காஞ்சிபுரத்திலிருந்து வந்து குடியேறியவர்கள் எனவும் தங்களோடு கரிராமனைக்கொண்டு வந்ததாகவும் கூறிக்கொள்கின்றனர் தென் ஆர்க்காடு மாவட்டத்தைச் சேர்ந்த கல்ராயன்கள் திருமணத்தை நடத்தி வைக்கும் பூசாரி தாலி கட்டுவதற்குச் சற்று முன்பாக ஒரு பாட்டைப் பாடுகின்றான். அதன் தொடக்கம் காஞ்சி, கரிராமன் என்ற சொற்களைக் கொண்டதாக அமைந்துள்ளது. செப்புப் பட்டயங்களின் வழி இந்தக் குடியேற்றம் பதினாறாம் நூற்றாண்டின் தொடக்கத்தில் நிகழ்ந்ததாகத் தெரிகின்றது.

சேர்வராயன் மலைகளைச் சேர்ந்த மலையாளிகள் தங்களைக் காஞ்சி மண்டலம் எனக் கூறிக்கொள்கின்றனர். சென்ற கணக்கெடுப்பின் போது பலர் தங்களை வேளாளர் என்றும், காராளன் என்றும் பதிந்துள்ளனர். மலைக்காரன், மலைநாய்க்கன் என்பனவும்

மலையாளிகளுக்கான வேறு பெயர்களாம். கவுண்டன் என்பது எல்லோருக்கும் பொதுவாக வழங்கும் இரண்டாவது பெயர். இப்பட்டப் பெயராலே வழக்கமாக இவர்கள் அழைக்கப்படுவர். முதற்பெயர் பெரும்பாலும் இந்துக் கடவுளர்களின் பெயராக இருக்கும். என்னுடைய குறிப்புகளின்படி பச்சையன், கறுப்பன், சின்னான், குள்ளன், பெரியான், பெருமூக்கன் என்பன இவர்களின் பெயர்களில் சிலவாகத் தெரிய வருகின்றது.

சேலம் மாவட்டத்தைச் சேர்ந்த மலையாளிகள் எந்த விதிகளின்படி தங்கள் நிலத்தின் மீது உரிமை உடையவர்களாக உள்ளனர் என்பதை நான் 1866ஆம் ஆண்டுக் கையேட்டின் துணையால் அறிந்து கொண்டேன். ஒவ்வொரு கிராமத்தைச் சுற்றியும் குறிப்பிட்ட ஒரு பகுதியை மாவட்ட ஆட்சியர் மலையாளிகள் பயிரிடுவதற்குரிய நிலமாகத் தனித்து ஒதுக்கி, அதனை மலைத் தோட்டக்காரர் தங்கள் ஆதிக்கத்திற்கு உட்படுத்திவிடாதபடி எல்லை வகுத்து, நில அளவை செய்து எல்லைக் கற்களும் நட ஏற்பாடு செய்துள்ளார். இந்தப் பகுதி, ‘கிராமத்துப் பச்சை’ எனப் பெயர் பெறுகின்றது. இந்த நில அளவை ஏற்பாட்டின் பின், மலையாளி களிடமிருந்து ஒரு ஏருக்கு இவ்வளவு, ஒரு கொத்துக்கு இவ்வளவு என நிலவரி வசூலிக்கும்முறை கைவிடப் பட்டு, ஏக்கர் ஒன்றுக்கு ஒரு ரூபாய் என வரி வசூலிக்கப்படுகின்றது.

‘கிராமத்துப் பச்சை’யின் எல்லைக்குள் அடங்கிய நிலங்கள் சாதாரண தர்காஸ்து[1] விதிகளின்படி மலையாளிகளுக்குத் தரப் பட்டுள்ளது. கிராமத்துப் பச்சை எல்லைக்கு வெளியே உள்ள நிலங்கள் 1863ஆம் ஆண்டு புறம்போக்கு நிலங்களுக்கான தனி விதிகளின் கீழ்க் கொடுக்கப்படுகிறது. 1870இல் வருமான வரி வாரியம் கிராமத்துப் பச்சைக்குரிய எல்லையில் உள்ள நிலங்களை முழுவதுமாகக் கொடுக்கப்பட்ட பிறகு அந்த எல்லைக்கு வெளியே உள்ளே நிலங்களையும் தர்காஸ்து விதியின் கீழ் தரலாம் என முடிவு செய்தது. 1871இல் தோட்ட முதலாளிகள் கிராமத்துப் பச்சைக்கு வெளியே உள்ள நிலங்களுக்கு விண்ணப்பம் போடும்படி மலையாளிகளைத் தூண்டிவிட்டுப் பின்னர் அவர்களிடமிருந்து தாங்கள் அதனை உரிமையாக்கிக் கொள்வதன் மூலம் புறம்போக்கு நிலங்களின் ஒதுக்கீடு பற்றிய விதிகளை மீறுவது கண்டுபிடிக்கப் பட்டது. இதனால் ஒரு மலையாளி கிராமத்துப் பச்சைக்கு வெளியே நிலங்கேட்டு

1 தர்காஸ்து: பயிரிடுவதற்காக நிலத்தை ஒதுக்கும்படி விண்ணப்பித்துக் கொள்வது அல்லது நிலத்தை ஏலத்தில் கேட்டு எடுப்பது.

விண்ணப்பிப்பது தோட்டக்காரர்களுக்காகவே எனக் கருத இடமிருந்தால் அவர்களுக்கு நிலத்தைப் பட்டா (வாடகைப் பத்திரம்) செய்து தர மறுக்கலாம் என வருவாய்த் துறை வாரியம் பின்னர் முடிவு செய்தது.

தங்கள் முன்னோர்கள் பூணூல் அணிந்தவர்களாக இருந்தனர் என நம்பும் மலையாளிகள் இந்து சமயநெறியையே தெளிவற்ற முறையில் பின்பற்றுபவர்களாகச் சிவன், விஷ்ணு ஆகிய இரு தெய்வங்களினிடத்தும் பெயரளவில் கட்டுப்பாடு உடையவர்களாக இருப்பதுடன், பல சிறு தெய்வங்களையும் வழிபடுவதோடு நோய் நொடிகளிலிருந்தும் தீய ஆவிகள் செய்யும் கேட்டிலிருந்தும் காக்கும் ஒரு நூல் கயிற்றின் ஆற்றலிலும் நம்பிக்கை கொண்டவர்களாக உள்ளனர்.

'1852ஆம் ஆண்டில் மலையாளிகளின் பழக்க வழக்கங்கள், மரபு நெறிகள் ஆகியவற்றின் தோற்றம் பற்றி ஓர் ஆய்வு மேற்கொள்ளப்பட்டது. அப்பொழுது இவர்கள் நெற்றியில் திருநீறு பூசுவது சைவநெறியைக் குறிப்பதென்றும், நாமம் போட்டுக் கொள்வது வைணவ நெறியைச் சுட்டும் எனவும் கூறினர். இந்த வேறுபாட்டைத் தவிர இந்த இரண்டு நெறிகளுக்கிடையே வேறு வேற்றுமைகள் எதும் இல்லை எனக் கூறினர். சிவனுக்குப் புனித நாளான சிவராத்திரியும், விஷ்ணுவிற்குப் புனித நாள்களாக உள்ள ஸ்ரீராமநவமி, கோகுலாஷ்டமி ஆகியனவும் புறத்தில் வேறு வேறானவையாகத் தோன்றினும் உண்மையில் அவற்றிடையே வேறுபாடு ஏதும் இல்லை என்றனர்.

புரட்டாசி மாதத்துச் சனிக்கிழமைகளை விஷ்ணுவுக்குரிய திருநாளாக இவர்கள் மேற்கொண்டாலும் வழிபாட்டின்போது சிவனையோ, விஷ்ணுவையோ சுட்டித் தனித்த முறையில் வழிபாடு செய்வதில்லை. வைணவர்கள், சைவர்கள் என்ற வேறுபாட்டைப் புலப்படுத்தும் சில சடங்குகளை இவர்கள் மேற்கொள்கின்றனர். அவை இவர்களை வைணவ நெறியினர், சைவ நெறியினர் எனப் பாகுபடுத்தி அறிய உதவுகின்றன. எனினும் அத்தகைய பாகுபாடு இருப்பதை இவர்கள் மறுக்கின்றனர். சிலர் சிவனிடம்கொண்ட பற்றுக் காரணமாக ஞாயிறு, திங்கள் ஆகிய நாள்களில் உடலுறவு கொள்வதில்லை. மற்றவர்கள் விஷ்ணுவிடம்கொண்ட பற்றுக் காரணமாக வெள்ளி, சனி ஆகிய நாள்களில் உடலுறவு கொள்வதில்லை. இதுபோன்று விஷ்ணுவிற்கான படையல்களை வெள்ளி, சனி ஆகிய நாள்களிலும்,

சிவனுக்கான படையல்களை ஞாயிறு, திங்கள் ஆகிய நாள்களிலும் இடுகின்றனர். எனினும் இவர்கள் தங்களிடையே சைவர், வைணவர் என்ற பிரிவுகள் உள்ளதை மறுக்கின்றனர்.

'கல்ராயன்கள் சிறு தெய்வங்களுக்கான பல கோயில்களைப் பெற்றுள்ளனர். அக்கோயில்களில் மலையாளிகள் பூசாரிகளாக உள்ளனர். மாரியம்மா, திரௌபதை ஆகியோரும் அத்தெய்வங்களுள் அடங்குவர். சில கோயில்களில் மலைகளில் கண்டெடுக்கப்பட்ட வரலாற்றுக் காலத்துக்கு முற்பட்ட கல்லாலான கோடரிகளும் வேறுபல கற்கருவிகளும் இடம் பெற்றுள்ளன. மக்கள் அவற்றைப் பற்றிய உண்மைகளை அறியாதவர்களாக அவற்றைப் புனிதமானவையாகப் போற்றி வருகின்றனர். சச்சரவுகளைத் தீர்த்துக்கொள்ள கோயில்களின் முன் சத்தியம் செய்வது இவர்களிடையே பெரு வழக்காக உள்ளது. தெய்வத்தின் வழக்கில் சம்பந்தப்பட்டவன் தன்னைப் பற்றிய உண்மை நிலையை விளக்கி அனைத்தையும் ஒளிவு மறைவின்றி உரைப்பான். அப்போது அவன் தன் கையில் எரியும் கற்பூரத்தை ஏந்தியவனாக இருப்பான். மேற்கூறியவாறு உண்மை நிலையை விளக்கிய பிறகு அவன் தன் கையில் எரியும் கற்பூரத்தை ஊதி அணைப்பான். தான் கூறுவது பொய்யாக இருப்பின் தெய்வமும் தன் உயிர் வாழ்வினை அதுபோல திடீரென ஊதி அணைத்துவிடட்டும் என்ற கருத்துப்படவே மேற்கூறியவாறு கற்பூரம் அணைக்கப்படுகிறது.

1896 ஏப்ரலில் சுற்றுச் சூழல் அழகு மிக்கதான ஏற்காடு நகரத்தை அடுத்திருக்கும் கிளியூர் கிராமத்திற்கு ஒரு சமயத் திருவிழா நடைபெறும்போது நான் சென்றிருந்தேன். அந்தக் கிராமத்து மக்கள் அதிகாலையில் தங்கள் நெற்றியில் நீலம், குங்குமம் முதலான வண்ணங்களில் தங்கள் சமயத்திற்குரிய சின்னங்களை ஐரோப்பாவில் தயாரிக்கப்பட்டு உள்ளூர் சந்தையில் விற்பனைக்கு வந்ததான முகம் பார்க்கும் கண்ணாடியின் உதவியால் தீட்டிக் கொண்டிருந்தனர். தங்கள் தலைப்பாகைகளையும் காதுகளையும் (*Artemisia austriaca,* var *orientalis*) இலைக் கொத்துக்களாலும், வேலி ரோசாக்களாலும் அலங்கரித்துக் கொண்டிருந்தனர்.

திருவிழா நடைபெறும் இடம் மிக உயர்ந்து வளர்ந்துள்ள மரங் களைக் கொண்ட புனிதமான தோப்பாகும். அதனுள் குடிசைகள் அமைப்பிலான இரண்டு கோயில்கள் இருந்தன. அவற்றுள் ஒன்றில் திரௌபதியும், எட்டுச் சிறுதெய்வங்களும் இடம் பெற்றிருந்தன. மற்றொன்றில் பெருமாளும் அவள் துணைவியும் இடம்பெற்று

இருந்தனர். எல்லாத் தெய்வ உருவங்களும் பித்தளையாலும் களிமண்ணாலும் இயன்ற மக்களைப் போன்ற உருவங்களே. ஊர்வலம் செல்ல இரண்டு தேர்கள் வாழைமரங்கள், கொடிகள் — இவற்றுள் சில செர்மனியில் தயாரிக்கப்பட்டவை — ஆகியவற்றால் அலங்கரித்து நிறுத்தப்பட்டிருந்தன. அங்கு வந்து சேர்ந்த கிராம மக்கள் கோயிலின் முன் தரையில் விழுந்து வணங்கினர். பின் திருவிழா தொடங்கும்வரை நண்பர்களோடு ஊர்க்கதை பேசுவதில் ஈடுபட்டவர் களாகவும், கடைக்காரர்கள் அங்குக்கொண்டு வந்து விற்கும் இனிப்புப் பணியாரங்களையும் பழங்களையும் வாங்கி உண்டு மகிழ்ந்தவர் களாகவும் பொழுதைக் கழித்தபடி இருந்தனர். அக்கடைகளில் நல்ல விற்பனை ஆகிக்கொண்டிருந்தது.

காலை பத்து மணியளவில் இசைக் குழுவினர் ஊதத் தொடங்கிய வுடன் நிகழ்ச்சிகள் சுறுசுறுப்படையத் தொடங்கின. அன்று விழா முடியும் வரை இவர்கள் விட்டுவிட்டு இசைத்தபடி இருந்தனர். தெய்வங்கள் மலர்களாலும் அணிகளாலும் அலங்கரிக்கப்பட்டிருந்தன. ஒரு மணி நேரத்திற்குப் பின் கற்பலகைகளாலான சிறிய கோயிலுள் இருக்கும் கல்லாலான விக்னேசுவரரின் உருவத்திற்குப் பூசை நிகழ்த்தினர். இந்தஉருவத்தின் முன் பொங்கலைப் படைத்துக் கற்பூர ஆரத்தி காட்டினர். கோயில் எல்லையில் உள்ள ஒரு மரத்தில் வாழை மரத்தை இணைத்துக் கட்டினர். அம்மரத்தின் அடியில் பொங்கலும், தேங்காய்களும் படைக்கப்பட்டன. வாளினை ஏந்திய ஒருவனும் கூடியுள்ள அனைவரும் சேர்ந்து ‘கோவிந்தா, கோவிந்தா’ என ஒருமிக்கக் குரலெழுப்பினர். மரத்தோடு சேர்த்துக் கட்டப்பட்ட வாழைமரம் அப்புறப்படுத்தப்பட்டு இசைக் குழுவினர் தொடர்ந்து ஊதிவர கோயில் வாசலுக்கு ஊர்வலமாக எடுத்துச் செல்லப்பட்டு அங்கு வைக்கப்பட்டது. சிலர் ‘கோவிந்தா’ எனக் குரல் கொடுத்தவர் களாக அங்குத் தோன்றினர். அவர்கள் ஒரு கையில் விளக்கை ஏந்தியவர்களாக மற்றொரு கையால் மணியினை ஆட்டியபடி வந்தனர். வாழை மரத்தின் மீது புனித நீர் தெளிக்கப்பட்டபின் பெருமாளுக்குச் சாமையைப் படைத்துக் கற்பூர தீபம் காட்டினர். ஒரு கோயிலுக்கு வெளியே ஒரு துணி விரிக்கப்பட்டுத் திரௌபதையின் உருவமும், பிற தெய்வ உருவங்களும் அதன்மீது வைக்கப்பட்டன.

மற்றொரு கோயிலிலிருந்து பெருமாளையும் அவருடைய துணைவியையும் ஊர்வலமாகக்கொண்டு வந்து இரண்டு தேர்களிலும் வைத்தனர். மஞ்சள் நிறமான பொடி ஒன்று கூடியுள்ளவர்களுக்கு

வழங்கப்பட அவர்கள் அதனை முகத்தில் பூசிக்கொண்டனர். பெருமாளின் முன் தேங்காய் உடைக்கப்பட்டுக் கற்பூர ஆரத்தி எடுக்கப்பட்டது. பிறகு எல்லாத் தெய்வங்களும் அங்குக் கூடியுள்ளவர்கள் பின்னால் தொடர்ந்து வர அந்தத் தோப்பைச் சுற்றி ஊர்வலமாக எடுத்துச் செல்லப்பட்டன. ஒருவன் தெய்வம் ஏறப்பட்டு மெய் சிலிர்த்தவனாக ஒரு வாளை தன் உடலுக்குக் காயம் ஏதும் ஏற்படாதபடி தன்னைச் சுற்றி வீசி ஆட்டியவனாக அச்சுறுத்துவதைப்போல கூட்டத்தை நோக்கி அதனை நீட்டினான். ஊருக்கு வரவிருக்கும் நலத் தீமைகளைப் பற்றி நல்வாக்குக் கூறுமாறு கேட்டபோது அவன் அதற்குரிய பதிலாக, வரும் மூன்றாண்டுகளுக்கு நல்ல மழை பெய்யாதெனவும் பஞ்சமும் துன்பமும் வரும் எனவும் கூறினான்.

இந்நிகழ்ச்சி முடிந்தவுடன் ஒரு மூங்கில் கம்பம் நடப்பட்டது. அதன்மேல் அமைக்கப்பட்ட உருளையிலிருந்து கயிற்றில் தேங்காய், பழம் ஆகியவற்றைக் கட்டித் தொங்கவிட்டனர். இந்தக் கயிற்றின் உதவியால் அந்தத் தேங்காய், பழங்களை கீழே இறக்குவதும், மேலே உயர்த்துவதுமாக மாற்றி மாற்றிச் செய்துகொண்டிருக்கச் சிலர் தடிகளால் அவற்றைத் தாக்க முற்பட்டனர். அவ்வாறு தடிகொண்டு தாக்குபவர்கள் தங்கள் முயற்சியில் வெற்றி பெற இயலாதபடி அவர்கள் முகத்தில் மஞ்சள் நீர் வாரி அடிக்கப்பட்டது. அவற்றைத் தாக்குவதில் இறுதியில் வெற்றி பெற்றவர் அப்பழங்களைப் பரிசாகப் பெற்றார். அதன்பின் தெய்வங்கள் அவற்றிற்குரிய கோயில்களில் கொண்டு வைக்கப்பட்டன. மூவர் போலியாக தெய்வம் ஏறியவர்களைப் போல நடித்தபோது பூசாரி அவர்கள் முதுகில் சாட்டையால் சில அடிகள் தந்து உணர்வு பெறச் செய்தார். பின்னர் ஒரு மறி கொண்டு வரப்பட, அதன் முன் மந்திரம் சொல்லப்பட்டது.

பூசாரி அருகே உள்ள குட்டையில் சென்று குளித்து முகத்தில் மஞ்சள் பொடி பூசியவனாகத் திரும்பினான். அந்த ஆட்டின் கழுத்தை கத்தியால் வெட்டப்படுவது போலவும், இரத்தம் உறிஞ்சப்படுவது போலவும் ஒரு போலியான பலிச்சடங்கு நிகழ்த்தப்பட்ட பிறகு அந்த மறியினை மீண்டும் கிராமத்திற்கு ஓட்டிச் சென்றனர். பின்னர் அது கிராமத்தவர்களுக்கும், அவர்கள் வீட்டுக்கு வந்துள்ள விருந்தினருக்கும் உணவாகும்.

சேர்வராயன் மலையின் உச்சியில் இருக்கும் கோயிலில் குடி கொண்டிருக்கும் தெய்வமான சேர்வராயனுக்கு ஆண்டுதோறும் திருவிழாக் கொண்டாடுகின்றனர். 1904ஆம் ஆண்டு இந்தத் திருவிழா

நிகழ்ச்சிகள் பின்வருமாறு நிகழ்ந்தன: 'கோயிலின் ஒரு பக்கம் இரண்டு வரிசைகளாக மலர்கள், தானியங்கள் ஆகியன விற்பதற்கான கடைகள் அமைக்கப்பட்டன. இரண்டு கம்பங்களை நட்டு அதில் படகுகளுக்குப் பதிலாக இருக்கைகள்கொண்ட ராட்டினம் அமைக்கப்பட்டது. அதில் அமர்ந்து சுற்றுவதற்கான கட்டணம் காலணாவாகும். பெண்கள் கோயில் அருகே உள்ள விருப்பம் நிறைவேற்றும் குட்டைக்குக் குழந்தைகளை அழைத்துச் சென்று அவர்கள்மீது அக்குட்டையின் புனித நீரைத் தெளித்தபின் தங்கள் விருப்பத்தை அக்குட்டை நிறைவேற்றி வைக்கும் என்ற நம்பிக்கையோடு அதனை உரக்க வாய்விட்டுக் கூறினர்.

திடீரென முழவு முழக்கும் ஒலியும், கொம்பும் குழல்களும் ஊதும் ஓசையும் கேட்டது. தெய்வத்தைக் கோயிலிலிருந்து வெளியே எடுத்துவரப் போகின்றனர் என்பதற்கான அறிவிப்பாகும் இது. அத்தெய்வத்தை நன்கு பார்த்து வழிபட மக்கள் விரைந்து ஓடினர். தங்கள் கழுத்தில் மல்லிகைமலர் மாலை அணிந்து வெள்ளாடை புனைந்தவர்களான இரு பூசாரிகள் தெய்வத்தைத் தூக்கிவந்தனர். அதேபோல உடையணிந்த இரண்டு பூசாரிகள் தேவியைத் தங்கள் தோளில் தூக்கி வந்தனர். இன்னொருவர் புனித நீரையும் நெருப்பையும் வெள்ளிப் பாத்திரங்களில் தூக்கிவந்தார். அவர் புனித நீரைத் தெய்வங்களின் முன் தெளித்தபடி சென்றார். பின்னர் நெருப்பை அந்தத் தெய்வங்களின் முன் சுற்றினர். இச்சடங்குகள் முடிந்தபின் இரண்டு தெய்வ உருவங்களும் இரண்டு மரக் குதிரைகள்மீது வைக்கப்பட்டு, மலை உச்சிக்குத் தூக்கிச் செல்லப்பட்டன. அங்கு மக்கள் அவற்றை ஆரவாரத்தோடு எதிர்கொண்டனர்.

பின்னர் தெய்வங்கள் பல்லக்கில் வைக்கப்பட்டு மலையின் நான்கு மூலைகளுக்கும் எடுத்துச் செல்லப்பட்டன. ஒவ்வொரு மூலையிலும் பல்லக்கு இறக்கி வைக்கப்பட்டு அவற்றின் முன் பழம், தானியம், செப்புக் காசுகள் ஆகியன வாரி இறைக்கப்பட்டன. தங்கள் தெய்வத்திற்கு நன்றியுடையவர்களாக நடந்துகொள்வதாக விரதம் எடுத்துக் கொள்பவர்கள் தங்கள் வெற்று முதுகில் தோலாலான பெரிய சவுக்கால் பதினைந்து அடிவாங்கிக் கொள்வர். இது வலிக்க வில்லையா எனக் கேட்டபோது அவர்கள் 'வலியாவது மண்ணாவது, எறும்பு கடித்ததுபோல இருந்தது'[2] எனப் பதிலிறுத்தனர். அதன்பின் தெய்வங்கள் தங்களுக்குரிய கோயில்களுக்குச் சென்று சேர்ந்தன.'

[2] *சென்னை மெயில், 1904* (*Madras Mail,* 1904).

1908ஆம் ஆண்டு நிகழ்த்தப்பட்ட திருவிழாத் தொடர்பாக அந்த ஆண்டு மெயில் நாளிதழில் வெளியான கட்டுரையில் கூறப்பட்டுள்ள விவரங்கள் வருமாறு: ‘ஆண்டுதோறும் கொண்டாடப்படும் மலையாளிகள் திருவிழா சேர்வராயன் மலை உச்சியில் நடைபெறும். சேர்வராயன் மலையின் பெயருக்குரிய தெய்வமான சேர்வராயன் காவிரி தெய்வத்தை மணந்துகொள்ளும் திருமணத் திருவிழா அப்பொழுது நிகழும். இந்த மலையிலேயே தங்கள் தெய்வமான சேர்வராயன் வாழ்ந்ததாகவும், இறந்தபின் புதைக்கப்பட்டுள்ளதாகவும் மலையாளிகள் நம்புகின்றனர். மலையின் ஒருபக்கம் மரங்கள் நிறைந்து புனிதமானதொரு தோப்பில் அவருடைய கோயில் அமைந்துள்ளது. சிலர் அங்குள்ள கோயிலிலிருந்து சுரங்க வழி ஒன்று அந்த மலையின் மற்றொரு பகுதிக்குச் செல்வதாக நம்புகின்றனர். மற்றொரு சுரங்கம் கரடிக் குகையில் சென்று சேர்வதாகவும் நம்புகின்றனர். சேர்வராயன் மலையின் நாலாப் பக்கங்களிலிருந்தும் பெருந்திரளாக மக்கள் வருவதைக் காண்பது சுவையானதொரு அனுபவம். கிராமத்து முழவு ஒலிக்கும், அவ்வப்போது அதனிடையே ஊதப்படும் கொம்புகளின் ஒலிக்கும் இயைய சில மலைவாசிகள் அடியிட்டுப் பாம்பு நடனமாடினர். பெரிய கொப்பரைகளின் அடியே இருந்து நீல நிறமான புகைவான் நோக்கிப் படர்ந்தபடி இருந்தது. ஏழைகளுக்குச் சோறிடுவதற்காக அவற்றில் சோறு தயாரித்துக் கொண்டிருப்பதாக கூறினர். கோயில் வாசலில் மலர்களையும் மாவிலைகளையும் தொங்கவிட்டு அலங்கரித்திருந்ததோடு கோயிலின் பெரிய வாசலையும் அவற்றால் அழகுபடுத்தியிருந்தனர்.

மலையின் உச்சியில் வாழ்பவர்களின் மனத்தை ஈர்க்கும் வண்ணம் பல பொருள்களும் விற்பனைக்காக அடுக்கி வைக்கப்பட்டிருந்தன. பழங்கள், பனைவெல்லம், தேங்காய், நிலக்கடலை, பிற பருப்பு வகைகள், பெண்கள் பலரும் விரும்பி வாங்கும் முகம்பார்க்கும் கண்ணாடி, வேடிக்கையான சிறு பெட்டிகள், பொட்டிட்டுக் கொள்வதற்கான வண்ணப் பொடிகள், துணிப்பைகள், மணமிக்க மலர்கள், குழந்தைகளுக்கான கிலுகிலுப்பைகள் போன்றவை விற்பனைக்காகப் பரப்பப்பட்டிருந்தன. முழவுகள் ஒலி முழக்கத்தையும் கொம்புகளின் கிறீச் ஒலியையும் கேட்டு நாங்கள் அதிர்ச்சியுற்றோம். தெய்வங்களை வெளியே கொண்டு வரப்போகின்றார் என எங்களிடம் தெரிவித்தனர். அந்த ஓசையைத் தொடர்ந்து கூச்சலும், கைதட்டலும் முழவு முழக்கமும் கேட்டன. தெய்வத்தையும் தேவியையும் மலர்கள்,

அணிகள், கொடிகள், குடைகள், விசிறிகள் ஆகியவற்றால் அலங்கரிக்கப்பட்டிருந்த இரண்டு தேர்களில் வைத்தனர். ஊர்வலம் கோயிலின் இடப்புறமாகச் சென்றது.

தெய்வங்களின் உருவங்களை நல்ல உடற்கட்டு வாய்ந்த இரண்டு மலையாளிகள் தாங்கியவர்களாக இருந்தனர். மக்கள் தெய்வ ஊர்வலத் தேரின்மீது பழங்கள், கடலைகள், தேங்காய் முதலியவற்றை வீசினர். அதன் பின் பூசாரி தெய்வத்தை வெற்றித் தேரில் அமர்த்த அதனைத் தேவியோடுகூடக் காவிரியாற்றை மலை மேலிருந்து நன்றாகப் பார்க்கக் கூடிய இடத்திற்கு இழுத்துச் சென்றனர். அங்கு ஊர்வலம் நிறுத்தப் பட்டது. பூசாரிகள் சில மந்திரங்களை முணுமுணுத்தனர். அதன்பின் ஊர்வலம் மலை உச்சியைவிட்டு இறங்கத் தொடங்கியது. இடையே தெய்வத்தை அது ஓய்வு கொள்வதற்காக அமைத்து வைக்கப்பட்ட கல்மேடைகளில் தூரத்தே புலப்படும் ஊர்களைப் பார்க்கும் படியாக வைத்தனர். இத்தகைய ஊர்களின் மீது தெய்வங்களின் அருள் நோக்கம் படுவதால் அந்த ஊர்களின் வளங்கள் பெருக வாழ்த்துக்களைத் தெய்வங்கள் அருளுவர் என நம்புகின்றனர்.'

மலையாளிகள் நடத்தும் எருதாட்டத்தை நேரில் கண்டு அது பற்றி டபிள்யூ. மகொன் தாலி (W. Mahon Daly) தந்துள்ள பின்வரும் விவரங்களுக்காக அவருக்கு நான் நன்றியுடையேன். 'பொங்கல் திருநாளுக்குப் பின் சேர்வராயன் மலைகளிலும் அதனைச் சார்ந்த சமவெளிகளிலும் எருதாட்டம் நிகழ்த்துவது வழக்கம். மலையாளி களின் கிராமம் ஒன்றில் அந்த ஆட்டத்தைப் பார்க்கும் வாய்ப்பு எனக்குக் கிடைத்தது. ஊரை ஒட்டியுள்ள மந்தை என வழங்கும் வெட்டவெளியில் இது நிகழ்த்தப்பட்டது.

மாரியம்மன் கோயிலுக்கு எதிரே அமைந்துள்ள இந்த வெட்ட வெளியிலேயே திருவிழாக்களின்போது மக்கள் குழுமுவர். ஊர்ப் பஞ்சாயத்துக் கூட்டம், திருமணங்கள் முதலானவையும் அங்கே நடப்பது உண்டு. நாங்கள் அங்குச் சென்று சேர்ந்தவுடன் எங்களை அன்பாக வரவேற்று ஒரு பெரிய அத்திமரத்தின் அடியில் உட்கார வைத்தனர். எருது நாட்டியம் எனப்படும் இதனைத் தமிழில் எருதாட்டம் என்பர். ஆட்டம் என்ற சொல்லுக்கு நாட்டியம் என்பது பொருள். மலையாளிகளிடையே பெருவழக்காக உள்ள இதனைப் பொங்கலை அடுத்து ஆர்ப்பாட்டமாக நடத்துவர். இதனை இவர்கள் சமவெளி மக்களைப் பார்த்து மேற்கொண்டுள்ளனர் என்பதில் ஐயமில்லை. எருதாட்டம் நடத்திய பிறகு இவர்கள் வேட்டை மேல் செல்வர்.

அந்த வேட்டையில் கரடி, மான் போன்ற பெரிய விலங்குகள் அகப்படுமானால் மீண்டும் எருதாட்டம் நடத்தப்படும். நாங்கள் ஆட்டம் தொடங்கும் சமயம் அந்த வேடிக்கையைக் காண வந்து சேர்ந்திருந்தோம். வழக்கமாக வரும் பார்வையாளர்களால் மந்தையில் கூட்டம் மிகுந்தபடி இருந்தது. பக்கத்துக் கிராமங்களிலிருந்து தங்களுடைய சிறந்த ஆடைகளை உடுத்தியவர்களாகப் பெண்கள் பெருமளவில் வந்து திரண்டிருந்தனர். இவர்கள் மந்தையைச் சுற்றி வட்ட வடிவில் ஒழுங்காக நின்றிருந்தனர். அவர்களை யாரும் அழைக்கவில்லை என எனக்குத் தெரிவித்தனர்.

கிராமத்தில் ஒரு விளையாட்டோ, திருவிழாவோ நடைபெறும் போது தாங்களாகவே வந்து கூடுவது இவர்கள் வழக்கம். விளையாட்டும் விழாவும் நடத்தும் ஊரார் அவ்வாறு பெருமளவில் வேற்று ஊரினர் வந்து கூடுவதை எதிர்பார்ப்பதோடு அவர்களுக்கு உணவும் இடுவர். அனைவரும் வந்துகூடிய பின் முரசு முழக்கப்படும். நீண்ட பித்தளையாலான கொம்புகள் முழங்கும். இச்சமயம் வயதான ஒரு மலையாளி தன் குடிசையிலிருந்து தோலாலான கயிற்றுச் சுருளைக்கொண்டு வரக் கண்டோம். அவன் அதனைக் அந்தக் கோயிலைச் சேர்ந்த பூசாரியிடம் ஒப்படைத்தான். அவன் அதனை கோயிலின் முன் வைத்து மூன்றுமுறை வணங்க அந்த ஊரைச் சேர்ந்த சிலரும் அதேபோல் அதனை வணங்கினர். அதற்குத் தீப தூபம் காட்டிய பிறகு அதனை ஊரைச் சேர்ந்த பெரிய மனிதர்களிடம் ஒப்படைத்தனர். அவர்கள் அதனை மலையாளிகள் குழு ஒன்றிடம் தந்தனர். அக்குழுவினரே அதனை எருதோடு பிணைப்பவர்கள். இந்தக் கயிற்றை வைத்திருக்கும் உரிமை அந்த ஊரைச் சேர்ந்தவர்களுள் வயதில் மூத்தவனுக்கு உரியதாகும். எருதாட்டத்திற்கான காளைகள் முன்பே தேர்ந்தெடுக்கப்பட்டு மந்தையை அடுத்துள்ள பட்டியில் அடைக்கப்பட்டனவாக இருந்தன.

பட்டியிலிருந்து அவற்றை ஒவ்வொன்றாக வெளிக் கொணர்ந்து இரு பக்கமும் சம அளவு உடையதாக இருக்கும்படியாகக் கயிற்றைப் பிணைப்பர். கயிறு கட்டப்பட்டவுடன் காளையை மந்தைக்குக் கொண்டு வருவர். இருபக்கத்துக் கயிற்றையும் கயிற்றினைப் பிடிக்க இடம் இருக்கும்வரை பலர் ஒன்றாகச் சேர்ந்து பிடித்துக்கொள்வர். பெரும்பாலும் பக்கத்திற்குப் பதினைந்து பேராகக் கயிற்றைப் பற்றுவதால் பாய்ந்து செல்லவோ முன்னால் இருப்பவனை முட்டவோ காளைக்குச் சிறிதும் வாய்ப்புக் கிட்டுவதில்லை. முன்னால்

நிற்பவர் ஒரு முனையில் தோல் பிணைக்கப்பட்ட மூங்கிலால் காளை யைச் சீண்டி அதனை ஆத்திரம் உறச் செய்வார். காளை சோர்வுற்றதாக அமைதியாக இருக்குமானால் அதன் பின்னால் நிற்பவர்கள் அதனை உசுப்பிவிடக் கூக்குரலிடுவர். இந்த இரண்டு முறைகளாலும் அதனை ஆத்திரமுறச் செய்ய இயலவில்லையாயின் வெறுமனே அதனை முன்னும் பின்னுமாக இழுத்தடிப்பர். இவ்வகையில் அது சோர்ந்து களைப்படைந்ததும் அதனை அவிழ்த்து விரட்டுவர். சுமார் பத்துப் பன்னிரண்டு காளைகளைக்கொண்டு இவ்வாறு எருதாட்டம் நிகழ்த்தியபின் இந்த வேடிக்கை முடிவு பெறும்.

மந்தை சரிவாக அமைந்திருப்பின் அந்த இடத்தில் மலையாளி களால் காளைகளைக் கட்டுப்படுத்தி நிறுத்த இயலாது. அத்தகைய இடங்களில் அவை இழுத்துக்கொண்டு சென்று சிலரைத் தாக்கிக் காயப்படுத்தியதையும் நான் கண்டுள்ளேன். பார்வையாளர்களுக்கும், கூடியிருக்கும் எல்லாத் தோட்டத் தொழிலாளருக்கும் அன்று அங்கு உணவளிப்பர். அன்றிரவு அவர்கள் அந்தக் கிராமத்திலேயே தங்கிச் செல்வர். இந்த எருதாட்ட விழா நிகழ்வதற்கு சில நாள்கள் முன்பு ஊரில் சாவு நிகழுமேல் எருதாட்டம் ஒரு வாரம் தள்ளி வைக்கப்படும். சமவெளியில் இதுபோல் தள்ளி வைக்கும் வழக்கம் இல்லையென நான் அறிகின்றேன்.'

கிராமங்களில் உயர்ந்த தகுதியுடையவனாகக் கருதப்படுபவன் குருவே. கிராமங்களில் ஏற்படும் சச்சரவைத் தீர்த்து வைக்க இவன் அழைக்கப்படுவான். இவன் அச்சச்சரவு பற்றிக் கேட்டறிய ஒரு மட்டக் குதிரைமீதோ குடை பிடித்தவனாக இன்னிசை தொடர நடந்தோ வருவான். குருவின் பதவி, பரம்பரை உரிமை உடையது. அவன் இறக்கும்போது அவன் மகன் அந்தப்பொறுப்பை ஏற்பான். அவனுடைய மகன் வயது வராதவனாக இருப்பின் இறந்தவனுடைய தம்பி அப்பொறுப்பை ஏற்பான். குடிசையைப் பெருக்கும்போது ஒருவன்மீது விளக்குமாறு பட்டுவிட்டாலோ, ஒரு மலையாளி ஐரோப்பியன் ஒருவனால் காலால் உதைக்கப்பட்டாலோ, ஒருவன் சிறைக்குச் சென்று திரும்பி வந்தாலோ சாதி விலக்கம் பெற்றவனாவான். அவன் தன்னை மீண்டும் சாதியில் சேர்த்துக்கொள்ளும்படி குருவிடம் முறையிட்டுக் கொள்ள வேண்டும். குரு, சுவாமிக்குப் புனித நீரால் அபிடேகம் செய்து அதன் ஒரு பகுதியை அவனைக் குடிக்கச் செய்வார். அவன் குருவின்முன், தரையில் விழுந்து வணங்கி அதனைப் பெற்றுக்கொண்டு அடுத்து வரும் நாள்களில் ஆடு, பன்றி

முதலியவற்றின் இறைச்சியைக் கொண்டு குருவிற்கு விருந்து தர வேண்டும். மலையாளிகள் ஆடு, பன்றி, கோழி, பலவகைப் பறவைகள், கருங்குரங்கு ஆகியவற்றின் இறைச்சியை உண்ணும் பழக்கம் உடையவர்கள்.

சேர்வராயன் மலையில் உள்ள ஒவ்வொரு கிராமத்திற்கும் ஒரு ஊர்த் தலைவன் உள்ளான். ஊதியம் ஏதும் இல்லாத இப்பொறுப்பில் இருப்பவன் விருந்துகளின்போது சுவையான உணவுகளில் மற்றவர் களைவிடக் கூட ஒரு பங்கு பெறும் உரிமை உடையவன். இவனுக்குக் கீழ்ப் பணிபுரியக் கங்காணி ஒருவன் அமர்த்தப்படுவான். கங்காணி ஒவ்வொரு குடிசையைச் சேர்ந்தவர்களிடமிருந்தும் ஆண்டுக்கு ஒருமுறை இரண்டு வள்ளம் தானியங்கள் பெறுவான். இரண்டு உடன்பிறந்தவர்களிடையே பெண்ணொருத்தியின் காரணமாகவோ, உடைமைப் பிரிவினைத் தொடர்பாகவோ சச்சரவு நிகழின் ஊர்த் தலைவன் பஞ்சாயத்தைக் கூட்டுவான். குற்றத்தின் தன்மைக்கு ஏற்பத் தொகையோ ஆடு, முதலியனவோ தரும்படி சபையார் தீர்ப்பு வழங்குவர்.

பத்துக் கிராமங்களுக்குப் பொதுவாக பட்டக்காரன் (வட்டாரத் தலைவன்) ஒருவன் இருப்பான். திருமணங்களிலும், தேர்த் திருவிழாக்களிலும் இவன் பங்கு பெறுவான். மணமகன் ஒருவன் தன் மணத்திற்கு எட்டு நாள்களுக்கு முன்பு இவனுக்கு ஒரு ரூபாய், ஒரு கவுளி வெற்றிலை, அரைப்படி பாக்கு ஆகியன தருதல் வேண்டும். பட்டக்காரனுக்குக் கீழ் பணிபுரிபவன் மணியகாரன். திருமணம் பற்றிய தகவலைப் பத்து ஊர்களைச் சேர்ந்தவர்களுக்கும் தெரிவித்து அவர்கள் வந்துகூட ஏற்பாடு செய்வது இவன் பொறுப்பாகும்.

1898ஆம் ஆண்டு ஏப்ரல் மாதம் தொலைவில் உள்ள ஒரு கிராமத்தில் திருமணம் நடக்கப் போவதாகக் கேள்விப்பட்டுப் பெருமழை பெய்ததால் வெண்ணிறப் பூக்கள் பூத்திருந்த காப்பித் தோட்டங்கள் வழியாக நான் அங்குச் சென்று சேர்ந்தேன். வழியில் ‘கோல்டன் ஹார்ன்’ என்ற ஆயிரம் அடி அளவில் செங்குத்தாகத் தாழ்ந்து தொங்கும் பாறையிலிருந்து இயற்கைக் காட்சியைக் கண்டேன். இந்தப் பாறையின் கீழ் மலையாளிகள் தேனை நாடிக் கயிற்றில் ஆடுதல் வழக்கம். காட்டுவழியே செல்லும்போது ஒரு பாறையில் காற்றின் குடைவினால் குதிரையின் காலடிக் குளம்புகளை ஒப்ப அமைந்திருந்த ஓர் இடத்தைக் கடந்து செல்ல நேர்ந்தது. ஒரு குதிரை சேர்வராயன் மலை உச்சியிலிருந்து ஒரே பாய்ச்சலில் அங்குப்

பாய்ந்து, பின்னர் அடுத்த பாய்ச்சலில் சமவெளிக்குச் சென்று சேர்ந்ததாக ஒரு கதை வழங்கி வருகின்றது.

விழாக்கள் நடைபெற இருந்த இந்தக் கிராமம் மற்ற மலையாளிக் கிராமங்களைப்போலவே மூங்கிலாலான தேன்கூடு அமைப்பு உடைய தனித்தனிக் குடிசைகளைக்கொண்டிருந்தது. கூரைகள் பனை ஓலையாலோ புல்லாலோ வேயப்பட்டனவாக இருந்தன. குடிசையின் நடு அறையைச் சுற்றி ஆடுகள், பன்றிகள், கோழிகள் ஆகியன தங்குவதற்கான திண்ணைகள் இடம் பெற்றிருந்தன. தேன்கூடு அமைப்பிலான மற்றச் சிறிய குடிசைகள் அறுவடைக் காலத்தில் தானியங்களைச் சேமித்து வைக்கப் பயன்படுத்தப்பட்டன. தானியச் சேமிப்புக்கான குடிசைகளுக்கு நுழைவாயில் ஏதும் இல்லை. பயன்படுத்தத் தானியம் எடுக்க மேற்கூரையை அப்புறப்படுத்தியாக வேண்டும். நீலகிரியில் படகர் கிராமங்களில் காணப்படுவன போன்ற ஓடு வேயப்பட்ட கூரைகள் புதிய கண்டுபிடிப்புகளாகையால் அவை தங்கள் தெய்வங்களின் சீற்றத்தைத் தூண்டக்கூடும் என்ற காரணத்தால் மலையாளிகளால் அவை அனுமதிக்கப்படுவதில்லை.

இவர்கள் தாங்கள் வெட்டும் மரத்தை வாய்ச்சிக் கொண்டு நேர்ப்படுத்தவோ சொரசொரப்பு நீக்கவோ கூடாதென்று சமயம் தொடர்பான நம்பிக்கையை மேற்கொண்டவர்களாக உள்ளனர். நிலத்தையும் சுமாராக இத்தனை பரப்பளவுடையதாக இருக்கும் என ஊகமாகக் கணிப்பார்களே அன்றி அளக்க மாட்டார்கள். சங்கிலி கொண்டு நிலம் அளவை செய்வதற்கு மிகுந்த எதிர்ப்புக் காட்டும் இவர்கள் அவ்வாறு அளக்காதுவிடப்பட்டால் எவ்வளவு வரி விதித்தாலும் அதனைத் தர ஒப்புக்கொள்வதாகக் கூறுவர். கழிகளின் மேல் அமைக்கப்பட்ட குடிசைகளில் ஆடுகளை அடைக்கின்றனர். பகலில் இடம்விட்டு இடம் நகர்த்தி அமைக்கக் கூடிய பட்டிகளில் தங்கள் ஆடுகளை அடைத்து வைப்பர். இப்பட்டிகளை அவ்வப் போது நகர்த்தி அமைத்துக் கிராமத்தில் வாழ்பவர்கள் தங்கள் நிலம் முழுக்க எரு பரவலாக விழும்படி செய்கின்றனர்.

ஊரைச் சுற்றி உயரம் குறைந்த சுவரொன்று அமைக்கப் பட்டிருக்கும். அதனை அடுத்து காப்பி, புகையிலை முதலானவற்றைப் பயிரிடுவர். ஊருக்கு வெளியே பெரிய மரம் ஒன்றின் அடியில் கல்லால் கட்டப்பட்டு மேலே கற்பலகை ஒன்றினைக் கூரையாகப் பாவப்பட்ட சிறு கோயில் ஒன்று அமைந்திருக்கும். இவற்றுள் மலையாளிகள் புதுக் கற்காலக் கருவிகள் பலவற்றை வானத்திலிருந்து இடியோடுகூட

விழுந்தவை என நம்பிச் சேமித்து வைத்துள்ளனர். இளைஞனும், ஆர்வம் மிக்கவனுமான மணக்கோலத்திலிருந்த மணமகனுக்கு என்னை அறிமுகப்படுத்தி வைத்தனர். கூடியுள்ளவர்கள் முன்னிலையில் அவன் தன் ஆடைகளையும் அணிகளையும் களைந்து நான் குறிப்பெடுத்துக்கொள்ள உதவியாக அவற்றை எனக்குக் காட்டினான்.

மணச்சடங்கின் முதல் நாள் மணமகள் தன் உறவினர்களோடு கூட ஐந்து ரூபாய் பணத்தையும் ஓரளவு தானியத்தையும் பரிசமாக எடுத்துக்கொண்டு மணமகன் ஊருக்குச் செல்வாள். அதற்கு மறுநாள் அங்கு நலங்குச் சடங்கு நிகழும். மணமகனும் மணமகளும் ஒரே ஊரைச் சேர்ந்தவர்களாயின் அவர்களை ஒரே கட்டிலில் அமர்த்தி இச்சடங்கினை நிகழ்த்துவர். வேறு வேறு ஊர் எனில் தனித்தனியே இச்சடங்கை நிகழ்த்துவர். ஊரைச் சேர்ந்த பெரியவர்கள் சில துளி விளக்கெண்ணெய்யைத் தொட்டு மணக்கள் தலையில் தடவுவர். அதன்பிறகு புண்ணாக்கும் படிகாரம் சேர்ந்த நீரும் தேய்த்துக் குளிப்பாட்டி எண்ணெய்யைப் போக்குவர். பெரியவர்களுள் ஒருவர் வெற்றிலையையும் அருகம் புல்லையும் பாலில் தொட்டுக் குனிந்து வணங்கும் மணமக்கள் தலையைச் சுற்றி எறிவார். பன்றி இறைச்சி முதலியவற்றோடுகூடிய விருந்தோடு அன்றைய நிகழ்ச்சி முடிவுறும். அதற்கும் மறுநாள் மணமகள் கழுத்தில் தாலி அணிவிக்கும் சடங்கு நிகழும். மணமகள் தன் உறவினர்களுடன் மணமகன் ஊருக்கு வந்து சேர்வாள். மணமகன் ஒரு விளக்குடன் புதுப்பாய், மூன்று கவுளி வெற்றிலை, அரைப்படி பாக்கு ஆகியவற்றை எடுத்துக்கொண்டு அவர்கள் ஊருக்கு வெளியே தங்கியுள்ள இடத்தை அடைந்து அவர்களை எதிர்கொள்வான். வெற்றிலை பாக்கு மணமகளோடு வந்துள்ளவர்களுக்கு வழங்கப்படும்.

மணமக்கள் பின்னர் இன்னிசை முழங்க ஊருக்குள் நுழைவர். பந்தலின் அடியில் தெய்வத்தைக் குறிப்பதான கல் நாமம் தீட்டப் பட்டுப் பக்கத்தில் அருகே விளக்கும் திருமணப் பானைகளும் அலங்காரமாகச் சூழ்ந்திருக்க அவற்றின் நடுவே வைக்கப்பட்டிருக்கும். இந்த உருவத்தின் முன் மணமக்கள் உயர்ந்த மேடையில் அமர்ந் திருக்கக் குரு அவர்கள் அருகே அமர்வார். கூடியுள்ள விருந்தினர் களுக்கு மலர்கள் வழங்கப்பட்ட பின் பொன்னாலான தாலி மணமகள் கழுத்தில் கட்டப்படும். இதன் பின் மணமக்கள் பாதங்களைப் படிகார நீரினால் அலம்புவர். சிறுதொகைகளை மணமக்கள் அன்பளிப்பாக ஏற்றுக்கொள்வர். மணமக்கள் அக்கல்லுருவினை மும்முறை சுற்றி

வந்தபின் அதன்முன் தரையில் விழுந்து வணங்குவர். பின்னர் பெரியவர்களின் வாழ்த்தைப் பெறுவர். இதன்பின் இருவரும் ஒரே மட்டக் குதிரையில் அமர்ந்து ஊர்வலமாகச் செல்வர்.

சடங்கு நிகழ்ச்சிகள் மறுபடியும் விருந்தோடு முடிவுறும். மணமகள் அவள் கணவனைவிட்டுப் பிரிந்து தனியே பதினொன்று அல்லது பதினைந்து நாள்கள் வாழ்ந்து வருவாள் எனவும், அச்சமயத்தில் உணவு வேளையில் மட்டும் மணமகன் அவள் இருக்கும் இடம் சென்று வருவான் எனவும் எனக்குத் தகவல் தந்தனர். 'மணமகள் தன் கணவனிடம் உண்மையில் அன்புடையவளாக இருக்கின்றாளா என்பதற்காகவே இத்தகைய ஏற்பாடு செய்கின்றனர். அவள் உண்மையில் தன்னுடைய கணவனை விரும்பவில்லையாயின் குருவும், ஊர்த்தலைவனும் அவனை விட்டுப் பிரிந்து விடும்படி அவளுக்கு அறிவுறுத்துவர்.

திருமணத்திற்குப் பிறகு வயது வந்த பெண்கள் வேறு மலையாளி களோடு ஓடிவிட்ட நிகழ்ச்சிகள் பல உள்ளன. அத்தகைய குற்றச் சாட்டுக்கள் குருவின் முன் கூறப்படும்போது அவ்வாறு ஓடிப் போனவள் தன் கணவனோடு தான் வாழ விரும்பவில்லை எனக் கூறியுள்ளாள். அச்சமயம் எல்லாவற்றையும் கேட்டறிந்த பின் குரு அவள் கணவன் வேறொருத்தியை மணக்க அனுமதிக்கின்றான்' என இந்த வழக்கத்திற்கான அடிப்படைக் காரணத்தை எனது மொழிபெயர்ப்பாளர் எனக்கு விளக்கினார்.

மலையாளிகளிடையே காணப்படும் ஒரு விசித்திரமான பழக்கம் இந்துக்கள் கால்வழி அற்றுப் போகாதிருப்பதன் மீதான பற்றினைத் தெளிவாக எடுத்துக்காட்டுவதாகக் கூறும் லெ பனு அதுபற்றிப் பின்வருமாறு எழுதுகின்றார்: பிள்ளைகள் சிறு குழந்தைகளாக இருக்கும் போதே அவர்களுக்கு வயதுவந்த பெண்களை மணமுடித்து வைக்கும் தந்தையர் அப்பெண்கள் குழந்தையைப் பெற்றெடுப்பதற்கான கடமையைத் தாங்களே மேற்கொள்கின்றனர். இதனால் அவர்களும் அவர்களின் பிள்ளைகளும் 'புத்' என்ற நரகத்திற்குச் சென்று சேராமல் காக்கப்படுகின்றனர். அவ்வாறு பிறக்கும் குழந்தைக்குத் தந்தையாகப் பாவிக்கப்படும் சிறுவர்கள் வளர்ந்த பிறகு தங்கள் தந்தையர் செய்தது போலவே சிறுவர்களான தங்கள் பிள்ளைகளுக்கு வயதுவந்த பெண்களை மணம்முடித்து வைத்து அவர்கள் மகப்பேறு பெறும்படி கடமையாற்றுகின்றனர். இவ்வாறு புத்திரன் குமாரன் என்ற எண்ணம் சமயநெறி சார்ந்ததாக

மட்டும் சிறப்புப் பெறாமல் நடைமுறையிலும் ஒருவனை மீட்பதாகின்றது.

கால்வழி வளர்ச்சிக்கு உதவும் உறுப்புக்கள் நன்கு வளரும் முன்பே கடும் உழைப்பிற்கு உள்ளாக்கப்படுவது இம்மரபினால் தவிர்க்கப்படுகின்றது. இது ஒருவருக்கொருவர் உதவிக்கொள்ளும் செயற்பாடாக அமைந்துவிடுவதால் உடலியல் சார்ந்த நலங்கருதியும்கூட மேற்கொள்ள ஏற்றதாக இது உள்ளது. புத்ரன் என்பதன் பொருள் பிள்ளை பெறாதவர் விழவுள்ள புத் என்ற நரகத்திலிருந்து ஒருவனைக் காப்பவன் என்பதாகும். ஒருவனுடைய மகன் சில சடங்குகளை நிகழ்த்துவதன் மூலம் தன் முன்னோர்களின் ஆன்மாவைக் கொடுந்துன்பங்கள் நிறைந்த அந்த நரகத்திலிருந்து மீட்கலாம் என இந்துக்கள் நம்புகின்றனர்.

இதனாலேயே ஒவ்வொரு இந்துவும் மணம் புரிந்துகொண்டு ஒருவனை மகனாகப் பெற்றெடுக்க விழைகின்றான். குமாரன் என்பது ஒருவனுடைய வாழ்வில் இரண்டாம் நிலையாகும். கைக் குழந்தை, குழந்தை, ஆடவன், முதியோன் என்று ஒருவன் வாழ்வு பகுக்கப்படுகிறது. அண்மையில் எனக்கு எழுதிய ஒரு கடிதத்தில் ஒரு இந்திய அலுவலர் பின்வருமாறு எனக்கு உறுதி கூறியுள்ளார்: 'ஒரு சிறுவனுடைய வாழ்க்கையை வயதான பெண்ணொருத்தியின் வாழ்வோடு மண உறவால் இணைக்கும் பழக்கம் இன்றும் வழக்கில் இருந்து வருகின்றது. எனினும் காலப்போக்கில் ஏற்பட்ட முன்னேற்றத்தின் காரணமாக நாகரிகமான சிறு மாறுதலுக்கு அது உள்ளாகியுள்ளது. அவ்வாறு மணம் புரிந்துகொள்பவளின் மாமனார் பழமையான வழக்கின் காரணமாக தான் மேற்கொள்ள வேண்டிய கட்டாயமான உறவுக்குத் தன்னை ஆட்படுத்திக் கொள்ளும் அவல நிலை இன்று இல்லை. அதிலிருந்து தன்னை மீட்டுக்கொண்டவனாக அவன் உள்ளான். அம்மணமகள் தான் விரும்பும் வேறு எவனுடனாவது உறவுகொண்டு பிள்ளையைப் பெற்றுக்கொள்ளலாம் என்ற முன்னேற்ற நிலை இன்று ஏற்பட்டுள்ளது.'

பெரிய மலையாளிகளிடையே கைம்பெண்கள் மறுமணம் அனுமதிக்கப்படுவதில்லை என எனக்குத் தகவல் தந்தனர். கைம்பெண்கள் மணம் புரிந்துகொள்ளாதவர்களாக யாருடனாவது தொடர்பு வைத்துக்கொள்ள அனுமதிக்கப்படுகின்றனர். சேலம் மாவட்டம், தர்மபுரி வட்டத்தைச் சேர்ந்த மலையாளிகளைப் பற்றி எழுதும் லெ. பனு குறிப்பிடுவதாவது: 'ஒரு கைம்பெண் மணம்

செய்துகொண்டே ஆக வேண்டும் என்பது கண்டிப்பான விதி. ஒருத்தி எண்பது வயது ஆனவளாக இருந்தாலும் இந்த விதியிலிருந்து விலக்கு அளிக்கப்படுவதில்லை.

ஒரு கைம்பெண் விரைந்து மணம் செய்துகொள்ளாது காலம் கடத்துவாளாயின் பட்டக்காரர் அவளைத் தன் வீட்டிற்கு வரும்படி அழைப்பு விடுப்பார். இதனைத் தவிர்ப்பதற்காகவேனும் பெண்கள் மீண்டும் மணவிலங்கு பூண ஒப்புகின்றனர்.' சவ்வாது மலைகளைச் சேர்ந்த மலையாளிகளின் திருமண வழக்குப் பற்றி அதே ஆசிரியர் கூறுவதாவது: 'இந்த மலைகளில் மலையாளிகள் வாழ்ந்து வருகின்றனர். இவர்கள் தங்களை வேளாளர் எனவும் பச்சை வேளாளர் எனவும் உயர்த்திக் கூறிக்கொள்கின்றனர். பின்னவர் பிரிவைச் சேர்ந்த பெண்கள் தாங்களே பச்சைக் குத்திக்கொள்வதோ தலைமுடியைக் கொண்டையாக இட்டுக்கொள்வதோ அனுமதிக்கப் படுவதில்லை. இந்த இரு பிரிவினரும் தங்களுக்குள் மணஉறவு செய்துகொள்வதில்லை. திருமணச் சடங்குகளை நடத்த இவர்கள் பிராமணர்களை அழைப்பதில்லை. திருமணச் சடங்குகளைத் திங்கட்கிழமையில் தொடங்கி வெள்ளியன்று தாலி கட்டுவதோடு நிறைவு செய்வர். இந்தத் திங்களும் வெள்ளியும் அமாவாசையை அடுத்து வரும் நாள்களாக இல்லாதபடி பார்த்துக்கொள்வர்.

திருமணச் சடங்கைத் தொடங்கவோ தாலிகட்டவோ இவர்கள் நல்ல முகூர்த்த நேரம் பார்ப்பதில்லை. கைம்பெண்கள் மறுமணம் செய்துகொள்ள அனுமதிக்கப்படுகின்றனர். ஒரு விதவைக்கோ, கன்னிக்கோ மணம் செய்விக்க வேண்டியிருந்தால் மணமகனை அப்பெண்களோ அவர்கள் பெற்றோர்களோ தங்கள் விருப்பம் போல் தேடிக் கொள்ள முடியாது. ஊரில் மணம் செய்விக்கக்கூடிய வயது வந்த பெண்கள் யார் யார் இருக்கின்றார்கள் என ஊர்க் கவுண்டன் கேட்டறிவான். அதன்பிறகு பாட்டனையோ, சமூகத்தைச் சேர்ந்த ஊர்த்தலைவனையோ அங்கு அழைத்துச் செல்வான். சாதித் தலைவன் அந்த ஊருக்கு வந்தவுடன் ஊர்ப் பஞ்சாயத்தைக்கூட்டி அவர்கள் உதவியுடன் ஒரு மணமகனைத் தேர்ந்தெடுப்பான். இவ்வாறு மணமக்களாகத் தேர்வு செய்யப்பட்டவர்களின் பெற்றோர் அதன்பின் மணநாளை முடிவு செய்து மணச் சடங்கை நிகழ்த்துவர்.

கன்னியரின் மணம் 'கல்யாணம்' என்ற பெயரால் அழைக்கப் படுகிறது. கைம்பெண்களின் மணம் 'கட்டிக்கிறது' என்ற பெயரால் அழைக்கப்படுகிறது. (ஆங்கிலேயரின் சுருக்கு, மணமுடிச்சு என்ற

வழக்குகளுடன் இதனை ஒப்பிடலாம்) முறையற்ற உடலுறவில் ஈடுபடுபவர்களின் செயலை அவர்களுடைய சமூகத் தகுதிக்கேற்பப் பெருங்குற்றமாகவோ சாதாரணத் தவறாகவோ மதிக்கின்றனர். வேளாளர் சாதியைச் சேர்ந்த ஆண் ஒருவன் வேறு சாதிப் பெண்ணோடு முறையற்ற உடல் உறவில் ஈடுபட்டால் அவன் சாதியிலிருந்து விலக்கப்படுவான். அவனுடைய கள்ளக்காதலி வேளாளர் சாதியையே சேர்ந்தவளாக இருந்தால் பெண்ணுக்கு ரூ.3-8-9உம் ஆணுக்கு ரூ. 7-0-0உம் அபராதம் விதிக்கின்றனர். தண்டத் தொகை விதித்த பின் பிராமணர்கள் உயர்ந்தவர்கள் என்பது ஏற்றுக்கொள்வதை எடுத்துக்காட்டுவதைப் போலக் குரு குற்றம் புரிந்தவர்களைப் புனிதப்படுத்தத் தீர்த்தம் வழங்கும் உரிமை பெற்றவராகின்றார். இச்சடங்கிற்காக அவர் 4 அணாவிலிருந்து 12 ரூபாய் வரை கட்டணமாகப் பெறுகின்றார். குரு நேரிலே வந்து தீர்த்தம் வழங்குவார். அல்லது நாட்டான் வாயிலாக அதனை அனுப்பி வைப்பார், குற்றம் இழைத்தவர்களுக்கான தண்டத் தொகையை அவர்கள் உறவினர்கள் —அவர்கள் எவ்வளவு தூரத்து உறவினர் களாயினும்-செலுத்தியாக வேண்டும். குற்றம் இழைத்தவர்களுக்கு உறவினர்கள் யாருமில்லையாயின் அவர்கள் தங்கள் ஊரிலிருந்து தொலை தூரத்திற்கு அனுப்பப்படுவர். முறையற்ற உடலுறவில் ஈடுபட்டவள் மணமானவளாயின் அவள் தன் கள்ளக் காதலனுக்குப் பிறந்த குழந்தையையும் எடுத்துக்கொண்டு திரும்பவும் தன் கணவனிடம் வந்து சேர அனுமதிக்கப்படுகிறாள்.

ஒரு கைம்பெண் இறந்துபோன தன் கணவனின் உடன்பிறந் தவனை மணந்துகொள்ள சில தனித்த சூழல்களில் அனுமதிக்கப் படுகின்றாள். ஒரு கைம்பெண் மறுமணம் செய்துகொள்ளும்போது அவள் முதல் கணவனுக்குப் பிறந்த குழந்தைகள் அவனுடைய உறவினர்களுக்கு உரியனவாகும். இரண்டாவது கணவனுக்கு அக்குழந்தைகள் தொடர்பான பொறுப்பு ஏதும் இல்லை. ஒருத்தி மணமுறிவுக்குப் பிறகு மணம் புரிந்துகொள்ளும்போதும் இதே விதிமுறைகள் மேற்கொள்ளப்படுகின்றன. அக்குழந்தைகளை ஏற்றுக்கொள்ள இறந்துபோன அவளுடைய கணவனின் உறவினர்கள் முன்வரவில்லையாயின் அவர்களைக் காப்பாற்றும் பொறுப்பு ஊர்க் கவுண்டனுடையதாகும். அவர்களைத் தன் பொறுப்பில் ஏற்றுக் காப்பாற்றுவது அவன் கடமையாகும். பொதுவாக இறந்தவர்களைப் புதைப்பதே வேளாளர் வழக்கம்.

கருவுற்ற பெண்களையும், தொழுநோயால் பீடிக்கப்பட்டு இறப்பவர்களையும் எரிக்கின்றனர். மகப்பேற்றின் போது எந்தச் சடங்கும் நிகழ்த்தப்படுவதில்லை. குழந்தைக்குப் பதினைந்தாம் நாள் பெயரிடுகின்றனர். பூப்படையும் சிறுமியர் ஊருக்கு வெளியே தனிக் குடிசையில் இருத்தப் பெறுவர். அவளுக்கான உணவை அவ்விடத் திற்குக்கொண்டு வந்து தருவர். பகலிலும், இரவிலும் அவள் அந்தக் குடிசையைவிட்டு வெளியேற அனுமதிக்கப்படுவதில்லை. பூப்படையும் போதான சடங்குகளையும் சாவுச் சடங்குகளையும் இதேபோன்று பெரிய மலையாளிகளும் நிகழ்த்துகின்றனர். இறந்தவர்களைப் புதைகுழியில் வைத்து அடக்கம் செய்யும் இவர்கள் அதன்மீது மண்ணாலும் கல்லாலும் மேடையிடுகின்றனர். சவ அடக்கத்தின்போது சிலர் துப்பாக்கிகளை வெடிப்பர். புதைகுழியில் கிறித்தவர்கள் சவ அடக்கத்தின்போது செய்வதுபோல அனைவரும் ஒரு பிடி மண்ணிடுவர்.

சவ்வாது மலைகளைச் சேர்ந்த மலையாளிப் பெண் ஒரு முறை யற்ற உறவில் ஈடுபடுவாளானால் பெரியவர்கள் அச்சமூகத்தைச் சேர்ந்த இளைஞர்களை அவளுக்கு வஞ்சக வழியில் தீங்கிழைக்க ஏவிவிடுவர். அதன்பிறகு அவளை மாட்டுச் சாணியும், பிற குப்பை களும் நிறைந்த குழியில் தள்ளி இழிவுபடுத்துவர். முறையற்ற உறவுகள் பெரும்பாலும் நிகழ்வதில்லை என்று ஒரு பெரியவர் தெரிவித்தார்.

தென் ஆர்க்காடு மாவட்டத்தைச் சேர்ந்த மலையாளிகள், ‘தாலிகட்டியவுடன் மணமக்கள் தங்கள் சிறுவிரல்களைப் பிணைத்துக் கொள்வர். அந்த விரல்களிடையே ஓர் இரண்டணா நாணயத்தை வைத்து அவர்கள் கைகளின் மீது நீருற்றுவர். பூசாரி கரிராமனுக்கு வெற்றிலை பாக்கு வழங்குவார். பின்னர் துப்பாக்கியில் வெடி வெடிப்பர்’ எனத் தென் ஆர்க்காடு மாவட்ட விவரக் குறிப்பில் கூறப்பட்டுள்ளது.

ஏலகிரியைச் சேர்ந்த மலையாளிகளிடையே மணமகனாகப் போகின்றவனுடைய தந்தை ஓர் ஊரில் தக்க மணமகள் இருப்பதாகக் கேள்விப்பட்டால் சில உறவினர்களோடு அங்குச் சென்று ஊர்க் கவுண்டன் அல்லது சமூகத் தலைவனைத் தேடிப்பிடிப்பான். அவர்கள் ஒருவரை ஒருவர் அணைத்து வாழ்த்துக் கூறிக்கொள்வர். அதன்பிறகு பிள்ளையின் தந்தையோடு வந்தவர்கள் தங்கள் வருகையின் நோக்கத்தைத் தெரிவிப்பர். மணமகனுடைய தந்தை தான் நாலு

பேருடைய வார்த்தைக்குக் கட்டுப்படுவதாகக் கூறுவான். மணஉறவு உறுதிசெய்யப்படுமானால் மணமகனின் தந்தை அதனைக் கொண்டாட ஒரு விருந்து தருவான். பெண் கேட்டு வந்தவர்கள் மணமகளாக வர இருப்பவள் வீட்டு வாசற்படியை நெருங்கியவுடன் அந்த வீட்டுக்குரிய மூத்த மருமகள் வாசலுக்கு வந்து உள்ளே செல்கின்றவர்களுடைய கைத்தடிகளைத் தன் பொறுப்பில் வாங்கிக் கொள்வாள். அதன்பின் அவள் சிறப்பாகத் தயாரிக்கப்பட்ட சந்தனக் கலவையால் அவர்கள் நெற்றியில் வட்டமாகப் பொட்டு வைத்து அவர்களை வீட்டினுள் வரவேற்பாள். அதன்பின் விருந்து நடைபெறும். விருந்தினர் புறப்படும்போது அவள் மீண்டும் வாசலுக்கு வந்து அவர்களுடைய கைத்தடிகளை உரியவர்களிடம் கொடுத்து உதவுவாள்.[3]

கோயமுத்தூர் மாவட்டத்தைச் சேர்ந்த மலைவேளாளர்களிடையே மூன்று நாள்கள் தொடர்ந்து நடைபெறும் மணச் சடங்குகளின்போது மணமகள் அழுதபடி இருக்க வேண்டும் என்பது வழக்கமாகும். இல்லையானால் அவளை நல்ல பெண்ணாகப் போற்றமாட்டார்கள். உண்மையில் கண்ணீர் விட்டு அழ இயலாதவளாக ஆகிவிடும்போது அவள் கூக்குரலிட்டுப் புலம்ப வேண்டும். வடஆர்க்காடு மாவட்டத்தில் மலையாளி 'மணமகள் சிலபோது தூக்கிச் செல்லப் படுகிறாள். எனினும் இப்பழக்கம் செல்வாக்கு இழந்துவருகின்றது. இம்முறையை மேற்கொள்ளும் மணமகன் தன் முகத்தில் கறுப்பு, வெள்ளைப் புள்ளிகளை வைத்துக்கொண்டு, உடைந்த சட்டிகளையும் குப்பையையும் ஒரு கூடையிலிட்டுச் சுமந்தவனாகக் கிழிந்த சல்லடை ஒன்றினைத் தலைக்குமேல் குடையாகப் பிடித்தபடி திருமணத்திற்கு முன் ஊர்வலமாகச் செல்ல வேண்டும்.

மணத்தின்போது அவன் மணமகளின் தந்தைக்குப் பணம் தருவதோடு இரண்டு நாள் விருந்து சமைக்கப் போதுமான விறகையும் தந்துதவ வேண்டும். முதல்நாள் விருந்தில் சோறும் பருப்பும் இடம் பெறும். இரண்டாம் நாள் பன்றி இறைச்சியை உண்பர். மூன்றாம் நாள் பொழுது புலரும்போது மணமகன் தாலியைக் கொண்டு வருவான். அப்பொழுது மணமக்கள் மடியில் ஒரு வாளினைக் கிடத்துவர். நாட்டானோ வயதான பெரியவர் ஒருவரோ தாலியை வாழ்த்தித் தருவார். மணம் செய்துகொள்வதற்குமுன் மணமகன் குறைந்தது ஓராண்டாவது மணமகள் வீட்டில் பணிசெய்த பின்னரே

[3] சி. ஹயவதனராவ் அவர்களுடைய கையெழுத்துச் சுவடி.

மணமகளின் பெற்றோரின் உடன்பாட்டைப் பெற முடியும்' என எச்.எ. ஸ்டுவர்ட் வட ஆர்க்காடு மாவட்டக் கையேட்டில் கூறியுள்ளார்.

'வட ஆர்க்காட்டைச் சேர்ந்த மலையாளிகள் பதினெட்டு நாடுகளில் வாழ்கின்றனர். கணமலை நாட்டைச் சேர்ந்த நாட்டான் பெரிய நாடன் என அழைக்கப்படுகின்றான். இவனே சமூகத் தலைவனாகவும் உள்ளான். மற்ற நாடுகளுக்குரிய நாட்டான்களை அமர்த்தும் உரிமை, சமூகப் பஞ்சாயத்தைக் கூட்டும் உரிமை, அக்கூட்டங்களைத் தலைமை தாங்கி நடத்தும் உரிமை, தண்டம் விதிக்கும் உரிமை, எந்த ஒரு மலையாளியையும் சமூகவிலக்கம் செய்யும் உரிமை, சமூக வழக்கத்தை மீறுபவர்களைப் புளியம் விளாரால் விளாசும் உரிமை ஆகியவற்றை இவன் பெற்றுள்ளான். இந்த உரிமைகளைச் சில சமயங்களில் இவன் வேறு நாட்டான்களிடம் விட்டுக் கொடுப்பான். விதிக்கப்படும் தண்டத் தொகையில் இரண்டு பங்கினைப் பெரிய நாட்டான் வைத்துக் கொண்டு மீதம் இருப்பதை ஊரான்களுக்குச் சமமாகப் பங்கிட்டுக் கொடுப்பான். ஊர் எல்லைக்கு உட்பட்ட பகுதிகள் புனிதமான வையாகக் கருதப்படுகின்றன. தெருக்களில் பிராமணர்கள் கூட வெறுங்காலினராகவே நடக்கவேண்டும் என இவர்கள் விரும்புகின்றனர்.

சைவம், வைணவம் ஆகிய இரண்டு சமய நெறிகளையும் மேற் கொண்டுள்ள இவர்கள் நாமம், திருநீறு ஆகிய இரண்டையும் அணிவதோடு காளி, பெருமாள் ஆகிய தெய்வங்களையும் வழிபடு கின்றனர். இவர்கள் வழிபாட்டு முறை தனித்த இயல்புடையதாகவும் கிட்டத்தட்ட மற்றவர் யாரும் அறியாதபடி மறைவாக மேற்கொள்ளப் படுவதாகவும் உள்ளது. இவர்கள் காளியைச் சிறப்பாக வழிபடு வதோடு ஆண்டுக்கு ஒருமுறை பதினைந்து நாள்கள் நீடிக்கும் படியாக ஒரு விருந்தும் கொண்டாடுகின்றனர். இந்தச் சமயத்தில் சமவெளியைச் சேர்ந்த யாரும் இவர்கள் இருப்பிடத்தை நெருங்குவ தில்லை. அவ்வாறு அங்குச் செல்பவர்கள் அங்கிருந்து உயிரோடு மீளமுடியாது என்ற அச்சத்தாலேயே இவ்வாறு செல்வதில்லை.

மலையாளிப் பெண்கள்கூட இச்சமயச் சடங்கைக் காண அனுமதிக்கப்படுவதில்லை. இதில் பங்குபெறுபவர்கள் பெண் களோடு—அவர்கள் தங்கள் மனைவியராகக்கூட இருக்கலாம் — பேசுதல் கூடாது. மலைப்பகுதியில் வெட்ட வெளியில் நிகழ்த்தப்படும் சடங்கில் ஒரு கல்லை வேலாண்டி சுவாமி எனப் போற்றி வழிபடு கின்றனர். இச்சமயச் சடங்கின் இயல்பு பற்றி அறிந்துகொள்வது

எளிதன்று. ஆண்கள் மட்டும் தங்கள் கிராமத்தில் திருப்பதி வெங்கடேசுவரரை ஒரு பேழையில் மறைவாகப் பாதுகாப்பாக வைத்து வழிபடுகின்றனர். இதனை மற்றச் சாதியைச் சேர்ந்தவர்கள் பார்க்க இவர்கள் அனுமதிப்பதில்லை. இறந்தவர்களைப் புதைக்கும் போது சில கட்டுப் புகையிலையையும் அவர்களோடு புதைப்பர்.

யாரேனும் நோயுற்றால் மலையாளிகள் மருந்தைத் தராமல் பூசாரியை அழைத்து எந்தத் தெய்வம் அல்லது தேவதைக்குத் தீங்கிழைத்ததால் இந்த நோய் வந்தது என வினவுவர். அரசுக்கு இவர்கள் ஏருக்கு இவ்வளவு, கொத்துக்கு இவ்வளவு என ஒவ்வொருவரும் வைத்திருக்கும் ஏர், கொத்து ஆகியவற்றின் எண்ணிக்கையின் அடிப்படையில் வரி செலுத்துகின்றனர். பயிரிடப் படும் நிலத்தின் பரப்பளவின் அடிப்படையில் வரி செலுத்துவ தில்லை. காடுபடு பொருள்களை இவர்கள் சேகரிக்கின்றனர். அவற்றுள் கொப்பிலைப் பொடி (Mallotus philippinensis) மரத்தின் மலர்களின் சுரப்பிகளில் காணப்படும் துளிகள் குறிப்பிடத்தக்க சேகரிப்பாகும். இதனை ரங்காரிகள் பட்டுக்கு ஆரஞ்சு வர்ணம் ஏற்றப் பயன்படுத்துகின்றனர். செந்நாழிச் செடியின் வேர் அரிய மருத்துவப் பயன்கள் கொண்டது. பல நோய்களுக்கு மருந்தாகவும், பாம்புக்கடி நஞ்சினை முறிக்கும் மருந்தாகவும் பயன்படுகின்றது' என எச்.எ. ஸ்டுவர்ட் எழுதியுள்ளார்.

வட ஆர்க்காடு மாவட்டத்தில் சவ்வாது மலைகளில் வாழும் மலையாளிகள் மூங்கில், சந்தன மரங்கள் ஆகியவற்றை வெட்டும் பணியாளராகவும் வாழ்க்கை நடத்துகின்றனர். மலையாளிகள் வலைவிரித்து விலங்குகளை அகப்படுத்துவதோடு ஐரோப்பாவில் தயாரிக்கப்பட்ட துப்பாக்கியைப் பயன்படுத்திப் பெரிய விலங்கு களான மான், புலி, சிறுத்தை, கரடி, காட்டுப் பன்றி ஆகியவற்றையும் வேட்டையாடுகின்றனர்.

பொங்கல் விருந்தின்போது கல்ராயன் மலையைச் சேர்ந்த மலையாளிகள் அனைவரும் வேட்டைமேல் செல்கின்றனர் எனவும், இதனை இவர்கள் பரிவேட்டை எனக் கூறுகின்றனர் எனவும் லெ. பனு கூறுகிறார். இந்த வேட்டையில் பாளையக்காரர் ஏதேனும் வேட்டையாடிக்கொண்டு வரத் தவறுவாராயின் பூசாரி அவருடைய குடுமியை வழக்கப்படி அறுக்கக் கடமைப்பட்டவன். பாளையக்காரர் தன்னை அவ்வாறு இழிவுபடுத்த வேண்டாம் எனப் பூசாரியிடம் கெஞ்சிக் கேட்டுக்கொண்டு தன் வேலைக்காரர்களில் ஒருவனைத்

மலையாளி ✤ 319

தனக்குப் பதிலாகக் குடுமி அறுப்புக்கு உட்படுத்துவார். சில ஆண்டு களுக்கு முன்பு சேர்வராயன் மலையைச் சேர்ந்த மலையாளிகள் குழு ஒன்று பழங்காலத் துப்பாக்கிகளையும் பிற விசித்திரமான கருவிகளையும் ஏந்தியவர்களாக வேட்டைக்குச் சென்று ஒரு சிறுத்தையைக் கொன்று, அதனை ஒரு சட்டத்தில் வைத்து வாய் நன்கு பிளந்தபடியும், வாலானது நிமிர்ந்து நிற்கும்படியும் கட்டி ஏற்காட்டைச் சுற்றித் தப்பட்டை முழக்கத்தோடு ஆடிப் பாடியவர் களாக எடுத்துச் சென்றனர்.

'சேர்வராயன் மலையைச் சேர்ந்த மலையாளி ஆண்கள் தலைப்பாகையும், பழுப்பு நிறக் கம்பளியும் அணிகின்றனர். அந்தக் கம்பளியே அவர்களுக்கு மேற்சட்டை, மழைச் சட்டை, குடை எனப் பல வகையிலும் பயன்படுகின்றது. ஒரு பையில் வெற்றிலை, புகையிலை ஆகியவற்றை வைத்திருக்கும் இவர்கள் ஒரு அரிவாள், சுரைக்குடுக்கை, காப்பிச் செடித்தண்டாலான கைத்தடி ஆகிய வற்றையும் உடன் எடுத்துச் செல்வர். வளையல், மோதிரம், மெட்டி, காது, மூக்கு ஆகியவற்றுக்கான அணிகள் ஆகியவற்றை இவர்கள் பயன்படுத்துகின்றனர். ஊர் ஊராகச் குறத்திகள், பெண்களுக்கு நெற்றி, நெற்றிப்பொட்டு, கன்னம், கைகள், முன் கைகள் ஆகிய வற்றில் பச்சை குத்திவிடுவர். பொன்னாலான அணிகள், பெண் களின் காதுகளையும் மூக்கையும் அலங்கரிக்கும். மெட்டி, வளையல் ஆகியன அணிந்திருக்கும் இவர்கள் கழுத்தில் ஒரு கயிற்றில் பல் குத்தியினையும், காது குரும்பை வாங்கியினையும் தொங்க விட்டிருப்பர். இறக்குமதி செய்யப்பட்ட பூப்போட்ட பருத்தி நூலாலான சேலையை இவர்கள் அணிகின்றனர். உள்ளூரில் பயிரிடப்பட்ட புகையிலையைக் குமிழ (*Gmelina arboren*) மரத்தின் இலைகளில் வைத்துச் சுருட்டிச் சுருட்டாக்கிப் பெண்கள் புகைப்பதை நான் நேரில் பார்த்துள்ளேன். வட ஆர்க்காட்டில் சவ்வாது மலைகளில் வாழும் மலையாளிகளிடையே பச்சை குத்துவது அனுமதிக்கப் படுவதில்லை.

திருச்சிராப்பள்ளி மாவட்டத்தைச் சேர்ந்த மலையாளிகளைப் பற்றி எப்.ஆர். ஹெமிங்வே பின்வருமாறு எழுதுகின்றார்: இந்த மாவட்டத்தைப் பொறுத்தவரை மலையாளிகள் கொல்லி மலையிலும் பச்சைமலையிலுமே வாழ்கின்றனர். இந்த இரண்டு மலைகளையும் சேர்ந்த மலையாளிகள் தங்களுக்குள் மணஉறவு கொள்வதில்லை எனினும் ஒரே பந்தியில் அமர்ந்து உண்பர். சமூகக் கட்டுப்பாட்டை

நடைமுறைப்படுத்த ஏற்ற வகையில் இந்த இரு மலைப்பகுதிகளுமே நாடுகள் எனப் பல உட்பிரிவுகளாகப் பிரிக்கப்பட்டுள்ளன. ஒவ்வொரு நாடும் இருபது முதல் முப்பது வரையான கிராமங்களைக் கொண்டதாக இருக்கும். ஒவ்வொரு ஊருக்கும் ஒரு தலைவன் உள்ளான். கொல்லிமலையில் இவன் ஊர்க்கவுண்டன் அல்லது குட்டிமணியம் என்றும், பச்சை மலையில் மூப்பன் என்றும் அழைக்கப்படுகின்றான்.

பச்சை மலையில் ஐந்து முதல் பத்து வரையான கிராமங்களை இணைத்துச் சிட்டம்பலம் என வழங்குகின்றனர். அவற்றின் தலைவனாகக் கவுண்டன் என்பவன் உள்ளான். நாட்டுத் தலைவன் பெரிய கவுண்டன் எனப்படுவான். கொல்லிமலையில் சிட்டம்பலம் என்ற அமைப்பு இல்லை. அங்குள்ள நாடுகளுக்குப் பெரிய கவுண்டன் என்பவன் தலைவனாக உள்ளான். இவன் சில சமயங்களில் சடைக்கவுண்டன் எனவும் அழைக்கப்படுவான். கொல்லி மலையில் முதல் நான்கு நாடுகளை ஒன்றாக இணைத்துப் பட்டம் என வளப்பூர் பட்டக்காரன் தலைமையில் விட்டுள்ளனர். மற்ற மூன்று நாடுகளையும் சக்கிரட்டிப் பட்டக்காரன் தலைமையில் விட்டுள்ளனர். ஒரு மண ஏற்பாட்டை உறுதிசெய்வதற்கு முன் பட்டக்காரனுடைய அனுமதியைப் பெற்றாக வேண்டும். கொல்லி மலையில் பட்டக்காரன் இந்த அதிகாரத்தைச் சடைக் கவுண்டனுக்கு வழங்கியுள்ளான். இரண்டு மலைப்பகுதிகளைச் சேர்ந்த பட்டக்காரன்களுக்கும் குறிப்பிட்ட சில தனிச் சலுகைகள் உள்ளன. குதிரையில் ஏறிச் செல்லுதல், குடை பிடித்துக்கொள்ளுதல் போன்றவை அவற்றுள் சில. இவற்றை மற்ற பொதுமக்கள் பயன்படுத்த இயலாது.

'சீரங்கத்தில் உள்ள விஷ்ணுவின் பெரிய கோயிலின் அருளுடைமையையும், கொல்லி மலையில் அணபலேசுவரத்தில் உள்ள சிவன் கோயிலின் அருளுடைமையையும் மலையாளிகள் ஏற்றுக் கொள்கின்றனர். பின்னர்க் கூறப்பட்ட கோயிலில் ஆடியில் நடை பெறும் திருவிழாவிற்கு மூன்று நாட்டையும் சேர்ந்த மலையாளிகள் சென்று கூடுகின்றனர். ஒவ்வொரு ஊரிலும் ஒரு கோயிலோ பெருமாளின் உருவமோ இடம்பெற்றிருக்கும். காளியை மலையாளிகள் பொதுவாக வழிபட்டாலும் அவளை இவர்கள் சிவனோடு உறவுடையவளாகக் கருதுவதில்லை.

காளி கிராம தேவதையாகக் கருதப்பட்டாலும் அவளுக்குக் காவல் தெய்வங்களாகக் கருப்பன்களை அமர்த்துவதோ உயிர்ப் பலியிடுவதோ இல்லை. பச்சைமலையில் பிடாரியைப் பெரும்பாலும் மண்ணுப்

பிடாரி என்றே வழங்குகின்றனர். மண் குவியலே இவளைக் குறிக்கும் உருவமாகும். இந்த உருவம் அமைக்கப்பட்டிருக்கும் இடத்திற்கு நள்ளிரவில் ஒரு மறியோடு கூடச் சமைத்த சோற்றையும் எடுத்துச் செல்வர். ஒருவன் இலைக் கொத்துக்களால் கோயிலுக்குச் செல்லும் வழியைக் கூட்டிப் பெருக்கியபடி செல்வான். மறியினைக் கொன்று அதன் நுரையீரலை உப்பச் செய்து அந்த மண்குவியலின் மீது வைப்பர்.

கொல்லிமலையில் நாச்சி, கொங்லாயி என்ற வேறு இரு தேவதைகளையும் அனைவரும் வழிபடுகின்றனர். நாச்சியின் வழிபாட்டின்போது அனைவரும் மௌனத்தை மேற்கொள்ள வேண்டும். அவ்வழி பாட்டின்போது பெண்களை ஊரில் இருக்க அனுமதிப்பதில்லை. அப்போது யாரேனும் பேசினால் அவனைக் குளவிகளோ பிற பூச்சிகளோ கடிக்கும் என நம்புகின்றனர். உருவம் ஏதும் அற்ற நாச்சி தரையிலிருந்து ஒரு சேவலின் கொண்டையைப் போல பளபளப் பான உருவத்துடன் எழுவாள் எனக் கருதுகின்றனர். கொங்கலாயிக்கு உருவம் உண்டு. இவளை வழிபடும்போது இன்னிசை முழக்குவர். இந்தத் தேவதைகள் அனைத்தும் ஒவ்வொரு ஆண்டும், பயிர்த்தொழில் மேற்கொள்ளும் முன் வழிபடப்படுகின்றன.

மலையாளிகள் சமவெளியில் வாழ்பவர்களைப்போல பட்டவன் களையும் வழிபடுகின்றனர். கொல்லிமலையில் பட்டவன்கள் கொடுஞ்சாவுக்கு ஆளானவர்களாகக் கருதப்படுவதில்லை. மாறாக நல்லொழுக்க நெறியை மேற்கொண்டவர்களாகவும், வேட்டையில் தீரர்களாகவும் நெடுங்காலம் வாழ்ந்தவர்களே பட்டவன்கள் எனக் கருதப்படுகின்றனர். அத்தகைய பட்டவன்கள் உண்மையிலேயே சக்திவாய்ந்த தெய்வங்களா இல்லையா என்பதை அவர்களைச் சிறப்பிக்க என ஏற்பாடு செய்யப்பட்ட நாளில் இச்சாதியார் தாங்கள் மேற்கொள்ளும் வேட்டையில் கிடைக்கும் வெற்றியைக் கொண்டு முடிவு செய்வர். வழக்கமாகப் பட்டவன் களுக்குப் பலிதரும் இவர்கள் தாங்கள் வேட்டையாடும் விலங்குகளின் தலையையே பலியாகத் தருகின்றனர். சில சமயங்களில் ஒருவன் தீய ஆவி ஒன்றுபட்டவனாக மாறியதாகக் கனவு காண்பான். அவ்வாறு கனவு கண்டவனை ஒரு எட்டி (*strychnos nux - vomica*) மரத்தின் அடிக்கு அழைத்துச் சென்று அவன் தலைமயிரை அம்மரத்தின் அடிமரத்தோடு சேர்த்து ஆணி அறைந்தபின் மயிரைக் கத்திரிப்பர். இதனால் சமூகத்தைச் சேர்ந்தவர்களுக்குத் தொடர்ந்து தீங்குகள் நிகழாது தடுக்கப் படுகின்றது என நம்புகின்றனர்.

பச்சை மலையைச் சேர்ந்த மலையாளிகளும், கனவில் பஞ்சமன் ஒருவனுடன் தீய ஆவி கனவில் தோன்றுமானால் இத்தகைய சடங்கினை மேற்கொள்கின்றனர். கொல்லிமலையில் மலையாளிகள் சீரங்கம் கோயிலுக்கு நேர்ந்துவிடப்பட்ட காளைகளின் முதுகில் முரசை ஏற்றியவர்களாகத் தலையில் பறவை இறகுகளைச் சொருகிக் கொண்டு அந்தக் காளைகளை உடன் அழைத்தவர்களாக வீடு வீடாகப் பிச்சை கேட்டு வருவர். இந்தக் காளைகள் இறக்கும்போது அவற்றைப் புதைப்பர். பிறகு புதைகுழியின் மீது அலரிச் செடி ஒன்றினை நடுவர். இப்பழக்கம் வைணவ சமயத்தைச் சேர்ந்த சில குடும்பத்தவர் களிடையே மட்டும் வழக்கில் உள்ளது. சைவர்கள் பொலி எருதுகளை அரப்பிலேசுவரர் தெய்வத்திற்காக நேர்ந்து விடுவர். நல்ல சாதியைச் சேர்ந்த இந்தக் காளைகளும் இறக்கும் போது 'டமடம்கள்' காளைகளைப் போலவே சிறப்பிக்கப்படுகின்றன.

மலையாளிகள் தங்கள் வீடுகளை மூங்கில் தட்டிகளால் கட்டிக் காட்டுப் புல்லைக்கொண்டு கூரை வேய்கின்றனர். ஓடுகளையும் செங்கற்களையும் பயன்படுத்தினால் தெய்வங்களின் சீற்றத்தை அச்செயல் தூண்டும் என நம்புகின்றனர். கொல்லிமலையில் உள்ள வீடுகளில் உள்ளே ஏணி வைத்து அடையும்படியாக ஒரு பரண் இருக்கும். இறவாரங்கள் மிகத் தாழ்ந்தனவாகக் கிட்டதட்டத் தரையைத் தொட்டனவாக இருக்கும். வீட்டின் முன் திண்ணையின் அடியில் கோழிகளை அடைக்கும் கூண்டு அமைக்கப்பட்டிருக்கும். வீடுகளின் உச்சியில் தீ நிமித்தத்தை அறிவிக்கும் கோட்டான்களான ஆந்தைகள் அணுகாதிருக்கக் காட்டுப் புல்கத்தைகளையும் கந்தல் துணிகளையும் போட்டு வைத்திருப்பர். ஊரைச் சேர்ந்த பன்றிகள் விளைநிலங்களில் சென்று புகாமல் தடுக்க ஊரைச் சுற்றி வேலி அமைத்திருப்பர்.

பச்சைமலையைச் சேர்ந்த பெண்கள் வலப் பக்கமாகக் கொசுவம் விட்டுச் சேலை அணிவர். இவர்கள் மார்பகங்களை மறைப்பதில்லை. கொல்லிமலையைச் சேர்ந்த பெண்கள் கொசுவம் வைத்து சேலை அணிவதில்லை என்றாலும் தங்கள் மார்பகங்களை நன்கு மறைக் கின்றனர். ஊருக்கு வெளியே சென்று பணி செய்யும்போது தெய்வங்கள் கோபமுறும் என்ற காரணத்தில் இவ்வாறு மார்பகங்களை மறைப்பதில் மேலும் கருத்துடையவர்களாக இருப்பர். பச்சை மலையைச் சேர்ந்தவர்கள் பச்சை குத்திக்கொள்கின்றனர். கொல்லி மலையைச் சேர்ந்தவர்கள் இப்பழக்கத்தை வெறுக்கின்றனர். இவர்கள் பச்சைகுத்திக் கொண்டிருக்கும் ஒருவனைத் தங்கள் வீட்டினுள்

அனுமதித்தால் தெய்வங்கள் சீற்றம் கொள்ளும் என்பதால் அத்தகையவர்களைத் தங்கள் வீட்டினுள் அனுமதிப்பதில்லை.

'மலையாளிகள் அனைவரும் வேட்டையில் மிகுந்த நாட்டம் உடையவர்கள். வனத்துறையின் விதிமுறைகள் தங்கள் ஆர்வத்திற்கு முரணானவையாக உள்ளன என இவர்கள் குறைபட்டுக்கொள் கின்றனர். கொல்லிமலையைச் சேர்ந்தவர்கள் ஒவ்வொரு ஆண்டும் ஆனி மாதம் முதல் நாளன்று பெரும் அளவில் வேட்டையில் ஈடுபடுவர். ஆண்டின் முதல் விதைப்பின்போது மற்றுமொரு வேட்டை நிகழ்ச்சி நிகழும். இதற்கான நாளினை ஒவ்வொரு ஊரையும் சேர்ந்த ஊர்த்தலைவனே முடிவு செய்வான். வேட்டைக்கான அந்த நாளன்று ஊர்த்தலைவன் மட்டுமே விதைப்பை மேற்கொள்ள அனுமதிக்கப்படுவான். மற்றவர்கள் வேட்டைமேல் செல்லாதவர் களாக வேறு எந்தப் பணியில் ஈடுபட்டாலும் தண்டனைக்கு உள்ளாவார்கள்.

கொல்லிமலையில் மாசி மாதத்தில் மாரியாயி திருவிழாவின்போது காளைகளை அலைக்கழிக்கும் வேடிக்கை நிகழும். தேவதையின் முன் பல காளைகள் ஒன்றன்பின் ஒன்றாக அழைத்துச் செல்லப்படும். கூட்டத்தில் சிலர் கயிற்றால் பிணைத்துக் காளைகளைப் பிடித்துக் கொள்ள காளையின் முன்னால் ஒருவனும், பின்னால் ஒருவனுமாக அதனைத் தப்பி ஓடவேண்டி விரட்டுவர். ஒரு காளை சோர்ந்து களைத்தவுடன் அதனை அவிழ்த்து விரட்டி விட்டு அதற்குப் பதிலாக மற்றொரு காளையைக் கொண்டு வருவர்.

சமவெளியில் வாழும் மக்களின் மூடநம்பிக்கைகளிலும் மாறு பட்டதாகத் தெளிவாகத் தோன்றும் பல மூடநம்பிக்கைகளை மலையாளிகள் மேற்கொண்டவர்களாக உள்ளனர். மழை பெய்ய வேண்டுமென விரும்பினால் இவர்கள் ஒருவரை ஒருவர் பசுஞ் சாணத்தால் அடித்துக் கொள்வதோடு பிள்ளையாரின் உருவச் சிலை ஒன்றையும் குப்பைக் குழியில் புதைத்து வைப்பர். மழை பெய்த வுடன் அந்தப் பிள்ளையார் தோண்டி எடுக்கப்படுவார். ஒற்றைத் தலைவலியால் அவதிப்படும் ஒருவன் செவ்வாய்க் கிழமையில் ஒரு சேவலைச் சூரியனுக்கு நேர்ந்துகொண்டு அதனை உரிமையோடு திரியும்படிவிடுவான். தூக்கத்தில் பற்களைக் கடிப்பவன் ஊர்த் தேவதைக்குப் படைக்கப்படும் பொங்கலில் கொஞ்சத்தைத் திருடிக்கொண்டு வந்து உண்பானாகில் அந்தப் பழக்கத்திலிருந்தும் மீளலாம் என நம்புகின்றனர். பெரியம்மை வந்தவர்களைச்

சமவெளியில் உள்ள ஒரு கிராமத்தில்கொண்டு போய்விட்டு விடுகின்றனர். காலரா நோய்வாய்ப்பட்டவர்கள் சாகும்படியாகத் தனியே விடப்படுகின்றனர். தொழுநோயாளிகளைக் கொஞ்சமும் இரக்கமின்றி அலைந்து திரியுமாறு துரத்திவிடுகின்றனர்.

'திருச்சி மாவட்டத்தைச் சேர்ந்த மலையாளிகள், ஒரு சிறுவன் தன் தாய்வழி அத்தையின் மகளை மணப்பதையே விரும்புகின்றனர். இதனால் சில சமயங்களில் வயதில் சிறியவனான சிறுவன் தன்னை விட மிகவும் வயதான ஒருத்தியை மணக்கும்படி ஏற்பட்டு விடு கின்றது. அவ்வாறு அமைந்துவிடும்போது அச்சிறுவனின் தந்தை சிறுவனுக்குப் பதிலாக ஒரு கணவன் ஆற்ற வேண்டிய கடமைகளை மேற்கொள்வதில்லை என இந்த மாவட்டத்து மலையாளிகள் கூறுகின்றனர்.

கொல்லிமலையில் ஒருத்தி தன் கணவனைவிட்டுத் தான் விரும்பும் சமூகத்தைச் சேர்ந்த கள்ளக் காதலனுடன் சென்று வாழ அனுமதிக்கப்படுகிறாள். எனினும் அவளுடைய கணவன் அந்த உறவின்வழி அவளுக்குப் பிறக்கும் குழந்தைகள்மீது உரிமை பாராட்டலாம். பெரும்பாலும் இறுதியில் அக்குழந்தைகள் அவனிடமே வந்து சேர்கின்றன. ஒருவனிடம் அவன் தன் மனைவியை வேறொருவனுக்கு விட்டுக்கொடுத்திருக்கின்றானா எனக் கேட்டால் அதனை அவன் தன்னை இழிவுபடுத்தும் கேள்வியாக எண்ணிச் சீற்றம்கொள்வதில்லை. இரு பிரிவினரும் பல மனைவியரை மணக்கும் பழக்கம் உடையவர்களே. ஒரு சிறுவன் எண்ணெய் தேய்த்துக்கொண்டு மணமகள் வீட்டில் சென்று வெந்நீரில் குளிப்பது மணஉறுதிச் சடங்காகப் பச்சைமலையில் கருதப்படுகின்றது. இவ்வாறு குளிக்கும் சடங்கின்போது கெட்ட சகுனங்கள் எவையேனும் நிகழ்கின்றவனா எனப் பார்த்துக் கொள்வர். கொல்லிமலையில் இரு வீட்டாரும் சந்தித்துப் பேசி மணஉறுதி செய்துகொள்வர். இரு மலைகளிலும் மணச் சடங்குகள் ஒரே நாளில் முடிந்துவிடுகின்றன.

பச்சைமலையில் பொதுவாக வியாழக்கிழமையையே மண நாளாகத் தேர்ந்தெடுக்கின்றனர். பச்சைமலையில் கூடியுள்ள உறவினர்கள் அனைவரும் புல்லால் கொஞ்சம் விளக்கெண்ணெய்யைத் தொட்டு மணமக்கள் தலையிலிட்டு வாழ்த்துவதே மணச் சடங்காக அமைகின்றது. இந்த வாழ்த்தில் கூறப்படுபவை கொங்கு வேளாளர் வாழ்த்தில் கூறப்படுவனவற்றை ஒத்தனவாகும். மணமகன் தாலி கட்டும் வழக்கமும் உள்ளது. கொல்லிமலையில் மணமகன் வீட்டார்

ஒரு மறியையும் கொஞ்சம் அரிசியையும் மணமகளுக்குக்கொண்டு போய்க் கொடுத்து அவளை மணம்புரிந்துகொள்ள வரும்படி அழைப்பர். மணநாளன்று மணமக்களின் இல்லங்களில் ஒரு கோழியும், சேவலும் தெய்வங்களுக்குப் பலியிடப்படும். அதன் பிறகு மணமகள் மணமகன் இல்லம் அடைவாள். மணமக்களுக்கு கூடியுள்ள பெரியவர்கள் மாலை அணிவிப்பர். மணமகன் தாலி கட்டிய பிறகு மணமக்கள் ஏழடி எடுத்து வைத்து நடந்த பிறகு அவர்களை அனைவரும் வாழ்த்துவர். பின்னர் மணமாலைகள் ஒரு கிணற்றில் எறியப்படும். அவை ஒன்றாக இணைந்தனவாக மிதந்தால் மணமக்கள் ஒருவர்மீது ஒருவர் அன்புடையவர்களாக வாழ்வர் என்பதற்கான நிமித்தமாக அதனைக்கொள்வர்.

'இரு மலைகளில் வாழ்பவர்களும் இறந்தவர்களைப் புதைக்கின்றனர். பிணத்தைத் தூக்கும்போது துப்பாக்கியால் வெடி வெடிப்பர். புகையிலை, சுருட்டு, வெற்றிலைப் பாக்கு முதலியனவற்றைப் பிணத்தோடு உடன்வைத்துப் புதைப்பர்.

'இரு மலைகளிலும் தொழில் தொடர்பாக இரண்டு விசித்திரமான வழக்குகள் நிலவுகின்றன. ஒருவனுக்கு நிறைய வேலைகள் ஆக வேண்டியிருந்தால் ஊரார் அனைவரையும் விருந்துக்கு வாருங்கள் என அழைத்து அவர்களைக் கொண்டு தன் வேலைகளை முடித்துக் கொள்ளலாம். அவர்களுக்கு அவன் கூலி ஏதும் தரவேண்டியதில்லை. இதனினும் வேறுபட்ட மற்றொரு பழக்கம் வருமாறு: ஒருவன் களத்தில் தானியம் அடிக்கும்போது சமூகத்தைச் சேர்ந்த தொழிலாளி தானும் அப்பணியில் பங்குகொள்ள விரும்புவதாகக் கூறிவந்தால் வேலை இருந்தாலும் இல்லாவிட்டாலும், அவனையும் வேலைக்கு வைத்துக்கொண்டு முழு நாளுக்கான கூலியைக் கொடுத்தே ஆக வேண்டும். பஞ்ச காலங்களில் இந்தக் கடுமையான விதியின் காரணமாகக் களம் அடிப்பவன் அடித்த தானியம் முழுவதையும் கூலியாகக் கொடுப்பதோடு கூடவேலை செய்த அனைவரையும் திருப்திபடுத்தத் தன் வீட்டிலிருந்தும் கொஞ்சம் தானியத்தைக் கொண்டு வந்து கொடுக்க வேண்டியதாகி விடுவதும் உண்டு.

'தென் ஆர்க்காடு மாவட்டத்தைச் சேர்ந்த மலையாளிகள் தாங்கள் செலுத்திய வரிப்பணத்திற்கான கணக்கை ஒரு சிறு கயிற்றில் முடிச்சிட்டுக் கணக்கு வைத்துக்கொள்ளும் பழக்கத்தை மேற் கொண்டிருந்தனர். ஒரு சமயம் சிலர் ஊர்த் தலைவர்கள் தங்களிடம் உரிய வரிக்கு மேல் வரி வசூலித்துள்ளதாகக் குற்றம் சாட்டினர். இதற்கு

ஆதாரமாக அவர்கள் அந்த ஆண்டுக்கான கயிற்றில் முந்தைய ஆண்டுக்கான கயிற்றில் இருப்பதைவிட அதிக முடிச்சுக்கள் இருப்பதைக் காட்டினர். பாளையக்காரர் பயிரிடும் ஒவ்வொருவரும் செலுத்த வேண்டிய வரித் தொகை இவ்வளவு ரூபாய் என்பதை ஓர் இலையில் பெருவிரல் நகத்தால் கீறல் அடையாளமிட்டு அனுப்பி வைப்பது வழக்கம்' எனத் தென் ஆர்க்காடு மாவட்டக் கையேட்டில் (1878) கார்ஸ்டின் குறித்துள்ளார்.

23

முதுவர்

கோயமுத்தூர், மதுரை, மலபார், திருவாங்கூர் ஆகியவற்றைச் சேர்ந்த மலைப்பகுதிகளில் பயிர்த்தொழிலில் ஈடுபட்டுள்ள பழங்குடியினர் முதுவர் (Muduvar) அல்லது முதுகர் எனப்படுவோர். ஏல மலைகளைச் சார்ந்து வாழும் முதுவரைப் பற்றிய பின்வரும் குறிப்புகளுக்கு நான் அய்ல்மெர் எப். மார்ட்டின் (Aylmer F Martin) அவர்களுக்குக் கடப்பாடுடையேன்:

முதுவர் (Muduvar) என ஆங்கிலத்தில் எழுதப்படும் இப்பழங்குடிகளின் பெயர் தமிழில் முதுவர், முத்துவர், முத்துவனான் என்றெல்லாம் உச்சரிக்கப்படுகின்றது. வெளியார் சிலபோது இப்பழங்குடிகளைத் தகப்பன்மார்கள் என அழைக்கின்றனர். (தகப்பன்மார்கள் என்ற பட்டப்பெயர் தாழ்ந்த சாதியார் தங்கள் எசமானர்களை அழைக்கப் பயன்படுத்துவதாகும்). சில மலையாளச் சொற்கள் கலந்துள்ள தமிழோடு நெருங்கிய உறவுடைய ஒரு கிளை மொழியையே முதுவர் பேசுகின்றனர்.

இந்து சமயத்தைச் சேர்ந்த தெய்வங்கள், வீரர்கள் ஆகியோர் பெயர்களை ஆண்கள் தரித்துக் கொள்வதோடு கஞ்சன், கறுப்புக் குஞ்சு, குஞ்சயன், கார்மேகம் என்பன போன்ற தனித்த பெயர்களும் பொது வழக்கினவாக உள்ளன. பெண்கள் பெண் தெய்வங்கள், வீர மகளிர் ஆகியோர் பெயர்களைத் தரிக்கின்றனர். கருப்பாயி, குப்பி, பேய்ச்சி என்பன பெண்களுக்கான பெருவழக்கினவான பெயர்களாம். இரட்டையரான ஆண்கள் ராமன், லெட்சுமணன் எனவும், பெண்கள் ராமாயி, லட்சுமி எனவும் பெயர் வைக்கப்படுகின்றனர். இரட்டையர் ஆணும் பெண்ணுமாக மாறிப் பிறந்தால் லட்சுமணன் ராமாயி என்றோ லட்சுமி, ராமன் என்றோ பெயரிடப்படுகின்றனர்.

முதுவர் தாங்கள் மலைப்பகுதிக்குரியவர்களான பழங்குடிகள் என்பதனை ஏற்றுக்கொள்வதில்லை. பரம்பரையாக வழக்கில் இருந்து வரும் செய்திப்படி இவர்களின் பூர்வீகம் மதுரையாகும். சில தொல்லைகள் காரணமாகவோ, பாண்டிய மன்னன் போரில் ஈடுபட்டவனாக இருந்த ஒரு சமயத்திலோ இவர்கள் மலைப் பகுதிக்கு ஓடிவர வேண்டியதாயிற்று. அவ்வாறு ஓடிவரும்போது போடி நாயக்கனூரில் இருந்தபோது கருவுற்றிருந்த பெண்களை (அல்லது சிலர் கூறுவதுபோலக் கருவுற்ற ஒருத்தியை) இவர்கள் அங்கேயே விட்டுச்செல்ல வேண்டியதாயிற்று. அவர்கள் இறுதியில் தாங்கள் பெற்றெடுத்த குழந்தையோடு நீலகிரிக்குச் சென்று சேர்ந்தனர். முன்னால் சென்றவர்களான பெரும்பான்மையர் வட திருவாங்கூரைச் சேர்ந்த மேட்டு மலைத்தொடரில் சென்று தங்கினர்.

நீலகிரியைச் சென்று சேர்ந்த எந்தக் குடியைச் சேர்ந்தவர்கள் என அறிந்துகொள்ள இயலாத அப்பழங்குடியினருக்கும் முதுவருக்கும் இடையே பகை உள்ளதாகக் கருதப்படுகின்றது. நீலகிரியைச் சேர்ந்தவர்கள் எப்போதாவது போடிநாயக்கனூர் பகுதிக்கு வருவர். அங்கு எதிர்பாராது அவர்கள் முதுவர்களைச் சந்திக்க நேரும்போது இவர்கள் ஒருவருக்கொருவர் பேசிக் கொள்வதில்லை.

உள்ளுணர்வின் துணையால் ஒருவர் மற்றவரை யாரெனப் புரிந்துகொண்டாலும் அவர்களிடையே எத்தகைய பேச்சும் நிகழ்வதில்லை. மேட்டு மலைத்தொடருக்குச் சென்று சேர்ந்தவர்கள் தங்கள் குழந்தைகளை முதுகில் கட்டிச் சுமந்தவர்களாக மலையில் உயர ஏறினர். இதனாலேயே முதுகில் சுமக்கும் மக்கள் என்ற பொருளில் இவர்கள் முதுவர் (முதுகர்) எனப்பட்டனர்.

மற்றொரு கதை வழக்குப்படி இவர்கள் மதுரையைவிட்டுப் புறப்பட்டபோது மீனாட்சி தெய்வத்தின் சிலையை முதுகில் சுமந்தவர்களாக அதனை நேரியமங்கலத்திற்குக் கொண்டு சேர்த்ததாகக் கூறுவர். 'மலைவாழ் பழங்குடிகளுள் முதுவர் தகுதியில் உயர்ந்தவர்களாகக் காணப்படுகின்றனர். முதலில் வேளாளராக இருந்த இவர்கள் மதுரையைச் சேர்ந்த இளவரசர்களோடு துணையாகத் திருவாங்கூர் மலைப்பகுதிகளில் வந்து தங்கிவிட்டவர்கள் என்ற வழக்கு நிலவுகின்றது' என பி.ஈ. கொன்னர்[1] கூறியுள்ளார்.

[1] *சென்னை இலக்கிய அறிவியல் இதழ். 1 1833,* (*Madras Jour. Lit.Science*: 1833)

மதுரையிலிருந்து குடிபெயர்ந்து வந்த காலம் எது என்பதை அந்தப் பழங்குடியைச் சேர்ந்தவர்களால்கூட ஊகம் செய்ய இயலவில்லை. பாண்டிய அரசர்கள் தெற்கு நோக்கி வந்தபோது இது நிகழ்ந்ததாகலாம். பதினான்காம் நூற்றாண்டில் நாயக்க மன்னர்கள் போடிநாயக்கனூரைக் கைப்பற்றியபோது இது நிகழ்ந்தது எனக்கொள்வது மேலும் பொருத்தமுடையதாகலாம். பதினெட்டாம் நூற்றாண்டின் பிற் பகுதியில் படையெடுத்து வந்த முகமதியர்களால் மலைப் பகுதிகளுக்குத் துரத்தப்பட்டவர்கள் முதுவர் என்ற ஒரு கருத்தும் கூறப்படுகின்றது. இருவகைத்தான இவர்கள் உடல் வாகையும் இவர்கள் பேசும் மொழியையும் கலப்படமான இவர்களுடைய பழக்க வழக்கங்களையும் வைத்துப் பார்க்கும்பாது இவர்கள் மலைப் பகுதிகளில் வந்து சேர்ந்தபோது அங்குக் குறைந்த எண்ணிக்கையில் வேறு பழங்குடிகள் வாழ்ந்து வந்திருக்கவேண்டும் எனவும் காலப்போக்கில் இவர்கள் அவர்களோடு மணஉறவு கொண்டவர்களாக ஆன பிறகு அவர்கள் மேற்குப் பகுதிசார்ந்த பழங்குடிகளோடு உறவுடையவர்களாக ஆகிவிடப் புதிதாக வந்தவர்கள் கிழக்குப் பகுதியைச் சார்ந்தவர்களோடு தொடர்புடையவர்களாக ஆகியிருத்தல் வேண்டும் எனவும் நான் ஒருவாறு ஊகிக்கின்றேன்.

இப்பழங்குடியினர் ஏல மலைகளின் வடக்கு, மேற்குப் பகுதி களிலும், கண்ணன் தேவன் மலை எனப்படும் திருவாங்கூரைச் சேர்ந்த மேட்டு மலைப் (high range) பகுதியிலும், ஆனைமலையில் ஓர் ஊரிலும்கூடத் தங்கி வாழ்கின்றனர். அவ்வப்போது இடம் பெயர்ந்து குடியமரும் இவர்கள் இப்பொழுது முன்போல் அடிக்கடி இடம் பெயர்தலில்லை. மலைத்தோட்டம் போடுவோர் இவர்களைச் சுற்றி வளைத்தவர்களாக இருப்பதே இதற்குக் காரணம் எனலாம். இவர் தம் தற்போதைய தலைமை இடம் மேட்டு மலைப்பகுதியின் மேற்குச் சரிவில் உள்ளது எனலாம்.

மேல் வாகென் எனப்படும் இவர்கள் சாதித் தலைவன் மேட்டு மலையின் மேற்குச் சரிவில் 2000 அடி உயரத்தில் உள்ள ஓர் ஊரில் வாழ்கின்றான். அச்சரிவில் 6000 அடி உயரம் வரை குடியிருப்புக்கள் உள்ளன. பெரும்பாலான குடியிருப்புக்கள் கடல்மட்டத்திலிருந்து 4000 அடி உயரத்திலேயே அமைந்துள்ளன. நிலத்தில் ஓரிடத்தில் பயிர் அறுவடை முடிவடைந்த பின்னும் மற்றோர் இடத்தில் பயிரிடுகை தொடங்குவதற்கு முன்னும் உள்ள இடைப்பட்ட காலத்திலேயே இவர்கள் குடிபெயர்ந்து புதிய குடியிருப்புக்களை

அமைத்துக் கொள்கின்றனர். நவம்பர் மாதவாக்கில் பழைய குடியிருப்புக்களை விட்டுப் புறப்படும் இவர்கள் பிப்பிரவரியில் புதிய குடியிருப்புக்களை அமைத்துக்கொள்கின்றனர்.

மேட்டு மலையில் உள்ள சமவெளியின் காட்டில் கிடைக்கும் குச்சிகள், புல் ஆகியவற்றைக் கொண்டு சிறிய நீண்ட சதுர அமைப்பு உடைய தட்டையான கூரையோடு கூடிய அழகிய தோற்றந்தரும் குடிசைகளை இவர்கள் அமைத்துக்கொள்கின்றனர். மேற்குச் சரிவில் வாழ்பவர்கள் வீடு கட்டிக்கொள்ள உதவும் பொருள்கள் தரமான வையாக இருந்துங்கூட வீடுகள் பரும்போக்கு உடையனவாக அமைந்துள்ளன. அப்பகுதியில் புல்வெளிகள் இல்லையாதலால் ஈட எனப்படும் மூங்கிலின் கழிகளையும் இலைகளையும்கொண்டே குடிசைகளை அமைத்துக் கொள்கின்றனர். வீட்டின் பின்பகுதியில் சுவர் அமைக்காது அங்குக் கூரையானது மலைச்சரிவைத் தொடும்படியாகத் தாழ்ந்து தரையோடுபட்டதாக இருக்கும். மற்ற மூன்று பக்கச் சுவர்களும் ஈட மூங்கிலைப் பிளந்து பின்னப்பட்டு முரட்டுப் பாயைக் கொண்டு அமைக்கப்பட்டனவாக இருக்கும்.

மற்றவர்களைத் தங்கள் சமூகத்தில் சேர இவர்கள் அனுமதிப்ப தில்லை என்பது பொதுவிதியாயினும் 1877இல் ஏற்பட்ட பஞ்சத்தின் போது கைவிடப்பட்டவர்களாகப் பட்டினியால் வருந்திய நெசவாளர் சாதியைச் சேர்ந்த ஒரு சிறுவனையும் சிறுமியையும் இவர்கள் தங்களவர்களாக ஏற்றுக்கொண்டதாடு அவர்கள் வளர்ந்த பிறகு சாதிக்குரிய எல்லா உரிமைகளும் அவர்களுக்கும் வழங்கப்பட்டன என்பதை நான் அறிவேன். அதன்பின் தொட்டிய நாயக்கர் சாதியைச் சேர்ந்த குழந்தை ஒன்றும் அதைப்போலவே இவர்களால் சேர்த்துக் கொள்ளப்பட்டிருப்பதோடு முதுவனாகவே வளர்ந்து பெரியவனாகி விட்ட அவன் ஒரு முதுவர் சாதிப் பெண்ணையும் மணந்து கொண்டுள்ளான். இதேபோல இவர்கள் சமூகத்தை ஒத்த அல்லது சாதியினும் உயர்ந்தவர்களைத் தங்களோடு சேர்த்துக்கொள்ள முன்வரினும் பறையர்களையும் தாழ்ந்த சாதியைச் சேர்ந்தவர்களையும் சேர்த்துக் கொள்ள முன்வருவது இல்லை. சில ஆண்டுகளுக்குமுன் ஓ.எச். பென்ஸ்லே நிகழ்த்திய சொற்பொழிவு ஒன்றில் முதுவர் வேளாளர் சாதியைச் சேர்ந்தவர்களைத் தங்கள் சமூகத்தில் சேர்ந்து கொள்ள அனுமதிக்கின்றனர் என்றும் அத்தகையவர்களை முதுவர்கள் என்ற தகுதிக்குடையவர்களாக ஏற்றுக்கொள்ளும்முன் ஒரு குறிப்பிட்ட காலக்கெடு இடைவெளி விடப்படுகின்றது என்றும் கூறியுள்ளார்.

சமூகத்தில் ஏதேனும் பூசல் மூளுமானால் ஊர்மக்கள் அனைவரும் பஞ்சாயத்தாகக் கூடி அந்த வழக்கைத் தீர்த்து வைப்பர். ஊராருள் மூத்தவனோ மிகுந்த செல்வாக்கு உள்ளவனோ அந்தப் பஞ்சாயத்துக்குத் தலைமை தாங்குவான். வழக்குகளை அரிதாகவே சாதித் தலைவனான மூப்பனிடம் எடுத்துச் செல்வர். மூப்பன், மேல் வாகென் ஆகிய பொறுப்புக்கள் இரண்டும் பரம்பரை உரிமையுடையன. இவை மருமக்கள் தாய உரிமை உடைமைப்படி மூத்த சகோதரியின் மூத்த மகனுக்கு உரியனவாகும். பஞ்சாயத்தாரின் ஆணைகளையோ சாதித் தலைவன் ஆணைகளையோ நடைமுறைப்படுத்தவெனத் தனியான வழிவகைகள் எவையும் இல்லை. குற்றம் இழைப்பவனைச் சமூகத்திலிருந்து விலக்கி வைக்கும் பழக்கம் உள்ளதெனினும் நெருக்கடியான நிலையில் இதனை நடைமுறைப்படுத்த இயலாது போய்விடுகின்றது. வழக்குகளைப் பஞ்சாயத்தார் சமரசம் செய்து வைத்தல் சம்பந்தப்பட்ட இரு தரப்பினரும் அதனை விரும்பும் போதே மேற்கொள்ளப்படுகின்றது. உடலுறவுகொள்ளாதவர்கள் தங்களிடையே உடலுறவுகொள்வார்களாயின் அந்த இணையைக் காட்டில் சென்று தங்கும்படி தண்டிப்பர். அவ்வாறு தண்டனை பெற்றவர்கள் விரும்பியபடி ஊருக்குள் வந்து போகத் தொடங்குவார்களாயின் அவர்களைப் பற்றி விசாரிக்கவும் சபையினர் கூடுவர்.

இருவரிடையேயான வழக்கில் யார் தோற்றவராகத் தீர்ப்பு அளிக்கப்படுகின்றார்களோ அவர்கள் ஒரு கன்றையோ, பசுவையோ, எருதையோ அல்லது கொஞ்சம் தானியத்தையோ அபராதமாகச் செலுத்த வேண்டும் எனத் தீர்ப்பு வழங்குவர். குற்றம் சாட்டுபவர், குற்றச்சாட்டுக்கு உள்ளானவர் இவ்விருவரையும் சார்ந்தோர் ஆகிய அனைவரும் எத்தகைய தடையுமின்றிச் சத்தியம் செய்ய முன்வருவர். ஒருத்தி தான் கடவுள் சத்தியமாகச் சொல்வது பொய்யாக இருக்குமானால் தானோ தனது குழந்தையோ இத்தனை நாள்களுக்குள்ளாக இறக்கக் கடவது எனக் கூறிச் சத்தியம் செய்வாள். அவ்வாறு சத்தியம் செய்கையில் ராமர்கோடு எனப்படும் தரையில் கீறப்பட்டுள்ள கோட்டை மிதித்தபடி நடப்பர். கூறுவது பொய்யானால் எத்தனை நாள்களில் இறக்கக் கடவோம் எனச் சத்தியம் செய்கின்றார்களோ அத்தனை கோடுகள் தரையில் கீறப்பட்டிருக்கும். அக்கோடுகளின் எண்ணிக்கைக்கு வரையறை இல்லையாயினும் அவை மூன்று, ஐந்து, ஏழு என ஒற்றைப்படையில் அமைவதே வழக்கம். அளவுக்கு அதிகமாக கோடுகள் இடுதல் வழக்கின் மதிப்பைக் குறைப்பதற்கும் குழப்புவதற்கும் மேற்கொள்ளப்படும் முயற்சியாகக் கருதப்படும்.

இவர்களிடையே நல்ல நிமித்தங்கள் இருப்பதாகத் தெரியவில்லை யாயினும் கெட்ட நிமித்தங்கள் மிகுதியாக உள்ளன. சாம்பர் மான் கனைப்பதும், குடியிருப்புகளை மாற்றிக்கொள்ளப் புறப்படும் போது மலைக்குருவி குறுக்கே வருவதும் தீய நிமித்தங்களுக்குச் சான்றுகளாகும். தெய்வ வாக்கு, மந்தி வித்தை, மாந்திரீகம், பில்லி சூன்யம் ஆகியவற்றில் நம்பிக்கை வைத்துள்ள இவர்கள் கண்ணேறு படுவதைப் பற்றி மிகக் கருத்தாக இருப்பர். மந்திரம், மாந்திரீகம் ஆகியவற்றை இவர்கள் மேற்கொண்டு பழகுவதில்லை. ஒரு சமயம் நானே கண்ணேறுபடுவதற்குக் காரணமாக இருந்ததாக இவர்கள் கருதினர்.

முதுவர்கள் அடுத்து வரும் ஆண்டில் பயிரிடுவதற்குரிய நிலத்தைப் பங்கிட்டு ஒதுக்கீடு செய்யும் பொறுப்பு என்னுடையதாக இருந்தது. இதற்காக நான் முதுவர் சிலருடன் அவர்கள் வெட்டித் திருத்த விரும்பும் காட்டுப் பகுதியைச் சுற்றிப் பார்த்தேன். என்னுடைய நண்பனான கஞ்சன் என்பவன் சிங்கோனாத் தோட்டத்திற்கு அருகே புதர்க்காடாக இருந்த சிறு நிலப்பகுதியைத் தனக்கு ஒதுக்குமாறு கேட்டான். அப்பகுதி கீழ்நெட்டிக் குடிக்கும் மேல் நெட்டிக் குடிக்கும் இடைப் பட்டதாக இருந்தது. முக்கிய சாலை அதனை அடுத்துச் சென்று கொண்டிருந்தது. இவ்வாறு சாலை ஓரத்தில் உள்ள நிலத்தை ஒதுக்குதல் வழக்கம் இல்லை என்றும் தோட்டத்தில் பணிபுரியும் கூலிகள் அந்த நிலத்தில் விளைவதைத் திருடிச் செல்லும் வாய்ப்பு உள்ளதென்றும் இதனால் அவனுக்குத் தொல்லை வருமானால் பின்னர் பழியை என்மீது சுமத்தக் கூடாதெனவும் நான் அவனிடம் கூறினேன். அதனை அடுத்து நான் இந்தியாவைவிட்டு வெளியேறியவனாக மூன்று மாதங்களுக்குப் பிறகு திரும்பி வந்தேன். அப்பொழுது பெரியம்மை அந்த ஊரினைக் கொள்ளை நோய்க்கு ஆளாக்கி அங்கு வாழ்ந்த நாற்பது பேர்களில் கஞ்சன் உட்பட முப்பத்தேழு பேர்களின் உயிரைப் பலி கொண்டுவிட்டிருந்தது. இது எனக்கு மிகுந்த வருத்தத்தை தந்ததெனினும் முன்பு குறிப்பிட்ட அப்பொழுது யாரும் உரிமை கொண்டாடாது இருந்த புதர்க் காட்டை அழித்து நான் சிங்கோனா பயிரிட்டேன்.

முதுவர் கிராமங்கள் அனைத்தும் பெரியம்மையால் பாதிக்கப் பட்டுப் பெரிய அழிவை ஏற்படுத்தியிருந்ததால் அவர்கள் மிகவும் அஞ்சியவர்களாக இருந்தது எனக்கு வியப்பைத் தரவில்லை. எனினும் நான் அவர்களைக் காண நேரும் போதெல்லாம் அவர்கள் அப்பால்

ஓடத் தொடங்கினர். எப்படியோ ஒருவனை ஒரு சமயம் துரத்திப் பிடித்துத் தடுத்து நிறுத்தி எல்லோரும் ஏன் இப்படி ஓடுகின்றார்கள் என்பதற்கான காரணத்தைக் கேட்டேன். அதற்கு அவன் தங்கள் இனத்தவர்களுக்குப் பெருந்துன்பம் வந்ததற்குக் காரணம் நான் கஞ்சனிடம் தொல்லைக்கு ஆளாக வேண்டிவரும் எனக் கூறியது தானென்றும் அவ்வாறு கூறியபின் நான் மூன்று மாதங்கள் மறைந் திருந்தவனாக மாந்திரீகம் செய்த பிறகு அந்த நிலத்தை நானே என் உடைமையாக்கிக்கொள்ள மீண்டும் வந்திருப்பதாகவும் கூறினான். இது நடந்து ஐந்து ஆண்டுகள் ஆகின்றன. தற்சமயம் என்னிடம் அவர்கள் மீண்டும் மெல்ல மெல்ல நம்பிக்கை வைக்கத் தொடங்கி உள்ளனர்.

பயணம் புறப்பட முதுவர் சில கிழமைகள் ஏற்றவை என வைத்துக் கொண்டுள்ளனர்.

திங்கட்கிழமை	–	பொழுது புலரும் முன் புறப்படுவர்
செவ்வாய்க்கிழமை	–	முற்பகலில் புறப்படுவர்
புதன் கிழமை	–	காலை 7 மணிக்கு முன் புறப்படுவர்
வியாழக்கிழமை	–	காலை உணவு உண்டபின் புறப்படுவர்
வெள்ளிக்கிழமை	–	கெட்ட நாளாகையால் பயணம் மேற்கொள்ளார்
சனி, ஞாயிறுகளில்	–	சூரியன் உதித்தவுடன் புறப்படுவர்

சிறுவர்கள் மணப்பருவம் அடைந்தவுடன் அவர்களுடைய பெற்றோர் ஊராருக்கு விருந்து தருவர். சிறுமியர் பூப்படைந்தாலும் இதேபோன்று விருந்து தருவதோடு அவளை வீட்டுக்கு விலக்காகும் பெண்கள் சென்று தங்குவதற்காக அமைக்கப்பட்டுள்ள குடிசையிலே தங்கியிருக்கச் செய்வர். தீட்டுக்காலம் முடிந்ததும் அவள் தலைக்குக் குளித்துத் தன் ஆடைகளைத் துவைத்துத் திரும்புவாள். ஊரைச் சேர்ந்த வீட்டுக்கு விலக்காகும் பெண்கள் அனைவருமே இப்பழக்கத்தை மேற்கொள்வர். பூப்படையும் சிறுமியரைப் பிரித்து ஒதுக்குதல் ஏதும் நிகழ்வதில்லை. அவள் சிறுமியருக்கான உடைகளை நீக்கிப் பெண்களுக்கான உடைகளை உடுத்துவாள்.

பிள்ளைப்பேறு சமயத்தில் ஊரைச் சேர்ந்த திருமணமான பெண்கள் உதவியாளர்களாக இருப்பர். இரட்டைக் குழந்தைகள் அதிருஷ்டம் தருவன என நம்புகின்றனர். புலி, பசு, குரங்கு ஆகியவற்றின் தோற்றம்கொண்ட அஞ்சத்தக்க உருவோடு சில சமயங்களில் குழந்தைகள் பிறப்பதாகக் கூறப்படுகிறது. அத்தகைய குழந்தையைப்

பெற்றெடுப்பவள் இறந்துபோதலே பொதுவாக நிகழ்வது. அவள் அவ்வாறு இறக்கவில்லையாயின் அத்தகைய குழந்தையை அவளே தின்றுவிடுவாள் எனக் கூறப்படுகிறது. அத்தகைய அஞ்சத்தக்க தோற்றமுடைய குழந்தைகள் எப்படியும் கொல்லப்படுவர். குழந்தைப்பேறு வாய்க்கப் பெறாதவர்கள் உணவு மருத்துவ முறையை மேற்கொள்வர். இம்முறையில் ஆண்கள் கருங்குரங்கின் இறைச்சியை மிகுதியாக உண்பர். பெண்களுக்குப் பலவகைப் பச்சிலைகளும் நாட்டு மருந்துப் பொருள்களும் சேர்ந்த மருந்தைத் தருவர்.

ஒருவன் தன் உடன்பிறந்தவன், உடன்பிறந்தவள் ஆகியோருடைய மகளை மணக்கின்ற பழக்கமில்லை. தன் மாமன் மகளை மணந்துகொள்ளும் பழக்கம் உடைய இவர்கள் இரண்டு மூன்று மனைவியரை மணந்துகொள்கின்றனர். அம்மனைவியர் சகோதரி களாக இருக்க வேண்டும் என்பதில்லை. மேட்டு நிலத்தில் உள்ள முதுவரிடையே பல மனைவியரை மணத்தலும் பல கணவரை மணத்தலும் அனுமதிக்கப்படுகின்றன. முதலில் கூறிய பழக்கம் பெருவழக்கினதாக இருக்கப் பின்னது அரிய வழக்காகவே உள்ளது. பின்னர் கூறிய வழக்கின்படி உடன்பிறந்தவர்களோ பங்காளிகளோ பலர் பொதுவாக ஒருத்தியை மனைவியாகக் கொண்டிருத்தல் அனுமதிக்கப்படுவதில்லை.

பல மனைவியரை ஒருவன் மணப்பானாயின் முதலில் மணம் செய்துகொண்டவளே குடும்பத் தலைவியாவாள். மற்ற மனைவியர் அவள் கட்டளைக்குக் கீழ்ப்படிந்து நடக்கவேண்டும். அவர்களுக்கு வேறு தனி உரிமைகள் எவையும் இல்லை. இவர்கள் ஒற்றுமையாக இருப்பின் ஒன்றாக ஒரே வீட்டில் வாழ்வர். இல்லையேல் குடும்பத்தில் அமைதி நிலவ வேண்டி ஒவ்வொருத்தியும் தனி வீட்டில் குடி வைக்கப்படுவர். பெரும் சண்டைக்காரிகளாக அமைந்துவிடின் ஒருத்தி ஓர் ஊரிலும் மற்றவள் வேறோர் ஊரிலுமாகக் குடிவைக்கப் படுவர். ஒருவன் ஓர் ஊரில் பல மனைவியரை மணந்தவனாக இருக்கும் அதே வேளையில் வேறொரு ஊரில் உள்ள ஒருத்தியின் பல கணவர்களுள் ஒருவனாக இருத்தலும் உண்டு. முதுவருள் பெரும்பான்மையோர் வாழும் ஏல மலைகளின் மேற்குச் சரிவில் ஒருவனுக்கு ஒருத்தி என்ற கோட்பாட்டை உடையவர்களாக வாழ்ந்து வருகின்றனர். முதுவர் பல மனைவியர் மணம், பல கணவர் மணம் ஆகியவற்றை ஏற்றுக்கொள்வதில்லை ஆயினும் மேட்டுமலைப்

முதுவர் ♦ 335

பகுதியில் வாழும் தங்கள் இனத்தவர் அவற்றை மேற்கொள்கின்றனர் எனக் கேலியும் வெறுப்பும் கலந்த உணர்வோடு கூறுவர்.

ஒருவனின் நண்பர்களே அவனுக்காக மண ஏற்பாடுகளைச் செய்கின்றனர். மணமகனின் தாய்மாமனோ அவன் பங்காளிகளோ, பெண்ணின் பெற்றோரிடம் வழக்கமாகப் பெண் கேட்டுச் செல்வதுண்டு. பெண்ணின் பெற்றோர் உடன்பாட்டினைப் பெற்ற பின் மற்ற தூரத்து உறவினர்கள் உடன்பாட்டையும் பெறுதல் வேண்டும். அனைவரும் அந்த மணஉறவுக்கு உடன்படின் ஒரு நாளைக் குறித்து மணமக்களைச் சில நாள்கள் மகிழ்ந்தவர்களாகத் தனித்து வாழ ஒரு குகைக்கு அனுப்பி வைப்பர். அங்கிருந்து திரும்பிய பிறகு அவர்கள் தாங்கள் தொடர்ந்து கணவன் மனைவியராக வாழ விரும்புகின்றனரா இல்லையா எனத் தெரிவிப்பர். அவர்கள் அவ்வாறு வாழ உடன்படின் மணமகன், ஊரார் அறிய மண மகளுக்குத்தோடு, வளையல், சேலை, சீப்பு ஆகியன தந்து அவளைத் தன் குடிசைக்கு அழைத்துச் செல்வான். சீப்பு, ஈடா மூங்கிலைப் பிளந்து பெயரளவில் சீப்புபோல் செய்யப் பட்டதாயினும் இச்சடங்கில் அது முக்கியமான பொருளாகக் கருதப் படுகிறது. குகையில் வாழ்ந்த நாள்களைப் பற்றி அவர்கள் இருவருக்கும் மனநிறைவு ஏற்படவில்லையாயின் அந்த மணத்தைத் தள்ளி வைத்துவிடுவதோடு அவர்கள் இருவரும் வேறு தக்க துணையைத் தேடிக்கொள்ளும் உரிமையையும் பெறுகின்றனர்.

நிச்சயதார்த்தம் என்ற சடங்கு தனியே நடத்தப்படுவதில்லை. தங்கள் குழந்தைகளுக்கு மணம் நிகழ்த்தி வைக்க இரண்டு குடும்பங்களைச் சேர்ந்தவர்கள் பேசி முடிவெடுத்தாலும்கூட அது அவர்களைக் கட்டுப்படுத்தும் உடன்படிக்கையாகாது. முன்பெல்லாம் தாலி கட்டுவது மணச் சடங்கின் ஒரு பகுதியாக இருந்து வந்ததெனினும் அவ்வாறு மணமகளாக ஆக்கப்பட்டவர்கள் இறந்துபோக நேர்ந்ததால் அப்பழக்கம் கைவிடப்பட்டுவிட்டது.

கைம்பெண்கள் மறுமணம் அனுமதிக்கப்படுகின்றது. எனினும் கைம்பெண்ணாக ஆகிவிட்ட ஒருத்தி இறந்துபோன அவளுடைய கணவனின் உடன்பிறந்தவள் பிள்ளைகளுக்கு மனைவியாக ஆகலாமேயன்றி கணவனின் உடன்பிறந்தவர்களுக்கு மனைவியாக ஆக எக்காரணம் கொண்டும் அனுமதிக்கப்படுவது இல்லை. அவள் தன் கணவன் உடன்பிறந்தவர்களைத் தவிர வேறு யாரை வேண்டுமானாலும் மணந்து கொள்ளலாம் என்பதே பின்பற்றப்பட்டு வருகின்ற வழக்கம்.

தன்னுடன் பிறந்த இளையவன் தன் மனைவியின் வீட்டுக்குச் செல்லக்கூடாது என்பதும் அவளைப் பார்க்கக்கூடாது என்பதும் இவர்களிடையே உள்ள வழக்கம். இந்தத் தடை உடன்பிறந்த மூத்தவன் மனைவி தொடர்பாகப் பின்பற்றப்படுவதில்லை. ஆயினும் அவளோடு உடல்உறவுகொள்வது தகாத முறையிலான உறவாகவே கருதப்படுகின்றது. கைம்பெண்களின் மறுமணத்தின் போதும் முதல் மணத்தின்போது நிகழ்த்தப்படுகின்ற சடங்குகள் அனைத்தும் நிகழ்த்தப்படுகின்றன. அவளுடைய முதல் கணவன் இறந்தபோது அகற்றப்பட்ட காதணிகளும் வளையல்களும் மீண்டும் அணிவிக்கப் படுகின்றன. கைம்பெண்களுக்கெனத் தனித்த உடைகள் எவையும் இல்லை. அணிகளின்றி மூளியாக இருப்பது கொண்டே அவர்களை அடையாளம் கண்டுகொள்ளலாம்.

ஆணும் பெண்ணும் ஊரைவிட்டு ஓடுதல் இவர்களிடையே நிகழவே செய்கின்றது. உரியவர்களின் அனுமதியின்றி இவ்வாறு ஓடுபவர்கள் காட்டிலும் குகையிலும் தங்கியவர்களாக அவ்வப்போது ஊர்ப் பக்கம் வந்து தங்களிடம் அனுதாபம் கொண்டவர்களிடமிருந்து தானியங்கள் பெற்றுச் செல்வர். இவர்கள் செயலால் ஊரார் கொண்டுள்ள சினம் ஆறியபின் ஊருக்குத் திரும்பவும் வந்து கணவன் மனைவியராக வாழத்தொடங்குவர். 1901 திருவாங்கூர் கணக்கெடுப்பு அறிக்கையில் ஒரு திருமண ஏற்பாடு பேசி முடிக்கப்பட்ட பிறகு மணமகன் மணமகளை அவள் தண்ணீர் எடுக்கவோ விறகு சேகரிக்கவோ வீட்டைவிட்டு வரும்போது வலுவில் அவள் வீட்டாரிடமிருந்து கடத்திச் சென்று சில நாள்களோ சில வாரங்களோ காட்டில் ஒரு ஒதுக்குபுறமான இடத்தில் அவளோடு வாழ்ந்த பிறகு திரும்ப அழைத்து வருவான் எனவும், உறவினர்கள் அவர்களைத் தேடிச் சென்று அழைத்து வருதல் உண்டெனவும் கூறப்பட்டுள்ளது.

ஒருவன் விருப்பம்போல் தன் மனைவியை மணமுறிவு செய்துகொள்ள வழக்கு இடம் தருகின்றதெனினும் தவறான நடத்தை மற்றும் ஒத்துப்போகாத இயல்பு ஆகிய தக்க காரணங்களுக்காக அன்றி மணமுறிவு செய்துகொள்ளுதலை நாகரிகமான போக்காக இவர்கள் மதிப்பதில்லை. வேறு சிறு குற்றங்களுக்காக ஒருவன் ஒருத்தியை மணமுறிவு செய்துகொள்ள விரும்பினால் அவன் அவளைத் தன் நண்பனின் மனைவியாக்கிவிடலாம். ஒருத்தி தன் கணவனை மணமுறிவு செய்துகொள்ள நடைமுறை வழக்கு அனுமதிப்பதில்லை. எனினும் அவள் அவனோடு பிணக்குக் கொண்டவளாகத்

தொல்லைகள் தந்து அவனே அவளை வேறொருவன் தலையில் கட்டிவிட முன்வரும்படியாக நடந்து கொள்ளலாம். மணமுறிவு செய்யப்பட்ட மனைவியர் மறுமணம் செய்துகொள்ளும் உரிமை உடையவர்களாவர்.

இப்பழங்குடியினத்தவர் மேற்குக் கடற்கரைப் பகுதிக்குரிய மருமக்கள் தாய உடைமை உரிமை முறையைச் சிறிய மாற்றத்துடன் மேற்கொள்கின்றனர். ஒருவன் உடைமைகள், மூத்த அல்லது இளைய சகோதரியின் மகனுக்கு உரியதாகும். அரிவாள், போர்வை, சில கால்நடைகள் ஆகியன அண்ணன் மகன் அல்லது தம்பி மகனுக்குச் சென்று சேரும். இவற்றைப் பாகப் பிரிவினை செய்து கொள்ளும் வழக்கம் இல்லை.

இந்து சமயத்தைப் பின்பற்றும் இவர்கள் வழிபடும் சிறப்பான தெய்வங்கள் பனலியாண்டவரும் (பழனியாண்டவர் என்பதன் சிதைந்த வழக்கு), கடவுளுமாவர். கடவளு மதுரை மாநகரில் தன் கணவனான சொக்கருடன் வாழும் மீனாட்சியாவாள். சாந்தியாட்டுப் பகவதியையும் நேரியமங்கலம் சாஸ்தாவையும்கூட இவர்கள் வழிபடுவதாகக் கூறப்படுகின்றது. சூரியன் நலம் அருளும் தேவனாகக் கருதப்படுகின்றான். தீங்கு செய்யும் தெய்வங்கள் பலவாக உள்ளன. அவற்றைச் சினம் தணிவிக்க வழிபாடு நிகழ்த்துதல் வேண்டும். இதற்காக மிகுதியாகப் பொருள் செலவிட வேண்டும் என்பதில்லை. அவை தங்கி உறைவதாகக் கருதப்படும் இடங்களைக் கடந்து செல்லும்போது பணிவும் அடக்கமும் காட்டியவர்களாகச் செல்வது போதுமானது. இத்தெய்வங்கள் கறுப்பு என வழங்கப்படுகின்றன. இவற்றுள் நயமரு மலையில் வாழும் நயமரு குறிப்பிடத்தக்கவர். அம்மலையைச் சுற்றியுள்ள காடுகளில் அவர் மற்றவர்களுக்குத் தீங்கிழைத்தவராக உலவுவார். தற்போது அக்காடுகள் தேயிலைத் தோட்டங்களாக மாறிவிட்டமையால் நயமரு மலையுச்சியில் உள்ள புதர்க்காட்டைத் தங்கள் புகலிடமாகக்கொண்டுவிட்டார்.

குகைகள் சிலவற்றைக் கோயிலாகப் பாவித்து அவற்றுள் ஈட்டிகள், ஓரிரு சூலங்கள், செப்புக் காசுகள் ஆகியனவற்றை இட்டிருப்பர். அக்குகைகளைப் புனித இடமாகக் கருதவும், நல்ல அதிர்ஷ்டம், உடல்நலம், நல்ல விளைவுகள் ஆகியனவற்றை வேண்டியும் அவை அக்குகைகளுள் வைக்கப்படுகின்றன. இத்தகைய குகைகள் மனித நடமாட்டம் அற்ற தனித்த பகுதிகளிலேயே உள்ளன. தைப் பொங்கலே இவர்கள் சிறப்பாகக் கொண்டாடும் திருவிழாவாகும். அன்று

இவர்கள் ஊருக்கு வருபவர்கள் யாராக இருப்பினும் அவர்கள் அனைவருக்கும் உணவளிப்பர். ஜனவரியின் இடைப் பகுதியில் வரும் இத்திருவிழா விருந்துண்டு மகிழ்வதற்குரியதாகும்.

இவர்கள் சமயச் சடங்குகளை நிகழ்த்த வேறு சாதியைச் சேர்ந்த பூசாரிகளை அமர்த்துவதில்லை. மந்த மதிபடைத்த அல்லது இயல்புக்கு மாறான போக்குடைய முதுவர்களே சாமியார்களாகப் பாவிக்கப்படுகின்றனர். ஒருவன் தலைநோய் அல்லது காய்ச்சலி லிருந்து விடுபட வேண்டுமானால் சாமியாரிடம் 'அவர் அதனைப் போக்க வழி செய்தால் நான்கணா வழங்கப்படும்' என்று கூறுவர். அவர் அற்புதங்களை நிகழ்த்தவோ மற்றவர்கள் முன்னிலையில் ஆர்ப்பாட்டமான சடங்குகளை நிகழ்த்தவோ வேண்டுமென யாரும் எதிர்பார்ப்பதில்லை. சூரியனையும் சந்திரனையும் தங்கள் சகோதரர் களாகப் பாவித்து அவர்களோடு பேசி உரையாடிய படியும் அமைதியாகப் புரியாத மொழியில் உயிர்களிடத்தும் கெஞ்சி விண்ணப்பித்தபடியும் இருப்பவர்களே வழக்கமாகக் காணப்படும் சாமியார்கள். துறவு மேற்கொண்டவர்களாக இவர்கள் வாழ்க்கை நடத்தினால் மிகுந்த போற்றுதலுக்கு உரியவர்களாக இருப்பர். பிற நற்பண்புகளை மேற்கொண்டிருப்பதோடு பாலை மட்டுமே உணவாகக் கொள்பவர்கள் மிகுந்த போற்றுதலைப் பெறுகின்றனர். அத்தகையவர்கள் நூறாண்டுகளுக்கு ஒரு முறையோ இருமுறையோ மட்டுமே பிறப்பர்.

இறந்தவர்களை மல்லாக்காகத் தென்வடலாகக் கிடத்திப் புதைப்பர். அத்தகைய குழியின் மேல் ஆறு அடிக்கு இரண்டு அடியில் சிறு கொட்டகை அமைக்கப்படும். இருபது அல்லது முப்பது பவுண்டு கனமுள்ள கற்களைத் தலைப்பக்கம் ஒன்றாகவும் கால்பக்கம் ஒன்றாகவும் அமைப்பர். கொட்டகை வீழ்ந்துபட்ட பின்பு அல்லது காட்டில் நெருப்பிடும்போது எரிந்துபட்ட பின்பு இவை புதைகுழி இருக்கும் இடத்தை அடையாளம் கண்டுகொள்ள உதவும். ஆண்களைப் புதைப்பதற்கான புதைகுழிகள் இடுப்பளவு ஆழம் உடையனவாகவும் பெண்களைப் புதைப்பதற்கான புதைகுழிகள் மார்பு அளவு ஆழம் உடையனவாகவும் தோண்டப்படும். பெண் களின் பிணங்கள் தரையை ஒட்டிய நிலையில் புதைக்கப்பட்டால் மற்ற பெண்கள் தாங்கள் இறக்கும்போது பூமியை ஒட்டிக் கிடத்தப்படக்கூடும் என அஞ்சுவர். எனவேதான் பெண்களைப் புதைப்பதற்கான குழிகள் ஆழமுடையனவாகத் தோண்டப்

படுகின்றன. தென்வடலாகக் கிடத்தப்படும் தங்களுக்கு யாரும் எத்தீங்கும் இழைக்க முடியாது என்ற உள்ள உறுதி உடையவர்களாக ஆண்கள் விளங்குவதால் அவர்கள் புதைகுழி மிக ஆழமாகத் தோண்டப் படுவதில்லை.

விபத்திலோ கொலை போன்ற கொடுஞ் செயலுக்கு ஆட்பட்டோ இறப்பவர்களின் ஆவி பேயாக, அவர்களைப் பற்றிய நினைவு மக்கள் மனத்திலிருந்தும் அடுத்த சந்ததியினர் மனத்திலிருந்தும் அடியோடு மறையும்வரை உலவும் என நம்புகின்றனர். இத்தகைய பேய்களின் சினம் நீக்க வழிபாடு ஏதும் நிகழ்த்தப்படுவதில்லை. முடிந்தவரை அத்தகைய பேய்கள் உலவும் இடங்களுக்குச் செல்வதைத் தவிர்ப்பர். பிற காட்டினத்தவர்களைப் போலவே முதுவரும் புலியோ சிறுத்தையோ அடித்து வீழ்த்தும் இரை தென்வடலாக உடல் கிடக்கும்படியாக விழுமானால் அவை அந்த விலங்கினை உண்ணா என நம்புகின்றனர். அந்த இரையினைத் தின்ன அவை திரும்ப வருவதும் இல்லை. அவ்வாறு தென்வடலாக விழுந்து கிடக்கும் விலங்கினைப் புலியோ சிறுத்தையோ மீண்டும் தின்னவரும்; அவற்றைச் சுட்டு வீழ்த்தலாம் எனக் காத்துக் கிடப்பது வீண் முயற்சியே எனவும் நம்புகின்றனர்.

குல மரபுச் சின்னங்களாக இவர்கள் எதனையும் பேணுவதில்லை யாயினும் புலியைப் பெரும்பாலும் நரி என்ற சொல்லாலேயே வழங்குகின்றனர்.

நெருப்புப்பெட்டி பொதுவாக வழக்கில் வந்துவிட்ட இன்றும்கூட இவர்கள் சிக்கிமுக்கிக்கல், எஃகுத் துண்டு ஆகியவற்றின் உதவியாலேயே தீ உண்டாக்குகின்றனர். உலர்ந்த பருத்திப் பஞ்சை (பெரும்பாலும் இது அழுக்கு நிறைந்ததாக இருக்கும்) சிக்கிமுக்கிக் கல்லின் மீது வைத்து எஃகுத் துண்டினால் அதன் முனையில் தட்டுவர். இதனால் உண்டாகும் தீப்பொறி பஞ்சில் நெருப்பைப் பற்ற வைக்கும். அதனை உலர்ந்த சருகு, புல் ஆகியவற்றினிடையே இட்டுக் கவனமாக ஊதித் தீக்கொழுந்தாக எரியச் செய்வர். தீக்கடைதல் முறையிலும் முதுவர் நெருப்பு உண்டாக்க அறிவர் என்றாலும் தற்பொழுது இவர்கள் மிக அரிதாகவே இம்முறையைப் பேணு கின்றனர். உள்பக்கம் நன்கு உலர்ந்து மக்கிப் போய்விட்ட நிலையில் உள்ள ஒரு குறிப்பிட்ட மரத்தின் மரக்கட்டையைத் தேர்ந்தெடுப்பர். அதன் வெளிப்பக்கம் உறுதி குலையாது திண்மையுடையதாய் இருத்தல்வேண்டும். ஏற்றதொரு பகுதியில் இந்தக் கட்டையின்

மேற்பகுதியைக் குடைந்து உள்ளே உள்ள மக்கிய சோற்றினைப் பெரும்பகுதி அப்புறப்படுத்திய பின் கெட்டியான கூரிய ஒரு மரத்தை அக்குழியில் பொருத்தி வேகமாகச் சுழற்றுவர். அப்பொழுது உட்புறத்துள்ள எஞ்சிய மரத்தூளில் நெருப்பு உண்டாகும். அதனைச் சிக்கிமுக்கிக் கல்லிலிருந்து உண்டான நெருப்பை வைத்ததுபோலவே உலர்ந்த சருகுகளிடையே வைத்து நெருப்பு கொழுந்துவிட்டு எரியும்படி செய்வர்.

ஆண்கள் லங்கோடு எனப்படும் வேட்டியை உடுத்துவதோடு தலைப்பாகை அணிந்தவர்களாக ஒரு கம்பளி அல்லது போர்வையை உடன்கொண்டு செல்வர். மழை பெய்யும் பொழுது மேலே போர்த்துக்கொள்ளப் போர்வையைப் பயன்படுத்துவர். 1901 திருவாங்கூர் கணக்கெடுப்பு அறிக்கையில் முதுவர் பழங்குடி ஆண்கள் சமவெளியைச் சேர்ந்த மறவரைப்போல உடை உடுத்துகின்றனர். பெரிய தலைப்பாகை பெரும்பாலும் இவர்கள் உடையின் இன்றியமையாத ஒரு பகுதியாக அமைகின்றது. முதுவர்களின் தலைவன் வாக்க எனப்படுகின்றான். அவனுடைய அனுமதியின்றி யாரும் தலைப்பாகை அணிதல் கூடாது எனக் கூறப்பட்டுள்ளது. முதுவன் ஒருவன் குடைபிடித்தவனாக வந்ததை நான் பார்த்துள்ளேன். இன்று மலைத்தோட்ட முதலாளிகளின் பழைய கால்சட்டை, கோட்டு, குதிரைச் சவாரிக்கான குறுங்கால்சட்டை, பகட்டுச் சட்டை ஆகியனவற்றை அணிந்தவர்களாகத் திகழ்கின்றனர். பொன்னாலானது எனக் கருதப்படும்—சில சமயங்களில் உண்மையிலேயே பொன்னாலான பல வண்ணக் கண்ணாடித் துண்டுகள் பதிக்கப்பட்ட கடுக்கன்களை ஆண்கள் அணிகின்றனர். தங்கள் கைகால் விரல்களில் வெள்ளி அல்லது பித்தளையாலான மோதிரங்களை அணிகின்றனர். சிலபோது இரு கைகளிலும் பெரிய கடகம் அணியும் இவர்கள் ஒரு காலில் மட்டும் கழல் புனைவர்.

பெண்கள் மிகவும் விரும்பி அணிவன பாசிமணி மாலைகளே. வெள்ளை, நீலம் ஆகிய வண்ணங்களிலான பாசிகளை இவர்கள் மிகுதியும் தேர்ந்தெடுக்கின்றனர். காதணிகள், கைகால் விரல் மோதிரங்கள், கைகளில் கண்ணாடி வளையல்கள், கால்களில் சிலம்பு ஆகியனவும் பெண்கள் அணியும் பிற அணிகளாகும். இவர்கள் அணியும் உலோக அணிகளின் அமைப்பு, சமவெளிப் பகுதியில் வாழும் பெண்கள் அணியும் அணிகளின் அமைப்பை ஒத்தனவே. சேலையை இடுப்பைச் சுற்றி அணிந்து இடையில் செருகியவர்களாக

மேலே இழுத்துப் போர்த்தி அதன் இருமுனைகளையும் சேர்த்து வலத்தோளின்மேல் முடிச்சாக இட்டுக் கொள்வர். திருமணமாகாத பெண்கள் திருமணம் ஆனவர்களைப் போல மிகுதியான அணிகளை அணிந்துகொள்வதில்லை.

கைம்பெண்கள் மறுமணம் செய்துகொள்ளும்வரை அணிகளைத் துறந்தவர்களாக இருப்பர். அப்பொழுது அவர்களை மணமாகாத அவர்களுடைய சகோதரிகளிடமிருந்து வேறுபடுத்தி அறிந்து கொள்ளுதல் இயலாது. பச்சை குத்திக்கொள்ளும் வழக்கம் இவர்களிடையே இல்லை. சிலபோது கையில் மந்திரித்த வாசகங்கள் அடங்கிய குழல்கள் கோக்கப்பட்ட தடித்த நூலைக் கட்டியிருப்பர். நோய், கண்ணேறு ஆகியவற்றிலிருந்து இது தங்களைக் காக்கும் என நம்புகின்றனர். இவை பற்றிய முழு விவரங்களைச் சாதியைச் சேர்ந்த பெரியவர்களும் விவரம் தெரிந்த ஞானிகளுமே அறிந்தவராவர்.

தாங்கள் முதலில் பயிர்த்தொழிலில் ஈடுபட்டவர்களாக வாழ்ந்து வந்ததாகவும் மலைப்பகுதிகளுக்கு வந்து குடியேறிய பின்பே சுற்றுச் சூழலும் அனுபவத்தில் ஏற்பட்ட மாற்றமும் தங்களை வேட்டைக் காரர்களாகவும் கண்ணி வைப்போராகவும் மாற்றிவிட்டன என்றும் முதுவர் கூறுகின்றனர். இப்பொழுது இவர்கள் செப்புக்காடு எனப்படும் குறும்புதர்க்காட்டை வெட்டி வீழ்த்தித் தீயிட்டுக் கொளுத்தியபின் அது நல்ல மழைபெறும் பகுதியாயின் மலை நெல்லையும், மற்ற இடங்களில் ராகியையும் பயிரிடுகின்றனர். களை பிடுங்குவதும், பயிரைப் பேணுவதும் ஆகிய பணிகளைப் பெண்கள் மேற்கொண்டவர்களாக இருக்கப் பயிரைக் காவல் காக்கும் பணியை ஆண்கள் மேற்கொள்கின்றனர்.

இவர்கள் பிடிக்கும் எல்லா விலங்குகளையும் வேட்டை விலங்குகள் என்றே கொள்கின்றனர். எனினும், அவற்றுள் சிலவற்றை நாம் புழு, பூச்சி இனத்தைச் சார்ந்தவை என்றே கூறுவோம். எலி, அணில், காடை, கட்டுக்கோழி, முள்ளம்பன்றி, சருகுமான், மீன் ஆகியனவற்றை அகப்படுத்துகின்றனர். ஊதுகுழலையும் முட்கோலையும் (blowpipe and dart) பயன்படுத்தி இவர்கள் சிறு பறவைகளையும் வேட்டையாடுகின்றனர். இவர்கள் பயன்படுத்தும் கண்ணிகள் பலதிறத்தன; எனினும் அவற்றுள் மூன்று குறிப்பிடத் தக்கன. அவற்றுள் ஒன்று பெரிய வில்போலத் தோற்றம் தரும். அதனைச் செங்குத்தாகத் தரையில் நட்டு வைப்பர். கூரியமுனையை உடைய முக்கோண வடிவான மூங்கிலோடு அது ஒரு சுருக்கினால்

இணைக்கப்பட்டிருக்கும். அதனைச் சார்ந்த பகுதிகள் இயற்கையாக அடைபட்டன போல அடைக்கப்பட்டுவிடுவதால் அவ்வழியாக வரும் சிறு விலங்குகள் அப்பாவித்தனமாக அதனுள் வேறுவழியின்றி நுழையும் போது சுருக்கு நழுவ, விற்பொறியினிடையே அகப்பட்டுக் கொள்ளும். மற்றொரு கண்ணி வளைத்துக் கட்டப்பட்ட விளார் ஆகும். அதிலிருந்து சுருக்கு வைக்கப்பட்ட ஒரு கயிற்று வளையம் தொங்கும். பார்த்தால் தரைபோலத் தோன்றும் இடத்தில் அமைக் கப்பட்டுள்ள இது ஒரு சிறு மேடையாகும். அதன்மீது ஏறும் காட்டுக் கோழிகளின் கால்கள் அச்சுருக்கில் அகப்பட்டுக்கொள்ள அது தன்னை விடுவித்துகொள்ளச் செய்யும் ஆர்ப்பாட்டத்தில் வளைத்துக் கட்டப்பட்ட விளார் நிமிர்ந்துகொள்ள அக்கோழி அந்தரத்தில் தொங்கும். மூன்றாவது வகைக் கண்ணியும் இத்தகைய அமைப்பு உடைய தாயினும் உறுதியான பெரிய கண்ணியாகும். இதனை நெடுங்கிடையாக வேலிகளில் அமைப்பர். இது முள்ளம் பன்றியைப் பிடிக்க அமைக்கப் படுவது. இதன் வழியாக அது நுழைந்து செல்லும் போது சுருக்கு நழுவி மரக்கொம்பு நிமிர்ந்துவிட முள்ளம்பன்றி அந்தரத்தில் தொங்கும்.

வரையாட்டினைப் பிடிப்பதில் முதுவர் கைதேர்ந்தவர்கள். சுருக்கோடுகூடிய கண்ணி அமைக்கப்பட்டுள்ள பாதைகள் வழியே அவற்றைத் துரத்தி அவற்றின் கழுத்து, சுருக்கில் மாட்டிக்கொள்ளும்படி செய்வர். அழகாகப் பின்னப்பட்ட வலைகளைக்கொண்டும் தூண்டிலிட்டும் இவர்கள் மீன் பிடிப்பர். மேட்டு நிலத்திற்குக் கீழே உள்ள பெரிய ஆறுகளில் இரவில் வலையிட்டு மீன்பிடிக்கும் நுட்பத்தையும் இவர்கள் தெரிந்துள்ளனர். துப்பாக்கிகொண்டு சாம்பர், இரலை, கலைமான், கீரிப்பிள்ளை, குரங்கு, மலையணில், மலைக்கீரி ஆகியவற்றைச் சுட்டு வீழ்த்துவர். குறி தவறாது சுடும் திறன்மிக்க முதுவர் தாங்களே தயாரித்துக் கெட்டித்த துப்பாக்கி மருந்தைப் பயன்படுத்தும்போது மிகக் கவனமாக இருப்பர்.

வேட்டை விலங்குகளைச் சில கச தூரம் இருக்கும்படியாக நெருங்கிய பிறகே பழைய அமைப்பை உடைய தங்கள் துப்பாக்கியை இவர்கள் பயன்படுத்துகின்றனர்; அது புதிய அமைப்புடைய துப்பாக்கியில் நவீனமான குண்டுகளையிட்டுச் சுடுவதை ஒத்த பயனை விளைவிக்கிறது. ஒருமுறை இரு ஆங்கிலேய மலைத்தோட்ட முதலாளிகள் இரண்டு முதுவர்களுடன் காட்டெருமை வேட்டைக்குப் புறப்பட்டனர். துப்பாக்கியைச் சுமந்து சென்ற முதுவருள் ஒருவன் இடறியபோது அவன் தூக்கிச் சென்ற துப்பாக்கி வெடித்து

ஆங்கிலேயருள் ஒருவன் அவ்விடத்திலேயே இறந்துவிட்டான். உடனே அந்த இரண்டு முதுவரும் ஓட்டம் பிடிக்கத் தொடங்கினர். மற்றொரு ஆங்கிலேயன் அவர்களை நோக்கி அவர்கள் திரும்ப வராவிட்டால் சுட்டுவிடப் போவதாக அச்சுறுத்த இறுதியில் அவர்கள் அவனிடம் திரும்பினர். இக்குற்றம் பற்றி விசாரித்த பென்ஸ்லே அம்முதுவர்கள் தங்களுக்கு மரண தண்டனை வழங்கப்படாதது குறித்து மிகுந்த வியப்பில் ஆழ்ந்தனர் எனக் கூறியுள்ளார்.

பயிர்த்தொழிலில் ஈடுபடும் முதுவர்கள் அது பற்றி அதிகம் கருத்துச் செலுத்துவதில்லை. பயிரைப் பாழ்படுத்த வரும் காகங்களையும் பேய்களையும் விரட்ட இவர்கள் சோளக் கொல்லைப் பொம்மைகளை அமைப்பதில்லை. சாம்பர், கலைமான், பன்றி ஆகியவை விளை நிலங்களில் புகாமல் காக்கப் பலவகைக் கருவிகளைப் பயன் படுத்துகின்றனர். இவற்றுள் எதுவும் தொடர்ந்து பயன் விளைவிப்ப தில்லை. முதுவர் திறமையுடன் கையாளும் ஒரே கருவி அரிவாள்தான். அதனை எப்பொழுதும் பிரியாதவனாக அவன் இருக்கக் காணலாம். அதனைக் கொண்டு ஒரு வீடு கட்டுவதிலிருந்து எலியின் தோலை உரிப்பது வரையான எல்லாப் பணிகளையும் அவன் செய்து முடிப்பான். தன் துப்பாக்கியில் ஈயத் தகட்டினைத் துண்டுகளாக்கித் திணிக்கவும்கூட இதே அரிவாளைத்தான் இவன் பயன்படுத்துகின்றான்.

முதுவருள் பெரும்பாலோர் ராகி, மலைநெல் ஆகியனவற்றையும் தாங்களே பயிரிடும் காய்கறிகளையும் வேட்டையாடும் இறைச்சியை யும் உணவாகக்கொண்டு வாழ்கின்றனர். கருங்குரங்கின் இறைச்சியை மற்ற எல்லாவற்றிலும் சிறந்ததாகக் கருதும் இவர்கள் அதனை உண்பதில் மிகுந்த விருப்பம் உடையவர்கள். நோயால் மிகவும் மெலிந்தவனான ஒரு முதுவன் இறந்த நிலையில் உள்ள ஒரு குரங்கைப் பற்றி அதன் கழுத்தைக் கடித்துக் குருதியைக் குடித்ததை நான் நேரில் கண்டுள்ளேன். மாடு, நாய், நரி, பாம்பு ஆகியவற்றின் இறைச்சியை இவர்கள் உண்பதில்லையாயினும் பலவகை ஓணான்கள், எலிகள், மான் இனங்கள், மீன், கோழி, கருடனும் கழுகும் ஒழிந்த பறவைகள் ஆகிய அனைத்தையும் சமைத்து உண்கின்றனர். மேட்டு மலையையும் அதன் கிழக்குச் சரிவையும் சார்ந்தவர்களாக வாழும் முதுவர்கள் பன்றியை எந்த வகையிலும் உணவாகப் பயன்படுத்துவது இல்லை.

மேற்குச் சரிவில் வாழும் முதுவர் காட்டுப் பன்றியின் இறைச்சியில் மிகுந்த விருப்பம் கொண்டவர்கள். இதனால் மற்ற பிரிவினர்

இவர்களைத் தாழ்ந்தவர்களாக மதிக்கின்றனர். இவர்கள் இவ்வாறு பன்றியின் இறைச்சியை உண்ணும் பழக்கத்தை மேற்கொண்டதற்குக் காரணம் இவர்கள் வாழும் காட்டின் நடுப்பகுதியில் சாம்பர் முதலிய மான் இனங்கள் இல்லாமையேயாகும் என நான் நினைக்கின்றேன். போதை தரும் எல்லா வகை மதுவிலும் முதுவர் விருப்பங் கொண்டவர்கள். மேற்கு மலைச் சரிவில் வளரும் ஒருவகைக் காட்டுப் பனையிலிருந்து கள்ளை இறக்கி அதனை நொதிக்க வைத்து இவர்கள் தாராளமாகப் பருகுகின்றனர். இந்த மரங்கள் வளரும் பகுதியில் வாழும் முதுவர் இனத்தவர் சிலர் இந்த மரங்கள் பூக்கும் பருவகாலம் முழுவதும் எப்பொழுதும் குடி மயக்கத்தில் ஆழ்ந்தவர்களாகவே இருப்பர். இந்த மதுவை இவர்கள் திப்பிலிக் கள் என்கின்றனர். இந்தப் பனை வகை மரக் குட்டுல் (Caryota Wrens) மரத்தை ஒத்ததாக உள்ளது.

மேற்குச் சரிவில் வாழும் முதுவர் மேற்குக் கடற்கரைப் பகுதியிலிருந்து கிடைக்கும் அபினிக்கு அடிமையாகியுள்ளனர். முதுவர் வேறு எந்தச் சமூகத்தினரும் தங்களோடு ஒன்றாக இருந்து உண்ணவோ, குடிக்கவோ புகைக்கவோ தகுதி வாய்ந்தவர்கள் அல்லர் எனக் கூறுகின்றனர். முன்னொரு காலத்தில் தாங்கள் இந்த உரிமையை வேளாளருக்கு வழங்கியிருந்ததாகவும் இதனால் அச்சாதியைச் சேர்ந்த பலர் விருந்தினராக வரத்தொடங்கியமையால் அனைவருக்கும் உபசாரம் செய்ய இயலாது போனதால் இப்பொழுது தாங்கள் வேறு யாருடனும் சேர்ந்து உண்பதில்லை எனவும் ஊர்ப்பக்கமாக வரும் புதியவர்களுக்குச் சமைக்காத உணவுப் பண்டங்களையே கொடுக்கும் பழக்கத்தை மேற்கொண்டிருப்பதாகவும் கூறுகின்றனர்.

முதுவர்களிடையே வழங்கும் பழமொழி, பாட்டு, நாட்டார் கதை ஆகிய எதனையும் நான் எப்போதும் கேட்டதில்லை. அவர்கள் இந்த மலைக்கு வந்து சேர்ந்தது பற்றியான கதையொன்று மட்டுமே அவர்களிடையே வழக்கில் உள்ளது. இவர்களிடையே வழங்குவதான மற்றுமொரு கதையை இவர்களின் நம்பிக்கை எனலாமே அன்றிக் கதை எனக்கொள்ள இயலாது. அதன்படி பள்ளிவாசல் என்ற இடத்திற்குக் கீழேயுள்ள ஒரு மூங்கில் பூப்பூக்குமானால் திருவாங்கூர் மகாராசாவின் பிள்ளைகளில் ஒருவன் புலிமனுசனாக மாறி மக்களைத் தின்னத் தொடங்குவான் என நம்புகின்றனர். பில்லிசூன்யம் வைப்பதன் காரணமாக ஆண்கள் புலிமனுசராக மாறுகின்றனர் என நம்பும் இவர்கள் அது பற்றிய கதைகளை அடிக்கடி கூறுவர். ‘திங்கட்கிழமை நல்லாத் திங்கலாம்’ என இவர்கள் பழமொழிபோல

வழங்குவதை ஆங்கிலத்தில் மொழிபெயர்க்கும் போது அதன் சொற்களிடையேயான இயைபு பொருளற்றதாகிவிடுகின்றது.

ஈட மூங்கிலைப் பிளந்து கட்டிய சட்டத்தின் மேல் குரங்கின் தோலைப் போர்த்துக் கட்டி முதுவர்கள் அதனைக் கொட்டி முழக்கியபடி பொழுதைப்போக்குவர்.

இந்தப் பழங்குடிகள் முன்பெல்லாம் வெளியாரைக் கண்டால் அஞ்சி ஒதுங்கியவர்களாக வாழ்ந்துவந்தவர்களே. சென்ற முப்பது ஆண்டுகளாகத்தான் வெளியுலகத்தோடு தொடர்புகொண்டவர்களாக இவர்கள் வாழ்கின்றனர். வயதான பெரியவர்கள் கோயமுத்தூர் பகுதியிலிருந்து மலையேறிவரும் கொள்ளைக் கூட்டத்தார் முதுவர் குடியிருப்புக்களை நெருப்புக்கு இரையாக்கிய பிறகு கிடைக்கும் கால்நடைகள், கோழிகள் ஆகியவற்றைக் கொண்டு சென்ற நாள்களை இன்றும் நினைவுகூர்கின்றனர். இன்றும் இவர்களுள் சிலர் அத்தகைய நிகழ்ச்சிகளால் ஏற்பட்ட அச்சம் உள்ளத்தைவிட்டு அகலாத காரணத்தால் ஐரோப்பியர்களோடு பேசக்கூடத் துணிவில்லாதவர்களாக உள்ளனர். இத்தகைய அச்ச உணர்வு பெண்கள் மனத்தில் ஆழப் பதிந்துள்ளது. எதிர்பாராத அயலாரை எதிர்ப்பட நேரும்போது அவர்களுடைய இந்த அச்ச உணர்வு இயல்பாகத் தலைதூக்க ஒரு காடைக் குஞ்சினைப்போல எங்கேனும் சென்று ஒளிந்துகொள்வர். இவர்களுள் சிலர் படிக்கக் கற்றுக்கொள்ள அவ்வப்போது விரும்பினாலும் அந்த முயற்சி பயன் விளைவித்ததா என எனக்குத் தெரியாது.

வியப்பூட்டும் பல அற்புதங்களைத் தற்போது முதுவர் கண்டு வருகின்றனர். இயந்திரங்களை இயக்க மின்சாரம் உற்பத்தி செய்யும் நீர் மின்நிலையம், இவர்கள் நாட்டெல்லையில் ஓடும் மின்சார ரயில், தொலைபேசி ஆகியன அவற்றுள் குறிப்பிடத்தக்கன. முதியவனான முதுவன் ஒருவன் அந்த இனத்தவருள் ஐந்து மைல் தொலைவில் உள்ளவரோடு முதன் முதல் பேசிப் பார்த்த பெருமைக்குரியவன் எனத் தன்னைப் பற்றி மற்றவர்களிடையே தம்பட்டம் அடித்துக்கொள்வான்.

இரண்டு வேறுபட்ட உடல்வாகினை இவர்கள் பெற்றுள்ளனர் என நான் கூறினேன். இந்த இருவருக்கு இடையே ஏற்பட்ட கலப்பால் மூன்றாவதான உடல்வாகுகொண்ட ஒரு திறத்தவரும் தோன்றி உள்ளனர். முதல்வகையினர் கழுகு மூக்கொத்த நீண்ட மூக்கும் மெல்லிய உதடுகளும்கொண்டவர்கள். பெரும்பாலான ஆண்கள் இந்த வகையைச் சேர்ந்தவர்களே. இரண்டாவது வகையினர் பருத்த

சப்பட்டையான மூக்கும், தடித்த உதடும் கொண்டவர்கள். பெண்களுள் பெரும்பாலோர் இவ்வகையினரே. ஆண்களோடு ஒப்பிடும் போது இவர்கள் முக அழகு குறைந்தவர்களே. இரண்டாவது வகை சார்ந்த ஆண்களை நான் காண நேர்ந்ததில்லை. இந்த இரண்டு வகைக்கும் இடைப்பட்டவர்களான ஆண்களே பொதுவாகக் காணப்படுகின்றனர்.

ஏல மலைகளிடையே குள்ள உருவினரான பழங்குடிகள் இன்னமும் வாழ்தல் கூடும். இவர்களைப் பற்றிய விவரங்கள் ஏதும் தெரிய வில்லை. காலஞ்சென்ற ஜெ.டி. மன்றோ அவர்களைப் பற்றிச் சிறிது தகவல் திரட்டியுள்ளார். எ. டபிள்யூ. டர்னர் மானின் பச்சை இறைச்சியைத் தின்றுகொண்டிருந்த குள்ளன் ஒருவனைக் காணும் நல்வாய்ப்பை பெற்றிருந்தார். அந்தக் குள்ளனோடு கைகளின் மூலம் பேச முயன்ற அவர் தன்னுடைய அந்தச் சந்திப்பைப் பற்றி வயதான முதுவர் பழங்குடி வேட்டைக்காரனான சீரங்கனிடம் கூறியபோது அதனைக் கவனமாகக் கேட்ட அவன், நீங்கள் அவனைச் சுட வில்லையா? எனக் கேட்டானாம். இந்தக் கேள்வி அமைதியும் அடக்கமும் கொண்டவர்களான முதுவரின் உள்ளப் பாங்குப் பற்றிய புதியதொரு பக்கத்தைக் காட்டுவதாக உள்ளது.

முதுவர் ஆழ்ந்த அன்பு பாராட்டும் பண்பினர் என்பதை நானறிவேன். கஞ்சன் சிறுபிள்ளையான தன் மகனிடம் மிகுந்த அன்பு கொண்டிருந்தான். அவன் இரலை மான்களைத் தான் காயப்படுத்திய பின் தன் மகன் அவற்றைக் கொல்வதற்கு ஏற்றபடி வேட்டைத் திட்டங்களை வகுத்து அவனை வேட்டையில் பழக்கினான்.

கோயமுத்தூர் மாவட்டத்தின் தென்பகுதியில் இருளர், முதுவர், காடர் ஆகியோர் தேனடைகளைத் திரட்டுகின்றனர். இது மிகவும் ஆபத்தான தொழில். முதுவர் கையில் தீப்பந்தத்தை ஏந்தியவர்களாகத் தோளில் பல மூங்கில் குழாய்களைத் தொங்கவிட்டபடி கயிற்றிலோ, கொடிகளிலோ தேனடைகள் உள்ள இடத்தை நோக்கிப் பாறை முகட்டி லிருந்து கீழே இறங்குவர். தீப்பந்தத்தைக் கண்டு அஞ்சி தேனீக்கள் அகலும். அதன் பின்னர் அவர்கள் தேனடைகளை மூங்கில் குழாய் களில் நிரப்பியவர்களாக மீண்டும் பாறையின் உச்சிக்கு ஏறிவருவர்.[2]

---

[2] வேளாண்மை விவரத் தொகுதிகள், கல்கத்தா, எண். 7, 1904 (Agricult. Ledger Series, Calcutta, No.7. 1904)

24

வேடன்

வட ஆர்க்காடு மாவட்டக் கையேட்டில் எச். எ. ஸ்டுவர்ட் வேடன்* (Vedan) மக்கள் பற்றிப் பின்வருமாறு எழுதியுள்ளார்: ‘முன்பு வேட்டையாடு பவர்களாகவும் படைவீரர்களாகவும் இருந்துவந்த வேடர் சாதியினரே இந்து அரசர்களின் படையில் குறிப்பிடத்தக்க முக்கிய இடம் வகித்து வந்தவர்களாவர். பிற்காலத்தில் ஹைதர், திப்பு ஆகியோர் படையிலும் இவர்கள் சிறப்பிடம் பெற்றிருந்தனர். இவர்கள் தென்னிந்தியத் தீபகற்பத்தின் தொன்முதுகுடிகளாக வேண்டும் எனக் கருதும் சிலர் இவர்கள் ஈழத்தைச் சேர்ந்த வேடர் இனத்தவரோடு ஒற்றுமை உடையவர்கள் எனக் கருதுவர். இவர்கள் வால்மீகி எனவும் அழைக்கப்படுவர். வால்மீகம் எனப்படும் கரையான்கள் அமைக்கும் புற்றுத் தரும் பொருள்களைக்கொண்டு வாழ்பவர்கள் என்பது இதன் பொருள்.

1891 கணக்கெடுப்பு அறிக்கையில் பேடர் (போயர்) வேடன் ஆகிய இருசாதியினரும் கணக்கெடுப்புப் பணியின் போது தவறான அணுகுமுறையின் காரணமாக அட்டவணைப் படிவங்களில் ஒரே சாதியினராகக் கருதப்பட்டுவிட்டனர். அடிச்சொல் பொருளாகக் கருதும்போது அடிப்படையில் இவ்விரு சொற்களும் ஒன்று போன்றனவே. இவற்றுள் ஒன்று கன்னடம், மற்றொன்று தமிழ். எனினும் இவ்விரு சமூகங்களும் வேறு வேறானவை. வால்மீக, வால்மீகி என்ற பெயரைப் போயர் ஆர்வத்துடன் தங்களோடு தொடர்புபடுத்திக் கொண்டவராகத் தாங்கள் இராமாயணம் இயற்றிய வால்மீகியின் சந்ததியினர் எனக் கூறிக்கொள்வர். இவர் ஒரே இடத்தில்

* இன்று வேடன் எனும் பெயரில் அட்டவணைப் பழங்குடி இல்லை. மலைவேடன் எனும் பெயரில் உள்ளனர். இந்த இயலில் எட்கர் தர்ஸ்டன் மலைவேடர் பற்றியும் எழுதியுள்ளார் (ப.ர்).

கையில் தடியுடன் வேட ண்.

அசையாது உட்கார்ந்து தவம் செய்தபோது கரையான் இவரைச் சுற்றிப் புற்று அமைத்துவிட்டது.

1901 சென்னை மாநிலக் கணக்கெடுப்பு அறிக்கையில் வேடர் பற்றிக் கூறப்பட்டுள்ளதாவது: 'தமிழ் பேசும் கூலி வேலை செய்வோர் வேடர் சாதியார். இச்சாதியைச் சேர்ந்தவர்கள் முன்பு படைவீரராகவும் பின்னர் கொள்ளைக்காரர்களாகவும் இருந்தனர். இப்பெயர் வேட்டை யாடுபவர் எனப் பொருள்படுவது. செங்கல்பட்டு முதலிய சில பகுதிகளில் இருளரைக்கூடத் தவறாக வேடர் எனக் குறிப்பிடு கின்றனர். தமிழ் வேட்டுவன்களுக்கும் வேடர்களுக்கும் சில தொடர்புகள் உள்ளன. எனினும் இவற்றின் அடிப்படை என்ன என்பது விளங்க வில்லை. இன்று வேட்டுவன்கள் தங்களை வேடன்களைவிட உயர்ந்தவர்களாகக் கருதுவதோடு தங்களை வேட்டுவ வேளாளர் எனவும் கூறிக்கொள்கின்றனர்.

குழந்தை மணம், வளர்ந்தபின் மணம் ஆகிய இருவகை மணங்களும் இவர்களிடையே நிகழ்கின்றன. கைம்பெண்கள் தங்கள் கணவனோடு உடன்பிறந்தவர்களையோ பங்காளிகளையோ மணந்து கொள்ளலாம். சிலர் பிராமணர்களைத் தங்கள் பூசாரிகளாக அமர்த்திக்கொள்கின்றனர். இறந்தவர்களைப் புதைக்கவோ எரிக்கவோ செய்கின்றனர். இவர்கள் தங்களை அறுபத்து மூன்று நாயன்மார்களுள்

ஒருவரான கண்ணப்ப நாயனாரின் வழிவந்தவர்கள் எனக்கூறிக் கொள்கின்றனர். அம்பலக்காரர்களும் தங்களைக் கண்ணப்ப நாயனாரின் சந்ததியினர் எனக் கூறிக்கொள்வர். நாயக்கன் என்பதே வேடருக்கான பட்டப்பெயர்.

மதுரை மாவட்டக் கையேட்டில் வேடன்கள் தாழ்ந்த சமூகத்தாராகக் கூறப்பட்டுள்ளனர். காட்டில் கிடைக்கும் பொருள்களைக் கொண்டே இவர்கள் வாழ்க்கை நடத்துகின்றனர். தற்சமயம் இவர்கள் எண்ணிக்கையில் குறைந்தவர்களாகவே உள்ளனர். அண்மைக் காலம் வரை இவர்கள் ஆடையேதும் அணியாதவர்களாகவே நாகரிகத் தொடர்பு ஏதும் இல்லாமல் தனித்து இருந்துள்ளனர். எல்லா வகுப்பாரும் இவர்களை மிக வெறுத்து ஒதுக்கியே வந்துள்ளனர். கோயமுத்தூர் மாவட்டக் கையேட்டில், மிகத் தாழ்ந்த ஏழையர்களான இவர்கள் கூடை முடைதல், சிறு விலங்குகளை அகப்படுத்தல் முதலிய வற்றைச் செய்து வாழ்ந்து வருகின்றனர் எனக் கூறப்பட்டுள்ளது.

கொச்சையான கன்னடம் பேசும் இவர்கள் காட்டுவாசிகளைப் போல நாகரிகம் அற்றவர்களாக உள்ளனர். இவர்களுக்கு ஒரு ரூபாயை இனாமாக வழங்கினால் அதனால் கட்டுக்கடங்காத மகிழ்ச்சிகொள்வர். சேலம் மாவட்டத்தில் வேடர் சிலர் தங்களைத் திருவளர் சமூகத்தினர் எனக் கூறிக்கொள்வதாகச் சேலம் மாவட்டக் கையேடு தெரிவிக் கின்றது. இவர்கள் தற்காலிகமாக மணஉறவு வைத்துக்கொண்டு வாழ்வதால் கட்டிக்கூடுகிற சமூகம் எனவும் அழைக்கப்படுவதாக அதில் கூறப்பட்டுள்ளது.

வேடன்களையும் கரடிகளையும் பற்றிய பின்வரும் கதையை இங்குக் கூறலாம் என நினைக்கின்றேன். கரடிகள் நன்கு பழுத்த விளாம்பழத்தை (*Feronia elephantum*) திரட்டித் தின்பதில் ஆவல் கொண்டவை. கரடிகள் பழங்களைத் திரட்டியபின் அவற்றின் மேல் ஓட்டை அகற்றிவிட்டு உள்ளே இருக்கும் சதைப்பற்றை ஒரே குவியலாகக் குவித்து வைக்கும். பிறகு அவை தேனையும் இனிக்கும் மலர்களையும் கொண்டு வந்து அந்தக் குவியலின் மேலிடும். அவை அனைத்தையும் கால்களால் மிதித்தும் தடிகள் கொண்டு அடித்தும் நன்கு கலக்கும். அவை அனைத்தும் நன்கு கலந்து திரண்டபின் அதனை அக்கரடிகள் உண்ணும். இவ்வாறு கரடிகள் இனிப்புத் தயாரிக்கும் பருவத்தை அறிந்திருக்கும் வேடன் அந்தக் கரடிகளை அம்பெய்து விரட்டியபின் அந்த இனிப்பைக் கவர்ந்துகொள்வான். இதனை அவன் கரடிப் பஞ்சாமிர்தம் என்ற பெயரில் விற்பான்.

திருவாங்கூரைச் சேர்ந்த வேடர் பற்றி மறைத்திரு எஸ். மட்டீர் தொகுத்துக் கூறுவதாவது:[1] காட்டை வெட்டி அப்புறப்படுத்திய பகுதி களில் வாழும் இவர்கள் வயல்களில் கூலிகளாகப் பணிபுரிவர். முன்பு அடிமைகளைப்போல இவர்கள் வாங்கப்பட்டும் விற்கப்பட்டும் வந்தனர். பஞ்ச காலங்களில் காட்டு வள்ளிக்கிழங்கைத் தேடி அலையும் இவர்கள் அது கிடைக்கும்போது கிடைத்த அத்தனையையும் தின்பர். பிறகு தொடர்ந்து பலநாள் பட்டினி கிடப்பர். ஆண்கள் தங்கள் மனைவியரைக் காப்பாற்ற வேண்டிய கட்டாயம் இல்லை யாகையால் இவர்களிடையே பல மனைவியரை மணந்துகொள்வது பெரு வழக்காக உள்ளது. கிறித்தவ சமயத்தை மேற்கொண்டுவிட்ட சிலர் தங்கள் நடத்தை, நாகரிகம், ஒழுங்கு, ஒழுக்கம் ஆகியவற்றில் வியக்கத்தக்க வகையில் விரைந்து முன்னேறியவர்களாக உள்ளனர்.

திருவாங்கூரைச் சேர்ந்த மலைவேடர் பற்றிய பின்வரும் குறிப்புகளுக்கு நான் ஜெ. டபிள்யூ. ஈவான்ஸுக்குக் கடப் பாடுடையேன்:[2] மலை அடிவாரங்களில் அமைந்துள்ள நெல்வயல் திட்டுகளிடையே பெயருக்குக் குடிசை எனச் சொல்லக்கூடிய குடியிருப்புக்களில் இவர்கள் வாழ்கின்றனர். உழவர்கள் தங்கள் வயல்களைக் காட்டு விலங்குகள் வந்து பாழ்படுத்தாது காவல் காக்க இவர்களைப் பணியில் அமர்த்துகின்றனர்.

ஆண்களும் பெண்களும் மேல் வரிசையில் உள்ள முன்வாய்ப் பற்களை ராவி முதலையின் கூரிய பற்களைப்போலச் செய்து கொண்டுள்ளனர், திருவாதிரையன் என்ற பெயரை உடைய வயதான ஒரு கிழவன் தன் நான்கு பற்களை ஓரளவே ராவிவிட்டுக் கொண்டுள்ளான். அவனிடம் நீ ஏன் உன் பற்களை மலைவேடர் களைப்போல ராவிக்கொள்ளவில்லை எனக் கேட்டபோது அதற்கு அழகற்ற தோற்றமுடைய நான், நான் எந்த அழகோடு பிறந்தேனோ அந்த அழகு எனக்கு போதும் எனக் கூறினான். இவ்வாறு பற்களைக் கூர்மையாக்கிக்கொள்ளச் செய்யப்படும் ராவுதலால் ஏற்படும் வலியை அவன் தாங்கிக்கொள்ள இயலாதவனாக இருந்திருக்க வேண்டும். இவ்வாறு பற்களை ராவி விடுபவனுக்குக் கட்டணமாகச் செலுத்தப்பட வேண்டியது ஐந்து வெற்றிலையும் பாக்கும் மட்டுமே. இந்த ராவுதலை யார் வேண்டுமாயினும் செய்யலாம். கூர்மையான

---

[1] திருவாங்கூரில் இந்தியர் வாழ்க்கை (Native Life in Travancore)
[2] சென்னை அருங்காட்சியக மடல், 111, 1, 1900, (Madras Museum Bull, III, I, 1900.)

அரிவாளினைப் பயன்படுத்தியே இவ்வாறு பற்களைக் கூர்மையாக்கிக் கொள்கின்றனர். இதுபோலப் பற்களை ராவிக்கொள்ளும் வழக்கத் திற்கான அடிப்படைக் காரணம் ஏதேனும் உள்ளதா எனக் கேட்ட போது இது தாங்கள் மலைவேடர் சாதியினர் என்பதை அடையாளங் காட்டிக்கொள்வதற்காகச் செய்யப்படுவது எனவும் இவ்வாறு வழக்கப்படி பற்களைக் கூர்மை செய்து கொள்ளவில்லையாயின் தங்கள் குல தெய்வமான சாத்தன் சினம்கொள்ளும் எனவும் கூறினர். இவ்வாறு பற்களைக் கூர்மையாக்கிக் கொள்ளும் பழக்கத்தைக் காட்டில் வாழும் பழங்குடியினரான காடர்களும் மேற்கொண்டு உள்ளனர் (பார்க்க: காடர்).

ஆண்களும் பெண்களும் இடுப்பில் ஒன்றையே தொடர்ந்து உடுத்தி வந்ததாலும் மழை வெயிலின் பாதிப்பாலும் நைந்துபோன இளம்பச்சை வண்ணத் துணி ஒன்றினைக் கட்டியபடி உள்ளனர். இடையிடையே சங்கு கோக்கப்பட்ட சிவப்பு, நீல வண்ணப் பாசிமணி மாலையைக் கழுத்திலும் மார்பிலும் அணிந்தபடி உள்ளனர். ஒருத்தியின் அணிமணிகள் கருத்தைக் கவரக்கூடியனவாக இருந்தன. அவள் தன் கழுத்தையும் மார்பகங்களையும் கதம்பக் கலவையாக அமைந்த பாசிமணிகள், சங்குகள், சலங்கைகள், இரும்புச் சாவிகள் ஆகியவற்றால் முழுக்க மறைத்தவளாக இருந்தாள். இறுதியாகக் கூறப்பட்ட இரும்புச் சாவிகளை அழகு செய்யும் அணி என்ற வகையிலேயே தான் அணிந்துகொண்டிருப்பதாக அவள் கூறினாள். அவள் இடையைச் சுற்றிப் பன்றி, சாம்பர் மான் ஆகியவற்றின் சிறிய எலும்புகள் பல வரிசைகளாகத் தொங்கிக்கொண்டிருந்தன. மலைவேடர் இந்த எலும்புகளைக் காடுகளில் கண்டெடுத்தனர். வயதான ஒரு பூசாரி முன்பு தான் பேயாட்டம் நிகழ்த்தி வந்ததாகவும் இப்பொழுது கால் கைகளின் மூட்டுக்கள் ஆட முடியாதபடி ஆகிவிட்டதால் சிறுவர்களைப்போலத் தான் அவமதிப்புக்கு உள்ளாவதாகவும் கூறினான். மலைவேடருக்கு எனத் தனியே கோயில்களோ தெய்வம் உறையும் இடங்களோ இல்லை எனத் தெரிகின்றது. இந்துக்கள் தங்களுடைய கோயிலில் தொலைவில் நின்றபடி நோய் முதலான தொல்லைகளின்போது இவர்கள் செய்துகொண்ட வேண்டுதலுக்கான காணிக்கையைச் செலுத்த அனுமதிக்கின்றனர். இவர்கள் தெய்வமான சாத்தனுக்கு என்று தனியே நிலையான கோயில்கள் இல்லை. மலைவேடர் எங்கெங்கு வாழ்கின்றார்களோ அங்கெல்லாம் அதுவும் இருக்கும்.

இறந்தவர்களை அவர்களுடைய குடிசைக்கு அருகிலேயே சாய்ந்த நிலையில் படுக்க வைத்துப் புதைக்கின்றனர். காணிக்காரரைப்போல மரத்தைக் கடைந்து நெருப்பு உண்டாக்கும் தொடக்ககால வழக்கத்தையே இவர்கள் இன்றும் மேற்கொண்டு வருகின்றனர். காணிக்காரரைப் போல இவர்களும் கருங்குரங்கைத் தின்கின்றனர். கருக்கரிவாள், வில், அம்பு ஆகியனவே இவர்கள் பயன்படுத்தும் கருவிகள். புல்லால் கூடை முடையும் இவர்கள் அத்தகைய சிறு கூடை களைத் தங்கள் இடுப்புக் கச்சையில் வெற்றிலை முதலியன வைத்துக் கொள்ள தொங்கவிட்டுக்கொள்கின்றனர்.

நான் நேரில் கண்டாய்ந்த இருபத்தைந்து மலைவேடர்களின் முக்கியமான அளவுகள் வருமாறு:

உடலளவு	மேல் அளவு	கீழ் அளவு	சராசரி
உயரம் (செ.மீ)	163.8	140.8	154.2
தலையின் நீள அகல விகித எண்	80.9	68.8	73.4
மூக்கின் நீள அகல விகித எண்	102.6	71.1	85.0

மேலே தரப்பட்டுள்ள புள்ளிவிவரங்கள் தென்னிந்தியாவைச் சேர்ந்த பிற காடுவாழ் பழங்குடிகளைப்போல மலைவேடரும் உயரங் குறைந்தவர்களாகவும் நீண்ட தலையும் அகன்ற மூக்கும் வாய்க்கப் பெற்றவர்களாகவும் உள்ளனர் என்பதைத் தெளிவுபடுத்துகின்றன.

திருவாங்கூரைச் சேர்ந்த வேடரிடையேயான மாதவிலக்குத் தொடர்பான சடங்கு பற்றிப் பின்வருமாறு கிரெள்லெ[3] விவரித்து உள்ளார்: மாதவிலக்கு ஏற்படும் ஒருத்தியை அவள் கணவன் கால்மைல் தொலைவில் அமைந்திருக்கும் தனித்த குடிசையில் முதல் ஐந்து நாள்கள் தங்கியிருக்கச் செய்வான். மகப்பேற்றின் போது பெண்கள் தங்கியிருக்க இக்குடிசையையே பயன்படுத்து கின்றனர். அடுத்த ஐந்து நாள்கள் அந்தக் குடிசைக்கும் குடியிருக்கும் இடத்திற்கும் நடுவே உள்ள ஒரு குடிசையில் அவள் தங்கியிருப்பாள். ஒன்பதாம் நாள் அவள் கணவன் ஒரு விருந்து வைப்பான். அப்போது

[3] Crawley. *The Mystic Rose.* Fide Jagor. 2eitsch. Ethhol.iX,1 64.

தரையில் மதுவைத் தெளிப்பதோடு விருந்தினருக்குச் சோறும் கள்ளும் படைப்பான். அன்று மாலை வரை கிழங்கைத் தவிர வேறு எதையும் அவன் உண்பதில்லை.

பேய் தன்னைக் கொன்றுவிடும் என்ற அச்சமே அவன் அவ்வாறு உண்ணாததற்குக் காரணம் ஆகும். பத்தாம் நாள் அவன் தன் குடியிருப்பைவிட்டு வெளியேறிவிடுவான். அவனுடைய மனைவி குடிசைக்குத் திரும்பிய பின்னரே அவன் திரும்ப வருவான். மாத விலக்கான அவனுடைய மனைவியை அவன் உடன்பிறந்தவளும் அவள் உடன்பிறந்தவளும் குளிக்கச் செய்து குடியிருப்பில்கொண்டு வந்து சேர்ப்பர். அதன்பிறகு அனைவரும் ஒன்றாகச் சோறு உண்பர். இவ்வாறு பத்தாம் நாள் தன் மனைவி குடியிருப்புக்குத் திரும்பிய பிறகு நான்கு நாள்கள்வரை தன் வீட்டில் அவன் உணவுகொள்வதோ மனைவியோடு உறவுகொள்வதோ இல்லை.

ஜோஜ

படித்துவிட்டீர்களா?
பக்தவத்சல பாரதி
எழுதிய பிற நூல்கள்

☙

தமிழகப் பழங்குடிகள்
பக்கம்: *384*, விலை: ₹ *330*, ISBN: 978 81 7720 080 5

☙

தமிழர் மானிடவியல்
பக்கம்: *472*, விலை: ₹ *325*, ISBN: 978 81 7720 100 0

☙

பண்பாட்டு மானிடவியல்
பக்கம்: *208*, விலை: ₹ *160*, ISBN: 978 81 7720 158 1

☙

வரலாற்று மானிடவியல்
பக்கம்: *224*, விலை: ₹ *165*, ISBN: 978 81 7720 208 3

☙

படித்துவிட்டீர்களா?

**பக்தவத்சல பாரதி
எழுதிய பிற நூல்கள்**

❦

இலக்கிய மானிடவியல்
பக்கம்: *316*, விலை: ₹ 300, ISBN: 978 81 7720 223 6

❦

பாணர் இனவரைவியல்
பக்கம்: *288*, விலை: ₹ 220, ISBN: 978 81 7720 241 0

❦

இலங்கையில் சிங்களவர்
பக்கம்: *208*, விலை: ₹ 160, ISBN: 978 81 7720 244 1

❦

தமிழகத்தில் நாடோடிகள்
பக்கம்: *456*, விலை: ₹ 380 ISBN: 978 81 7720 270 0